நாகேஸ்வரி அண்ணாமலை தமிழ்நாட்டின் ஒரு கோடியிலுள்ள இராமநாதபுரத்தில் பிறந்து வளர்ந்தவர். இந்த ஊரில் தாம் வாழ்ந்ததை *சொந்த ஊரை நோக்கி* என்னும் நூல் மூலமாக நம் கண்முன் கொண்டு வருகிறார். சமூகவியலில் முனைவர் பட்டம் பெற்றுள்ள இவர் சமூக, பொருளாதார, கலாச்சார, அரசியல் நிலைமைகளை ஊன்றிக் கவனிப்பதிலும் வேறுபட்ட கலாச்சாரங்களை ஒப்பிட்டு ஆராய்வதிலும் ஆர்வம் உள்ளவர். ஜப்பான், ஆஸ்திரேலியா, நெதர்லாந்து, ஜெர்மனி போன்ற நாடுகளில் சில காலம் வாழ்ந்த அனுபவம் பெற்றவர். அமெரிக்காவின் இயல்பை அறிமுகப்படுத்தும் *அமெரிக்காவில் முதல் வேலை - ஒரு புதிய அனுபவம்* என்னும் நூலையும் அமெரிக்காவின் சமூக, அரசியல், பொருளாதார வரலாற்றை எளிய நடையில் விளக்கும் *அமெரிக்காவின் மறுபக்கம்* என்னும் மற்றொரு நூலையும் அமெரிக்க வாழ்க்கையை உள்ளபடி விவரிக்கும் *அமெரிக்க அனுபவங்கள்* என்னும் பிறிதொரு நூலையும் எழுதியிருக்கிறார். இம்மூன்று நூல்களும் வாசகர்களிடம் பெரும் வரவேற்பைப் பெற்றுள்ளன.

மைசூரை இருப்பிடமாகக் கொண்ட இவர் தற்போது சிகாகோவில் கணவருடன் வசிக்கிறார்.

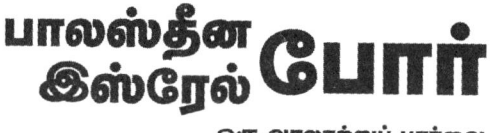

பாலஸ்தீன இஸ்ரேல் போர்

ஒரு வரலாற்றுப் பார்வை

நாகேஸ்வரி அண்ணாமலை

அடையாளம்

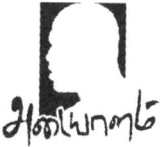

முதல் பதிப்பு 2014
மீளச்சு 2015, இரண்டாம் பதிப்பு 2017
© நாகேஸ்வரி அண்ணாமலை
வெளியீடு: அடையாளம், 1205/1 கருப்பூர் சாலை, புத்தாநத்தம் 621310, திருச்சி மாவட்டம், இந்தியா, தொலைபேசி: 04332 273444
நூல் வடிவம்: த பாபிரஸ், அச்சாக்கம்: அடையாளம் பிரஸ், இந்தியா
ISBN: 978 81 7720 222 9
விலை: ₹ 230

> *paalastheena-israel por: oru varalaatrup paarvai*, A historical perspective on the Palestine and Israel War in Tamil by Nageswari Annamalai, Published by Adaiyaalam, 1205/1 Karupur Salai, Puthanatham 621310, Thiruchirappalli District, Tamilnadu, India, email: info@adaiyaalam.net

உலகில்
நீதி மறுக்கப்படும்
நலிந்தோர் அனைவருக்கும்

பொருளடக்கம்

	நன்றி	ix
	முன்னுரை	xi
1	இஸ்ரேலுக்குப் பயணம்	3
2	பாலஸ்தீனத்தின் பழைய வரலாறு	45
3	இஸ்ரேல் உருவான கதை	57
4	முதல் போர்	97
5	1967இல் நடந்த ஆறு நாள் போர்	112
6	ஆறு நாள் போருக்குப் பின்	128
7	ஆஸ்லோ ஒப்பந்தம் முதல் இன்று வரை	158
8	அமெரிக்க-இஸ்ரேல் உறவு	182
9	யாசர் அரஃபாத் – ஒரு போராளி	210
10	வரலாற்று அநீதி	234
11	தேய்ந்துவரும் நம்பிக்கை	253
	உசாத்துணை	277
	வரலாற்றுக் காலவரிசை	279

நன்றி

என்னுடைய எழுத்திற்கு எப்போதும் ஊக்கம் அளித்துவரும் கணவரிடம் இந்தப் புத்தகத்தை எழுதும் விருப்பத்தை நான் கூறியபோது, 'தமிழில் இந்தப் பிரச்சினை பற்றி நல்ல புத்தகங்கள் இல்லை. இது பற்றி நிறையத் தெரிந்துகொண்டு ஒரு சிறந்த புத்தகமாக எழுதுவதற்கான தேவை இருக்கிறது' என்று ஆலோசனை வழங்கினார். புத்தகத்தை எழுதத் தொடங்கினால் இன்னும் சில புத்தகங்களை நூலகத்திலிருந்து கொண்டுவருவார். அதன் பிறகு இன்னும் சில புத்தகங்கள். இப்படியாக இந்தப் பிரச்சினை பற்றிய என் அறிவு பரந்ததாக இருக்கவேண்டும் என்று விரும்பினார். சாதாரணமாக புத்தக ஆசிரியர்கள் 'இவருடைய உதவி இல்லாமல் இருந்திருந்தால் இந்தப் புத்தகம் இந்த வடிவைப் பெற்றிருக்காது' என்பார்கள். இந்தப் புத்தகத்தைப் பொறுத்தவரை மேலே கூறிய கூற்று என்னுடைய கணவருக்கு முழுமையாகப் பொருந்தும். அவருடைய பங்கு அவ்வளவு!

என்னுடைய எழுத்தாற்றலுக்கு எப்போதும் ஊக்கம் அளித்துவரும் மகள்கள் மெல்லி, அணி ஆகிய இருவரும் என்னுடைய இந்த முயற்சி யிலும் முழு ஆதரவும் உதவியும் அளித்தார்கள். இந்த நூலின் கடைசி யில் இணையத்தில் பார்க்குமாறு கொடுத்துள்ள புகைப்படங்களை எடுத்தவள் மெல்லி.

ஒரு சிறந்த அமெரிக்கப் பல்கலைக்கழகத்தின் நூலகம் எப்படி இருக்கும்? சிகாகோ பல்கலைக்கழக நூலகத்தைப் பார்த்தால் நன்கு விளங்கும். அத்தனை புத்தகங்கள். என்னுடைய முயற்சிக்குத் துணை புரிந்தது இந்த நூலகம்.

பல ஆண்டுகளாக இஸ்ரேலுக்குப் போக வேண்டும் என்ற என் ஆசை கனியக் காரணமாக இருந்தவர் ஹீப்ரு பல்கலைக்கழகப் பேராசிரியர் ஈகால் பிரன்னர்; பாலஸ்தீன-இஸ்ரேல் பிரச்சினை பற்றி அதிகமாகத் தெரியாமலே நான் பார்க்க விரும்பிய நாடுகளுள் ஒன்றாக இஸ்ரேலை பட்டியலில் சேர்த்திருந்தாலும் 'நான் இஸ்ரேலில் இருப்பதால் நீங்கள் அங்கு வருவதற்கு இதுவே சரியான தருணம்' என்று அவர் கூறியிருக்காவிட்டால் இஸ்ரேலைப் பார்க்க வேண்டும் என்ற

எங்களுடைய ஆசையைச் செயல்படுத்தியிருப்போமா என்பது சந்தேகமே.

சில அரபு, ஹீப்ரு பெயர்களின் சரியான உச்சரிப்பை வழங்கியவர் அமெரிக்க யூத நண்பர் நெல்சன் லேண்டி. சில அரபுச் சொற்களுக்குத் தமிழ்ச் சூழலுக்கு ஏற்ப உச்சரிப்பை வழங்கியவர் சிராஜுல் ஹஸன்.

இந்தப் புத்தகத்தை வழக்கம்போல் அழகிய முறையில் அச்சிட்டு அடையாளம் பதிப்புக்குழுவினர் வெளியிடுகின்றனர்.

அனைவருக்கும் நன்றி.

நாகேஸ்வரி அண்ணாமலை

முன்னுரை

விட்ட குறை தொட்ட குறை என்பார்களே அது போல் நான் பல ஆண்டுகளாக இஸ்ரேலுக்குப் போக வேண்டும் என்று ஆசைப்பட்டுக் கொண்டிருந்தேன். நான் சிறு வயதாக இருக்கும்போது எங்கள் தாய் ‘ஸியோன் பட்டணம் காணுது. நித்தியம், நித்தியமாகவே, ஆனந்தம், ஆனந்தமாகவே’ என்று ஒரு கிறிஸ்தவப் பாட்டைப் பாடுவார். அவருக்குக் கிறிஸ்தவ மதத்தின் மேல் பற்று உண்டு. நான் கிறிஸ்தவப் பள்ளியில் படிக்கும்போது பைபிளில் ‘கானான்’ என்ற சொல்லை வேதபாட வகுப்பில் பலமுறை கேட்டிருக்கிறேன். ஆனால் ஸியோன் (Zion) என்பது ஜெருசலேமின் மறுபெயர் என்றும் கானான் தேசம் என்பது யூதர்களின் பூர்வீக இடமான Canaan என்றும் இந்த நூலை எழுத ஆரம்பித்தபோதுதான் தெரிந்தது. நான் இஸ்ரேல் போக ஆசைப்பட்டதற்கும் சிறு வயதிலேயே எனக்குக் கிறிஸ்தவ மதத்தோடு இருந்த இப்படிப்பட்ட தொடர்புக்கும் சம்பந்தமில்லை.

இஸ்ரேலுக்குப் போக வேண்டும் என்ற என்னுடைய ஆசையை நான் வெளியிடும் போதெல்லாம் என்னுடைய மகளும் கணவரும், ‘இஸ்ரேலுக்கா, இப்போதைக்கு நாம் அங்கு போக முடியாது’ என்று வீட்டோ செய்துவிடுவார்கள். அங்கு நடக்கும் வன்செயலை நினைத்தால், அவர்கள் சொல்வது சரிதான் என்று எனக்கும் தோன்றும். அதனால் இஸ்ரேல் போகும் ஆசையை அப்போதைக்கு விட்டுவிடுவேன்.

என்னுடைய கணவரோடு சிகாகோ பல்கலைக்கழகத்தில் வேலை பார்த்த துணைப் பேராசிரியர் ஒருவர் யூதர்; இஸ்ரேல் நாட்டைச் சேர்ந்தவர்; பெயர் ஈகால் பிரன்னர். ஆறு ஆண்டுகள் சிகாகோவில் வேலை பார்த்துவிட்டு ஓராண்டு ஆய்விற்காக இஸ்ரேலில் உள்ள நகரங்களுள் ஒன்றான ஜெருசலேம் நகரில் இருக்கும் ஹீப்ரூ பல்கலைக் கழகத்திற்குச் சென்றார். அங்கிருக்கும் போது ஒருமுறை அமெரிக்காவின் விஸ்கான்ஸின் பல்கலைக்கழகத்தில் நடந்த ஒரு கருத்தரங்கிற்கு வந்தவர் சிகாகோவிற்கும் வந்திருந்தார்.

சிகாகோவில் அவரைச் சந்தித்துப் பேசியபோது இஸ்ரேலுக்குப் போக வேண்டும் என்ற என்னுடைய நெடுநாளைய ஆசையை

அவரிடம் கூறினேன். அவர், 'நீங்கள் இஸ்ரேலுக்குப் போவதற்கு இது நல்ல தருணம்' என்றார்' 'ஏன் அப்படிக் கூறுகிறீர்கள்? இப்போது அங்கு அமைதி நிலவுகிறதா?' என்றேன். 'நான் இப்போது அங்கு இருக்கிறேன். அதனால்தான் இது நல்ல சமயம் என்றேன்' என்றார்.

அப்போதே என் கணவரிடம் இஸ்ரேல் போவது பற்றி மீண்டும் பேச ஆரம்பித்தேன். அவருக்கும் என்னுடைய வெகுநாளைய ஆசையை நிறைவேற்றுவதற்கு இது சரியான சமயமாகத் தெரிந்தது. அடுத்ததாக எப்போது போவது என்று எண்ண ஆரம்பித்தோம். நண்பர் ஜூனில் வந்தால் தனக்கும் சற்று ஓய்வு இருக்கும் என்றும், அப்போது பல்கலைக்கழகத்தில் என் கணவருக்கு ஒரு சொற்பொழிவிற்கு ஏற்பாடு செய்வதற்குத் தகுந்த நேரம் என்றும் கூறினார். ஆண்டுதோறும் ஜூனில் இந்தியாவிற்குப் போவோம். இந்த முறை அப்படிச் செல்லும்போது வழியில் இஸ்ரேலில் ஒரு வாரம் கழிக்கலாம் என்று முடிவு செய்தோம். தற்செயலாக இன்னொரு அமெரிக்க நண்பர் ஒருவர் – இவரும் யூதர் – நாங்கள் போவதாகத் திட்டமிட்ட தினங்களில் ஜெருசலேமில் இருக்கப் போவதாகக் கூறியதும் இப்படி எல்லாம் கனிந்து வந்ததில் எல்லோருக்கும் ஒரே மகிழ்ச்சி.

இஸ்ரேலில் உதவுவதற்கு இரண்டு நண்பர்கள் இருக்கிறார்கள் என்ற செய்தி கொடுத்த தெம்பில் என் மகள் மளமளவென்று பயணச்சீட்டு வாங்குவது, ஜெருசலேமில் தங்குவதற்கு ஏற்பாடு செய்வது என்று எல்லாக் காரியங்களையும் செய்ய ஆரம்பித்தாள்.

அமெரிக்காவும் இஸ்ரேலும் நண்பர்கள் ஆதலால் இஸ்ரேலுக்குப் போவதற்கு அமெரிக்கக் குடிமக்களும் குடியுரிமை பெற்றவர்களும் விசா எதுவும் இல்லாமல் போகலாம். இந்தியர்கள் என்றால் விசா வாங்க வேண்டும். அங்கு போவதற்கு ஒரு மாதம் இருக்கும் போதுதான் விசா கொடுக்கிறார்கள். இஸ்ரேலுக்குப் போய் வந்தவர்களைப் பல அரபு நாடுகள் தங்கள் நாட்டிற்குள் அனுமதிப்பதில்லை. ஆதலால் இஸ்ரேல் விசாவை ஒரு தனித் தாளில் பெற்று இஸ்ரேலுக்குப் போய் வந்த பிறகு அதைப் பாஸ்போர்ட்டிலிருந்து பிரித்து எடுத்துவிடலாம் என்று ஒரு நண்பர் யோசனை கூறினார். அதனால் விசாவிற்கு விண்ணப்பிக்கும்போது இஸ்ரேல் தூதரகத்திடம் அந்த வேண்டுகோளைக் கூறுங்கள் என்றார்கள். ஆனால் அதை அவர்கள் கவனித்ததாகத் தெரியவில்லை. பாஸ்போர்ட்டிலேயே குத்திக் கொடுத்துவிட்டார்கள்.

இஸ்ரேலின் தலைநகரமான டெல் அவிவ் ஒரு நவீன நகரம். அங்கு எங்களைப் போன்றோர்களுக்குப் பார்ப்பதற்குப் பெரிதாக ஒன்றும் இல்லை. எங்களுடைய விருப்பம் எல்லாம் பழமை வாய்ந்த ஜெருசலேம்

நகரையும் அதைச் சுற்றியிருக்கும் மற்ற பழைய நகரங்களையும் பார்க்க வேண்டும் என்பதுதான். ஜெருசலேமில் விமான நிலையம் இல்லையாதலால் டெல் அவிவிற்கும் ஜெருசலேமிற்கும் இடையில் இருக்கும் விமான நிலையத்திற்குச் சென்று அங்கிருந்து சாலை வழியாக ஜெருசலேம் செல்ல வேண்டும். நாங்கள் சிகாகோவிலிருந்து கனடா நாட்டிலுள்ள டோரொன்டோ விமான நிலையத்திற்குச் சென்று அங்கிருந்து டெல் அவிவிற்குச் செல்லத் திட்டமிட்டோம்.

சிகாகோவிலிருந்து டோரொன்டோ செல்ல ஒன்றரை மணி நேரம் தான். அதற்குப் பிறகு டெல் அவிவ் செல்லும் விமானம் கிளம்ப ஐந்து மணி நேரத்திற்கு மேல் இருந்தது. இத்தனை மணி நேர இடைவெளி இருந்ததால் டெல் அவிவ் செல்லும் விமானம் கிளம்பும் இடத்திற்கு அப்போது எங்களைச் செல்ல அனுமதிக்கவில்லை. விமான நிலையத்தில் வேலை பார்த்த பல தமிழர்கள் – டோரொன்டோவில் இலங்கையி லிருந்து குடியேறிய பல தமிழர்கள் இருக்கிறார்கள் – நாங்கள் தமிழர்கள் என்று தெரிந்துகொண்டு மிகவும் உதவினர்.

டோரொன்டோ-டெல் அவிவ் விமானப் பயணம் பன்னிரண்டு மணி நேரம் எடுத்தது. வழியில் மூன்று தடவை உணவு கொடுத்தார்கள். நாங்கள் எப்போதும் விமானப் பயணத்தின் போது ஆசிய சைவ உணவையே கொடுக்குமாறு விமான நிறுவனத்திடம் கேட்போம். இப்போதும் அம்மாதிரிக் கேட்டிருந்தும் மூன்று முறையில் இரண்டு முறை பாலஸ்தீன உணவைக் கொடுத்தார்கள். பாலஸ்தீனத்திற்குப் போகும் முன்பே எங்களுக்குப் பாலஸ்தீன உணவு கிடைத்தாலும் விமான உணவு பாலஸ்தீனத்தில் கிடைத்த உணவு போல் இல்லை. எல்லா விமான உணவுகளைப் பொறுத்த வரையிலும் இப்படித்தான். நம் இந்திய உணவு இந்திய உணவு போல் இருக்காது.

இஸ்ரேலுக்குப் போவதாக நண்பர்களிடம் கூறியதுமே ‘அங்கு மிகவும் கெடுபிடியாக இருக்கும், விமான நிலையத்தில் உங்களிடம் பல கேள்விகள் கேட்பார்கள்’ என்று பலர் எச்சரித்திருந்தனர். அதிலும் அந்த நாட்டை விட்டு வெளியேறும் போது இன்னும் அதிகக் கேள்விகள் கேட்பார்கள் என்றும் கூறியிருந்தனர். ஆனால் அப்படி ஒன்றும் இல்லை. விமான நிலைய அனுபவத்தைப் பொறுத்த வரை குறிப்பிடத் தகுந்தாற்போல் எதுவும் நடக்கவில்லை. எங்களில் யாரும் இஸ்லாம் மதத்தைச் சேர்ந்தவர்கள் இல்லையென்பதும் மிகக் குறைந்த வயது இளைஞர் யாரும் இல்லை என்பதும் காரணமாக இருக்கலாம். குடிபுகல் பகுதியில் இருந்த ஊழியர்கள் எல்லா நாடுகளிலும் போல் முகத்தைக் கடுமையாக வைத்துக்கொண்டிருந்தார்கள். குடிபுகல் பகுதியில் வேலை பார்க்கும் எல்லா ஊழியர்களுக்கும் எல்லா நாடு

களிலும் மறந்தும் சிரித்து விடாதீர்கள் என்று பயிற்சியின்போது அறிவுரை கூறியிருப்பார்கள் போலும் என்று நினைத்துக்கொள்வேன்.

டெல் அவிவ் விமான நிலையம் டெல் அவிவ் நகரிலிருந்து தென்கிழக்கில் 20 கிலோ மீட்டர் தொலைவில் இருக்கிறது. ஜெருசலேம் நகரம் டெல் அவிவ் விமான நிலையத்திலிருந்து தென் கிழக்கில் 30 கிலோ மீட்டர் தொலைவு இருக்கிறது. விமான நிலையம் இரண்டு ஊர்களுக்கும் நடுவில் இருக்கிறது. விமான நிலையத்தை விட்டு வெளியே வந்ததும் வெளியே நின்ற டாக்சி ஒன்றில் ஜெருசலேம் நோக்கிக் கிளம்பினோம். டாக்சி ஓட்டுநர் ஏதோ கொஞ்சம் ஆங்கிலம் பேசினார். ஜெருசலேமிலும் டாக்சி ஓட்டுநர்கள் ஏமாற்றுவார்கள் என்று நண்பர்கள் எச்சரித்திருந்ததால் விமான நிலையத்திலிருந்து ஜெருசலேமில் நாங்கள் தங்கியிருந்த இடத்திற்குச் செல்ல சுமாராக எவ்வளவு ஆகும் என்று நண்பர்களிடம் கேட்டு வைத்திருந்தோம். மேலும் விமான நிலையத்திற்கு வெளியே சில ஊர்களுக்குச் செல்வதற் குரிய கட்டண அறிவிப்புப் பலகை இருந்தது. டாக்சி ஓட்டுநர் கேட்ட தொகை அதை அடுத்து இருந்ததால் அதற்கு ஒத்துக்கொண்டு அவர் டாக்சியில் ஏறினோம்.

நாங்கள் ஜெருசலேம் சென்ற அன்று நல்ல வெயில். அங்கு ஜூனில் நல்ல வெயில் அடிக்கிறது. பொழுது சாயும் போது வெப்பம் குறைந்து கொஞ்சம் குளிர ஆரம்பித்துவிடுகிறது. நாங்கள் விருந்திற்குப் போன இரண்டு நண்பர்கள் வீட்டிலும் இரவு உணவைத் தோட்டத்தில் மேஜை, நாற்காலி போட்டுப் பரிமாறினார்கள். வீட்டுக்குவெளியில் உணவருந்துவது இஸ்ரேல் நாட்டவர்களுக்குப் பிடித்தமான விஷயம் போல் தெரிகிறது.

ஜெருசலேமில் ஓட்டல்களிலும் தங்கலாம். நாங்கள் அங்கு தங்க வேண்டாம் என்று முடிவு செய்தோம். வீட்டின் ஒரு பகுதியைச் சில வீட்டுச் சொந்தக்காரர்கள் சுற்றுலாப் பயணிகளுக்காக வாடகைக்கு விடுகிறார்கள். அங்கு ஓட்டல்களில் இல்லாத சமைக்கும் வசதி உண்டு. நாங்கள் இருந்த வீட்டுப் பகுதியில் சிறிய சமையலறை இருந்தது. நிறையச் சமையல் பாத்திரங்கள் இருந்தன. ஒரு மின்சார அடுப்பும் ஒரு குளிர்சாதனப் பெட்டியும் இருந்தன. பால், ரொட்டி, சீஸ், பழங்கள் என்று வாங்கிவைத்துக்கொண்டு காலை உணவை நாங்களே தயாரித்துக்கொண்டோம். ஓட்டலில் இல்லாத இன்னொரு வசதி துணிகளைத் துவைத்துக் காயப் போட வீட்டுப் பகுதிக்கு வெளியே கொடி இருந்தது. மூன்று நாட்களுக்கு ஒரு முறை ஒரு பெண் வந்து நாங்கள் இருந்த வீட்டுப் பகுதியைச் சுத்தம் செய்து கொடுத்தார்.

நாங்கள் தங்கியிருந்த வீட்டின் சொந்தக்காரர் எங்களுடைய பகுதிக்கு மேலே உள்ள பகுதியில் குடியிருந்தார். வீட்டிற்குப் போவதற்கு இருநூறு அடிகள் இருக்கும்போதே படிகள் இருந்ததால் டாக்சியால் அதற்கு மேல் போக முடியவில்லை. அங்கிருந்து மூட்டை முடிச்சுகளைத் தூக்கிக்கொண்டு வீட்டிற்கு நடந்தோம். வீட்டின் சொந்தக்காரரைச் சந்தித்துச் சாவியைப் பெற்றுக்கொண்டோம். 'உங்களைப் பார்க்க நண்பர் ஒருவர் ஏற்கனவே வந்திருந்தார். இந்தப் பழங்களையும் இனிப்புகளையும் என்னிடம் கொடுத்துவிட்டுச் சென்றார்' என்று கூறி அவர் கொடுத்துவிட்டுப் போயிருந்த பொருள்களை எங்களிடம் கொடுத்தார்.

எங்களோடு நாங்கள் தங்க இருந்த பகுதிக்கு வந்து, எப்படி அதைத் திறப்பது என்று காட்டிவிட்டு, என்ன உதவி வேண்டுமானாலும் அவரிடம் கேட்கலாம் என்றும் எப்போதும் அவராவது அவருடைய மனைவியாவது வீட்டில் இருப்பதாகவும் கூறிவிட்டுச் சென்றார். எங்களுடைய பகுதி அவருடைய பகுதிக்குக் கீழேதான் இருந்தது. என்றாலும் எங்களுடைய பகுதியின் வாசல் கிழக்குப் பார்த்தும் அவருடைய பகுதியின் வாசல் மேற்குப் பார்த்தும் இருந்ததால் பல வீடுகளைக் கடந்து சுற்றிக்கொண்டுதான் அவருடைய பகுதிக்குப் போக வேண்டியிருந்தது. நாங்கள் தங்கியிருந்த வீடு ஜெருசலேமின் புராதன நகரின் அருகில் இருந்தது. கால் மணி நேரத்தில் சென்றுவிடலாம். வாகனங்கள் எதுவும் வீட்டு வாசல் வரை வராது. இந்தப் புராதன நகரத்தை 'ஓல்டு சிட்டி' (old city) என்கிறார்கள். இது ஒரு பழைய கோட்டைக்குள் இருக்கிறது. ஊருக்குள் பல மதத்தினர் வாழும் தனிப் பகுதிகள் இருக்கின்றன. இங்குதான் யூதர்கள், இஸ்லாமியர்கள், கிறிஸ்தவர்கள் ஆகிய மூன்று மதத்தினரும் தங்களுடைய இடம்தான் என்று தங்களுக்குள் சண்டை போட்டுக்கொள்ளும் இடங்கள் இருக்கின்றன. அங்குள்ள ஒரு மசூதியின் கூண்டு எங்களுடைய வீட்டுப் பகுதியிலிருந்தே தெரிந்தது. எங்களை எங்களுடைய பகுதிக்குக் கூட்டி வந்த வீட்டின் சொந்தக்காரர் யூத மதத்தைச் சேர்ந்தவர். அவருக்கு அவர் பெற்றோர் கொடுத்த பெயர் யோசி (Yossi). பாலஸ்தீன-இஸ்ரேல் பிரச்சினை பற்றி ஒரு புத்தகம் எழுத வேண்டும் என்று நான் முடிவு செய்த பிறகு பல புத்தகங்கள் படித்தேன். அதில் படித்த அடிப்படைவாதிகள் போல் இவர் இல்லை. ஒரு முறை இந்திய உணவு தமக்குப் பிடிக்கும் என்றார். நாங்கள் சமைத்த இந்திய உணவை அவரோடு பகிர்ந்து கொண்டபோது அதை விரும்பிச் சாப்பிட்டார். நன்றாக இருந்தது என்று கூறினார்.

ஜெருசலேமில் உள்ள யூத இனப் படுகொலை (Holocaust) பற்றிப் பல விவரங்கள் அடங்கிய யாத் வாஷம், இஸ்ரேல் அருங்காட்சியகம்,

மசாடா கோட்டை ஆகிய இடங்களைப் பார்த்தபோதும் பிரமிப்பு ஏற்பட்டது. இஸ்ரேலிலேயே இரண்டாம்தரக் குடிமக்களாக வாழும் அரேபியர்களையும் வெஸ்ட் பேங்கிற்கு அகதிகளாகக் குடியேறிய பாலஸ்தீனர்களையும் சந்தித்தபோதும் இஸ்ரேல் ஆக்கிரமித்துள்ள இடங்களையும் உள்ளடக்கி எழுப்பப்பட்டுள்ள பிரமாண்ட சுவரையும் பார்த்தபோது யூதர்கள் இவ்வளவு கொடியவர்களா என்ற கோபமும் ஏற்பட்டது. எங்களுக்கு ஏற்பட்ட அனுபவங்களும் இஸ்ரேலின் மீது கோபத்தைத் தூண்டின. சோதனைச் சாவடிகளில் பணிபுரியும் ஆண்களும் பெண்களும் துப்பாக்கி ஏந்தியிருப்பதைப் பார்த்தபோது யாரிடமிருந்து தங்களைக் காப்பாற்றிக்கொள்ள இவர்கள் துப்பாக்கி ஏந்தியிருக்கிறார்கள் என்று அறியவேண்டும் என்ற ஆவல் பிறந்தது. இஸ்ரேலில் ஆண்களுக்கும் பெண்களுக்கும் குறிப்பிட்ட வயது வரை கட்டாய இராணுவ சேவை உண்டு.

இஸ்ரேலிலும் காஸாவிலும் வெஸ்ட் பேங்கிலும் நடக்கும் வன்செயல் களுக்கு அரேபியர்கள்தான் காரணம் என்பதுபோல் பத்திரிகைச் செய்திகள் சித்திரிக்கின்றன. காஸாவில் ஆட்சி செய்யும் ஹமாஸ் கட்சியைச் சேர்ந்தவர்கள் யூதர்களைத் தங்கள் பரம விரோதிகள் போல் நினைக்கிறார்கள். எப்போதுமே அரேபியர்களுக்கு யூதர்கள் மேல் தீராப் பகை உண்டு, பாலஸ்தீனத்தில் அமைதி நிலவுவதற்குத் தடையாக இருப்பவர்கள் அரேபியர்கள்தாம் என்றெல்லாம் பல விதமாக ஊடகங்களில் சித்திரிக்கப்படுகிறது. இப்போதுள்ள சூழ்நிலையில் வன்செயலில் ஈடுபடுபவர்கள் அரேபியர்கள்தான் என்றே வைத்துக் கொள்வோம். ஆனால் அப்படி அவர்கள் நடந்துகொள்வதற்கு என்ன காரணம், பாலஸ்தீன-இஸ்ரேல் பிரச்சினையின் பின்னணி என்ன, அதன் மூலகாரணகர்த்தாக்கள் யார் என்று தெரிந்துகொள்ளாமல் அரேபியர்களின் மேல் மட்டுமே குற்றம் சுமத்துவது அதன் பின்னணி தெரியாமல் அகவய நோக்குக் கொண்டவர்கள் செய்யும் செயல் (subjective view). நான் பாலஸ்தீன-இஸ்ரேல் பிரச்சினை பற்றி தெரிந்து கொள்ளப் பல நூல்களைப் படித்தேன். அமெரிக்க மொழிவல்லுநரும் சமூக ஆய்வாளருமான சாம்ஸ்கி போன்ற புறவய நோக்கு (objective view) கொண்ட சிலரைத் தவிர மற்றவர்கள் தங்கள் அகவய நோக்கில் தான் இந்தப் பிரச்சினையை அணுகுகிறார்கள். (சாம்ஸ்கி ஒரு யூதர் என்பதை இங்கு குறிப்பிட வேண்டும்.) இஸ்ரேல் பற்றிப் பலருக்கு ஏற்படும் முடிவும் அவர்கள் கூறும் தீர்வும் அவர்களுடைய அகவய நோக்கின் அடிப்படையில்தான் இருக்கின்றன.

*1938*இலேயே காந்திஜி இப்பிரச்சினை பற்றித் தம்முடைய ஹரிஜன் பத்திரிகையில் எழுதியிருக்கிறார்: ‘(யூதர்களிடம்) எனக்குள்ள இரக்கம்

நியாயத்தின் தேவையை என் கண்ணிலிருந்து மறைக்கவில்லை... இங்கிலாந்து ஆங்கிலேயர்களுக்குச் சொந்தம் என்பது போல், பிரான்சு பிரெஞ்சுக்காரர்களுக்குச் சொந்தம் என்பது போல், பாலஸ்தீனம் அரேபியர்களுக்குச் சொந்தமானது. ...அங்கு இப்போது நடப்பதை எந்த தர்மத்தின்படியும் நியாயப்படுத்த முடியாது. ...பாலஸ்தீனத்தின் பகுதி யையோ அதை முழுவதுமோ யூதர்களுக்கு அவர்களுடைய இனத்தின் நாடாகத் திருப்பிக் கொடுத்து கௌரவமுள்ள அரேபியர்களின் நிலையைக் குறைப்பது நிச்சயமாக மனித இனத்திற்கு இழைக்கும் கொடுமையாகும்... (யூதர்கள்) பாலஸ்தீனப் பிரதேசத்தைத் தங்கள் இனத்தின் நாடு என்று நினைத்தால், அதற்குள் பிரிட்டிஷ் துப்பாக்கியின் பலத்தோடு நுழைய முயல்வது தவறு. மதம் சார்ந்த ஒரு நடவடிக்கையைத் துப்பாக்கி அல்லது குண்டுகளின் துணையோடு எடுக்க முடியாது. அரேபியர்களின் நல்லிணக்கத்தோடு மட்டுமே அவர்கள் பாலஸ்தீனத்தில் குடியேற முடியும். ...(யூதர்கள்) தங்களுக்கு ஒரு தீங்கும் செய்யாத அரேபியர்களிடமிருந்து தாங்கள் பிடுங்குவதை இப்போது பிரிட்ட னுடன் பங்குபோட்டுக் கொள்கிறார்கள். நான் அரேபியர்களின் வரம்பு மீறிய செயல்களைச் சரி என்று சொல்லவில்லை. அவர்கள் அகிம்சை முறையில் தங்களுக்கு உரிமையான நாடு நியாயமில்லாமல் ஆக்கிர மிக்கப்பட்டதை எதிர்த்திருக்கலாம்தான். ஆனாலும், தாங்கமுடியாத துயரங்களை எதிர்த்துப் போராடும் அரேபியர்களை உலகம் ஏற்றுக் கொண்ட நீதிமுறையின்படி குறை சொல்ல முடியாது.'

இதில் நான் காந்திஜியின் பக்கம். இந்தப் பிரச்சினையின் வரலாற்றைப் பல மூலாதாரங்களிலிருந்து தெரிந்துகொண்ட நான் பாலஸ்தீனர் களுக்கு அநீதி இழைக்கப்பட்டதாகத் திடமாக நம்புகிறேன். இந்த அநீதி திருத்தப்பட்டு – அதாவது 1967 போருக்கு முன்பிருந்த இடங் களுக்காவது இஸ்ரேல் திரும்பச் சென்று பாலஸ்தீனத்தில் பாலஸ்தீனர் களுக்கு ஒரு சுதந்திர நாட்டை உருவாக்கும் சூழலை ஏற்படுத்துவது - பாலஸ்தீனர்களுக்கு நியாயம் கிடைத்தாலொழிய பாலஸ்தீனத்தில் என்றுமே அமைதி நிலவாது. அது மட்டுமல்ல, இஸ்ரேலும் நித்திய கண்டம், பூரண ஆயுசு என்ற சொல்லுக்கு ஏற்றாற் போல்தான் இயங்க வேண்டியிருக்கும்.

பாலஸ்தீனத்தை ரோமாபுரி அரசர்கள் முழுவதுமாக தங்கள் ஆளுகையின் கீழ் கொண்டு வந்த பிறகு அவர்களை எதிர்த்துப் போராடிய யூதர்கள் பல இன்னல்களுக்கு ஆளாயினர். அதனால் சிலரைத் தவிர மற்ற யூதர்கள் பாலஸ்தீனத்தை விட்டு மற்ற நாடுகளுக்குக் குடிபெயர்ந்தனர். அப்படி வெளியேறியவர்கள் பல நாடுகளிலும் வாழ்ந்துகொண்டிருக்கும்போது சில யூதர்களுக்குத் தங்களுக்கென்று

ஒரு நாடு இருந்தால் நல்லது என்ற எண்ணம் ஏற்பட்டு பல நாடுகளில் வாழ்ந்த யூதர்களை எல்லாம் ஒன்று சேர்த்துப் பாலஸ்தீனத்தில் குடியேறும் எண்ணத்தை அவர்களிடம் தோற்றுவித்தனர். அவர்கள் பாலஸ்தீனத்தை விட்டுச்சென்று பத்தொன்பது நூற்றாண்டுகள் ஆகி விட்டன என்பதையும், இப்போது அங்கு முஸ்லிம்கள், கிறிஸ்தவர்கள், அங்கேயே தங்கிவிட்ட யூதர்கள் உட்பட சுமார் எழுபது லட்சம் பேர் வாழ்ந்து வருகிறார்கள் என்ற உண்மையையும் வெகு எளிதாக, தங்கள் வசதிக்கேற்ப மறந்து விட்டார்கள். தாங்கள் கொண்டுவந்த பணபலம் மூலமும் அமெரிக்க யூதர்கள் அளித்த பணபலம் மூலமும் - ரஷ்யாவில் யூதர்களுக்கு இழைக்கப்பட்ட கொடுமைகளுக்கு அஞ்சி இருபதாம் நூற்றாண்டின் ஆரம்பத்தில் பத்து லட்சம் யூதர்கள் அமெரிக்காவில் குடியேறி இருந்தனர் – இவர்கள் பாலஸ்தீனத்தில் விளைநிலங்களை வாங்கிப் போட்டுக் கொண்டே இருந்தனர். இந்த நிலங்கள் யூதர்களின் தேசிய நிதியிலிருந்து வாங்கப்பட்டதோடு எப்போதுமே அந்த நிதியின் பெயரில்தான் இருக்குமென்றும் எந்தக் காரணத்தைக் கொண்டும் பாலஸ்தீனர்களுக்குத் திருப்பி விற்கப்பட மாட்டாது என்றும் அந்த நிலங்களில் யூதர்கள் மட்டுமே வேலைக்கு அமர்த்தப்படுவார்கள் என்றும் விதிகள் வகுத்துக்கொண்டனர்.

இப்படிக் கொஞ்சம் கொஞ்சமாக பாலஸ்தீனர்களுக்குரிய நிலங்களையும் உடைமைகளையும் அவர்களிடமிருந்து பறித்துக்கொண்டு அவர்களைப் பாலஸ்தீனத்தை விட்டே விரட்டி விட்டு, உலகிலுள்ள யூதர்களை எல்லாம் தங்கள் 'புண்ணிய பூமி'யான பாலஸ்தீனத்தில் ஒன்று கூட்டி பாலஸ்தீனம் முழுவதையும் யூதர்களுக்கே உரிய நாடாக ஆக்க வேண்டும் என்பதுதான் யூதர்களின் குறிக்கோள். இந்தக் குறிக்கோளை அடைய அங்கு குடியேறிய யூதர்கள் ஏற்கனவே அங்கு வாழ்ந்து வந்த பாலஸ்தீனர்களுக்குச் செய்த அடாவடித்தனங்களையும் இவர்கள் இப்படிச் செய்து பாலஸ்தீனர்களை வன்செயல்களைச் செய்யத் தூண்டியதையும் இந்தப் புத்தகம் விவரிக்கிறது. யூதர்கள் பாலஸ்தீனத்தின் பெரும் பகுதியை ஆக்கிரமித்துக்கொண்டு அதற்கு இஸ்ரேல் என்று பெயர் கொடுத்து அதைத் தங்கள் நாடாக ஆக்கிக் கொண்டனர். முதலில் இருந்தது பாலஸ்தீனம். பின்னால் ஆக்கிரமிப்பால் உருவாக்கப்பட்டது இஸ்ரேல். நடந்துவரும் போரை இஸ்ரேல்-பாலஸ்தீனப் போர் என்பதைவிட பாலஸ்தீன-இஸ்ரேல் போர் என்பதே பொருத்தமானது.

பாலஸ்தீனம் கடவுளால் தங்கள் மூதாதையருக்குக் கொடுக்கப்பட்டது என்று யூதர்கள் சொல்வதும் முழு உண்மை அல்ல. கடவுள் யூதர்களின் மூதாதையரான ஆபிரஹாமிடம் கேனான் தேசம் என்று

அப்போது அழைக்கப்பட்ட பாலஸ்தீனத்தை ஆபிரஹாமுக்கும் அவர் சந்ததிகளுக்கும் கொடுப்பதாக வாக்குறுதி அளித்ததாக யூதர்கள் கூறுகிறார்கள். ஆபிரஹாமுக்கும் அவர் மனைவி சாராவுக்கும் அவர்கள் மகன் ஐஸக் பிறக்கும் முன்பே ஆபிரஹாமுக்கும் சாராவின் பணிப் பெண்ணுக்கும் பிறந்த இஸ்மாயீல் ஆபிரஹாமின் முதல் மகனாயிற்றே. சாராவிற்குக் குழந்தைப் பேறு இல்லாததால் அவரே தன் கணவரைத் தன்னுடைய பணிப்பெண்ணோடு கூடி ஒரு சந்ததி பெற்றுக் கொள்ளுமாறு வேண்டிக்கொண்டதாக பைபிளில் கூறப்பட்டிருக் கிறது. சாராவின் பணிப்பெண்ணுக்குக் குழந்தை பிறந்த பிறகு சாராவும் ஐஸக்கைப் பெற்றெடுத்தார். ஐஸக் பிறந்த பிறகு சாராவின் பணிப் பெண்ணும் இஸ்மாயீலும் கேனான் தேசத்தை விட்டே வெளியேற்றப் பட்டனர். இஸ்மாயீலின் சந்ததிகள் கேனானை விட்டு வெளியேறி அரேபியாவில் வாழத் தொடங்கினர். ஆறாம் நூற்றாண்டில் இஸ்லாம் மதம் நிறுவப்பட்டபோது அவர்கள் முஸ்லிம்கள் ஆயினர். பாலஸ்தீனம் ஆபிரஹாமின் சந்ததிகளுக்கென்றால் இஸ்மாயீலின் சந்ததிகளுக்கும் அதில் பங்கு வேண்டும்தானே?

இப்போதைய இஸ்ரேல், வெஸ்ட் பேங்க், காஸா ஆகிய பகுதிகள் அடங்கிய பழைய பாலஸ்தீனத்திற்குள் வெளியிலிருந்து யூதர்கள் வந்து அங்கு ஏற்கனவே வாழ்ந்துவந்த அரேபியர்களின் நிலங்களை அபகரித்து, அங்கு ஒரு பகுதியில் தங்களுக்கென்று ஒரு தனி நாட்டை உருவாக்கிக் கொண்டபோது ஜெருசலேமைச் சேர்ந்த யாசர் அரஃபாத்தும் அங்கிருந்து வெளியேறினார். இஸ்ரேல் உருவானபோது இவர் பதின்ம வயதினராக இருந்திருக்க வேண்டும். பின் எகிப்தில் படித்து குவைத்தில் தொழில் செய்ய ஆரம்பித்தபோது முழுப் பாலஸ்தீனத்தையும் இஸ்ரேலிடமிருந்து மீட்பதற்கு ஃபதா என்ற கட்சியை ஆரம்பித்தார். பாலஸ்தீனத்தை விட்டு அகதிகளாக வெளியேறிப் பல அரபு நாடு களிலும் குடியேறிய பாலஸ்தீனர்கள் தாங்கள் குடியேறிய நாடுகளில் பாலஸ்தீன விடுதலை இயக்கத்தைத் (பீஎல்ஓ) தொடங்கினர். பின் ஃபதாவும் பீஎல்ஓவின் அங்கமானது. முழுப் பாலஸ்தீனத்தையும் யூதர்களிடமிருந்து மீட்பதையே தன் வாழ்க்கையின் லட்சியமாகக் கொண்டு போராடிய அரஃபாத்திற்கு பழைய பாலஸ்தீனத்தின் ஒரு பகுதியில் ஐநா சபையால் கொடுக்கப்பட்ட இடத்தில் பாலஸ்தீன நாட்டை உருவாக்கிக்கொள்ளும் வாய்ப்புப் பல முறை கிடைத்தது. ஆனால் அவர் முழுப் பாலஸ்தீனத்தையும் பெற்றுவிட வேண்டும் என்பதிலேயே குறியாக இருந்தார். இதைத்தான் அமெரிக்காவின் முன்னாள் ஜனாதிபதி கிளின்டன் 'கிடைத்த சந்தர்ப்பத்தை நழுவ விடுவதில் அரஃபாத் ஒருபோதும் தவறியதில்லை' என்று நக்கலாகச்

சொன்னார். அரஃபாத் முழுப் பாலஸ்தீனமும் வேண்டும் என்று போராடிக் கொண்டிருந்தபோது இஸ்ரேல் பாலஸ்தீனர்களுக்கு ஐநாவினால் கொடுக்கப்பட்ட இடங்களையும் அபகரித்துக் கொண்டே போனது. கடைசியில் அரஃபாத் 1993இல் இஸ்ரேலை அங்கீகரித்து ஐநாவினால் பாலஸ்தீனர்களுக்குக் கொடுக்கப்பட்ட இடத்தையாவது பெற முற்பட்டார். அப்போது அவர் இஸ்ரேலோடு செய்துகொண்ட உடன்படிக்கையை இஸ்ரேல் மதித்து நடக்கவில்லை. அது மட்டு மல்ல, தொடர்ந்து பாலஸ்தீனர்களுக்குரிய இடங்களைப் பிடித்துக் கொண்டே போனது; இப்போதும் போகிறது. போராளி அரஃபாத்தின் போராட்டம் இலங்கையில் தனி ஈழம் வேண்டும் என்று போராடித் தோற்ற பிரபாகரனின் போராட்டத்தை நமக்கு நினைவுபடுத்துகிறது. இருவருக்கும் வன்செயலில் நம்பிக்கை. இருவரும் மாறிவந்த நிலைமை களுக்கு ஏற்பத் தங்கள் வழிமுறையை மாற்றிக்கொள்ளவில்லை. இருப்பினும், அரஃபாத் கடைசிக் காலத்தில் சமாதானப் பேச்சுகளில் கலந்துகொண்டார். தன் வழிக்கு வராத பாலஸ்தீன மாற்றுத் தலைவர் களைக் கொலை செய்யவில்லை. கடைசியில் இருவரும் தங்கள் குறிக்கோளை அடையாமலேயே இறந்தார்கள்.

பாலஸ்தீன-இஸ்ரேல் பிரச்சினையின் கதை இந்த நூலில் 2014 ஜூனில் முடிகிறது. பிரச்சினைக்கு முடிவு வந்துவிட்டது என்று அர்த்தமில்லை. இது ஒரு தொடர்கதை. இன்னும் தொடராமல் நியாயமான தீர்வு காணப்பட்டுப் பிரச்சினை முடிவுக்கு வந்தால் நாம் மகிழ்ச்சி அடையலாம்.

இந்த நூல் பல நூல்களைப் படித்து எழுதப்பட்டது. இதில் சொல்லப் படும் முழு விவரங்களையும் படிக்க நேரம் இல்லாதவர்கள் ஒவ்வொரு அத்தியாயத்தின் கடைசிப் பத்தியாக உள்ள சுருக்கத்தையும் நூலின் கடைசி அத்தியாயத்தையும் படித்தால் பாலஸ்தீன-இஸ்ரேல் பிரச்சினையை ஓரளவு புரிந்துகொள்ளலாம்.

இரண்டாம் பதிப்பு

இந்த நூலின் முதல் பதிப்பு வெளிவந்து மூன்று ஆண்டுகள் ஆகின்றன. இந்தக் காலக்கட்டத்தில் தொடர்ந்த கதையை இந்தப் பதிப்பில் ‘தேய்ந்து வரும் நம்பிக்கை’ என்னும் தலைப்பில் கடைசி அத்தியாயமாகச் சேர்த்திருக்கிறேன் – தொடர்கதையின் போக்கு கவலை தருவதாக இருக்கிறது என்பதைச் சுட்டிக் காட்டுவதற்காக.

நாகேஸ்வரி அண்ணாமலை

பாலஸ்தீன இஸ்ரேல் போர்

ஒரு வரலாற்றுப் பார்வை

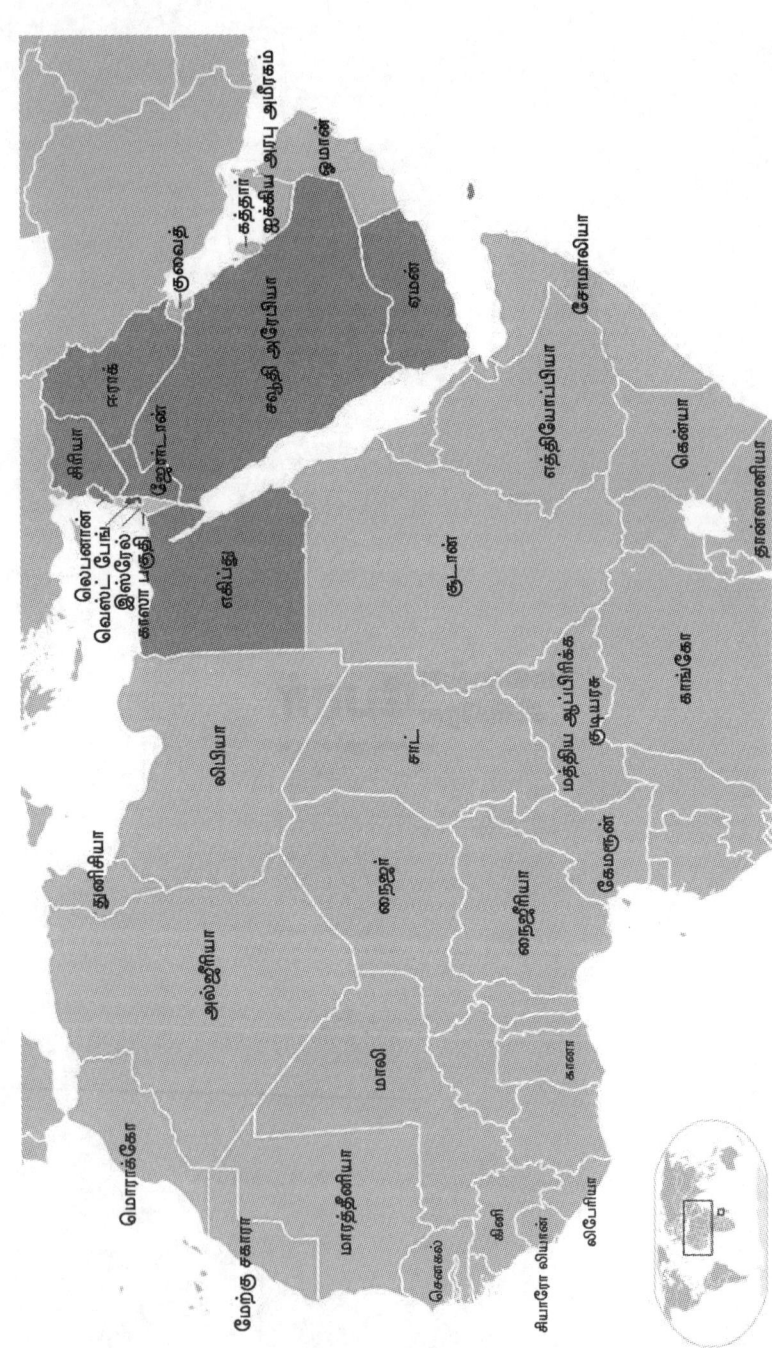

உலகப் படத்தில் இஸ்ரேல் உள்ள பகுதி.

1

இஸ்ரேலுக்குப் பயணம்

ஜெருசலேம்

இஸ்ரேலின் தலைநகரான டெல் அவிவில் விமானத்தில் சென்று இறங்கினாலும் டெல் அவிவ் நகருக்குப் போகும் திட்டம் எங்களுக்கு இல்லை. அது இப்போது மிகவும் பெரிய தொழில்நகரமாகி விட்டது. இஸ்ரேலின் ஜெருசலேம் மிகப் பழமை வாய்ந்த ஊர். இங்கு கிறிஸ்தவர்களின் வேதப் புத்தகமாகிய பழைய, புதிய ஏற்பாடுகளில் குறிப்பிடப்பட்டிருக்கும் பல இடங்களைக் காணலாம். இதனால் ஜெருசலேமில் தங்கிக்கொண்டு இஸ்ரேலின் மற்ற இடங்களையும் பாலஸ்தீனர்களின் ஆளுகையில் இருக்கும் வெஸ்ட் பேங்க்கில் இருக்கும் இடங்களையும் பார்ப்பதென்று முடிவு செய்தோம். டெல் அவிவ் விமான நிலையத்தை விட்டு ஜெருசலேம் நோக்கி வர வர சமவெளியாக இருந்த இடங்கள் மலைப்பாங்கான இடங்களாகவும் பாலைவனப் பிரதேசமாகவும் மாறிக்கொண்டிருந்தன. ஜெருசலேமும் இம்மாதிரி மலைப்பாங்கான இடத்தில் அமைந்திருக்கிறது.

ஜெருசலேம் நகரம் 48 சதுர மைல் பரப்பளவைக் கொண்டது. இது பரப்பளவைப் பொறுத்த வரை இஸ்ரேலின் பெரிய நகரம் என்று கருதப்பட்டாலும் மக்கள்தொகையில் டெல் அவிவை விட சிறியது தான். இங்கு வாழும் 7,00,000 பேர்களில் 4,60,000 பேர் யூதர்கள், 2,25,000 பேர் இஸ்லாமியர்கள் (அரேபியர்கள்), 15,000 பேர் கிறிஸ்தவர்கள். இந்த நகரின் மையத்தில் உள்ள புராதனப் பகுதி புராதன நகரம் (old city) என்று அழைக்கப்படுகிறது. இப்போது இந்தப் புராதன நகரத்தைச் சுற்றிப் பல புறநகர்ப் பகுதிகள் தோன்றியிருக்கின்றன. புராதன நகரம் கடல் மட்டத்திற்கு மேல் 2,600 அடி உயரத்தில் இருக்கிறது.

புராதன நகரம் முழுவதும் வரலாற்று முக்கியத்துவம் வாய்ந்த இடங்களாக இருக்கின்றன. அது பல மட்டங்களைக் கொண்டதாக இருக்கிறது. அதற்குள் வாகனங்கள் எதுவும் செல்ல முடியாது. உள்ளே

போவதற்கு ஏழு வாயில்கள் இருக்கின்றன. நடந்து செல்லக்கூடிய வர்கள் மட்டுமே புராதன நகருக்குள் சென்று அங்குள்ள பைபிளோடு தொடர்புடைய, யூதர்களும் முஸ்லிம்களும் கிறிஸ்தவர்களும் தங்களுடையது என்று சொந்தம் கொண்டாடும் பல இடங்களையும் பார்க்கலாம். அது ஒரு தனி உலகம்.

ஜெருசலேமில் ஆங்காங்கே ஆலிவ் மரங்களும் பேரீச்சம்பழ மரங்களும் இருக்கின்றன. இவை இரண்டும் இந்தப் பிரதேசத்தில் காலம் காலமாக விளைபவை. ஆனால் அமெரிக்க யூதர்களிடமிருந்தும் அமெரிக்காவிடமிருந்தும் இன்னும் மற்ற இடங்களில் வாழும் யூதர்களிடமிருந்தும் இஸ்ரேலுக்கு நிறையப் பணம் வருவதால், விவசாயத்தில் புது தொழில்முறைகளைக் கையாண்டு இஸ்ரேல் முழுவதும் பல வகைச் செடிகளைப் பயிர்செய்கிறார்கள். இங்கு விளை யும் கத்தரிக்காய் பெரிதாகவும் சுவையாகவும் இருக்கிறது. மிகவும் பெரிதாக இருந்தாலும் பிஞ்சாக இருக்கிறது. ஒரு நாள் அவற்றை வாங்கிச் சமைத்த எனக்கு அவற்றில் இரண்டையாவது இந்தியாவிற்குக் கொண்டுவர வேண்டுமென்று ஆசை. இஸ்ரேலின் சொட்டு நீர்ப் பாசன முறையை அவர்களிடமிருந்து கற்றுத் தமிழ்நாட்டிலும் இப்போது அதைக் கடைப்பிடிப்பதாகப் பத்திரிகையில் படித்தேன். நவீன விவசாயத் தொழில் முன்னேற்றத்தில் இதுவும் ஒன்று. அதுவும் தண்ணீர் அதிகம் இல்லாத இஸ்ரேலில் இந்த முறை மிகவும் பயன்படுகிறது.

ஜெருசலேம் முழுக்கப் பேருந்துகளிலேயே போய்வரலாம். நிறையப் பேருந்துகள் ஓடுகின்றன. சாலைகளின், ஊர்களின் பெயர்கள் ஹீப்ரு, அரபு, ஆங்கிலம் ஆகிய மூன்று மொழிகளிலும் உள்ளன. பல ஊர்களின் அரபு மொழிப் பெயர்களை இஸ்ரேல் அரசு ஹீப்ரு மொழிக்கு மாற்றி யிருக்கிறது என்பதை இங்கு குறிப்பிட வேண்டும். ஜெருசலேமிலும் புறநகர்ப் பகுதிகளில் அமெரிக்க மாடலில் பெரிய மால்கள் இருக் கின்றன. அமெரிக்க மாடல் மால்கள் உலகெங்கிலும் பரவி வரும்போது அமெரிக்காவிடமிருந்து எக்கச்சக்கமாகப் பண உதவி பெறும் இஸ்ரேலில் இந்த மாதிரி மால்கள் இல்லாமல் இருக்குமா?

ஜெருசலேமில், குறிப்பாக பழைய நகர்ப் பகுதியில், நிறைய யூதர்கள் தங்களுடைய பாரம்பரிய உடைகளில் நடமாடிக்கொண்டிருக்கின்றனர். யூதர்களுக்கு வெள்ளிக்கிழமை சூரியன் மறைந்ததிலிருந்து சனிக் கிழமை சூரியன் மறையும் வரை ஓய்வு நாள் (Sabbath day – அதாவது அன்று இறைவனுக்கு நன்றி சொல்லி முழு ஓய்வெடுக்கும் நாள்). அன்று அரசுப் பேருந்துகளை நிறுத்திவிடுகிறார்கள்; கடைகளையும் மூடிவிடுகிறார்கள். உணவகங்களும் இதில் சேர்த்தி. ஆனால் துபாயில்

ரமலான் மாதத்தில் உள்ளது போல வெளியில் நாம் உண்பதைத் தடுப்பதில்லை.

புராதன நகர்

இப்போதைய ஜெருசலேம் நகரின் கிழக்குப் பகுதியில் இருக்கும் புராதன நகரம்தான் (old city) ஆதியில் இருந்த ஜெருசலேம் நகரம். இது மிகத் தொன்மை வாய்ந்தது. கி.மு. பதினோராம் நூற்றாண்டில் டேவிட் (King David) என்னும் யூத மன்னன் இந்த ஊரை ஒரு குன்றின் மேல் உருவாக்கியதாகப் பைபிளில் பழைய ஏற்பாட்டில் கூறப் பட்டிருக்கிறது. இதன் அடிப்படையில் தாங்கள் 3000 ஆண்டுகளுக்கு முன்னாலிருந்து வாழ்ந்துவந்ததாக யூதர்கள் இந்த நகருக்குச் சொந்தம் கொண்டாடுகிறார்கள். அது எப்படியாயினும் இந்த நகரோடு யூதர்கள், கிறிஸ்தவர்கள், முஸ்லிம்கள் ஆகிய மூன்று மதத்தினர்களுக்கும் நெருங்கிய தொடர்பு உண்டு. இந்த மதங்கள் தொடர்புடைய பல புண்ணிய தலங்கள், தேவாலயங்கள், துறவி மடங்கள், மசூதிகள் இங்கு இருக்கின்றன. அதனால் மூன்று மதத்தவர்களும் இந்த நகருக்குச் சொந்தம் கொண்டாடுகிறார்கள். இதற்குள் நுழைந்துவிட்டால் வரலாற்றுக் காலத்திற்கே போய்விட்டது போன்ற பிரமை ஏற்படுகிறது.

ஜெருசலேம் கிறிஸ்துவுக்கு முன்னும் கிறிஸ்துவுக்குப் பின்னும் பல மதங்களைச் சேர்ந்தவர்களின் கையில் இருந்திருக்கிறது. முதலில் யூதர்கள், பின் ரோமானியர்கள், அதன் பிறகு கிறிஸ்தவர்கள், இஸ்லாமியர்கள், மறுபடி கிறிஸ்தவர்கள் என்று பலர் ஆட்சியின் கீழ் இருந்திருக்கிறது. இதனால் இம்மூன்று மதங்களின் இறைவழிபாட்டு இடங்கள் இந்நகரின் புராதன நகரில் கட்டப்பட்டிருக்கின்றன. அதிலும் ஒன்றன் மேல் ஒன்றாகக் கட்டப்பட்ட பல கட்டடங்களை அகழ்ந்து எடுத்திருக்கிறார்கள். இப்போதுள்ள பல இடங்கள் எந்த மதத்திற்கு உரியவை என்ற சர்ச்சை நடந்துவருகிறது, நம் நாட்டில் இந்துக் கோவிலான ராமஜென்ம பூமியை இடித்துவிட்டு அதற்கு மேல் பாபர் மசூதியைக் கட்டியதாக சர்ச்சை நடந்து வருவதைப் போல. பல இடங்களில் இன்றும் அகழாய்வு நடந்துகொண்டிருக்கிறது.

1948-49 போரில் இஸ்ரேல் ஜெருசலேமின் மேற்குப் பகுதியையும் ஜோர்டான் புராதன நகரம் உட்பட கிழக்குப் பகுதியையும் பிடித்துக் கொண்டன. 1967இல் நடந்த அரபு-இஸ்ரேல் சண்டையில் இஸ்ரேல் ஜோர்டானிடமிருந்து இந்தப் புராதன நகரத்தைக் கைப்பற்றியது. பிறகு 1980இல் ஜோர்டான், இதை உலகப் பாரம்பரிய இடங்களில் (World Heritage Sites) ஒன்றாகச் சேர்க்க வேண்டும் என்று ஐநாவுக்குக்

கோரிக்கை விடுத்ததை ஐநா ஏற்று, அந்தப் பட்டியலில் இந்த நகரை இடம் பெறச் செய்திருக்கிறது.

இதனுடைய பரப்பளவு 0.9 சதுர கிலோமீட்டர்தான். இதைச் சுற்றிக் கற்களாலான மதில் சுவர் இருக்கிறது. இந்தச் சுவர் பல காலத்தில் பல மன்னர்களால் இடிக்கப்பட்டும் திரும்ப எழுப்பப்பட்டும் இருந் திருக்கிறது. இப்போதுள்ள மதில் ஓட்டோமான் (இஸ்லாமிய மரபில் உஸ்மானியப் பேரரசு) பேரரசராகிய சுலைமான் என்பவரால் கி.பி. 1538இல் கட்டப்பட்டது. இந்த மதிலின் நீளம் 2.8 மைல். உயரம் 16 அடியிலிருந்து 49 அடி வரை இருக்கிறது. சில இடங்களில் இதன் பருமன் 10 அடி கொண்டதாக இருக்கிறது. இதில் 43 காவல் கோபுரங்களும் (Surveillance Towers) பதினொரு நுழைவாயில்களும் (Gates) இருக்கின்றன. இப்போது ஏழு நுழைவாயில்களே பயன்பாட்டில் உள்ளன. மூடப்பட்ட நுழைவாயில்களில் ஒன்றான தங்க வாயில் (Golden Gate) வழியாகத் தான் யூதக் கடவுளால் அனுப்பப்படும் தூதர் வருவார் என்று யூதர்கள் நம்புகிறார்கள். தூதர் வருவதைத் தடுக்க முஸ்லிம் மன்னன் ஒருவன் இதை மூடிவிட்டானாம். அப்படி மூடிவிட்டாலும் இவ்வளவு தூரம் வந்தவர் உள்ளே வருவதற்கு என்ன தயக்கம் இருக்க முடியும் என்று யூதர்கள் கூறிக்கொள்வார்களாம். கி.பி. 1887ஆம் ஆண்டு வரை எல்லாக் கதவுகளும் சூரியன் மறைந்ததற்குப் பிறகு மூடப்பட்டு, மறுநாள் சூரிய உதயத்திற்குப் பிறகுதான் திறக்கப்பட்டனவாம்.

இந்த நுழைவாயில்கள் நேராக அமைக்கப்படாமல் ஆங்கில எழுத்தான L வடிவத்தில் அமைக்கப்பட்டிருக்கின்றன. எதிரிகள் குதிரைகளின் மேல் வேகமாக வரும்போது வாயில் இந்த வடிவில் இருந்தால் அது அவர்களின் வேகத்தைக் கட்டுப்படுத்துமாம். மேலும் யூதர்களின் குடியிருப்புகளுக்கு அருகே உள்ள சில வாயில்களில் பெரிய துவாரங்கள் இருக்கின்றன. எதிரிகள் உள்ளே நுழையும்போது அவர்கள் மேல் காய்ச்சிய திரவத்தை ஊற்றுவதற்காக இந்த ஏற்பாடாம். இன்று இந்த மதிலின் மேலே நடந்து பார்த்தால் ஜெருசலேம் நகரம் முழுவதும் மிக அழகாகக் காட்சியளிக்கிறது.

புராதன நகரின் தெருக்கள், சாலைகள் முழுவதும் ஒரு வகைப் பெரிய கூழாங்கற்களால் (cobble stones) அமைக்கப்பட்டிருக்கின்றன. இக்கற்கள் இயேசுவின் காலத்திலிருந்து இருந்து வருவதாகக் கூறுகிறார்கள்.

மதப் பன்மை

இந்த நகர் கிறிஸ்தவப் பிரிவு, யூதர்கள் பிரிவு, முஸ்லிம்கள் பிரிவு, ஆர்மீனியர் பிரிவு என்ற நான்கு பிரிவுகளைக் கொண்டதாக இருக்கிறது.

அதிகபட்சமாக எந்த மதத்தைச் சேர்ந்தவர்கள் அங்கு வசிக்கிறார்களோ அந்த மதத்தின் பெயரால் அந்தப் பகுதி வழங்குகிறது. அதனால் இப்படி மத அடிப்படையில் பல பிரிவுகளாக இருந்தாலும் ஒரு மதத்தைச் சேர்ந்தவர்கள் இன்னொரு மதப் பிரிவில் இருக்கவும் வாய்ப்பு இருக் கிறது. ஒரு சிறிய மொரோக்கோ பிரிவும் இருக்கிறது. இந்தப் பிரிவுகள் சம அளவில் இல்லை. டமாஸ்கஸ் வாயிலிலிருந்து (Damascus Gate) ஸியோன் வாயில் (Zion Gate) வரை ஓடும் தெரு இந்நகரை கிழக்கு, மேற்காகப் பிரிக்கிறது. யாஃபா வாயிலிலிருந்து (Jaffa Gate) சிங்க வாயில் (Lion's Gate) வரை ஓடும் தெரு நகரை வடக்கு, தெற்காகப் பிரிக்கிறது. நகரின் வடகிழக்குப் பகுதியிலும் தென்கிழக்குப் பகுதியிலும் முஸ்லிம்கள் பிரிவும் வட மேற்கில் கிறிஸ்தவர்கள் பிரிவும் தென்மேற்கில் யூதர்கள் பிரிவும் இருக்கின்றன.

கிறிஸ்தவப் பிரிவில் 40 தேவாலயங்கள், கிறிஸ்தவத் துறவி மடங்கள் (Monasteries), கிறிஸ்தவப் பயணிகள் தங்குமிடங்கள் ஆகியவை இருக் கின்றன. கிறிஸ்தவர்களுக்கு மிகவும் புண்ணிய தலமாகக் கருதப்படும் புனிதக் கல்லறை தேவாலயம் (Church of the Holy Sepulcher) இங்குதான் இருக்கிறது. இயேசு குற்றவாளி என்று ரோமானிய அரசர்களின் பிரதிநிதி பிலாத்து தீர்மானித்து அவருக்கு மரண தண்டனை விதித்த இடம் இப்போதைய முஸ்லிம் பிரிவில் இருக்கிறது. அங்கிருந்து தொடங்கி இயேசு சிலுவையில் அறையப்பட்டுக் கடைசியாக உயிர் துறந்து அவர் உடல் புதைக்கப்பட்ட இடம் வரை உள்ள பாதையைப் பதினான்கு பிரிவுகளாகப் பிரித்திருக் கிறார்கள். அவற்றை ஆங்கிலத்தில் stations என்று கூறுகிறார்கள். இயேசு தம்முடைய இறுதிப் பயணத்தை நோக்கி நடந்த பாதையை வயா டோலோரோசா (Via Dolorosa) என்கிறார்கள். பாதையின் தொடக்கத்தில் இயேசுவைக் குற்றவாளி என்று குற்றம் சாட்டிய இடம், பிறகு அவரைச் சிலுவையைத் தூக்கி வருமாறு ஆணை யிட்ட இடம், அவர் சிலுவையின் சுமையால் விழுந்த இடம், பிறகு அவர் தம் தாயைக் கூட்டத்தில் சந்தித்த இடம், அவர் தம் ஆதரவாளர் களோடு பேசிய இடம், ஜெருசலேம் பெண்களைச் சந்தித்த இடம் என்று கூறப்படும் இடங்கள் முஸ்லிம் பிரிவில் இருக்கின்றன. கடைசி நான்கு இடங்களான இயேசு சிலுவையின் சுமையால் மறுபடி விழுந்த இடம், ரோமானியச் சிப்பாய்கள் அவருடைய ஆடைகளைக் களைந்த இடம், அவரைச் சிலுவையில் அறைந்த இடம், அவருடைய உடலைக் கீழே இறக்கி வைத்த இடம், அவருடைய கல்லறை ஆகியவை பின்னால் கட்டப்பட்ட புனிதக் கல்லறை தேவாலயத்திற்குள்ளே இருக்கின்றன. இயேசுவை அறைந்த சிலுவையை ஊன்றிய கல் இந்தக் கோயிலுக்குள் இருக்கிறது. அதில் ஒரு சிலுவையை நட்டு இப்போது வழிபடுகிறார்கள்.

இயேசுவின் உடலைக் கீழே இறக்கிவைத்த மேடை.

உலகின் பல கோடியிலிருந்தும் கிறிஸ்தவர்கள் இங்கு வருகிறார்கள். நாங்கள் சென்றிருந்தபோது ஆந்திராவிலிருந்து ஒரு குழு வந்திருந்தது. (இந்தப் புண்ணிய தலத்திற்கு வர விரும்பும் தமிழ்நாட்டுக் கிறிஸ்தவர் களில் ஆண்டிற்கு 500 பேரைத் தேர்ந்தெடுத்து அவர்களுக்குத் தமிழ்நாடு அரசு ரூ.20,000 உதவிப் பணம் வழங்குகிறது.) இயேசுவின் உடல் சிலுவையிலிருந்து எடுத்துக் கிடத்தப்பட்ட இடம் என்று ஒரு கல்மேடை இருக்கிறது. கிறிஸ்தவர்கள் அதில் தங்கள் தலையை வைத்து வழிபடுகிறார்கள். அண்மையில் போப் பிரான்ஸிஸும் இந்த வழிபாட்டைச் செய்தார். இயேசுவின் கல்லறையைப் பார்க்க மக்கள் பொறுமையாக வரிசையில் காத்திருக்கிறார்கள். ரோமானிய அரசன் கான்ஸ்டான்ட்டின் (இவன்தான் கிறிஸ்தவ மதத்தை மறுபடித் துளிர்க்கச் செய்தவன்) காலத்தில் கட்டப்பட்ட இந்தக் கோவில் பல முறை இடிக்கப்பட்டு மறுபடியும் கட்டப்பட்டது. இப்போதைய கோவில் பன்னிரண்டாம் நூற்றாண்டில் கட்டப்பட்டதாம். இந்தக் கோவிலின் அதிகாரம் யார் கையில் இருக்க வேண்டும் என்பதில் பல கிறிஸ்தவ மதப் பிரிவினர்களுக்கிடையே நடந்த சச்சரவால் இதனுடைய பெரிய மரக் கதவுகளுக்கான சாவி ஒரு முஸ்லிம் கையில் ஒப்படைக்கப்பட்டதாம்! இப்போதும் பத்து அங்குல நீளமுடைய

அந்தச் சாவி ஒரு முஸ்லிமின் கையில்தான் இருக்கிறது. அவர் காலையில் கதவைத் திறந்துவிட்டு, மறுபடி இரவு எட்டு மணிக்கு வந்து கதவைப் பூட்டிவிட்டுச் செல்வாராம்.

இப்போது இயேசுவின் இந்தக் கடைசி பயணம் வழியாக ஒவ்வொரு வெள்ளிக்கிழமையும் ஃப்ரான்ஸிஸ்கன் பிரிவைச் சேர்ந்த குருமார் தலைமையில் பக்தர்கள் பாடிக்கொண்டும் ஜெபித்துக் கொண்டும் நடக்கிறார்கள். இந்தப் பாதைதான் இயேசு நடந்த அதே இடம் என்று கிறிஸ்தவர்கள் நம்புகிறார்கள்.

இயேசு தம் சீடர்களுடன் கடைசியாக உணவருந்திய இடம் கடைசி உணவிடம் (Last Supper) என்று அழைக்கப்படுகிறது. இது கிறிஸ்தவர்களுக்குரிய புண்ணிய தலம் என்று கருதி பழைய போப் ஜான் இதைக் கிறிஸ்தவர்களுக்குக் கொடுத்துவிடும்படி இஸ்ரேல் அரசுடன் பேச்சுவார்த்தை நடத்தி வந்தாராம். அப்படிக் கிடைக்கும் பட்சத்தில் ஸ்பெயின் நாட்டில் வாட்டிகன் கையில் உள்ள யூதக்கோவில் ஒன்றை இஸ்ரேலுக்குக் கொடுத்துவிடுவதாக வாக்களித்திருந்தாராம்.

மேற்குச் சுவர்

யூதர்கள் பிரிவில் மேற்குச் சுவர் (Western wall) என்னும் யூதர்களுடைய இரண்டாவது கோவிலின் இடிபாடுகளில் மிஞ்சிய சுவர் இருக்கிறது. இந்தச் சுவரின் மிகப் பெரிய கல்லின் எடை பத்து லட்சம் பவுண்டிற்கும் மேலானது. நீளம் 45 அடி, அகலம் 15 அடி, உயரம் 15 அடி. மொத்தச் சுவரின் நீளம் 1600 அடி. உயரம் 65 அடி. பொதுமக்கள் வழிபடும் பகுதிக்குரிய சுவரின் நீளம் 85 அடி. மற்றப் பகுதிகள் கட்டடங்கள் சூழ்ந்து இருப்பதால் அவற்றின் அருகில் செல்வது கஷ்டம். யூதர்களின் இரண்டாவது கோவில் இடிக்கப்பட்டது கி.பி. 70இல். கிட்டத்தட்ட இரண்டாயிரம் ஆண்டுகளாக இது இருந்து வருகிறது. தங்களுடைய இரண்டு கோவில்களும் இடிக்கப்பட்டுவிட்டதால் மூன்றாவது கோவிலை எப்படியும் மறுபடியும் கட்டிவிட வேண்டும் என்று யூதர்கள் விரும்புகிறார்கள்.

1948-49இல் நடந்த இஸ்ரேல்-அரேபிய போரில் ஜெருசலேமின் ஒரு பகுதி ஜோர்டானின் கீழ் வந்தபோது ஜோர்டானிய அரசு இங்கு வாழ்ந்துவந்த யூதர்களை இந்த இடத்திலிருந்து வெளியே அனுப்பி விட்டது. மறுபடி 1967இல் நடந்த சண்டையில் ஜெருசலேம் முழுவதையும் பிடித்துக்கொண்ட இஸ்ரேல் திரும்பவும் யூதர்களை அங்கு குடியேற்றியது. ஆங்காங்கே யூதர்கள் சென்ற இடங்களில் எல்லாம் அவர்களுடைய யூதக் கோவில்களைக் கட்டிக்கொண்டாலும்

மேற்குச் சுவர்.

பழைய நகரத்தில் உள்ள மேற்குச் சுவர் யூதர்களைப் பொறுத்த வரை மிகவும் புனிதமானது. கி.பி.70இல் ரோமானியர்கள் யூதர்களின் இரண்டாவது கோவிலை இடித்த பிறகு இது மட்டும் மிஞ்சியிருக்கிறது. அப்போது இது கோவிலின் சுற்றுச் சுவருக்கு வெளியே இருந்திருக்க வேண்டும் என்றும் இது அவ்வளவு முக்கியத்துவம் வாய்ந்தது இல்லை என்று நினைத்து அதை இடிக்காமல் விட்டிருக்கலாம் என்றும் சிலர் கூறுகிறார்கள். அவ்வளவு முக்கியத்துவம் வாய்ந்ததல்ல என்று இடிக்காமல் விடப்பட்ட இந்தச் சுவரே இத்தனை பிரமாண்டமாக இருக்கிறதென்றால் கோவில் எத்தனை பிரமாண்டமானதாக இருந்திருக்க வேண்டும்! நவீனக் கட்டடக் கலை உத்திகள் எதுவும் இல்லாத அந்தக் காலத்தில் கற்களைக் கொண்டே இப்படி ஒரு பிரமாண்டமான மதிலைக் கட்டியிருக்கிறார்கள். இப்போது இது யூதர்களின் தலைசிறந்த புண்ணிய இடமாகக் கருதப்படுகிறது. உலகிலுள்ள யூதர்கள் எல்லோரும் இதைத் தரிசிக்க வேண்டும் என்று விரும்புகிறார்கள். 1948லிருந்து 1967 வரை இது ஜோர்டானின் கையில் இருந்தபோது பல யூதர்களால் இதைத் தரிசிக்க முடியவில்லையாம். அதனால் பலர் மிகவும் சோகம் அடைந்தார்களாம். எங்களுடைய அமெரிக்க யூத நண்பர் ஒருவர் அவருடைய தாத்தாவும் பாட்டியும்

ரஷ்யாவிலிருந்து அமெரிக்காவிற்கு வந்து குடியேறியவர்கள் என்றும், இஸ்ரேல் நாடு உருவாக்கப்பட்ட பிறகு அங்கு சென்று இந்தப் புண்ணிய இடத்தைப் பார்க்க விரும்பியதாகவும், ஆனால் அது அப்போது ஜோர்டானின் கீழ் இருந்ததால் அதைப் பார்க்க முடியாமல் போன தாகவும் அதனால் மிகவும் மனவேதனை அடைந்ததாகவும் கூறினார்.

இந்த மேற்குச் சுவரை, 'அழும் சுவர்' (Wailing Wall) என்று கூறுவோரும் உண்டு. இந்தச் சுவரின் முன்னே நின்று யூதர்கள் பிரார்த்தனை செய்கிறார்கள். தங்கள் கோவில் இடிக்கப்பட்டதை நினைத்து அழுது உருக்கமாகப் பிரார்த்திப்பதால் 'அழும் சுவர்' என்று இதற்குப் பெயர் வந்ததாம். இந்தப் பகுதி ஆண்களுக்கு ஒரு பெரிய பிரிவாகவும் பெண்களுக்கு ஒரு சிறிய பிரிவாகவும் ஒரு வேலி மூலம் பிரிக்கப்பட்டிருக்கிறது. ஆண்கள் அவர்கள் தலையில் அணியும் வட்டத் துணியையும் (skull cap) பெண்கள் மரபை மீறாத உடையையும் அணிய வேண்டும். அண்மையில் சில இளவயதுப் பெண்கள் நவீன உடை யுடன் சுவருக்குப் பக்கத்தில் போவதை சநாதன யூதர்கள் தடுத்தபோது பிரச்சினை முற்றி, வழக்கு நீதிமன்றம் வரை சென்றது. இந்தச் சுவரின் அருகில் நின்று பிரார்த்தனை செய்பவர்கள் ஒரு சிறு தாளில் தங்கள் வேண்டுகோளை எழுதிச் சுவரில் உள்ள இடுக்குகளில் செருகி விடலாம். இறைவன் அந்த வேண்டுகோள்களை நிறைவேற்றுவார் என்று நம்புகிறார்கள். நாங்களும் எங்கள் வேண்டுதல்களை ஒரு தாளில் எழுதிச் சுவரில் செருகிவிட்டு வந்தோம். குறை தீர்க்கும் கடவுள் எந்த மதத்தைச் சேர்ந்தவராக இருந்தால் என்ன?

கோவில் குன்று

இதை அடுத்து இருக்கும் இடம் கோவில் குன்று (Temple Mount). இதில் அல்-அக்ஸா என்னும் மசூதியும் 'குன்றின் மேல் கூண்டு' (Dome of the Rock) என்னும் மசூதியும் இருக்கின்றன. இவை இரண்டும் அழிக்கப்பட்ட யூதர்களின் கோவில் இருந்த இடத்தில் கட்டப் பட்டவை என்று யூதர்கள் நம்புகிறார்கள். இந்த இரண்டு மசூதிகளிலும் முஸ்லிம்களின் ஐந்து தொழுகை நேரங்களிலும் சுற்றுலாப் பயணிகள் உள்ளே நுழைய முடியாது. இந்த இரண்டு மசூதிகளுக்குள்ளும் முஸ்லிம் அல்லாதவர்கள் உள்ளே செல்லவே முடியாது. இந்த மசூதி களின் வளாகத்திற்குள் முஸ்லிம் அல்லாதவர்களும் போகலாம். ஆனால் மசூதிக்கு உள்ளே போக முடியாது.

கோவில் குன்றில்தான் யூதர்களின் இனத்தை நிறுவிய ஆபிரஹாம், இறைவனின் ஆணைக்கு இணங்கி தம் மகன் ஐஸக்கைப் பலியிடத் தயாரானார் என்று யூதர்கள் நம்புகிறார்கள். முஸ்லிம் மத நிறுவனரான

கோவில் குன்றின் மேலுள்ள மசூதி.

முஹம்மது மக்காவிலிருந்து தம் குதிரையின் மீது வந்து இதே இடத்திலிருந்துதான் சொர்க்கத்திற்குச் சென்றார் என்று இஸ்லாமியர்கள் நம்புகிறார்கள்.

இந்த இரண்டு புராணச் சம்பவங்களாலும் யூதர்களும் முஸ்லிம்களும் இதற்குச் சொந்தம் கொண்டாடுகிறார்கள். புராதன காலத்தில் இவை யூதர்களுக்குச் சொந்தமான இடங்களாக இருந்தன என்றும் மசூதி இருக்கும் இடத்தில்தான் யூதக் கடவுள் ஒரு கல்லிலிருந்து உலகைப் படைத்தார் என்றும் யூதர்கள் நம்புவதால், அவர்கள் அல்-அஸ்கா மசூதிக்குள் எப்படியாவது சென்று அங்கு வழிபட விரும்புகிறார்கள். அப்படி சிலர் நுழைய முயலும்போது கலவரங்கள் வெடிக்கின்றன. இவற்றைத் தவிர்க்க இஸ்ரேல் நாட்டைச் சேர்ந்த யூதர்கள் யாரும் அங்கு போகாதவாறு அந்த இடங்களுக்குப் பாதுகாப்பு அளிக்கும் இஸ்ரேல் காவலர்கள் அங்கு செல்லும் எல்லோரையும் அவர்கள் இஸ்ரேலின் யூதக் குடிமக்கள் அல்ல என்று சரிபார்த்துக் கொள்கிறார்கள். (1967 சண்டைக்குப் பிறகு இந்த இடம் இஸ்ரேலின் கீழ் இருந்தாலும் இஸ்ரேலுக்கும் ஜோர்டானுக்கும் இடையில் ஏற்பட்ட ஒப்பந்தத்தின் மூலம் அந்த இடங்களின் பராமரிப்பு இப்போது

ஜோர்டான் கையிலும் அதற்குரிய பாதுகாப்பு ஏற்பாடு இஸ்ரேல் கையிலும் இருக்கின்றன.) எங்களிடமும் எங்கள் பாஸ்போர்ட் பற்றிக் கேட்டார்கள். நாங்கள் பாஸ்போர்ட்டுகளை எடுத்துச் சென்றிருக்க வில்லையாதலால் என் கணவருடைய அமெரிக்க ஓட்டுநர் உரிமத்தை சரிபார்த்துவிட்டு எங்களை உள்ளே விட்டார்கள்.

புனிதத்தின் வரலாறு

யூதர்கள் பகுதியில் உள்ள ஒரு சதுக்கத்தில் மெனோரா (menorah) என்னும் யூதர்களின் ஏழு தீப விளக்கு ஒன்று இருக்கிறது. இது யூதர் களுக்கு மிக முக்கியமான விளக்கு. இதில் எரிவதற்கு மிகச் சுத்தமான ஆலிவ் எண்ணெய்தான் பயன்படுத்த வேண்டுமாம். இதைப் பற்றி ஒரு கதை உண்டு. பழங்காலத்தில் சிரியர்களிடமிருந்து யூதர்கள் கோயிலை மீட்டபோது அதை முதலில் தூய்மைப்படுத்தக் கோயிலுக்குள் இருந்த மெனோரா விளக்கை ஏற்றப் போனார்கள். ஆனால் அதில் ஒரு நாள் எரிவதற்குப் போதுமான ஆலிவ் எண்ணெய்தான் இருந்தது. விளக்கு ஏற்றியபின் அந்த எண்ணெய் ஏழு நாள் நின்று எரிந்தது. இந்த விளக்கிற்கு அத்தனை மகிமை உண்டு. யூதர்கள் பகுதியில் இருக்கும் பெரிய மெனோராவின் அடியில் ‘மூன்றாவது கோவிலை நம் காலத் திற்குள் கட்டிவிடுவோம்’ என்று எழுதிவைத்திருக்கிறார்கள்.

கோட்டைச் சுவரில் ஒரு ஒலி-ஒளிக் காட்சி உண்டு. இது கோட்டைச் சுவரின் பின்னணியில் காட்டப்படுகிறது. இஸ்ரேலின் வரலாற்றை ஆதிகாலத்திலிருந்து இயேசு காலம் வரை யூதர்களின் பார்வையில் இக்காட்சி காட்டுகிறது. அந்தச் சூழ்நிலையும் பிரமாண்டமான காட்சியமைப்பும் நம்மைப் புராதன காலத்திற்கே கொண்டு செல் கின்றன. இந்தக் காட்சி இரவில் நடக்கிறது. பகலில் சுவரில் உள்ள பல அறைகளில் இஸ்ரேலின் வரலாற்றுக்கால நிகழ்ச்சிகளைக் காட்சிப் பொருள்களாக வைத்திருக்கிறார்கள். இவற்றில் ஜெருசலேம் மீதும் பிற நகரங்களின் மீதும் யார், எப்போது, எதற்குப் படையெடுத்தார்கள் என்பதை விளக்கமாகக் காணலாம். ஓர் அறையில் வரலாற்றைத் திரைப்படமாகக் காட்டுகிறார்கள். கோட்டைச் சுவரின் உச்சியில் ஒரு தொலைநோக்கிக் கருவி இருக்கிறது. ஜெருசலேமின் முக்கிய மான இடங்களை விளக்கும் ஒலிப்பேழையை வைத்துக்கொண்டு தொலைநோக்கி மூலம் பார்த்தால் ஜெருசலேமின் வரலாறும் சிறப்பும் நம் கண் முன்னே நிற்கும்.

ஜெருசலேமைச் சுற்றிலும் சிறிய தேவாலயங்கள், கிறிஸ்தவத் துறவி மடங்கள், மசூதிகள் இருக்கின்றன. புராதன நகரை விடுத்து ஜெருசலேமில் எல்லோரும் பார்க்கும் மிக முக்கியமான இரண்டு

யூதர்களின் புனித விளக்கான மெனோரா.

இடங்களில் ஒன்று இஸ்ரேல் அருங்காட்சியகம்; இரண்டாவது யாத் வாஷெம் (Yad Vashem). முதலாவது, யூதர்களின் பழைய பெருமை வாய்ந்த வரலாற்றை எடுத்துக் கூறி தங்கள் இனம் இறைவனின் படைப்பில் சிறந்த இனம் என்று எடுத்துக்காட்ட உருவாக்கப்பட்டது. இரண்டாவது ஜெர்மனியில் ஹிட்லரால் படுகொலை செய்யப்பட்ட அறுபது லட்சம் யூதர்களுக்காக நிறுவப்பட்ட நினைவுச் சின்னம். யூதர்களுக்கு இழைக்கப்பட்ட இந்தக் கொடுமையை அவர்களுடைய தலைமுறைகளும் உலகமும் என்றும் மறக்காமல் இருப்பதற்காகவும் இனி அந்த மாதிரிக் கொடுமை யூதர்களுக்கு எப்போதும் இழைக்கப் படாமல் இருப்பதற்காகவும் அமைக்கப்பட்டது. இரண்டிலும் பணத்தைக் கொண்டு கொட்டியிருக்கிறார்கள்.

இஸ்ரேல் அருங்காட்சியகம்

இஸ்ரேல் அருங்காட்சியகத்தில் பல பிரிவுகள் இருக்கின்றன. முதல் பிரிவு யூதர்களுடைய 3000 ஆண்டு வரலாற்றைப் பற்றிக் கூறுகிறது. அவர்களுடைய கலை, கலாச்சாரம், வாழ்க்கை முறை ஆகியவை பற்றிப் பல விளக்கங்கள் இருக்கின்றன. அவர்கள் பல இடங்களுக்கும்

குடிபெயர்ந்த வரலாறு உள்ளது. ஆங்காங்கு அவர்கள் கட்டிய யூதக் கோயில்கள் (Synagogue) பற்றிய விபரங்களும் நான்கு யூதக் கோயில் களின் உட்புறங்களின் மாடல்களும் இருக்கின்றன. கொச்சியில் இருக்கும் யூதக் கோயில் அவற்றில் ஒன்று. யூதர்கள் பல இடங்களுக்கும் குடிபெயர்ந்த போது இந்தியாவின் மேற்குக் கடற்கரைக்கும் வந்திருக் கிறார்கள். குடிபெயர்ந்த பல இடங்களில் அந்தந்த இடங்களின் கலாச்சாரங்களைப் பின்பற்றி பயன்படுத்திய பொருட்கள் – துணிகள், உடைகள், ஆபரணங்கள் – காட்சிப் பொருள்களாக வைக்கப்பட்டிருக் கின்றன. இந்தியாவில் அவர்கள் பயன்படுத்திய மணப்பெண் உடை ஒன்றும் இருக்கிறது. வரலாற்று மத்திய காலத்திலிருந்து இன்று வரை, பல இடங்களிலிருந்தும் – ஸ்பெயின், சீனா போன்ற தூர தேசங் களிலிருந்தும் – சேகரித்த பல பொருள்கள் காட்சிப் பொருள்களாக வைக்கப்பட்டிருக்கின்றன.

பல வகையான புத்தகங்களின் கைப் பிரதிகளும் இங்கே இருக் கின்றன. 14ஆம் நூற்றாண்டில் பாஸ் ஓவர் (Pass over) பண்டிகையின் போது ஒரு யூத மதத் தலைவர் வாசித்த புத்தகத்தின் கையெழுத்துப் பிரதி ஒன்றும் 15ஆம் நூற்றாண்டில் சேகரிக்கப்பட்ட பழைய ஏற்பாடு பைபிள், சட்ட சம்பந்தப்பட்ட புத்தகங்கள் ஆகியவற்றின் பிரதிகளும் இருக்கின்றன. பாஸ் ஓவர் என்பது யூதர்கள் எகிப்தில் ஃபேரோவின் அடிமைகளாக இருந்தபோது தங்களை அடிமைத் தளையிலிருந்து விடுவிக்குமாறு கடவுளிடம் வேண்டிக்கொண்டபோது இறைவன் யூதர்களை விடுவிக்கும்படியும் இல்லையென்றால் பல இன்னல் களுக்கு உட்பட நேரிடும் என்றும் எகிப்து அரசனை எச்சரித்துவிட்டு எகிப்தியர்களுக்குப் பல தண்டனைகள் கொடுத்தார். அதில் எகிப்தியக் குடும்பத்தின் எல்லா ஆண் குழந்தைகளையும் கொன்றுவிடுவது ஒன்று. இறைவன் யூதர்களிடம் ஆடுகளைப் பலிகொடுத்து அவற்றின் இரத்தத்தைத் தங்கள் வீடுகளின் வாசலில் பூசிவைத்தால் அந்த வீடுகளைத் தான் அடையாளம் கண்டுகொண்டு யூதர்களின் குழந்தை களைக் கொல்லாமல் விட்டுவிடுவதாக வாக்களித்தாராம். அதைக் கொண்டாடும் நாள்தான் பாஸ் ஓவர் ஆகியது.

கலைப் பொருள்கள் பகுதியில் பல காலங்களில் சேகரிக்கப்பட்ட பொருள்களிலிருந்து தற்கால ஓவியங்கள் – எல்லாம் யூதர்களின் படைப்புகள் – வரை இருக்கின்றன. சீனாவின் பீங்கான் பொருள் களிலிருந்து ஆப்பிரிக்காவின் மனித உருவப் பொம்மைகள், 18ஆம் நூற்றாண்டின் பிரெஞ்சு கலைக் கூடம் வரை இருக்கின்றன. இப்பகுதி யில் பெயர்பெற்ற நவீன கலைஞர்களின் படைப்புக்களையும் காணலாம்.

இன்னொரு பகுதி தொல்லியல் துறை. இதில் இஸ்ரேலில் தோண்டி எடுக்கப்பட்ட பல தொல்லியல் பொருள்கள் காட்சிக்கு வைக்கப் பட்டிருக்கின்றன. உலகிலேயே அதிகமாகத் தோண்டப்பட்ட இடம் இஸ்ரேல்தான் என்கிறார்கள். (இப்போதும் புராதன நகரத்தில் பல இடங்களில் தரையைத் தோண்டும் வேலை நடக்கிறது. புராதன நகரத்தில் பல இடங்கள் யாருக்குச் சொந்தம் என்ற சர்ச்சை இருப் பதால் இப்படித் தோண்டிக்கொண்டே இருக்கிறார்கள்.) கிறிஸ்து வுக்குப் பல நூற்றாண்டுகளுக்கு முன்பிருந்து கிறிஸ்துவுக்குப் பல நூற்றாண்டுகள் பின் வரை கண்டெடுக்கப்பட்ட பல அரிய பொருள்கள் இங்கே இருக்கின்றன. சாலமன் அரசன் காலத்தில் கட்டப்பட்ட யூதர்களின் முதல் கோவிலிலிருந்து கிடைத்ததாகக் கருதப்படும் பழைய ஹீப்ரு எழுத்துக்கள் எழுதப்பட்ட, தந்தத்தில் செய்த மாதுளம் பழம் ஒன்றும் இருக்கிறது. யூதர்களின் இரண்டாவது கோவில் மாதிரி ஒன்றும் இந்த அருங்காட்சியகத்தில் இருக்கிறது.

இன்னொரு முக்கியமான அம்சம் உயிரற்ற கடலின் (Dead Sea) அருகில் உள்ள குகைகளில் கண்டுபிடிக்கப்பட்ட சுவடிகள் அடங்கிய பகுதி. 1947இல் பெடுயின் (இஸ்லாமிய மரபில் பதாயின்) இனத்தைச் சேர்ந்த இடையன் ஒருவன் தொலைந்துபோன தன் ஆட்டுக்குட்டி யைத் தேடுவதற்காக ஒரு குகைக்குள் சென்றபோது அவனுக்குத் தற்செயலாகக் கிடைத்த இவற்றை மிகவும் பத்திரமாகக் காப்பாற்றி வைத்திருக்கிறார்கள். அதன் பிறகு சில பத்தாண்டுகளில் இன்னும் 800 சுவடிகள் பதினொரு குகைகளில் கிடைத்தனவாம். இந்தக் குகைகளுக்குப் பக்கத்தில் உள்ள கும்ரான் என்ற ஊரில் மனிதர்கள் வாழ்ந்திருக்கலாம் என்று நம்பப்படுகிறது. இந்தச் சுவடிகள் கி.மு. மூன்றாம் நூற்றாண்டிலிருந்து கி.பி. 68 வரை எழுதப்பட்டிருக்கலாம் என்கிறார்கள். இது கண்டு பிடிக்கப்பட்ட புதிதில் கிறிஸ்தவ மத வரலாற்றையே இவை மாற்றி விடலாம் என அஞ்சப்பட்டது. ஆனால் இவை யூதர்களின் பழைய வேதமான தோரா (Torah) என்று பின்னால் தெரிந்தது. இந்தச் சுவடிகளின் மூலப்பொருள் தோலாக இருக்கலாம் என்று நினைக்கிறார்கள். இந்தச் சுவடிகளை ஆராய்ச்சிக்கு உரிய விஷயமாகப் பல அறிஞர்கள் கருதுகிறார்கள்.

இவற்றை அருங்காட்சியகத்தின் தளத்திற்குக் கீழே உள்ள அரை இருட்டு அறையில் காட்சிக்கு வைத்திருக்கிறார்கள். அவ்வப்போது காட்சிக்கு வைத்திருப்பவற்றை எடுத்துவிட்டுப் புதிதாகச் சிலவற்றை வைப்பார்களாம். ஒன்றையே வைத்திருந்தால் அவை பழுதடைந்து போகலாம் என்பதற்காக இந்த ஏற்பாடாம்.

யூதப் படுகொலை நினைவு அருங்காட்சியகம்

யாத் வாஷெம் ஒரு குன்றின் மேல் அமைக்கப்பட்டிருக்கிறது. இது உலகத் தரம் வாய்ந்த ஒன்றாகக் கருதப்படுகிறது. 1953இல் கட்டப் பட்டது. இப்போது நிறைய புது விஷயங்கள் சேர்க்கப்பட்டிருக் கின்றன. 180 மீட்டர் நீளமுடைய Hall of Names என்னும் பகுதி வட்ட வடிவில் அமைக்கப்பட்டிருக்கிறது. இதன் இரண்டு பக்கங் களிலும் ஜெர்மன் படுகொலையில் இறந்த யூதர்களின் பெயர்கள், அவர்களுடைய சுருக்கமான வாழ்க்கை வரலாறுகள் எழுதப்பட்டிருக் கின்றன. இதன் கோன் வடிவக் கூரையில் 600 படங்கள் இருக்கின்றன. இதன் ஒருகோடியில் இருக்கும் கணினி அறையில் படுகொலை செய்யப்பட்டவர்களின் பெயர்கள் அடங்கிய தகவல் சுரங்கம் (data base) இருக்கிறது. அங்குள்ள ஊழியர்களின் உதவியால் யார் பற்றிய விபரம் வேண்டுமானாலும் அதில் தேடிப் பார்க்கலாம்.

கலை அருங்காட்சியகம் (Art Museum) ஒன்றும் யாத் வாஷெமின் முக்கிய அம்சம். இங்குள்ள ஓவியங்கள் யாவும் ‘யூதப் படுகொலை’ (Holocaust) சமயத்தில் பல யூதர்கள் உருவாக்கியவை. படுகொலைக்கு ஆளான பலரின் படங்களும் இருக்கின்றன. இங்குள்ள காட்சிக் கூடத்தில் வரலாற்று முக்கியத்துவம் வாய்ந்த கலைப் பொருள்கள் இருந்தாலும் எல்லாம் ஜெர்மானியப் படுகொலையோடு தொடர் புடையவை. அடுத்து வரும் கல்வி மையத்திலும் அப்படியே. ஜெர்மானியப் படுகொலை ஏன் நடந்தது, எப்படி நடந்தது, யார் காரணம் போன்ற கேள்விகளுக்கு விடை காண விரும்புவோர் இங்குள்ள கணினிகள் மூலம் விடை காணலாம்; காதில் மாட்டிக் கொள்ளும் காதொலிக் கருவி (ear phones) மூலமும் விடை தெரிந்து கொள்ளலாம். காணொளி மையத்தில் யூதப் படுகொலை பற்றிய எல்லா ஆவணப் படங்களும் இருக்கின்றன. இங்குள்ள யூதக் கோவிலில் ஐரோப்பாவில் பல இடங்களில் அழிக்கப்பட்ட யூதக் கோவில்களி லிருந்து கொண்டுவரப்பட்ட பல வகையான பொருள்கள் இருக்கின்றன.

இந்தக் கண்காட்சியின் சார்பில் பல ஆன்லைன் வகுப்புகள் (online courses) நடத்துகிறார்கள். உலகின் எந்தப் பகுதியில் இருப்பவர் களும் இதில் சேரலாம். யூதர்களின் வரலாற்றையும் ஜெர்மானியப் படுகொலை பற்றியும் எல்லோரும் அறிந்துகொள்ள வேண்டும் என்பதுதான் இதன் நோக்கம்.

யாத் வாஷெமுக்கு அனுமதி இலவசம். ஆனால் இங்கு வருபவர்கள் உரிய முறையில் உடை அணிந்திருக்க வேண்டும். அரைக்கால் சட்டைகள், குட்டைப் பாவாடைகள் அணிந்துகொண்டு அருங்காட்சியகத்திற்குள்

யாத் வாஷம் மியுஸியத்தில் யூதப் படுகொலையில் இறந்தவர்களின் புகைப்படங்கள்.

நுழைய முடியாது. இந்த வரலாற்று நிகழ்வுக்கு மரியாதை கொடுக்க வேண்டும் என்னும் நிமித்தமாக இந்த நிபந்தனை இருக்கிறது என்று நினைக்கிறேன். பத்து வயதிற்குட்பட்ட குழந்தைகள் அனுமதிக்கப் படுவதில்லை. ‘யூதப் படுகொலை’ தொடர்புடைய சில காட்சிப் பொருள்கள் அவர்களின் மனதைப் பாதிக்கலாம் என்பதற்காக இந்த ஏற்பாடு போலும். எல்லாப் பகுதிகளையும் வெள்ளிக்கிழமை இரண்டு மணிக்கே மூடிவிடுகிறார்கள். சனிக்கிழமை விடுமுறை. ஜெர்மானியப் படுகொலை பற்றிய எல்லா விவரங்களையும் பார்ப்பவர் மனதில் இருத்த வேண்டும் என்பதே இக்கண்காட்சியின் முக்கிய நோக்கமாகத் தெரிகிறது. இதற்கு வெளியே வந்து பார்த்தால் ஜெருசலேம் ஊர் முழுவதும் மிக அழகாகத் தோற்றமளிக்கிறது.

நாங்கள் இஸ்ரேலுக்குப் போகும் முன்பே ஓர் அமெரிக்க யூத நண்பர் ‘இந்தக் கண்காட்சியை நீங்கள் கண்டிப்பாகப் பார்க்க வேண்டும். அப்போதுதான் இஸ்ரேல் ஏன் உருவாக்கப்பட்டது என்று உங்களுக்கு நன்றாகப் புரியும்’ என்று சொல்லி அவசியம் இதைப் பார்த்து வரும்படி கூறினார். இஸ்ரேல் உருவான வரலாறு தெரியும் போது ‘ஜெர்மானியப் படுகொலைக்கு’ வெகு காலம் முன்பே யூதர்கள் தங்களுக்கென்று, தங்கள் புண்ணிய பூமி என்று அவர்கள் கருதிய பாலஸ்தீனத்தில் தனி நாடு வேண்டும் என்று கேட்டுக்கொண்டிருந் தார்கள் என்பது வாசகர்களுக்குப் புரியும்.

மீண்டும் புராதன நகரம்

புராதன ஜெருசலேம் நகரம் ஒரு மலையின் மேல் அமைக்கப்பட்டிருப் பதால், அதற்குள் உள்ள சாலைகள், கடைகள், கட்டடங்கள் பல மட்டங் களில் இருக்கின்றன. சாலைகளின் நடுவில் படிகள். அவற்றின் இரு பக்கமும் சரிவுப் பாதைகள். அவற்றில்தான் கடைகளுக்குச் சரக்குக் கொண்டு செல்பவர்கள் நம் கைவண்டி போன்ற வண்டிகளில் சரக்கு களை ஏற்றிக்கொண்டு அப்படியே சறுக்கிக் கொண்டு போகிறார்கள். ஆங்காங்கே மார்க்கெட்டுகள் இருக்கின்றன. காய்கறிகள், பழங்கள் விற்கும் கடைகளும் ஆரஞ்சுப் பழத்திலிருந்து சாற்றைப் பிழிந்து கொடுக்கும் கடைகளும் நினைவுப் பொருள்கள் விற்கும் கடைகளும் சிற்றுண்டி விற்கும் கடைகளும் இருக்கின்றன. இம்மாதிரியான பல கடைகள் முஸ்லிம்களால் நடத்தப்படுகின்றன. இவர்கள் ஒரு நாளில் ஐந்து தடவை தொழுகைக்கு மசூதிக்குப் போவார்கள். அப்போது கடையை மூடுவதில்லை. ஒரு நீண்ட கழியை கடை வாசலின் குறுக்கே வைத்துவிட்டுப் போகிறார்கள்.

இந்த நகரத்திற்குள் புதிதாக வருபவர்கள் எளிதாகத் தொலைந்து விடலாம். அத்தனை சிறிய தெருக்கள், சந்துகள் இருக்கின்றன. பட்டை, பெருஞ்சீரகம் உள்ளிட்ட, உணவுக்குச் சுவை கூட்டும் பல பொருள்கள் (spices)விற்கும் கடைகளும் இந்த மார்க்கெட்டிற்குள் இருக்கின்றன. புராதன நகரத்திற்குள் எந்தக் கடையிலும் அரிசியைப் பார்த்ததாக ஞாபகம் இல்லை. ஆனால் டமாஸ்கஸ் வாயிலுக்கு (Damascus Gate - ஏழு வாயில்களில் இதுவும் ஒன்று) வெளியே நம் நாட்டில் இருப்பது போன்ற சிறிய பலசரக்குக் கடைகள் நிறைய இருக்கின்றன. அங்கு மிக உயர்ந்த தரமுடைய நம் நாட்டு பாஸ்மதி அரிசி கிடைத்தது. அப்போதுதான் இந்தியாவிலிருந்து வந்திருக்கும் போலும். புதுக்கருக்கு மாறாமல் இருந்தது. அமெரிக்காவில் கிடைக்கும் பாஸ்மதி அரிசியை விட தரமானது. அமெரிக்காவிலிருந்து ஒரு மாதம் இஸ்ரேலில் தங்கி யிருக்க வந்திருந்த யூத நண்பருக்கு என் சமையல் என்றால் பிடிக்கும். அவருக்குச் சமைப்பதற்காக அரிசியைத் தேடிக் கொண்டிருந்த போது இது கிடைத்தது.

புராதன நகருக்குள் தனியாகச் சென்றால் எல்லா இடங்களையும் அவற்றின் தொன்மையையும் சிறப்புக்களையும் நம்மால் புரிந்துகொள்ள முடியாது என்பதால் ஒரு பயண வழிகாட்டியை (tour guide) ஏற்பாடு செய்துகொண்டோம். அவர் ஓர் அரேபிய முஸ்லிம். முந்திய நாளே தொலைபேசியில் அவரிடம் தொடர்பு கொண்டு மறு நாளைக்கு எங்கு, எத்தனை மணிக்குச் சந்திப்பது என்று முடிவுசெய்துகொண்டோம்.

காலை ஒன்பது மணியிலிருந்து மாலை ஐந்து மணி வரை அவர் எங்களைப் புராதன நகருக்கும் அதற்கு வெளியேயுள்ள ஜெருசலேமின் மற்ற இடங்களுக்கும் கூட்டிச்செல்வதாக ஏற்பாடு. அரேபியர்கள் முதலில் இருந்த இடங்களைச் சுற்றி இஸ்ரேல் அரசு ஏற்படுத்தியிருக்கும் புதிய குடியிருப்புகளும் இதில் சேர்த்தி.

நாங்கள் தங்கியிருந்த வீட்டின் பகுதி புராதன நகருக்கு மிகவும் அருகில் இருந்தது. மொத்த தூரம் அரை மைல்தான் என்றாலும், ஏற்ற இறக்கங்களையுடைய அந்தத் தெருக்களைக் கடப்பதற்குள் எனக்குப் போதும் போதும் என்றாகிவிட்டது. ஜெருசலேமில் டாக்சி ஓட்டுநர்கள் பக்கத்தில் உள்ள இடங்களுக்கு வர விரும்பமாட்டார்கள். தொலைபேசியில் டாக்சியைக் கூப்பிட்டு நாங்கள் தங்கியிருந்த இடத்தைக் குறிப்பிட்டு போகவேண்டிய இடத்தையும் குறிப்பிட்டால் வர முடியாது என்று கூறிவிடுவார்கள். அதனால் கூடியவரை போகும் இடத்தைக் கூறுவதைத் தவிர்த்துவிடுவோம். சில சமயங்களில் எங்களால் முடியாவிட்டால் நாங்கள் தங்கியிருந்த வீட்டின் சொந்தக் காரரிடம் உதவி கேட்டால் அவர் தவறாமல் டாக்சியை வரவழைத்து விடுவார். அவர்கள் மொழியில் அவர் பேசியது ஓரளவிற்கு உதவி யிருக்கும் என்று நினைக்கிறேன்.

இந்தப் புராதன நகருக்குள்ளும் எல்லா இடங்களுக்கும் நடந்துதான் செல்லவேண்டும். மதிய உணவைப் பயண வழிகாட்டியே எங்களுக்கு அவருக்குத் தெரிந்த ஒரு கடையிலிருந்து வாங்கிக் கொடுத்தார். நம் நாட்டு இட்லி, தோசை போன்றது ஃபலாஃபல் (Falafel) என்னும் பலகாரம். இது எல்லாத் தெருக் கடைகளிலும் கிடைக்கும். காபூல் சன்னா என்று அழைக்கப்படும் பெரிய வெள்ளைக் கொண்டைக் கடலையை நனையவைத்து, வெங்காயம், வெள்ளைப் பூடு, சீரகம், கொத்தமல்லித் தழை, பார்ஸ்லி கீரை (Parsley) ஆகியவற்றைச் சேர்த்து ஒருவிதப் பக்குவத்தில் அரைத்து எண்ணெயில் பொரித்து எடுக்கப் படுவது. இன்னொரு பலகாரம் நம் சப்பாத்தி போன்றது. கோதுமை மாவில் செய்யும் பீட்டா ரொட்டிக்குள் தக்காளி, வெங்காயம், லெட்டஸ் என்னும் கீரை, மற்றும் ஃபலாஃபல் ஆகியவற்றை உள்ளே வைத்துத் தயாரிப்பது. சில இடங்களில் பயண வழிகாட்டிகள் இதையும் மதிய உணவாகக் கொடுத்தார்கள். ஃபலாஃபல்லோடு ஆரஞ்சுப் பழச்சாறும் எல்லா இடங்களிலும் உணவோடு பரிமாறப்படுகிறது. ஜெருசலேமை ஒட்டியுள்ள இடங்களில் நிறைய ஆரஞ்சு விளைகிறது. பயண வழிகாட்டி புராதன நகரில் ஒரு கடையில் ஆரஞ்சுப் பழச்சாறு வாங்கிக் கொடுத்தார். ஒரு பெரிய தம்ளர் சாற்றின் விலை பத்து ஷெக்கல் (shekel). (ஷெக்கல் இஸ்ரேலின் நாணய முறை. நான்கு

ஷெக்கல் ஒரு அமெரிக்க டாலருக்குச் சமம். அதாவது ஒரு ஷெக்கல் 15 ரூபாய்க்குச் சமம்.)

மதியம் ஒரு மணிக்கு புராதன நகரப் பயணத்தை முடித்துக் கொண்டு பயண வழிகாட்டி வாங்கிக் கொடுத்த உணவை உண்டு விட்டு, சிறிது இளைப்பாறிவிட்டு மறுபடி புராதன நகருக்கு வெளியே யுள்ள இடங்களைப் பார்க்கச் சென்றோம். (புராதன நகரைப் பார்ப்பதற்கு அரை நாள் போதாது. மறுபடி நாங்களாக ஒரு முழு நாள் முழுவதும் அதற்குள் சுற்றினோம். ஆனால் அங்கு நடப்பதற்கு நிறையத் தெம்பு வேண்டும்.)

சண்டையின் மையம் ஜெருசலேம்

ஜெருசலேம் நகரம் இப்போது மிகவும் விரிவடைந்திருக்கிறது. 1947இல் ஐநா செய்த பிரிவினையின் போது ஜெருசலேமை இஸ்ரேலுக்கும் கொடுக்கவில்லை, பாலஸ்தீனத்திற்கும் கொடுக்கவில்லை. அது ஐநாவின் கீழ் இருக்க வேண்டும் என்று முடிவு செய்யப்பட்டது. 1948-49 போரில் மேலே கூறியுள்ளபடி இஸ்ரேல் மேற்குப் பகுதி யையும் ஜோர்டான் கிழக்குப் பகுதியையும் பிடித்துக்கொண்டன. ஆனால் 1967 சண்டையில் இஸ்ரேல் ஜெருசலேம் முழுவதையும் பிடித்துக்கொண்டதால், அதைத் தன் தலைநகரம் என்று கூறிக்கொண்டு அங்குதான் தன்னுடைய க்னெசட் (Knesset) என்று அழைக்கப்படும் பாராளுமன்றத்தைக் கட்டியிருக்கிறது. ஜனாதிபதி, பிரதம மந்திரி ஆகியோரின் அதிகாரபூர்வ இருப்பிடங்கள் அங்குதான் இருக்கின்றன. இஸ்ரேலின் பழைய, பெயர்பெற்ற ஹீப்ரு பல்கலைக்கழகமும் ஜெருசலேமில்தான் இருக்கிறது. ஆயினும், தென் அமெரிக்காவில் இருக்கும் கௌதமாலா, எல் சல்வடார் என்ற இரண்டு நாடுகளைத் தவிர மற்ற எல்லா நாடுகளும் – அமெரிக்கா உட்பட – டெல் அவிவ்தான் இஸ்ரேலின் தலைநகரம் என்பது போல் அங்கு தங்கள் தூதரகங்களை அமைத்துக்கொண்டிருக்கின்றன.

இஸ்ரேல் உருவானதும் அங்கிருந்த பல பாலஸ்தீன அரேபியர்கள் பக்கத்து அரபு நாடுகளுக்கு அகதிகளாகச் சென்றுவிட்டிருந்தனர். மிஞ்சியவர்கள் இப்போதைய இஸ்ரேலின் மக்கள்தொகையில் இருபது சதவிகிதம். இப்படி இஸ்ரேல் பாலஸ்தீனர்களுக்குரிய இடங்களைப் பிடித்துக்கொண்டே போனதால், இஸ்ரேலிலும் இஸ்ரேல் பிடித்துக் கொண்ட இடங்களிலும் வாழ்ந்த அரேபியர்களுக்கும் இஸ்ரேலிய யூதர்களுக்கும் இடையே அடிக்கடி பூசல்கள் ஏற்பட்டன. இஸ்ரேல் தான் பிடித்துக்கொண்ட இடங்களில் யூதக்குடியிருப்புகளை அமைத்துக்

கொண்டே போனது. இதுவும் அரேபியர்களின் கோபத்தைக் அதிகப் படுத்தியது.

யூதர்கள் வெளியிலிருந்து பாலஸ்தீனத்திற்குள் குடியேறிக்கொண்டே போனபோது ஜெருசலேமிலும் பலர் குடியேறினர். ஜெருசலேமைச் சுற்றிலும் நிறைய யூதக் குடியிருப்புகள் இருக்கின்றன. 1967 சண்டைக்குப் பிறகு இஸ்ரேல் அரசு நிறைய யூதக் குடியிருப்புகளைக் கட்டியது. இவற்றில் சில அமெரிக்காவில் வாழும் பணம் படைத்த யூதர்கள் அரேபியர்களுக்குச் சொந்தமான இடங்களை / வீடுகளை அவர்களிடமிருந்து நிறையப் பணம் கொடுத்தோ கட்டாயப்படுத்தியோ வாங்கிக் கட்டப்பட்டவை. 1967இல் நடந்த சண்டைக்குப் பிறகு இஸ்ரேல் பாலஸ்தீனர்களுக்குக் கொடுக்கப்பட்ட இடங்களில் பல வற்றைப் பிடித்துக்கொண்டது. 2001இல் இஸ்ரேலைத் தாக்க பாலஸ்தீன இளைஞர்கள் தற்கொலைப் போராளிகளாக இஸ்ரேல் பகுதிக்குள் வந்தபோது பிரதம மந்திரியாக இருந்த ஆரியல் ஷரோன் (Ariel Sharon) பாலஸ்தீன இளைஞர்களை வரவிடாமல் தடுக்க அரேபியர்கள் வசிக்கும் பகுதிக்கும் யூதர்கள் வசிக்கும் பகுதிக்கும் இடையே உயர்ந்த மதில்களைக் கட்டத் தொடங்கினார். இந்தச் சுவர் ஜெருசலே மிற்குள்ளும் பாலஸ்தீனர்கள் எளிதாக வர முடியாமல் தடுக்கிறது.

ஷரோனால் ஆரம்பிக்கப்பட்ட இந்தச் சுவர் இஸ்ரேலின் பாதுகாப்பிற் காகக் கட்டப்படுவதாக இஸ்ரேல் கூறினாலும் இதனுடைய உள் நோக்கம் கொஞ்சம் கொஞ்சமாக பாலஸ்தீனர்களை வெஸ்ட் பேங்கி லிருந்து வெளியேற்றி அந்த இடங்களையும் இஸ்ரேலுடன் இணைத்து பாலஸ்தீனத்தில் யூதர்கள் மட்டுமே வாழும் நாடாக இஸ்ரேலை உருவாக்க வேண்டும் என்பதுதான் என்று ஐநாவைச் சேர்ந்த மனித உரிமைக் கழகத்தின் அதிகாரி ஒருவர் 2003இலேயே கூறியிருக்கிறார்.

தடுப்புச் சுவர்

ஜெருசலேமின் பல இடங்களில் இந்தச் சுவரைக் காண முடிந்தது. இந்தச் சுவர் வெஸ்ட் பேங்கில் பாலஸ்தீனர்கள் வாழும் இடங்களுக்கு இடையே செல்கிறது. பாலஸ்தீனர்கள் வாழும் வீடுகள் சுவருக்கு ஒரு புறமும் அவர்களுடைய ஆலிவ் மரங்கள் அடங்கிய தோப்புகள், விவசாயப் பண்ணைகள் மறுபுறமும் இருக்கின்றன. இந்தச் சுவர் களைத் தாண்டிப் போவதற்கு சுவரில் ஆங்காங்கே வாயில்களும் சோதனைச் சாவடிகளும் இருக்கின்றன. இவற்றைத் தாண்டுவதற்கு இஸ்ரேல் அரசிடம் அனுமதி அட்டை பெற வேண்டும். அவற்றை இஸ்ரேல் அரசு எளிதாகக் கொடுப்பதில்லையாம். மேலும் அவை குறிப்பிட்ட காலத்திற்குத்தான் செல்லுபடியாகுமாம். சுவரின் இஸ்ரேல்

பகுதியில் வாழும் பாலஸ்தீனர்கள் தங்கள் வீடுகளில் வசிப்பதற்கே அரசிடம் அனுமதி பெற வேண்டுமாம்.

இந்தச் சுவர் நகர்ப்புறப் பகுதிகளில் கான்கிரீட்டால் கட்டப் பட்டிருக்கிறது. சில இடங்களில் 26 அடி உயரம் கொண்டதாக இருக்கிறது. கட்டி முடிக்கப்பட்டதும் 440 மைல் நீளம் கொண்டதாக இருக்குமாம். பெர்லின் சுவரைவிட இரண்டு மடங்கு உயரமாம். கிராமப்புறப் பகுதிகளில் மின்சாரம் பாயும் இரும்புக் கம்பிகளால் ஆன வேலி காணப்படுகிறது. வேலிக்கு இரு புறமும் ஆழமான அகழிகள் இருக்கின்றன. சண்டையில் பிடித்துக்கொண்ட இடங்களில் ஏற்படுத்திய குடியிருப்புகளையும் இன்னும் எதிர்காலத்தில் அமைக்கக் கூடிய குடியிருப்புகளுக்கான இடங்களையும் உள்ளடக்கி இந்தச் சுவர் கட்டப்பட்டிருப்பதால் பாலஸ்தீனர்கள் வாழும் பகுதி தொடர்ச்சி யற்று இருக்கிறது. சுயேச்சையான பாலஸ்தீன நாடு உருவானாலும் அது பல துண்டுகளாகப் பிரிக்கப்பட்ட நாடாக இருப்பதற்குரிய அபாயம் இருக்கிறது. வெஸ்ட் பேங்கின் செழுமை வாய்ந்த பகுதியின் பெரும் பகுதி இந்தச் சுவரின் இஸ்ரேல் பகுதியில் இருக்கிறது. இஸ்ரேலில் வேலை பார்க்கும், சுவரின் கிழக்குப் பகுதியில் வசிக்கும் பாலஸ்தீனர்கள் வேலைக்கு வருவதற்கு இந்தச் சுவரின் சோதனைச் சாவடிகள் மூலமாகத்தான் வர வேண்டும். நாங்கள் வெஸ்ட் பேங்கில் இருக்கும் பெத்லஹேம், ரமல்லா ஆகிய நகரங்களுக்குச் சென்றபோது இந்தச் சுவரின் வழியாக அதிலுள்ள சோதனைச்சாவடி மூலமாகத்தான் சென்றோம்.

பயண வழிகாட்டி எங்களை யூதக்குடியிருப்புகளுக்கு நடுவே வசிக்கும் பாலஸ்தீனர்களின் வீடுகளுக்குக் கூட்டிச் சென்றார். அவர்கள் தங்கள் சோகக் கதைகளை எங்களிடம் கூறினர். பாலஸ்தீனர்களுக் குரிய வீடுகளை ஏதாவது ஒரு சாக்குச் சொல்லி இஸ்ரேலிய அரசு எடுத்துக்கொள்வதால் சிலர் தங்கள் வீடுகளை விட்டுப் போகவே பயப்படுகிறார்களாம். அப்படிப் போகும் பட்சத்தில் அரசு அவற்றைக் கையகப்படுத்திக்கொள்ளும் அபாயம் இருக்கிறதாம். நான் ஒரு எழுத்தாளர் என்றதும் 'எங்களைப் பற்றி ஒரு முறையல்ல, பல முறை எழுதுங்கள். நிறைய எழுதுங்கள்' என்றார்கள்.

வெஸ்ட் பேங்க்

வெஸ்ட் பேங்கின் பெரும்பகுதியை இஸ்ரேல் 1967 போரில் பிடித்துக் கொண்டது. இந்தப் பகுதி தற்போது ஏ, பி, சி என்னும் மூன்று நிர்வாகப் பிரிவுகளாக இருக்கிறது. ஒரு பிரிவு முழுவதும் இஸ்ரேலின் நிர்வாகத்திலும் மற்றொரு பிரிவு பாலஸ்தீன நிர்வாகத்திலும் மூன்றாவது

இரண்டின் நிர்வாகத்திலும் இருக்கின்றன. ஒரு நாள் பாலஸ்தீன நிர்வாகத்தில் இருக்கும் பெத்லஹேம், ரமல்லா போன்ற இடங்களைப் பார்க்க சுற்றுலாப் பயணம் ஏற்பாடு செய்யும் கம்பெனிகளில் ஒன்றைத் தேர்ந்தெடுத்து தேதியையும் குறித்துக் கொண்டோம். இந்த ஏற்பாடுகளைச் செய்த போதே 'நாங்கள் உங்களை அங்கு கொண்டு போய் விட்டுவிட்டு எல்லா இடங்களையும் காட்டி விடுவோம். அதன் பிறகு நீங்களாகத்தான் திரும்பி வரவேண்டும். அப்படி நீங்களாக வந்தால்தான் பாலஸ்தீனர்கள் இஸ்ரேலுக்குள் வரும்போது எவ்வளவு கஷ்டப்படுகிறார்கள் என்று உங்களுக்குப் புரியும்' என்று சொல்லியிருந்தார்கள். நாங்களும் அந்த ஏற்பாட்டிற்கு ஒப்புக்கொண்டோம்.

அன்று காலை ஒன்பது மணிக்குப் பயணத்தை ஆரம்பித்தோம். எங்களை அழைத்துச் செல்ல வந்த டாக்ஸி எங்களை ஏற்றிக்கொண்டு சுமார் பத்து மைல் தூரம் சென்றதும் ஒரு சோதனைச் சாவடி அருகில் எங்களை இறக்கிவிட்டுவிட்டு அந்த ஓட்டுநர் சென்றுவிட்டார். அவரால் வெஸ்ட் பேங்கிற்குச் செல்ல முடியாது. இஸ்ரேலியக் குடியுரிமை பெற்றவர்களுக்கு இஸ்ரேலிலிருந்து வெஸ்ட் பேங்கிற்குச் செல்ல அனுமதி இல்லை. சோதனைச் சாவடியைத் தாண்டியதும் அந்தப் பக்கம் இன்னொரு ஓட்டுநர் எங்களை அவருடைய டாக்ஸியில் அழைத்துச் செல்வார் என்றார்கள்.

இரு பக்கமும் கம்பிகளால் அடைக்கப்பட்ட நீண்ட சோதனைச் சாவடிப் பாதையைக் கடந்து சென்ற பிறகு அந்தப் பக்கம் எங்களுக்காகக் காத்திருந்த ஓட்டுநரைச் சந்தித்தோம். அவரால் இஸ்ரேலுக்குள் வர முடியாது. சோதனைச் சாவடியைத் தாண்டி வெளியே வந்தவுடன் பெத்லஹேம் ஊர் தொடங்குகிறது. இங்கேயும் வளைந்து நெளிந்து செல்லும் பிரம்மாண்டத் தடுப்புச் சுவரைப் பார்த்தோம். பாலஸ்தீனர்களுக்காக ஐநா 1947இல் ஒதுக்கிய இடங்களில் 1967 போரில் இஸ்ரேல் பிடித்துக்கொண்ட இடங்களைச் சுற்றிக்கொண்டு இந்தச் சுவர் கட்டப்பட்டிருக்கிறது. இந்தப் பகுதியின் சுவரில் பாலஸ்தீனர்கள் தங்கள் கோரிக்கைகளையும், கனவுகளையும் ஸ்பிரே பெயின்டில் (spray paint) எழுதியிருந்தார்கள். ஊரைப் பார்க்கவரும் பயணிகளும் பாலஸ்தீனத்திற்கு ஆதரவு தெரிவித்து எழுதியிருந்தார்கள். என் கணவரும் அவர் பங்கிற்கு 'விடுதலை' என்று தமிழில் எழுதி வைத்தார்.

அண்மையில் மத்திய கிழக்கிற்கு வருகை தந்த போப் பிரான்ஸிஸ் பாலஸ்தீனத்தை பாலஸ்தீன நாடு (State of Palestine) என்றே குறிப்பிட்டார். இஸ்ரேலுக்குப் போவதற்கு முன் பாலஸ்தீனத்தில் முதலில் இறங்கினார். தம்முடைய காரில் தெரு வழியாகப் போகும்போது இந்தச் சுவரின் ஒரு பகுதியைப் பார்த்தார். அதில், 'போப் அவர்களே,

எங்களுக்காகப் பேச ஒருவரை அனுப்புங்கள்' என்று எழுதியிருந்தது. போப் காரிலிருந்து இறங்கிச் சென்று சுவரில் தலையை வைத்துப் பாலஸ்தீனர்களுக்காக பிரார்த்தனை செய்தார். (ஜெருசலேமிற்குப் போனபோது இஸ்ரேலியர்கள் கேட்டுக்கொண்டதற்கு இணங்க யூதர்களுக்குப் புனிதமான மேற்குச் சுவரிலும் பிரார்த்தனை செய்தார்.)

அகதிகள்

1948இலிருந்து யூதர்களின் வன்முறையாலும் பலமுறை நடந்த போர்களாலும் பல பாலஸ்தீனக் குடும்பங்கள் நாட்டை விட்டு வெளியேறின. இவர்கள் பக்கத்திலுள்ள சிரியா, லெபனான், ஜோர்டான் ஆகிய நாடுகளில் அகதிகளாகத் தஞ்சம் புகுந்தார்கள். இப்போதைய பாலஸ்தீனத்திலும் அகதிகள் முகாம் இருக்கிறது. அதில் ஒன்று ஐநா மேற்பார்வையில் பெத்லஹேம் நகரில் இருக்கிறது. அதற்கு நடந்து போனோம். இங்கே நெருக்கமான வீடுகள், குறுகிய சந்துகள் இருக்கின்றன. ஜனநெருக்கமும் அதிகமாக இருக்கிறது. தண்ணீர் சில நாட்களுக்கு ஒரு முறைதான் வருமாம். ஐநா ஒரு பள்ளிக்கூடம் நடத்துகிறது. பல வீடுகளில் குண்டடிபட்ட துளைகள் இருந்தன. அகதிகளின் இரண்டாம் தலைமுறையினர் வேறு நாடுகளுக்குப் போய் சம்பாதித்துப் பணம் அனுப்புவதால் மோசமான வறுமை இல்லை. இந்த முகாமில் வேலைவாய்ப்பே கிடையாது. இதில் தொண்டு நிறுவனம் ஒன்று சிறுவர்களுக்கு வேலைப் பயிற்சி அளிப்பது போன்ற காரியங்களைச் செய்து வருகிறது. அகதிகள் செய்யும் கைவினைப் பொருள்களை விற்கிறது. இதன் அலுவலகத்தில் ஒரு சிறு கண்காட்சியும் இருந்தது. பாலஸ்தீன மக்களின் வாழ்க்கையையும் கஷ்டங்களையும் பற்றிய புத்தகங்களையும் விற்கிறார்கள். அதில் மனதை நெகிழ வைத்தது பெரிய சாவிகள். 1948இல் இஸ்ரேல் உருவானதாக அறிவிக்கப்பட்டதும் அங்கிருந்து அவர்களாக ஓடிவந்த அகதிகளும் இஸ்ரேலால் விரட்டியடிக்கப்பட்டவர்களும் வெஸ்ட் பேங்கிலும் ஜோர்டானிலும் சிரியாவிலும் லெபனானிலும் தஞ்சம் அடைந்தனர். இவர்கள் தங்கள் சொந்த வீட்டிற்கு என்றாவது திரும்புவோம் என்ற நம்பிக்கையில் சாவிகளைப் பத்திரமாக வைத்திருக்கிறார்களாம். அதைக் காட்டும் அடையாளம்தான் கண்காட்சியிலுள்ள சாவி. இவர்கள் தங்களுடைய பழைய இடங்களுக்கு எப்போது திரும்பிச் செல்வார்கள் என்பது இன்னும் கேள்விக் குறியாக இருக்கிறது. அரேபியர்கள் வாழ்ந்த பல ஊர்கள் எப்போதோ இஸ்ரேலால் தரைமட்டமாக்கப்பட்டுவிட்டன.

இந்த அகதிகள் இருக்கும் இடம் ஒரு மேட்டுப் பிரதேசத்தில் இருக்கிறது. அங்கு செல்வதற்கு முன் எனக்குக் கொஞ்சம் ஓய்வு

தேவைப்பட்டது. என்னைப் பயண வழிகாட்டியின் தந்தை நடத்தும் ஒரு கடையில் அரை மணி நேரம் உட்கார வைத்துவிட்டு என் குடும்பத்தினர் பக்கத்து இடங்களுக்குச் சென்று வந்தனர். அது ஒரு சிறிய கடை. நான் அங்கு இருந்தபோது வாடிக்கையாளர்கள் யாரும் வரவில்லை. முக்கியமாக பாலஸ்தீனர்கள் உடை, அவர்களின் அன்றாட வாழ்வில் பயன்படுத்தும் பொருள்கள் ஆகிய நினைவுப் பொருள்கள்தான் (souvenir) இருந்தன. ஜூன் மாதமாதலால் வெயில் கடுமையாக அடித்துக்கொண்டிருந்தது. குளிர்சாதன அமைப்பு எதுவும் இல்லை. அந்த வெக்கையால் அசதி ஏற்பட்டு நான் சில நிமிடங்கள் கண்ணயர்ந்து விட்டேன். கண்களைத் திறந்து பார்த்தால் கடைக் காரரைக் காணோம். நான் எழுந்திருந்து பார்த்தபோது அவர் கடைக்கு வெளியில் நின்றிருந்தார். நான் கண்ணயர்ந்து இருக்கும்போது தான் கடையில் இருப்பது நாகரிகமல்ல என்று நினைத்துவிட்டார் போலும். நான் விழித்துவிட்டது தெரிந்ததும் உள்ளே வந்தார். முஸ்லிம்கள் எல்லாம் முரடர்கள் என்று நினைப்பவர்கள் இந்தச் சம்பவத்தை நினைத்துப் பார்க்கவேண்டும்.

பெத்லஹேம்

அகதிகள் முகாமை முடித்துக்கொண்டு பெத்லஹேமில் உள்ள பெரிய தேவாலயத்தைக் காணச் சென்றோம். இயேசுவின் பெற்றோர்கள் நாசரேத்தைச் சேர்ந்தவர்கள் என்றாலும் இயேசு பிறந்தது பெத்லஹேம் நகரில். அங்கு அவர் ஒரு மாட்டுத் தொழுவத்தில் பிறந்தார். அவர் பிறந்ததாகக் கூறப்படும் இடத்தில் ஒரு வெள்ளி நட்சத்திரம் நட்டு வைக்கப்பட்டிருக்கிறது. இது ஒரு குகை போன்ற பகுதியில் அமைக்கப் பட்டிருக்கிறது. கி.பி. 160இல் இந்த இடம் இயேசு பிறந்த இடமாக அடையாளம் பெற்றது. ஆனால், கி.பி. 326இல்தான் ரோமானிய அரசன் கான்ஸ்ட்டான்டின் இங்கு ஒரு கோயில் கட்டும்படி ஆணை யிட்டான். கி.பி.530இல் இது மறுபடி புதுப்பிக்கப்பட்டது. பின்னால் 10ஆம் நூற்றாண்டில் கிறிஸ்தவ சிலுவைப் போராளிகள் அதை மேலும் அழகுபடுத்தினார்கள். அதன் பிறகு இது பலமுறை அழகுபடுத்தப்பட்டு இப்போது பெரிய தேவாலயமாகக் காட்சியளிக்கிறது. பளிங்குக் கற்களால் கட்டப்பட்ட பிரம்மாண்டமான தூண்களோடும் சாண்டிலியர் விளக்குகள் பொருத்தப்பட்ட கூரைகளோடும் மிக அழகாகக் காட்சி யளிக்கிறது. பெத்லஹேம் ஊரின் மையப் பகுதியில் மேஞ்சர் ஸ்கொயர் (Manger square) என்னும் இடத்தில் இது அமைக்கப்பட்டிருக்கிறது.

பெத்லஹேம் நகரம் ஜெருசலேம் போன்று பலர் ஆட்சியின் கீழ் இருந்திருக்கிறது. இது கிறிஸ்தவர்களுக்குரிய புண்ணியத்தலம்

என்பதால் இதில் வசிப்பவர்களில் பெரும்பாலானோர் கிறிஸ்தவர்களாக இருந்தார்கள். இப்போது இஸ்ரேலிலிருந்து பல பாலஸ்தீன அகதிகள் வந்திருப்பதால் முஸ்லிம்களின் எண்ணிக்கை கிறிஸ்தவர்களை விட அதிகமாக இருக்கிறது.

ரமல்லா

பெத்லஹேமில் மதிய உணவை முடித்துக்கொண்டு ரமல்லா என்ற ஊருக்கு எங்களை அழைத்துச் சென்றனர். இது இப்போது பாலஸ்தீன அத்தாரிட்டியின் (Palestinian Authority) தலைமைச் செயலகமாக விளங்குகிறது. ரமல்லா என்ற பெயரிலிருக்கும் 'ரம்' என்றால் உயரம் என்று அர்த்தமாம்; அல்லாஹ் இஸ்லாமியரின் கடவுள். இந்த இரண்டும் சேர்ந்து உயரத்தில் இருக்கும் கடவுளின் இருப்பிடம் என்ற பெயர் இதற்கு வந்ததாம்.

ஜெருசலேம், பெத்லஹேம் போன்ற பிற தொன்மையான நகரங்களைப் போன்று ரமல்லாவும் தொன்மை வாய்ந்த நகரம். இது பல ஆட்சிகளின் கீழ் இருந்திருக்கிறது. பாலஸ்தீனம் பிரிட்டிஷ் அதிகாரத்தின் கீழ் இருந்தபோது பெரிய நிலச்சுவான்தார்கள் நிறைய கட்டடங்கள் கட்டினர்; 1936இல் இந்த ஊருக்கு மின்சாரம் வந்தது. மொத்தத்தில் இந்த ஊர் வளமடைந்தது. பிபிசி ஒரு வானொலி நிலையத்தைத் தொடங்கியது. 1947இல் ஐநா பாலஸ்தீனத்தைப் பிரித்தபோது வெஸ்ட் பேங்கில் இருக்கும் இது பாலஸ்தீனர்களுக்காக ஒதுக்கப்பட்டது. 1948 போருக்குப் பிறகு இது ஜோர்டானின் கீழ் வந்தது. ஜோர்டான் அரசு சிரியா, லெபனான், ஜோர்டான் போன்ற நாடுகளுக்கு இங்கு வசித்த பாலஸ்தீனர்கள் போய்வரச் சுதந்திரம் அளித்தது.

1967இல் நடந்த போருக்குப் பிறகு இது இஸ்ரேலின் கீழ் வந்தது. இஸ்ரேல் வெஸ்ட் பேங்கில் பிடித்துக்கொண்ட இடங்களில் இதுவும் ஒன்று. போர் முடிந்ததும் இஸ்ரேல் இங்கு வசித்த மக்கள் பற்றிய ஒரு கணக்கெடுப்பு எடுத்தது. அங்கு வசிக்கும் எல்லோருக்கும் இஸ்ரேலுக்குள் வருவதற்கும் அங்கு வேலை பார்ப்பதற்கும் ஒரு அனுமதி அட்டை வழங்கியது. அப்போது வெளிநாட்டில் இருந்த வெஸ்ட்பேங்க் வாசிகள் அந்த அட்டையைப் பெற முடியாமல் போனது. அவர்கள் ரமல்லாவில் வசிக்கும் உரிமையையும் இழந்தனர். இஸ்ரேல் ரமல்லா உட்படத் தான் பிடித்துக்கொண்ட வெஸ்ட் பேங்க் இடங்களில் பல கெடுபிடிகளைக் கையாண்டது. ரமல்லாவைச் சுற்றிப் பாதுகாப்புக்காக என்ற பெயரில் இஸ்ரேலியர்கள் மட்டுமே பயன்படுத்தக் கூடிய சாலைகளை அமைத்தது. இதனால் ரமல்லா ஜெருசலேமிலிருந்து துண்டிக்கப்பட்டது. ரமல்லாவில் வசிக்கும்

பாலஸ்தீனர்கள் ஜெருசலேமிற்குப் போவதற்கு இஸ்ரேல் அமைத்திருக்கும் சோதனைச் சாவடிகளைத் தாண்டித்தான் போக வேண்டும். இந்தச் சோதனைச் சாவடிகளில் உள்ள இஸ்ரேலிய இராணுவத்தினருக்கும் ரமல்லா வாசிகளுக்கும் அடிக்கடி தகராறுகள் ஏற்பட்டன. 2001இல் பதவிக்கு வந்த ஆரியல் ஷரோன் காலத்தில் தற்கொலைப் போராளிகள் இஸ்ரேலுக்குள் வருவதைத் தடுக்க இஸ்ரேலையும் பாலஸ்தீனப் பகுதிகளையும் பிரிப்பதற்காக பிரம்மாண்டமான சுவரை 2002இல் கட்ட ஆரம்பித்தார். இந்தச் சுவர் ரமல்லா நகர் இருக்கும் பகுதியிலும் செல்கிறது.

வெஸ்ட் பேங்கின் ஊர்கள் வழியாக எங்கள் வேன் சென்றது. பல இடங்களையும் காட்டிவிட்டுக் கடைசியாக ரமல்லா பேருந்து நிலையத்தில் எங்களை விட்டுச் சென்றனர். போகும் வழியில் யாசர் அரஃபாத்தின் (இவர் 2004இல் பாரீஸில் இறந்தார்) கல்லறை இருந்தது. அது பல இடிபாடுகளுடன் காணப்பட்டது. பயண வழிகாட்டி 'அரஃபாத் இறந்த பிறகும் ஏமாற்றப்பட்டார்' என்று கல்லறை சரியாகக் கட்டப்படாததை – கட்டுவதில் ஊழல் நடந்ததை – சுட்டிக் காட்டினார். நாங்கள் அங்கிருந்தபோது பாரீஸில் அவரை விஷம் கொடுத்துக் கொன்றிருக்கலாம் என்று சந்தேகப்பட்டு அவர் கல்லறையிலிருந்து அவர் உடல் தோண்டியெடுக்கப்பட்டு பரிசோதனைக்கு அனுப்பப்பட்டிருந்தது.

சோதனைச் சாவடி

முதலில் கூறியபடி எங்களைப் பேருந்து நிலையத்தில் இறக்கிவிட்டு விட்டுப் பயண வழிகாட்டி சென்றுவிட்டார். நம் நாட்டு பேருந்து நிலையம் போல் கூட்டம் வழிந்துகொண்டிருந்தது. 108ஆம் எண் பேருந்துகள் எல்லாவற்றிலும் எங்களைக் கட்டணம் எதுவும் இல்லாமல் ஏற்றிக்கொள்வார்கள் என்றும் நேரே ஜெருசலேமிற்கு வந்துவிடலாம் என்றும் பயண வழிகாட்டி கூறியிருந்தார். ஜெருசலேமிற்கும் ரமல்லாவிற்கும் இடையே உள்ள தூரம் பத்து மைல்களுக்கும் குறைவு. தடுப்புச் சுவரைச் சுற்றிக்கொண்டு போக வேண்டியிருப்பதால் இருபது மைல்களுக்கு மேல் பயணம் செய்ய வேண்டியிருந்தது.

108ஆம் எண் பேருந்துகள் வந்த வண்ணமாக இருந்தன. அவற்றில் ஒன்றில் ஏறி நாங்கள் ஜெருசலேமை நோக்கிப் பயணம் செய்தோம். வழியில் இஸ்ரேலின் சோதனைச் சாவடி ஒன்று இருந்தது. அங்கு பேருந்தை நிறுத்தச் சொன்னார்கள். திடீரென்று இஸ்ரேலியப் படை வீரர்கள் இருவர் - ஒரு ஆணும் பெண்ணும் - பேருந்திற்குள் துப்பாக்கிகளை ஏந்திக்கொண்டு ஏறினர். (இஸ்ரேலில் இளவயது ஆண்களுக்கும்

28 ❋ பாலஸ்தீன-இஸ்ரேல் போர்

சோதனைச் சாவடி: நடமாட்டத்தைக் கண்காணிக்கும் கம்பிச் சுவர்களுடன்.

பெண்களுக்கும் கட்டாய இராணுவ சேவை உண்டு. யூதர்களுடைய வேத புத்தகமான தோராவை (Torah) ஓதும் சநாதன யூதர்களுக்கும் (Orthodox Jews) இஸ்ரேலில் வாழும் அரேபிய இஸ்ரேலியர்களுக்கும் இதிலிருந்து விலக்கு உண்டு. அரேபியர்களை இஸ்ரேல் அரசு நம்புவ தில்லை. அதனால் அவர்களை இராணுவத்தில் சேர்த்துக் கொள்வதில்லை. வேதம் ஓதுவதால் சநாதன யூதர்களுக்கு விலக்கு உண்டு. ஆனால் இப்போது அதை மாற்ற வேண்டும் என்ற கோரிக்கை எழுந்திருக்கிறது.)

எல்லோருடைய பாஸ்போர்ட்டுகளையும் பரிசோதித்துவிட்டு பேருந்தில் இருந்த இளைஞர்கள் அனைவருடன் எங்கள் மகள்களையும் தங்களோடு அழைத்துச் சென்றனர். இதை எதிர்பார்க்காத நான் கொஞ்சம் வெலவெலத்துப் போய் படை வீரர்களிடம் ஏதோ கேட்கப் போனேன். ஆனால் அவர்கள் அதையெல்லாம் காதில் போட்டுக் கொள்ளாமல் எல்லா இளைஞர்களையும் பேருந்தை விட்டுக் கீழே இறங்கச் சொல்லி சாலையின் ஓரத்திலிருந்த சோதனைச் சாவடிக் கட்டடத்திற்குள் அழைத்துச் சென்றனர். அதன் பிறகு இருபது நிமிடங்கள் கடந்தன. உள்ளே சென்ற சிலர் சிறிது நேரத்தில் வெளியே வந்தனர். ஆனால் எங்களுடைய மகள்கள் வரவில்லை. அதுவரை

பேருந்தை நிறுத்தியிருந்த ஓட்டுநர் பேருந்தை மறுபடி கிளப்பத் தொடங்கினார். எங்களுக்கு என்ன செய்வதென்று தெரிய வில்லை. மகள்கள் வராமல் போக வேண்டாம் என்று முடிவுசெய்து நாங்கள் பேருந்தை விட்டு இறங்கினோம். சோதனைச் சாவடிக் கட்டடத் திற்கு முன்னால் நின்றுகொண்டு எங்கள் மகள்கள் வருகிறார்களா என்று வாயிலைப் பார்த்துக்கொண்டிருந்தோம். சிறிது நேரத்தில் இன்னொரு 108-எண் பேருந்து வந்தது. அதிலிருந்தவர்களில் சிலரை யும் படைவீரர்கள் உள்ளே அழைத்துச் சென்றனர். அவ்வப்போது சிலர் வெளியே வந்த வண்ணம் இருந்தனர். இதுவரை எங்கள் மகள்கள் வெளியே வராததால் எங்களுக்கு மிகவும் பயமாகிவிட்டது. இரண்டாவதாக வந்த பேருந்து ஓட்டுநரை அணுகி அவருடைய பேருந்திலிருந்து உள்ளே அழைத்துச் செல்லப்பட்டவர்கள் எல்லோரும் வந்துவிட்டார்களா என்று கேட்டோம். அவர் தன் பேருந்தில் வந்தவர்கள் சிலர் இன்னும் உள்ளே இருப்பதாகவும் முதல் பேருந்தில் (அதாவது நாங்கள் வந்த பேருந்து) இருந்தவர்கள் எல்லோரும் வெளியே வந்துவிட்டதாகவும் கூறினார். எங்களுக்கு ஒரே அதிர்ச்சி. என்ன செய்வது என்று தெரியாமல் கட்டடத்திற்கு வெளியே நின்றிருந்த படைவீரர்களை அணுகினோம். (இவர்கள் கைகளிலும் துப்பாக்கி.) அவர்கள் உள்ளே சென்று விவரம் அறிந்து வருவதாகக் கூறினர். உள்ளே சென்ற பத்து நிமிடங்களுக்குப் பிறகு வெளியே வந்தவர்கள் எங்கள் மகள்கள் இன்னும் உள்ளே இருக்கிறார்கள் என்றும் சிறிது நேரத்தில் வெளியே வந்துவிடுவார்கள் என்றும் கூறினர். மிகவும் கலவரப்பட்டுப் போயிருந்த எங்கள் முகங்களைப் பார்த்ததனாலோ என்னவோ இரண்டு சிறிய நாற்காலிகளைக் கொண்டுவந்து எங்களை அவற்றில் அமரச் சொன்னார்கள். கட்டடங்களுக்கு வெளியே சாலையின் ஓரத்தில் பதைபதைத்துக்கொண்டு – குறிப்பாக நான் – உட்கார்ந்திருந்தோம். அதன் பிறகும் மகள்கள் வெளியே வர கால் மணி நேரத்திற்கு மேல் ஆகிவிட்டது. அதிலும் பெரிய மகள் வந்து பத்து நிமிஷங்களுக்குப் பிறகுதான் சிறிய மகள் வெளியே வந்தாள். சில நிமிஷங்கள் கழித்து வந்த இன்னொரு 108 எண் பேருந்தில் ஜெருசலேம் நோக்கிப் பயணித்தோம். இந்தச் சோதனையும் அவதியும் பாலஸ்தீனர்களுக்குத் தினசரி அனுபவம். ஏன் நாங்களாகத் திரும்பி வரவேண்டும் என்று சொன்னார்கள் என்பது புரிந்தது.

மசாடா

நாங்கள் கடைசியாக இஸ்ரேலில் பார்த்த இடம் மசாடா. இங்கு போவதற்குச் சொந்தமாக டாக்சி வைத்திருக்கும் ஒரு பயண

வழிகாட்டி கிடைத்தார். பிழைப்புக்காக இவர் இந்தத் தொழிலைச் செய்யவில்லை. கொஞ்சம் வருமானம் வருகிறது என்பதோடு ஏதாவது செய்ய வேண்டுமே என்பதற்காகவும் இதைச் செய்து வருகிறார். அமெரிக்காவில் எங்கள் யூத நண்பர் ஒருவரின் நண்பர் மூலம் இவருடைய முகவரி கிடைத்தது. இஸ்ரேல் நாடு உருவாக்கப் பட்டதும் உலகின் பல நாடுகளிலிருந்தும் யூதர்கள் இஸ்ரேலுக்குக் குடிபெயர்ந்தனர். எங்கள் நண்பரின் நண்பரும் அவர் மனைவியும் இப்படி இஸ்ரேலுக்கு அமெரிக்காவிலிருந்து வந்தவர்கள். இவர் மனைவி ஹீப்ரு பல்கலைக்கழகத்தில் வேலைபார்க்கிறார். இவர்களிடமிருந்து பயண வழிகாட்டியின் முகவரியைப் பெற்றுக்கொண்டதும் அவரைத் தொலைபேசியில் தொடர்பு கொண்டோம். மிகவும் வெக்கையான இடம், நிறையத் தண்ணீர் கொண்டுவாருங்கள், உடன் தலையை நன்றாக மூடிக்கொள்ள ஒரு தொப்பியையும் கொண்டுவாருங்கள் என்று முதலிலேயே எங்களை எச்சரித்தார். தமிழ்நாட்டு வெயிலுக்குப் பழகிப் போயிருந்த எங்களுக்கு அப்படி என்ன வெயில் இருந்துவிடப் போகிறது என்று நினைத்தோம். அங்கு காரில் போகும்போதும் அந்த இடத்தை அடைந்த பிறகும் இருந்த வெக்கையைப் பார்த்த பிறகுதான் அவர் சொன்னது எவ்வளவு சரி என்று தோன்றியது. வழி நெடுக பாலைவனப் பிரதேச மணல் குன்றுகளும் ஆங்காங்கே பேரீச்சம்பழத் தோட்டங்களும் இருக்கின்றன. ஜெருசலேம் நகரிலிருந்து 30 மைல் தொலைவில் இருக்கும் மசாடாவிற்குச் செல்லும் சாலை நேர்த்தியாக இருக்கிறது. வழியில் எந்த விதமான கட்டடங்களும் இல்லை. ஒரே மணல் காடாகக் காட்சியளிக்கிறது.

பாலஸ்தீனம் முழுவதும் ஆங்காங்கே சிறிய குன்றுகளும் சமவெளி களும் காணப்படுகின்றன. மத்தியதரைக் கடலை நோக்கிச் செல்லும் போது சமவெளிப் பிரதேசம் இருக்கிறது. இவற்றை விட்டால் பாலைவனப் பிரதேசமே மிகுதியாக இருக்கிறது. மசாடா, இஸ்ரேலின் தென்கிழக்குக் கோடியில் உள்ள ஜுடேயா (Judea) பாலைவனப் பகுதி யில் இருக்கிறது. இதற்குப் பக்கத்தில் இருக்கும் உயிரற்ற கடலின் (Dead Sea) மட்டத்திலிருந்து மசாடா 1,300 அடி உயரத்தில் இருக்கிறது. இதை ஊர் என்பதைவிட பெரிய குன்றின் மேல் உள்ள சமதளப் பகுதியில் கட்டப்பட்ட, மதிலால் சூழப்பட்ட அரண் என்று கூறலாம். இதற்குள் மூன்று அரண்மனைகள், யூதர்களின் கோயில் ஒன்று, பல வீடுகள், சிப்பாய்களின் குடியிருப்புகள், தானியக் கிடங்குகள், தண்ணீரைச் சேமித்து வைக்கப் பெரிய தொட்டிகள், பொது மற்றும் தனிப்பட்டவர்களின் குளியல் அறைகள் என்று அக்காலத்திய பொறி யியல் விநோதங்கள் பல இருக்கின்றன.

மசாடா 2001இல் ஐநாவின் உலகப் பாரம்பரிய இடங்களில் (World Heritage Sites) ஒன்றாகச் சேர்க்கப்பட்டிருக்கிறது. மசாடா என்றால் ஹீப்ரு மொழியில் கோட்டை என்று அர்த்தமாம். இது கி.மு. இரண்டாம், முதலாம் நூற்றாண்டுகளிலேயே கட்டப்பட்டிருக்கலாம் என்று கூறுகிறார்கள். கி.மு.42-கி.பி. 4வரை யூத மன்னராக விளங்கிய ஹெராட் (Herod) (இவர் ரோமானிய அரசர்களின் ஆளுகைக்குக் கீழ் இருந்தவர்) ஒரு வேளை தம் பதவிக்குப் பங்கம் வந்தால் தான் அதில் தங்கிக்கொண்டு மறுபடி ஆட்சியைப் பிடிக்க ஏதுவாக இருக்கும் என்று இதைத் திட்டமிட்டுக் கட்டினாராம். ஆனால் அதைப் பயன்படுத்தும் தேவை ஹெராட் மன்னனுக்கு ஏற்படவில்லை.

ரோமானியப் படையெடுப்பு

ஹெராட் இறந்ததும் மசாடா ரோமானியர்களின் வசம் சிக்கியது. கி.பி. 66இல் யூதர்கள் ரோமானியர்களை எதிர்த்துப் போராடி மறுபடி இதைத் தங்கள் வசமாக்கிக் கொண்டனர். ஆனால் கி.பி. 70இல் தங்களை எதிர்த்துக் கிளர்ச்சி செய்த யூதர்களை ரோமானிய அரசன் நசுக்கி, ஜெருசலேமில் இருந்த அவர்களின் இரண்டாவது கோவிலையும் இடித்துத் தரைமட்டமாக்கினான். ஜெருசலேமை இழந்த பிறகு பல யூதர்களுக்குப் பாலஸ்தீனத்தை விட்டு வெளியேறும் நிர்ப்பந்தம் ஏற்பட்டது. ஆனால் ரோமானியர்களை எதிர்த்தே தீருவது என்று முடிவுசெய்து 960 யூதர்கள் மட்டும் – இவர்களுடைய குடும்ப உறுப்பினர்களும் சேர்ந்து – தங்கள் வசமிருந்த மசாடாவிற்குப் போய்த் தங்கினர். அங்கு இரண்டு ஆண்டுகள் தங்கி ரோமானியர்களிடமிருந்து தங்களைக் காத்துக்கொண்டனர். கி.பி. 73இல் ஃப்ளேவியஸ் சில்வா (Flavius Silva) என்னும் ரோமானியப் படைத் தளபதி மசாடாவை முற்றுகையிட்டான். மலையின் அடிவாரத்தில் 10,000 ஆட்களைக் கொண்ட படையைத் தங்கச் செய்து மலைக்கு மேல் செல்வதற்கு படிகளைக் கொண்ட சாய்தளத்தைக் (ramp) கட்டினான். இந்தப் படை கோட்டையைச் சூழ்ந்துகொண்டு கோட்டைக்குள் இருப்பவர்கள் தப்பிக்க முடியாமல் செய்தது. பல நாள் முற்றுகைக்குப் பிறகு கடைசியாகச் சுவர்களைத் தகர்க்கும் இயந்திரங்களை இந்தச் சாய்தளம் மூலம் மேலே கொண்டுசென்று ரோமானியப் படை கோட்டையைத் தகர்த்தது. இனிமேல் தாக்குப் பிடிக்க முடியாது என்பதை அறிந்த யூதர்கள் ரோமானியர்களிடம் சிக்குவதற்குப் பதிலாக உயிரை இழப்பதே மேல் என்று முடிவுசெய்து எல்லோரும் இறந்துவிடுவது என்று முடிவுசெய்தார்களாம். யார் யாரைக் கொல்ல வேண்டும் என்று சீட்டுப்போட்டு எடுத்தார்களாம். முதலில் பத்துப் பேர் மற்றவர்களைக்

மசாடா கோட்டை.

கொல்ல வேண்டும் என்றும் பிறகு அந்தப் பத்துப் பேரை யார் கொல்ல வேண்டும் என்றும் முடிவுசெய்தார்களாம். இதற்குரிய சான்றுகளை இப்போது கண்டுபிடித்திருக்கிறார்கள். இரண்டு பெண்களும் மூன்று குழந்தைகளும் எப்படியோ தப்பித்தார்களாம்.

ஜோஸபஸ் ஃப்ளேவியஸ் (Josephus Flavius) என்னும் வரலாற்று ஆசிரியர் யூதர்கள் ரோமானியர்களை எதிர்த்து மசாடாவில் தங்கிப் போர்புரிந்ததை யூதர்களின் போர் (The Jewish war) என்ற தம் நூலில் எழுதியிருக்கிறார். இவர் யூதராகப் பிறந்தவர். யூதர்கள் ரோமானியரை எதிர்த்ததைத் தடுத்து நிறுத்த முயன்றார்; ஆனால் முடியவில்லை. பின்னர் யூதர்களின் சார்பில் சண்டையிட்டு ரோமானியர்களால் சிறைபிடிக்கப்பட்டுப் பின்னால் விடுவிக்கப்பட்டார். யூதர்களுக்கும் ரோமானியர்களுக்கும் இடையே தூது போய்க்கொண்டும் இருந்திருக் கிறார். கடைசியாக ரோமானியர் பக்கம் சேர்ந்து ரோமானியக் குடிமகன் ஆனார். ரோமானிய அரசன் கேட்டுக்கொண்டதற்கிணங்க இந்தப் போரைப் பற்றி எழுதியிருக்கிறார்.

மசாடா கோட்டைதான் பாலஸ்தீனத்தில் யூதர்களின் கடைசி இடமாக விளங்கியது. மசாடா ஒரு செங்குத்தான குன்று. இதன்

இஸ்ரேலுக்குப் பயணம் ❖ 33

மேல்தளம் சமதளமாக இருக்கிறது. அதன் பரப்பளவு இருபது ஏக்கர். இந்தக் கோட்டைக்கு இரண்டு சுற்றுச் சுவர்கள் உண்டு. வெளிச் சுவரின் நீளம் 1,400 மீட்டர். இதற்கு இணையாக இதற்கு உள்புறம் இன்னொரு சுவர் இருக்கிறது. இவை இரண்டும் எளிதில் தகர்க்க முடியாதவை. வெளிச் சுவரின் அகலம் 1.5 மீட்டர்; உயரம் நான்கு முதல் ஐந்து மீட்டர். உள்சுவரின் அகலம் ஒரு மீட்டர். இரண்டு சுவர்களுக்கும் இடையேயுள்ள நான்கு மீட்டர் இடம் 110 அறை களாகப் பிரிக்கப்பட்டிருக்கிறது. இந்த அறைகளுக்குள்ளே நுழைய வடக்குப் புறமாக வாசல் அமைக்கப்பட்டிருக்கிறது. மசாடா முழுவதும் கற்களால் கட்டப்பட்டிருப்பதாலும் இங்குள்ள வானிலை ஈரச் சத்தில்லாமல் வறட்சியாக இருப்பதாலும் பல நூற்றாண்டுகளாக இந்த இடம் அப்படியே பாதுகாக்கப்பட்டிருக்கிறது. வெளிச்சுவரில் 37 கோபுரங்கள் இருக்கின்றன. ஒவ்வொன்றுக்கும் இடையே 35-90 மீட்டர் இடைவெளி இருக்கிறது. இந்தக் கோபுரங்களில் ஏறுவதற்கு உள்ளேயே படிகள் கொண்ட சாய்தளம் இருக்கிறது. இரண்டு சுவர்களுக்கும் இடையே உள்ள அறைகளின் மேலே கூரை வேயப் பட்டிருக்கிறது. இந்தக் கூரைகள் மரக்கட்டைகளாலும் அவற்றிற்கு குறுக்கே செங்கோணத்தில் (right angle) அமைக்கப்பட்டிருக்கும் நாணல் களாலும் கட்டப்பட்டிருக்கின்றன. இதற்கு மேலே பின்னப்பட்ட பாய்களை வைத்துக் கூரையை மூடியிருக்கிறார்கள். இந்தக் கூரைகள் மிகவும் பலமாக இருந்ததால் வீரர்கள் இதன் மீது நடக்கவும் கனமான பொருட்களை வைத்துக்கொள்ளவும் வசதியாக இருந்திருக்க வேண்டும். மலை மீது ஏறிவந்த எதிரிகளின் மீது வீரர்கள் எறிந்த கற்கள் இடிபாடு களுக்கிடையே கிடைத்திருக்கின்றன. சுவர்களுக்கு இடையே இருந்த அறைகள் வீரர்கள் தங்கிகொள்வதற்காகக் கட்டப்பட்டவை. ஆனால் ஹெராட் காலத்தில் இந்த அறைகளில் யாரும் தங்கியதாகத் தெரிய வில்லை. அவனுடைய காலத்திற்குப் பிறகு ரோமானியரை எதிர்த்துப் போராடிய யூதர்கள் காலத்தில் அவர்கள் இந்த அறைகளில் தங்கியிருந் திருக்க வேண்டும். அவர்கள் பயன்படுத்திய அடுப்புகள், பாத்திரங்கள் இன்னும் இருக்கின்றன.

அரணிற்கு உள்ளே மூன்று அரண்மனைகள் இருக்கின்றன. அரண் மனைகளுக்கு அருகே உள்ள வீடுகள் எல்லாம் கிட்டத்தட்ட ஒரே அமைப்பில் கட்டப்பட்டிருக்கின்றன. முதலில் ஒரு அறை, பின் முற்றம், அதற்குப் பின் அறைகள் இருக்கின்றன. இவற்றின் சுவர்களில் சுவர்ச் சித்திரங்கள் காணப்படுகின்றன. தொல்பொருள் ஆராய்ச்சிக்குப் பிறகு அவற்றை மூடியிருந்த மண் அகற்றப்பட்டதால் சில சித்திரங்கள் மங்க ஆரம்பித்தனவாம். அவற்றை ஜெருசலேமிற்கு எடுத்துச் சென்று

புதுப்பித்து மறுபடி அதே இடங்களிலேயே பொருத்தினார்களாம். மசாடாவில் உள்ள கட்டடங்கள் யாவும் அந்தக் காலக் கட்டடக் கலையின் நேர்த்திக்கு எடுத்துக்காட்டாக விளங்குகின்றன.

பல காலம் தங்குவதற்குத் தேவையான வசதிகள் கோட்டைக்குள் இருந்தனவாம். அங்கு ஆண்டு முழுவதும் பெய்த மழையின் அளவு 22 சென்டி மீட்டர்தான். மழைத் தண்ணீர் ஒரு இடத்தில் சேர்ந்து பிறகு தொட்டிகளில் சேர்வதற்குரிய வகையில் அமைத்திருக்கிறார்கள். வடக்குப் பகுதியில் இருக்கும் அரண்மனைக்குப் பக்கத்தில் உள்ள இடம் மிகவும் செழிப்பானதாம். இந்த இடத்தை மற்ற எந்தக் காரியத் திற்காகவும் பயன்படுத்தியதாகத் தெரியவில்லை. இரண்டு ஆண்டுகளுக்கு மேலேயே அவர்கள் அங்கு தங்க நேர்ந்திருந்தாலும் இந்த இடத்தில் விளைந்ததை வைத்துச் சமாளித்திருப்பார்களாம். கோட்டைக்குள் மூன்று அரண்மனைகள் இருக்கின்றன. ஹெராட் தங்குவதற்கான அரண்மனை, விருந்தினர்களை வரவேற்கும் இடம், சிப்பாய்கள் தங்கும் விடுதிகள், விசாலமான குளியல் அறைகள், பொழுதுபோக்கிற்கான இடம் என்று இன்று இடிபாடுகளாகக் காணப்படும் இடங்கள் நம்மை பிரமிக்க வைக்கின்றன.

மலைக்கு மேல் செல்வதற்கு மூன்று வழிகள் இருக்கின்றன. முதலாவது யூதர்கள் முதலில் கட்டிய 'பாம்புப் பாதை'. இது மிகவும் செங்குத்தாக இருக்கிறது. இதை யாரும் இப்போது பயன்படுத்துவ தில்லை. இரண்டாவதாக ரோமானியர்கள் கட்டிய படிகளைக் கொண்ட சாய்தளப் பாதை. மலைக்கு மேல் போவதற்கு இந்தப் பாதையைத் தேர்ந்தெடுப்பவர்கள் இருக்கிறார்கள். படிகளில் ஏறிச் செல்வதற்கு மலைக்காதவர்கள் இதில் செல்லலாம். அதிகத் தொலைவு ஏற முடியாதவர்களுக்கு 'கேபிள் கார்' வசதி இருக்கிறது. மலையடிவாரத் திலிருந்து ஆரம்பிக்கும் இந்தச் சேவை மூலம் நேரே மலை உச்சிக்குப் போய்விடலாம். மலைக்கு மேலே இருக்கும் இந்த அரண் முழுவதும் சமதளத்தில் இருப்பதால் கேபிள் காரிலிருந்து இறங்கியவுடன் நேரே அரணின் எல்லா இடங்களுக்கும் நடந்து செல்லலாம்.

புதுப்பித்த கோட்டை

மசாடா பாலஸ்தீனத்தின் ஒரு கோடியில் இருப்பதாலும் ரோமானியர் களுக்குப் பிறகு இங்கு யாரும் வரவில்லையாதலாலும் சுமார் இரண்டா யிரம் ஆண்டுகளாக பாழடைந்து போயிருந்த கோட்டையை இஸ்ரேலிய அரசு தேவையான இடங்களில் புதுப்பித்திருக்கிறது. 1965இல் இந்த அகழ்வாராய்ச்சி தொடங்கப்பட்டது. இப்போது முன்னால் எப்படி இருந்தது என்று கற்பனை செய்து புதுப்பித்திருக்கிறார்கள்.

பயணிகளுக்கு வசதியாக மலைக்கு மேலேயே இப்போது குடி தண்ணீர் வசதி செய்து கொடுத்திருக்கிறார்கள். களைப்படையும் பயணிகள் ஓய்வு எடுக்க நிழல் தரும் இடமும் கல்லினால் செய்யப் பட்ட பெஞ்சுகளும் இருக்கின்றன. இத்தனை வசதிகள் இருந்தும் அங்கு அடிக்கும் வெயில் யாரையும் அசத்திவிடும். தண்ணீரைக் குடித்துக் கொண்டே இருக்க வேண்டியிருக்கிறது. வெயிலிலிருந்து காத்துக்கொள்ள தலையில் தொப்பியையும் எப்போதும் அணிந்துகொள்ள வேண்டும்.

இப்போது மசாடா யூதர்களின் விடுதலைக்கும் சுதந்திரத்திற்கும் சின்னமாக விளங்குகிறது. இஸ்ரேலியப் பள்ளிக் குழந்தைகளை இங்கு அழைத்து வந்து யூதர்கள் ரோமானியர்களை எதிர்த்து நின்ற வீரத்திற்குச் சான்றாக இந்தக் கோட்டையைக் காட்டுவார்களாம். இஸ்ரேலியப் படைகள் தங்கள் பயிற்சிகளை முடித்த பிறகு இங்கு வந்து 'மசாடா இனி ஒருபோதும் வீழ்ச்சி அடையாது' (Masada shall not fall again) என்று சூளுரைப்பார்களாம்.

உயிரற்ற கடல்

மசாடாவிலிருந்து சிறிது தொலைவில் இருக்கும் உயிரற்ற கடலைப் பார்க்கச் சென்றோம். இதன் நீர் மிகவும் உப்பாக இருப்பதால் இதில் உயிரினங்கள் எதுவும் இல்லை. இந்தக் கடல் நீருக்கும் மண்ணிற்கும் நிறைய மருத்துவக் குணங்கள் இருக்கின்றன என்கிறார்கள். இதனால் இதன் அருகில் உடற்பயிற்சிக்குத் தேவையான வசதிகள் கொண்ட ஓட்டல்கள் இருக்கின்றன. இது ஒரு சிறிய ஏரியின் அளவுதான் இருக்கும். ஆனாலும் நீர் அதிக உவர்ப்பாக இருப்பதால் கடல் என்று அழைக்கிறார்கள். இதன் நடுவேதான் ஜோர்டானுக்கும் பாலஸ்தீனத் திற்கும் இடையே உள்ள எல்லை வடக்கு தெற்காக ஓடுகிறது. இதன் நீளம் தெற்கு வடக்காக 47 மைல்கள்தான்; அகலம் 10 மைல்கள். இது கடல் மட்டத்திற்குக் கீழே 1300 அடியில் இருக்கிறது. இதுதான் உலகிலேயே தாழ்ந்த இடம் என்கிறார்கள். ஜோர்டான் நதி இதில் கலக்கிறது. இப்போது ஜோர்டான் நதியின் நீரின் பெரும் பகுதியை விவசாயத்திற்குப் பயன்படுத்துவதால் இந்தக் கடலின் நீர்மட்டம் குறைந்துகொண்டே போகிறதாம்.

இந்தக் கடல் பற்றிய விளம்பரங்களில் 'இதில் மூழ்கவே முடியாது. அப்படியே மிதந்துகொண்டே இருக்கலாம். இதற்கு நிறைய மருத்துவ குணங்கள் உண்டு' என்று போட்டிருக்கிறார்கள். அந்த இடம் மிகவும் வெக்கையாக இருப்பதால் கடல் நீர் மிகவும் சூடாக இருக்கிறது. கரையில் உள்ள மணலில் கால் வைக்கவே முடியவில்லை. அப்படி ஒரு சூடு. சிலர் தண்ணீரின் மேலே மிதந்துகொண்டிருந்தார்கள்.

கடலின் கரைக்கு அருகிலேயே உப்பற்ற குளிர்ந்த நீர் குழாய்கள் மூலம் வருவதற்கு ஏற்பாடு செய்திருக்கிறார்கள். கடலில் மிதந்துவிட்டுக் குழாயில் குளித்துவிட்டு வரலாம். கடலுக்குப் பக்கத்திலேயே சுற்றுலாப் பயணிகளுக்கு வசதியாக உணவகங்கள் இருக்கின்றன.

வரலாற்றுச் சான்றுகள்

இதையடுத்து நாங்கள் பார்க்கச் சென்றது உயிரற்ற கடல் சுவடிகள் (Dead Sea Scrolls) கண்டுபிடிக்கப்பட்ட கும்ரான் (Qumran) என்னும் குகைகள் அடங்கிய இடம். கி.மு. 150க்கும் கி.பி. 68க்கும் இடையில் யூத இனத்தைச் சேர்ந்த ஒரு பகுதியினர் தங்களுடைய கடவுளின் தூதர் வருவார் என்று எதிர்பார்த்து மற்றவர்களிடமிருந்து தனித்து எளிய வாழ்க்கை வாழ்ந்துகொண்டு தூதரை வரவேற்கும் ஏற்பாடுகளில் ஈடுபட்டனர். இவர்கள் இந்தச் சுவடிகளை விட்டுச் சென்றிருக்கலாம் என்று கருதப்படுகிறது. 1948இல் பெடுயின் (Bedouin) என்னும் ஆடு மேய்க்கும் இனத்தைச் சேர்ந்த ஒரு சிறுவன் தற்செயலாக இந்தக் குகைகளுக்குள் ஒன்றில் காணாமல் போய்விட்ட தன் ஆட்டுக்குட்டி ஒன்றைத் தேடிச் சென்றிருக்கிறான். அங்கு தாழிகளுக்குள் பத்திரமாக வைக்கப்பட்டிருந்த சுவடிகளைக் கண்டிருக்கிறான். இந்தச் சுவடிகள் கிறிஸ்துவுக்கு முன் எழுதப்பட்ட யூதர்களின் வேத புத்தகமான தோராவின் விளக்கங்கள். இந்தச் சுவடிகள் இப்போது மிகவும் பத்திரமாக இஸ்ரேல் அருங்காட்சியகத்தில் பாதுகாக்கப்பட்டு வருகின்றன.

வெஸ்ட் பேங்க், நெகெவ் பகுதிகள் இருக்கும் இடங்கள் பைபிளில் கூறப்பட்டிருக்கும் ஜுடேயா, சமாரியா பகுதிகள் என்றும் அவை யூதர்களின் கையில் அப்போது இருந்ததால் அவை இஸ்ரேலுக்குச் சொந்தம் என்றும் கூறும் இஸ்ரேல் அரசு அங்கு பெரிய அளவில் அகழ் ஆராய்ச்சி நடத்தித் தங்கள் கூற்றை நிரூபிக்கப் பார்க்கிறார்கள். சமீபத்தில் ஹெராடின் கல்லறை கண்டுபிடிக்கப்பட்டபோது அதை இஸ்ரேலுக்குக் கொண்டுசென்றுவிட்டார்கள். அகழ்வாராய்ச்சியில் கண்டுபிடிக்கப்பட்ட பொருள்கள் அந்த இடங்களிலேயே இருக்க வேண்டும் என்ற விதியை இஸ்ரேல் கடைப்பிடிப்பதாகத் தெரிய வில்லை.

யூதர்களின் குடியேற்றம்

இப்போது இஸ்ரேலுக்கு உலகின் எந்தப் பகுதியில் இருந்தும் யூதர்கள் குடிவரலாம். அவர்களை இஸ்ரேல் அரசு இரு கரம் நீட்டி வரவேற் கிறது. அவர்களுக்குக் குடியுரிமை உடனேயே வழங்கப்படுகிறது. எடுத்த

எடுப்பிலேயே அவர்கள் இஸ்ரேலின் இரகசிய உளவுப் படையான மொசாத்திலும்(Mossad) சேர்ந்து பணிபுரியலாம். வளம் நிறைந்த அமெரிக்காவிலிருந்துகூட பல யூதர்கள் இஸ்ரேலுக்குக் குடிபெயர்ந் திருக்கின்றனர். 1948இல் இஸ்ரேல் உருவாக்கப்பட்டதும் 3000 ஆண்டுகளுக்கு முன் தங்கள் மூதாதையர் வாழ்ந்த புண்ணிய பூமியில் தங்கள் இனத்திற்கென்று ஒரு நாடு உருவாகியிருக்கிறது, அங்கு சென்று வாழ்க்கையைக் கழித்தால்தான் சொர்க்கத்தை அடையலாம் என்று எண்ணிப் பல யூதர்கள் இஸ்ரேலுக்கு வந்தனர். இப்போதும் இங்கேயே முழுவதுமாகக் குடிபெயரவில்லை என்றாலும் ஆண்டில் சில நாட்களாவது இங்கு வந்து தங்கிச் செல்லப் பல அமெரிக்க யூதர்கள் வருகிறார்கள். யூதர்களுக்காக உருவாக்கப்பட்ட நாட்டில் யூதர்களாகிய தாங்கள் பங்குகொள்ள வேண்டும் என்று பிரியப்படுகிறார்கள். 'ஆண்டிற்கு ஒரு முறையாவது அங்கு செல்லாவிட்டால் ஏதோ ஒரு குற்ற உணர்வு எங்களுக்குள் ஏற்படுகிறது' என்று சொல்கிறார்கள்.

இங்கு இன்னொரு முக்கியமான விஷயத்தையும் கூற வேண்டும். அமெரிக்காவிலிருந்து இஸ்ரேலுக்குக் குடியேறியிருக்கும் எல்லா யூதர்களுக்கும் அவர்கள் விரும்பினால் திரும்ப அமெரிக்காவிற்குச் செல்லும் வாய்ப்பு இருக்கிறது. இவர்கள் இரண்டு நாடுகளிலும் குடியுரிமை பெற்றவர்கள். இஸ்ரேலும் இவர்களை அங்கேயே வைத்துக் கொண்டு நன்றாக நடத்தத் தயாராக இருக்கிறது; அமெரிக்காவும் திரும்ப அழைத்துக்கொள்ளத் தயாராக இருக்கிறது.

அரேபியர்களின் பாடு

பாலஸ்தீன அரேபியர்கள் ஏழாம் நூற்றாண்டிலிருந்து இஸ்லாம் மார்க்கத்தைத் தழுவிப் பதின்மூன்று நூற்றாண்டுகளாக இங்கேயே வசித்து வருகிறார்கள். இதற்கு முன்னால் இவர்கள் பழங்குடி மக்களாக இங்கு வாழ்ந்திருக்க வேண்டும். இந்தப் பாலஸ்தீன அரேபியர்களுக்கு தங்கள் சொந்த மண்ணில் வசிக்க எல்லாத் தடைகளையும் இஸ்ரேல் அரசு போட்டு வருகிறது. அவர்களுக்குத் தொந்தரவுகள் கொடுப்பதன் மூலம் தாங்களாக வெளியேறினால் நல்லது; இல்லையென்றால் அவர் களை எப்படியாவது வெளியேற்றிவிடும் திட்டங்களை வைத்திருக்கிறது.

எங்களைப் புராதன நகருக்குள் அழைத்துச் சென்ற பயண வழிகாட்டி இஸ்லாம் மதத்தைச் சேர்ந்தவர். இவர் மூன்று ஆண்டுகள் படிப்பதற்காக பெல்ஜியத்திற்குச் சென்றிருந்தாராம். திரும்பி வந்த போது இஸ்ரேல் அரசு இவர் நாட்டிற்குள் வருவதற்குப் பல தடைகள் விதித்ததாம். சில ஆண்டுகள் நாட்டை விட்டு வெளியே இருந்தால் இஸ்ரேலிய அரேபியர்கள் இஸ்ரேலியக் குடியுரிமையை இழந்து

விடுவார்களாம். தன்னுடைய குடியுரிமையைப் பெறுவதற்காக இவர் நீதிமன்றத்தில் வழக்குத் தொடர்ந்திருக்கிறாராம். இவர் ஒரு யூதப் பெண்ணை மணந்தால் இவருடைய குழந்தைகள் யூதர்கள்ஆவார்கள். தாயின் மூலம்தான் யூத அடையாளம் குழந்தைகளுக்குக் கிடைக்கிறது. இவருக்கு யூத இனத்தைச் சேர்ந்த காதலி இருக்கிறாள். இது அபூர்வம். இந்தத் தோழியைத் திருமணம் செய்துகொண்டாலும் இவருடைய குடியுரிமைத் தகுதியில் எந்த மாற்றமும் இருக்காது.

எங்களை பெத்லஹேமுக்கும் ரமல்லாவுக்கும் அழைத்துச் சென்ற பயண வழிகாட்டியின் மனைவியும் குழந்தைகளும் கனடாவில் இருக்கிறார்கள். ஆண்டிற்கு ஒரு முறை அவர்கள் இங்கு வருகிறார்கள். அவர் இருப்பது வெஸ்ட் பேங்கில். அங்கிருப்பவர்கள் இஸ்ரேலுக்கு வருவதற்கு இஸ்ரேல் அரசு வழங்கியிருக்கும் அடையாள அட்டை வேண்டும். எல்லா இடங்களிலிருந்தும் வெஸ்ட் பேங்கிலிருந்து இஸ்ரேலுக்குள் நுழைய முடியாதபடி இஸ்ரேல் அரசு மிகப் பிரமாண்டமான மதில் சுவரை எழுப்பியிருக்கிறது. இதைச் சுற்றிக்கொண்டு இஸ்ரேல் அரசு அமைத்துள்ள சோதனைச் சாவடிகளின் மூலம்தான் வர வேண்டும். இப்படி இவர்களுக்குத் தடைகள் இருப்பதாலும் பாலஸ்தீனர்களை இஸ்ரேல் நடத்தும் விதத்தாலும் இவர் குடும்பம் கனடாவிலேயே இருக்க முடிவு செய்திருக்கிறது.

நாங்கள் இஸ்ரேல் பயணத்தை முடித்துக்கொண்டு டெல் அவிவிற்கும் ஜெருசலேமிற்கும் இடையில் இருக்கும் பென்-குரியன் விமான நிலையத்திலிருந்து ஜோர்டான் தலைநகரான அம்மான் வந்து சேர்ந்தோம். ஜெருசலேமிற்கும் அம்மானுக்கும் இடையே உள்ள தூரம் நாற்பத்தைந்து மைல்கள்தான். பேருந்திலேயே பயணம் செய்திருக்கலாம். பேருந்தில் பயணம் செய்தால் இஸ்ரேலிய-ஜோர்டான் எல்லையில் இஸ்ரேலிய அரசு நடத்தும் சோதனை மிகவும் கெடுபிடியாக இருக்கும் என்றார்கள். பல மணி நேரம் காத்திருக்க வேண்டும் என்றும் சொன்னார்கள். அதனால் டெல் அவிவிலிருந்து விமானம் மூலமே அம்மானை அடைந்தோம். விமானப் பயணம் ஒரு மணி நேரத்திற்கும் குறைவுதான்.

எங்களை அன்று ஜெருசலேமிலிருந்து டெல் அவிவ் விமான நிலையத்திற்கு அழைத்துச் சென்ற டாக்சி ஓட்டுநர் ஒரு அரேபியர். இளம் வயதினர். சொந்தமாக டாக்சி வைத்திருக்கிறார். அவர் எங்களை அழைத்துக்கொண்டு டெல் அவிவ் விமான நிலைய வளாகத்திற்குள் நுழைந்ததும் இஸ்ரேல் காவல் துறையைச் சேர்ந்த ஒருவர் எங்கள் டாக்சியை நிறுத்தினார். எல்லாக் காவல் துறையைச் சேர்ந்தவர்கள் கையிலும் நீண்ட துப்பாக்கி. இவர் கையிலும் ஒன்று இருந்தது. எங்கள்

இஸ்ரேலுக்குப் பயணம் ✤ 39

டாக்சி அருகே வந்து உள்ளே யார் யார் இருக்கிறார்கள் என்று பார்த்தார். எங்கள் சூட்கேசுகளைத் திறக்கச் சொன்னார். எங்கிருந்து வருகிறோம், எங்கே போகிறோம் போன்ற பல கேள்விகளைக் கேட்டுவிட்டு, ஓட்டுநரை மட்டும் தன்னோடு அழைத்துச் சென்றார். அதற்கு முன்பே அவருக்கு அடையாள அட்டை இருக்கிறதா என்று பார்த்துக்கொண்டார். அவரைத் தனியாக அங்கு பக்கத்தில் இருந்த அவர்களுடைய அலுவலகத்திற்குள் கூட்டிச் சென்று பல கேள்விகள் கேட்டுவிட்டுப் பிறகு அனுப்பிவைத்தார். அந்த ஓட்டுநருக்கு இப்படி அவர்கள் தன்னை நடத்தியதைக் கண்டு அப்படி ஒரு எரிச்சல். 'நீ ஏன் என்னை இப்படி நடத்துகிறாய்?' என்று கேட்காத குறையாக முகத்தை வைத்துக்கொண்டார். அதைத் தவிர அவரால் வேறு ஒன்றும் செய்ய முடியவில்லை. இவர் பல தலைமுறைகளாக ஜெருசலேமில் வாழ்ந்து வருகிறாராம். இவரைப் போன்றவர்கள் இஸ்ரேல் நாடு உருவானதிலிருந்து இரண்டாம்தரக் குடிமக்களாகி இருக்கின்றனர்.

இஸ்ரேலில் யூதர்களுக்கும் அரேபியர்களுக்கும் ஒரே வேலைக்கு ஒரே மாதிரியான சம்பளம் இல்லையாம். யூதர்களுக்கு அதிகமாகவும் அரேபியர்களுக்குக் குறைவாகவும் கொடுக்கப்படுகிறதாம். பயண வழிகாட்டி எங்களை ரமல்லாவுக்கு அழைத்துச் சென்றபோது இஸ்ரேல் அரசால் கட்டப்பட்ட குடியிருப்புகளில் வாழும் யூதர்களின் வீடுகளையும் சொந்த நிலத்தில் வாழும் அரேபியர்களின் வீடுகளையும் காட்டினார். அரேபியர்களுக்குத் தண்ணீர் சில நாட்களுக்கு ஒரு முறைதான் வழங்கப்படுவதால் அவர்களின் வீடுகளின் கூரைகளில் தண்ணீரைச் சேமித்து வைத்துக்கொள்ள பெரிய தொட்டிகளைப் பொருத்தியிருந்தார்கள். ஆனால் குடியிருப்புகளில் இருப்பவர்களின் வீடுகளில் அப்படித் தொட்டிகள் எதுவும் இல்லை. அவர்களுக்குத் தினமும் தண்ணீர் வழங்கப்படுகிறது; வேண்டிய அளவு நீர் பாய்ச்சுவதால் இவர்கள் வீடுகளுக்கு முன்னால் செழிப்பான புல்வெளிகள் இருக்கின்றன.

பாலஸ்தீனர்களுக்குச் சொந்தமான – ஐநாவினால் பாலஸ்தீனர்களுக்குக் கொடுக்கப்பட்ட – இடங்களைப் பிடித்துக்கொண்டு அங்கு யூதர்களை இஸ்ரேலிய அரசு குடியேற்றியிருக்கிறது. இது 1967-லிருந்து – அதாவது இஸ்ரேல் போரில் பாலஸ்தீனர்களுக்குரிய இடங்களைப் பிடித்துக் கொண்டதிலிருந்து – தொடர்ந்து வருகிறது. இப்படிக் குடியமர்த்தப்பட்டவர்கள் அவர்களுக்கு அருகில் வசிக்கும் அரேபியர்களுக்குப் பல தொல்லைகள் கொடுக்கிறார்கள். ஒரு முறை பெடுயின் (Bedouin) என்னும் இனத்தைச் சேர்ந்தவர்களின் ஆடுகளுக்கு விஷம் வைத்து விட்டார்களாம்.

நாங்கள் இஸ்ரேலுக்குப் போவதற்குக் காரணமாக இருந்த யூத நண்பரும் எங்களுடைய இன்னொரு யூத நண்பரும் தீவிர இடது சாரிகள். இவர்கள் இஸ்ரேல் அரசு அரேபியர்களுக்கும் பெடுயின் இனத்தவர்களுக்கும் இழைத்த கொடுமைகளைத் தட்டிக் கேட்டு, போராட்டத்தில் ஈடுபட்டு, சிறைக்குச் சென்றிருக்கிறார்கள். ஒருவர் 'இரண்டாவது யூதக் கோவில் இடிக்கப்பட்டதுதான் யூத இன வரலாற்றிலேயே நடந்த நல்ல சம்பவம்' என்று நக்கலாகச் சொல்கிறார். அந்தக் கோயிலில் அத்தனை ஊழல்கள் இருந்தனவாம். ஒரு முறை இவர் வானொலியில் பேட்டி கொடுத்த போது இந்தியாவில் பாபர் மசூதியை இடித்ததைப் பற்றிக் கேள்வி கேட்டார்களாம். இஸ்ரேலில் போல் அங்கும் பழைய வரலாற்றைத் தோண்டிக்கொண்டிருக் கிறார்கள் என்றதும் அப்படியே பேட்டியை முடித்து விட்டார்களாம். இன்னொருவர் அமெரிக்காவில் பிறந்து தனது பதினெட்டாவது வயதில் ஹீப்ரு மொழியால் ஈர்க்கப்பட்டு இஸ்ரேலுக்கு வந்தவர். இருவரும் அரசின் கொள்கைகளை வெகுவாகக் கண்டிப்பவர்கள். இருவரும் ஹீப்ரு பல்கலைக்கழகத்தில் வேலை பார்க்கிறார்கள்.

யூதர்களின் பழமைப் பிடிப்பு

இஸ்ரேலில் பதிவுத் திருமணம் கிடையாது. யூதப் பெண்ணும் ஆணும் திருமணம் செய்துகொள்ள நிச்சயித்த பிறகு யூத மத குருமார்கள் அடங்கிய ஒரு குழு அதை அங்கீகரிக்க வேண்டுமாம். திருமணம் நிச்சயிக்கப்பட்ட பிறகு மத குருமார்கள் பெண்ணை ஆடைகளை அவிழ்க்கச் சொல்லி சில சோதனைகள் செய்வார்களாம். விவாகரத்து செய்துகொண்ட ஒரு பெண்ணைத் திருமணம் செய்து கொள்ள ஒரு யூதர் விரும்பியபோது குருமார்கள் குழு எளிதில் அதை அங்கீகரிக்க வில்லையாம். இதனால் சில இஸ்ரேலியர்கள் பக்கத்திலுள்ள சைப்ரஸ் (Cyprus) போன்ற வெளிநாடுகளுக்குச் சென்று திருமணம் செய்து கொண்டு வருகிறார்களாம்.

எல்லாச் சமூகங்களிலும் இருப்பது போல் யூத சமூகத்திலும் பல விதக் கொள்கைகள் உடையவர்கள் இருக்கிறார்கள். பழமைவாத யூதர்களிலிருந்து பரந்த மனப்பான்மை கொண்ட முற்போக்காளர்கள் (liberal) வரை இருக்கிறார்கள்.

அமெரிக்காவில் இருக்கும் எங்கள் யூத நண்பர் ஆண்டிற்கு ஒரு முறை இஸ்ரேலுக்குப் போக வேண்டியது தன் கடமை என்று நினைக் கிறார். பலர் சேர்ந்து வாங்கும் ஓர் அடுக்குமாடிக் கட்டடத்தில் ஒரு வீட்டை (flat) ஜெருசலேமில் வாங்கியிருக்கிறார். ஒவ்வோர் ஆண்டும் ஜூன் மாதம் இவருடைய முறை. அந்தச் சமயத்தில் இவர் அங்கு

சென்று தங்கிக்கொள்ளலாம். அமெரிக்காவில் வாழும் இன்னொரு யூத நண்பர் ஆண்டில் ஓரிரு முறை யூதச் சட்டங்களைப் (Jewish Law) படிக்க ஜெருசலேம் சென்றுவருகிறார். இவரைப் பொறுத்தவரை யூத மதம் என்பது ஒரு மதம் மட்டுமல்ல, அது ஒரு வாழ்க்கை முறை, அதற்கென்று சில சட்டதிட்டங்கள் இருக்கின்றன, அவற்றைப் பின்பற்றுவது ஒவ்வொரு யூதனுடைய கடமை. யூதர்கள் தங்கள் புண்ணியத் தலம் என்று கருதும் பாலஸ்தீனத்திற்குப் போக வேண்டும், அங்கேயே தங்கி உயிரைவிட வேண்டும் என்பதெல்லாம் இவருடைய கொள்கையல்ல. ஆனால் யூத மதக் கோட்பாடுகளைப் பின்பற்ற வேண்டும் என்று நினைக்கிறார். யூதர்களுடைய ஓய்வு நாளான சனியன்று – அதாவது வெள்ளிக்கிழமை சூரியன் மறைந்ததிலிருந்து சனிக்கிழமை சூரியன் மறைவு வரை – இவர் யாரிடமும் பேசுவதில்லை; தொலைபேசியை அன்று தொடவே மாட்டார். அன்று யார் தொலைபேசியில் கூப்பிட்டாலும் அவர் மனைவிதான் பேசுவார். உடல் உழைப்பு உள்ள வேலை எதுவும் அன்று செய்யமாட்டார். இவர் அமெரிக்காவில் வாழ்ந்து வருவதால் அமெரிக்கப் பழக்க வழக்கங்களைக் கையாண்டாலும் இப்படிச் சில யூதக் கொள்கைகளையும் பின்பற்றி வருகிறார்.

யூதர்கள் தங்களுக்குள்ளேயேதான் திருமணம் செய்துகொள்ளுகிறார்கள். மேலே குறிப்பிட்ட நண்பர்களுடைய பிள்ளைகளும் யூதர்களுக்குள்ளேயே திருமணம் புரிந்துகொண்டிருக்கிறார்கள். நியூயார்க்கில் ஒரு விழாவில் ஒரு யூத மதத் தலைவர் பேசியபோது அமெரிக்காவில் வாழும் யூதர்களில் சிலர் யூதரல்லாதவர்களைத் திருமணம் செய்துகொண்டு அதல பாதாளத்தில் விழுந்திருக்கிறார்கள் என்று கூறியிருக்கிறார். இவரைப் பொறுத்தவரை யூதர்கள், யூதர்கள் அல்லாதவர்களை மணந்துகொள்வதோ மற்ற சமூகத்தவரோடு ஐக்கியமாகிவிடுவதோ பெரிய தவறு.

எங்கள் அமெரிக்க நண்பரின் நண்பர்களாகிய ஒரு தம்பதி இப்போது இஸ்ரேலில் வாழ்ந்துவருகிறார்கள். இவர்கள் அமெரிக்காவில் வாழ்ந்து வந்தவர்கள். இஸ்ரேலில்தான் யூதப் பழக்க வழக்கங்களை நன்றாகப் பின்பற்ற முடியும் என்று எண்ணி அங்கு குடியேறியவர்கள். மேலே குறிப்பிட்டவர்களைவிட இவர்கள் இன்னும் கொஞ்சம் பழமைவாதிகள் எனலாம். இருந்தாலும் இஸ்ரேல் அரசு பாலஸ்தீனர்களுக்கு எதிராகச் செய்யும் செயல்கள் இவர்களுக்கு உடன்பாடில்லை. இவர்களும் அரசுக்கு எதிரான சில போராட்டங்களில் கலந்துகொண்டிருக்கிறார்கள்.

மேலே குறிப்பிட்ட சிகாகோ பல்கலைக்கழக உதவிப் பேராசிரியரின் வீட்டில் ஒரு நாள் எங்களுக்கு விருந்து கொடுத்தார்கள். மத்திய கிழக்கில் தயாரிக்கப்படும் சிறந்த உணவு வகைகள் இருந்தன. அதைச் சமைத்தது அல்லது இவருக்குச் சமைக்க உதவியது யார் தெரியுமா? இவருக்கு வீட்டு வேலைகளில் அவ்வப்போது உதவும் ஒரு இஸ்ரேலிய அரேபியப் பெண்.

யூதர்களுக்காக இஸ்ரேல் உருவாக்கப்பட்டது முற்றிலும் சரி என்று நினைக்கும் யூதர்களிலும் சிலர் பாலஸ்தீனத்தில் பாலஸ்தீனர்களுக்குத் தனி நாடு வேண்டும் என்றும் அந்த முயற்சிகளை முறியடிக்க இஸ்ரேல் அரசு செய்து வருவது சரியில்லை என்றும் நினைக்கிறார்கள். பாலஸ்தீனர்களுக்கு எதிராக இஸ்ரேல் அரசு செய்யும் எந்தச் செயலையும் கண்டுகொள்ளாத யூதர்களும் உண்டு.

இஸ்ரேலில் உள்ள யூதர்களில் மதக் கொள்கைகளிலும் அரசியல் கொள்கைளிலும் பல வர்ணங்கள் உண்டு. இருப்பினும், பழமைவாதிகளின் ஆதிக்கம் கூடிக்கொண்டேபோகிறது.

இனி இஸ்ரேல் தோன்றிய வரலாற்றையும் அது பாலஸ்தீனர்களோடு செய்த போர்களைப் பற்றியும், இஸ்ரேலின் நாடு பிடிக்கும் கொள்கை தீவிரமானது பற்றியும் பார்ப்போம்.

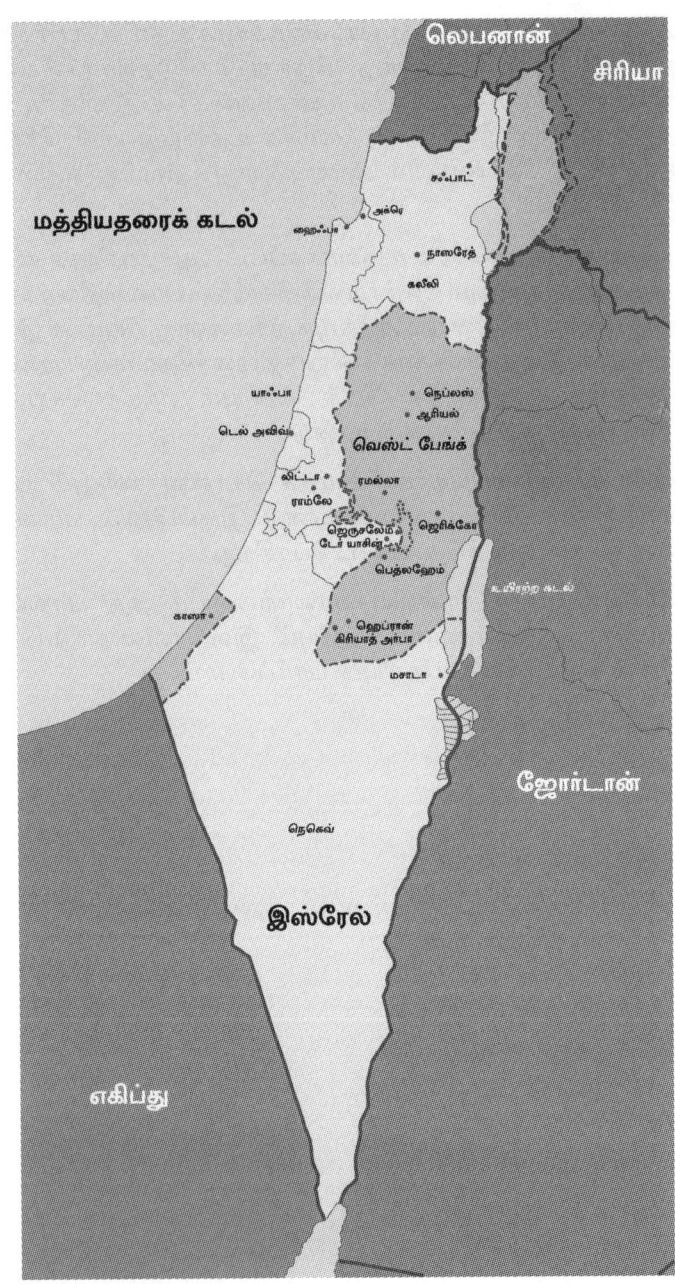

நிலவரை: இஸ்ரேல், காஸா, வெஸ்ட்பேங்க்.

2

பாலஸ்தீனத்தின் பழைய வரலாறு

மூவாயிரம் ஆண்டுப் பழமை

பாலஸ்தீன-இஸ்ரேல் பிரச்சினை யூதர்கள் பாலஸ்தீனத்திற்குள் குடியேற ஆரம்பித்ததிலிருந்து இருந்து வருகிறது. சுமார் 3000 ஆண்டு யூதர்களின் வரலாற்றைப் புரிந்துகொண்டால்தான் இப்போதைய பாலஸ்தீன-இஸ்ரேல் பிரச்சினையின் பின்னணி விளங்கும். யூதர்களின் பழைய வரலாற்றை இங்கு சுருக்கமாகப் பார்ப்போம்.

யூதர்களின் மூதாதையராகக் கருதப்படும் ஆபிரஹாம் (இஸ்லாமிய மரபில் இப்ராஹீம்), ஆபிரஹாமின் மகன் ஐஸக் (இஸ்லாமிய மரபில் இஸ்ஹாக்), ஐஸக்கின் மகன் ஜேக்கப் (இஸ்லாமிய மரபில் யாக்கூப்), ஜேக்கப்பின் பன்னிரண்டு மகன்களின் வாரிசுகள்தான் யூதர்கள் என்று பழைய ஏற்பாடு பைபிள் (Old Testament) சொல்கிறது (இந்த ஆபிரஹாம் கிறிஸ்தவர்களின், முஸ்லிம்களின் மூதாதையரும் கூட). ஆபிரஹாம் ஒரு பழங்குடி இனத் தலைவராக இருந்திருக்கலாம் அல்லது பல தலைமுறைகளைக் கொண்ட ஒரு பெரிய குடும்பத்தின் தலைவராக இருந்திருக்கலாம். இவர் கி.மு. 2000-த்திற்குப் பிறகு இப்போதைய சிரியா, இஸ்ரேல், வெஸ்ட் பேங்க் ஆகிய பகுதிகளில் எந்தவொரு இடத்திலும் நிலையாகத் தங்காமல் பல இடங்களிலும் தங்கியிருந்திருக்கலாம். இவர் தம்முடைய மனைவி சாராவைப் புதைத்த குகை இருந்த பகுதியை மட்டும்தான் தமக்குச் சொந்தமாக வாங்கியிருந்தார். அப்போது மேற்சொன்ன பகுதிகளில் குடியிருந்த மக்களை பைபிளில் உள்ள ஆதியாகமத்தை (Genesis) எழுதியவர் பல பெயர்களைக் கொண்டு அழைக்கிறார். இவர்கள் அனைவரும் செமிடிக் (Semitic) மற்றும் வேறு இனங்களைச் சேர்ந்தவர்கள்.

ஆபிரஹாமுடைய மகன் ஐஸக் ஓரளவு நிலையாக ஓர் இடத்தில் தங்கியிருந்திருக்கலாம். ஐஸக்கின் மகன் ஜேக்கப் பெரிய பஞ்சம் ஏற்பட்டதன் விளைவாக எகிப்திற்குக் குடிபெயர்ந்தார். இவருக்கு பன்னிரண்டு மகன்கள். ஜேக்கப்பிற்கு இஸ்ரேல் என்ற இன்னொரு

பெயரும் உண்டு. அதனால் அவருடைய பன்னிரண்டு மகன்களின் வழியில் வந்தவர்கள் இஸ்ரேலியர்கள் என்றும் அழைக்கப்பட்டனர். இவருடைய வாரிசுகள் – அதாவது இஸ்ரேலியர்கள் – சுமார் 400 ஆண்டு காலம் எகிப்தில் வாழ்ந்தனர்.

ஒரு காலத்தில் எகிப்தின் அரசர்களான ஃபேரோக்களின் (இஸ்லாமிய மரபில் ஃபிர்அவ்ன்) அடிமைகளாக இஸ்ரேலியர்கள் வாழ்ந்தனர் என்றும், ஃபேரோவின் கொடுமைக்கு இலக்காகி இவர்கள் வாழ்ந்து கொண்டிருந்தபோது இவர்களின் தலைவரான மோசஸ் (இஸ்லாமிய மரபில் மூஸா), இறைவன் இவருக்குக் கட்டளையிட்டபடி, இவர் களைப் பாலஸ்தீனத்திற்கு (இப்போதைய இஸ்ரேல், சிரியா, வெஸ்ட் பேங்க், காஸா) அழைத்துச் சென்றார் என்றும் கதை உண்டு. பத்துக் கட்டளைகள் (Ten Commandments) என்னும் ஆங்கிலப் படத்தின் கதை இதுதான். பாலஸ்தீனம் அவர்களுக்குக் கடவுள் வாக்களித்த இடமாகக் கருதப்பட்டது. அன்றிலிருந்து அதைத் தங்கள் புனித பூமியாக (Holy Land) யூதர்கள் கருதுகின்றனர். யூதர்களைப் புனித பூமிக்கு அழைத்துச் செல்லும் வழியிலேயே மோசஸ் இறந்துவிட்டார். நாற்பது ஆண்டு களுக்குப் பிறகு ஜோஷுவா (Joshua) என்பவரின் தலைமையில் கேனான் (இஸ்லாமிய மரபில் கன்ஆன், Canaan) என்று அப்போது அழைக்கப்பட்ட, பாலஸ்தீனத்தை யூதர்கள் அடைந்தனர். இயேசு பிறப்பதற்குச் சில ஆயிரம் ஆண்டுகளுக்கு முன்பே இது நடந்ததாகக் கூறப்பட்டாலும், இதற்கு வரலாற்று ரீதியாக எந்த ஆதாரமும் இல்லை. எகிப்தின் பிரமிடுகளைக் கட்டியதில் அடிமை யூதர்களின் உழைப்பு எந்த விதத்திலும் இல்லை என்கிறார்கள் சில வரலாற்று ஆசிரியர்கள்.

கி.மு. 1280 வாக்கில் பாலஸ்தீனத்தில் யூதர்கள் வந்துசேர்ந்த இடம் இப்போதைய வெஸ்ட் பேங்கில் இருக்கும் ஜெரிக்கோ. இந்தப் பன்னிரண்டு பழங்குடிகளும் சில சமயங்களில் பாலஸ்தீனத்தில் வாழ்ந்துவந்த மற்றப் பழங்குடிகளின் அதிகாரத்தின் கீழும், சில சமயங்களில் தங்கள் சொந்தத் தலைவர்களின் கீழ் சுதந்திரமாகவும் வாழ்ந்துவந்தனர்.

மாறி வந்த வரலாறு

கி.மு. 1050இல் ஸால் என்பவர் (இவரை பைபிள் சவுல் என்று அழைக்கிறது) எதிரிகள் பலரை வென்று பல குடிகளை ஒன்று சேர்த்து அரசரானார். போரில் இவர் இறந்த சிறிது காலத்திற்குப் பிறகு டேவிட் (இஸ்லாமிய மரபில் தாவூத்) என்பவர் அரசரானார். இவரும் எதிரிகள் பலரை வென்று ஜோர்டான் நதிக்குக் கிழக்கே உள்ள இடங்களில் (இப்போதைய ஜோர்டான் நாட்டின் பகுதிகள்) தம் ஆட்சியை

நிறுவினார். இவருடைய மகன் சாலமன் (இஸ்லாமிய மரபில் சுலைமான்) காலத்தில் (கி.மு.971-931) நாட்டில் சுபிட்சமும் அமைதியும் நிலவின. யூதர்களின் முதல் கோவில் அப்போதுதான் கட்டப்பட்டது. சாலமனின் இறப்பிற்குப் பிறகு வடக்கில் இருந்த பத்துக் குடிகள் இவருடைய வாரிசை ஏற்றுக்கொள்ளவில்லையாதலால் நாடு இரண்டாகப் பிரிந்தது. சமாரியாவைத் (Samaria) தலைநகரமாகக் கொண்ட வடக்குப் பகுதியும் ஜெருசலேமைத் தலைநகராகக் கொண்ட தெற்குப் பகுதியும் தோன்றின. வடக்குப் பகுதி சமாரியா என்றும் தெற்குப் பகுதி ஜுடேயா (Judea – பைபிளில் யூதேயா) என்றும் வழங்கப்பட்டன.

200 ஆண்டுகள் தங்கள் சொந்த அரசரின் கீழ் இருந்த வடக்குப் பகுதி கி.மு. 722இல் அசீரியர்களின் வசம் சிக்கியது. அங்கிருந்த பலர் நாட்டை விட்டு வெளியேற்றப்பட்டனர். அசீரியர்கள், தாங்கள் வென்ற மற்ற இடங்களிலிருந்து பலரை இங்கு குடியேற்றினர். வெளியிலிருந்து வந்தவர்கள் சமாரியாவில் மிஞ்சியிருந்த இஸ்ரேலியர்களின் மதத்தைப் பின்பற்றினார்கள். இவர்கள் சமாரியர்கள் (Samaritans) என்று அழைக்கப்பட்டனர். ஜுடேயாவில் வாழ்ந்தவர்கள் சமாரியாவில் வாழ்ந்தவர்களின் மதத்தில் கலப்பு இருந்ததால் அவர்களைப் பழித்தனர். சமாரியாவிலிருந்து வெளியேற்றப்பட்ட இஸ்ரேலியர்கள் அசீரியர்களின் ஆளுகையில் இருந்த பல இடங்களில் – இப்போதைய வட கிழக்கு சிரியா, தென் கிழக்கு துருக்கி, ஈரானின் மேற்குப் பகுதி – குடியமர்த்தப் பட்டனர். இஸ்ரேலியர்கள் குடியமர்த்தப்பட்ட இடங்களில் அங்கு வாழ்ந்தவர்களோடு ஒன்றாகக் கலக்க வேண்டும் என்றும் அவர் களுடைய அடையாளத்தை இழக்க வேண்டும் என்றும் அசீரியர்கள் திட்டமிட்டனர். அவர்களுடைய அந்த எண்ணம் நன்றாகவே நிறை வேறியது. இஸ்ரேலியர்கள் தாங்கள் குடியேறிய இடங்களில் இருந்த வர்களோடு நன்றாகக் கலந்துவிட்டனர்; தங்களுடைய சொந்த நாட்டிற்குத் திரும்பவே இல்லை.

வடக்குச் சமாரியா அசீரியர்களின் ஆளுகையில் முழுவதுமாகக் கலந்துவிட்டபோது தெற்கு ஜுடேயா ஓரளவு சுதந்திரமாக இருந்து வந்தது. ஆயினும் கி.மு. ஆறாம் நூற்றாண்டில் பாபிலோனியர்கள் அசீரியர்களிடமிருந்து அந்தப் பகுதி முழுவதையும் கைப்பற்றினர். கி.மு. 597இல் ஜுடேயாவின் தலைநகரான ஜெருசலேமைக் கைப்பற்றி, யூதர்களின் கோவிலைக் கொள்ளையடித்தனர். மேலும் சமூகத்தின் பல துறைகளில் முன்னணியில் இருந்த இஸ்ரேலியர்களை பாபிலோனுக்கு (இப்போதைய ஈராக்) அனுப்பினர். மிஞ்சி இருந்தவர்கள் கி.மு. 586இல் ஆட்சிக்கு எதிராகக் கிளர்ச்சி செய்ததும் ஜெருசலேமை நாசப் படுத்தினர்; பலரை நாடு கடத்திக் கூட்டிக்கொண்டு போனார்கள்.

கி.மு. 539இல் பாரசீக அரசர் சைரஸ் பாபிலோனை வென்றபோது நாடு கடத்தப்பட்ட இஸ்ரேலியர்களைத் திரும்ப அவர்கள் நாட்டிற்குப் போக அனுமதித்தார். கி.மு.537இல் அவர்கள் பாலஸ்தீனத்திற்கு வர ஆரம்பித்தனர். அடுத்த எழுபது, எண்பது ஆண்டுகளுக்கு அவர்கள் இப்படி வருவது தொடர்ந்தது.

இப்படித் திரும்பிவந்த இஸ்ரேலியர்கள் ஓரளவு சுதந்திரமாக வாழ்ந்து வந்தாலும் கி.மு. பத்தாம் நூற்றாண்டிலிருந்து கி.மு. ஆறாம் நூற்றாண்டு வரை இருந்த சுய ஆட்சியுரிமை உடைய நாடாக விளங்க முடியவில்லை. அதனால் கி.மு. 597லிருந்து யூதர்கள் ஏதாவது ஓர் அந்நிய ஆட்சியின் கீழ் இருந்துவந்தனர். பாலஸ்தீனம் என்று அழைக்கப்பட்ட யூதர்கள் வாழ்ந்த இடங்கள் கி.மு. 597லிருந்து 538 வரை பாபிலோனியர்களின் ஆளுகையில் இருந்தது. கி.மு. 537லிருந்து 330 வரை பாரசீகர்களின் கையில் இருந்தது. பேரரசர் அலெக்ஸாண்டர் பாலஸ்தீனத்தை கி.மு. 330இல் வென்றபோது ஜெருசலேமையும் அதைச் சுற்றியுள்ள இடங்களிலும் வாழ்ந்த யூதர்களைத் தொந்தரவு செய்யவில்லை. கி.மு. 323இல் அலெக்ஸாண்டர் இறந்த பிறகு கிரேக்க நாட்டைச் சேர்ந்த தாலமிகள் (Ptolemies) பாலஸ்தீனத்தைக் கைப்பற்றினர். அவர்களுக்குப் பிறகு செலுசிட்ஸ் (Seleucids) கி.மு. 200இல் பாலஸ்தீனத்தைக் கைப்பற்றினர். இவர்களும் கிரேக்க நாட்டைச் சேர்ந்தவர்கள். இவர்களைச் சேர்ந்த அரசர் ஒருவர் யூத மதத்தை நிந்திக்க விரும்பி யூதர்களின் கோவிலுக்குள் கிரேக்க கடவுளான ஸியஸுக்கு (Zeus) ஒரு பீடம் அமைத்தார். மூன்று ஆண்டு போராட்டத்திற்குப் பிறகு யூதர்கள் செலுசிட்ஸை ஜெருசலேமிலிருந்து விரட்டி அடித்தனர். கி.மு. 165இல் கோவிலைச் சுத்தப்படுத்தினர். ஆனால் மறுபடி செலுசிட்ஸ் ஜெருசலேமைப் பிடித்தனர்.

ரோமானியர்களின் வெற்றி

ரோமானியர்கள் கி.மு.63இல் பாலஸ்தீனத்தை வென்றனர். இவர்கள் சில சமயங்களில் ஹெராட் போன்ற அதிகாரமில்லாத யூத அரசர்களை வைத்தும் சில சமயங்களில் போன்டியஸ் பிலாத்து (Pontius Pilate) போன்ற மாநிலக் கருவூல அதிகாரிகளை (procurators) வைத்தும் சில சமயங்களில் நேரடியாகத் தாங்களாகவும் பாலஸ்தீனத்தை ஆண்டனர். ரோமானிய ஆட்சியை எதிர்த்து யூதர்கள் கி.பி. 66இல் கிளர்ச்சி செய்த போது ரோமானியர்கள் ஜெருசலேமைப் பிடித்து அங்கிருந்த யூதக் கோவிலை அழித்தனர். ரோமானியர்களின் கைகளில் சிக்காமல் இருக்க சுமார் ஆயிரம் யூதர்கள் மசாடா கோட்டையில் தஞ்சம் புகுந்தனர். ஆனால் அங்கும் ரோமானியப் படை வந்ததால் அங்கேயே ஒருவரை ஒருவர் கொன்று மடிந்தனர்.

இயேசுவின் பிறப்பு

இதற்கிடையில் கிறிஸ்தவர்கள் கடவுளின் குமாரர் என்று கருதும் இயேசு (இஸ்லாமிய மரபில் ஈஸா), யூத சமுதாயத்தில் ஒரு யூதராகப் பிறந்தார். அவர் ஜெருசலேமில் இருந்த யூதர்களின் இரண்டாவது கோவிலில் மத குருமார்களும் செல்வந்தர்களும், மற்ற மேல்தட்டு மக்களும் ஏழைகளையும் எளியவர்களையும் தங்கள் நலத்திற்காகப் பயன்படுத்திக்கொண்டதையும் அவர்களைச் சுரண்டிப் பிழைத்த தையும் கண்டித்தார். அவர்களுக்கு இழைத்த கொடுமைகளைக் கண்டித்தார். அவர்களை ஆதிக்க சக்திகளிடமிருந்து காப்பாற்றப் பல சமூக சீர்திருத்தங்களைக் கொண்டுவர முயன்றார். அப்போதைய யூத சமூகத்தில் இருந்த குறைகளைக் களைந்து அதை நேர்வழியில் திருப்ப முயன்றார். இவருடைய சீர்திருத்தங்களினால் தங்கள் நலன்கள் பாதிக்கப்படலாம் என்று எண்ணிய ஆதிக்க சக்திகள் சதிசெய்து ரோமானியப் பிரதிநிதியாக ஆண்ட பிலாத்துவின் உதவியோடு இயேசுவைச் சிலுவையில் அறைந்தனர். அந்தக் காலத்தில் சமூக விரோதிகளைச் சிலுவையில் அறைந்து கொல்வதுதான் வழக்க மாக இருந்தது. சமூக சீர்திருத்தவாதியான இயேசு ஒரு சமூக விரோதியாகக் கருதப்பட்டார். அதனால் அப்போதைய யூத சமூகம் அவரைக் கொன்றது. இயேசுவின் போதனைகளை ஏற்றுக்கொண்ட சில யூதர்கள் கிறிஸ்தவ மதத்தை நிறுவினர். இயேசு கடவுளின் குமாரர் என்றும் இறந்த மூன்றாம் நாள் அவர் உயிர்த்தெழுந்தது உண்மையென்றும் நம்பினர். தங்களிடையே கடவுளின் தூதர் ஒருவர் தோன்றித் தங்களில் நல்லவர்கள் எல்லோரையும் ஒரு நாள் இறைவனிடம் அழைத்துச் செல்வார் என்று நம்பிக்கொண்டிருந்த யூதர்கள், அந்தத் தூதர் இயேசு என்பதையோ, இயேசு இறந்த மூன்றாம் நாள் உயிர்த்தெழுந்தார் என்பதையோ நம்பத் தயாராக இல்லை. இயேசு ஒருவரை மட்டும் கடவுள் கல்லறையிலிருந்து உயிர்த்தெழ வைத்தார் என்று இயேசுவின் ஆதரவாளர்கள் கூறியது அவர்களுக்கு வினோதமாக இருந்தது. நல்லவர்கள் எல்லோரையும் இறைவன் கல்லறையிலிருந்து உயிர்த்தெழ வைத்திருக்க வேண்டும் என்பது அவர்கள் வாதம். ஆனால் இயேசுவைப் பின்பற்றிய யூதர்கள் கடவுளின் குமாரராகிய இயேசுதான் தூதுர் என்றும் அவர் வருவார் என்று தங்கள் வேதங்களில் இருப்பதாகவும் கூறினர்.

தங்கள் சமூகத்தில் சீர்திருத்தங்களைக் கொண்டுவர முயன்ற இயேசுவை ரோமானியர் மூலம் கொன்றுவிட்ட போதிலும், ரோமானியர் களோடு யூதர்களின் உறவு நலிந்துகொண்டே போனது. தங்கள் சுதந்திரத் திற்காக இவர்கள் ரோமானியப் பேரரசிற்கு எதிராகப் போராடிய போதெல்லாம் நசுக்கப்பட்டனர். கி.பி. 132இல் யூதர்கள் மறுபடி

ரோமானியர்களை எதிர்த்துக் கிளர்ச்சி செய்தபோது பல யூதர்கள் ரோமானியர்களால் கொல்லப்பட்டனர். பலர் பாலஸ்தீனத்திலிருந்து வெளியேற்றப்பட்டனர். இருப்பினும் சிலர் பாலஸ்தீனத்தின் வெவ்வேறு பகுதிகளில் தொடர்ந்து வசித்தனர். ரோமானிய அரசர் யூதக் கோவில் இருந்த இடத்தில் ரோமானியக் கடவுள் ஜுபிடருக்கு ஒரு கோவிலைக் கட்டினார். ஜெருசலேமையும் ஒரு ரோமானிய நகரமாக்கினார்.

கி.பி. 395இல் ரோமானியப் பேரரசு இரண்டாகப் பிரிக்கப் பட்டது. கிழக்குப் பகுதி பைஸான்டின் பேரரசு என்று அழைக்கப் பட்டது. அதற்குப் பிறகு மூன்றரை நூற்றாண்டுகளுக்குப் பாலஸ்தீனம் பைஸான்டின் பேரரசின் பகுதியாக விளங்கியது. பாலஸ்தீனத்திலேயே தங்கிவிட்ட யூதர்களைப் பைஸான்டின் பேரரசர்கள் நடத்திய விதம் அரசருக்கு அரசர் வேறுபட்டது. கி.பி. 438இல் அப்போதைய பேரரசி, யூதர்கள் தங்கள் கோவில் இருந்த இடத்திற்குப் போகும் தடையை நீக்கினார். கி.பி. 527-565 வரை ஆண்ட அரசரோ யூதர்களை மதம் மாற்ற முயன்றார். கி.பி. 614இல் பாரசீகர்கள் பைஸான்டின் பேரரசை வென்று சிரியா, பாலஸ்தீன், எகிப்து ஆகிய இடங்களைப் பிடித்துக் கொண்டாலும் கி.பி. 617லேயே மறுபடி பைஸான்டின் பேரரசு நிறுவப்பட்டது.

இஸ்லாமின் வளர்ச்சி

இஸ்லாமை நிறுவிய முஹம்மது நபி இறந்து இரண்டு ஆண்டுகளிலேயே – அதாவது கி.பி. 634இல் – அரபு சேனைகள் பாலஸ்தீனத்தை வென்று ஜெருசலேமைப் பிடித்துக்கொண்டன. அதன் பிறகு 450 ஆண்டுகள் பாலஸ்தீனம் இஸ்லாமியப் பேரரசின் பகுதியாக விளங்கியது. கி.பி. 661லிருந்து டமாஸ்கஸிலிருந்து ஆண்ட அரபு அரச பரம்பரை யாலும் கி.பி. 750லிருந்து பாக்தாத்திலிருந்து ஆண்ட அரபு அரச பரம்பரையாலும் ஆளப்பட்டது. இந்த இரண்டு அரபு வம்சங்களும் பாலஸ்தீனத்தில் வாழ்ந்த யூதர்களையும் கிறிஸ்தவர்களையும் மதம் மாறும்படி வற்புறுத்தவில்லை. அதனால் அங்கு இருந்த மக்கள் யூதர்களாகவும் கிறிஸ்தவர்களாகவும் தொடர்ந்து இருந்து வந்தனர். சமூகத்தில் சில நன்மைகளைப் பெறுவதற்காக சிலரே மதம் மாறினர். அரபு மொழி அந்தப் பகுதி முழுவதும் வேகமாகப் பரவியது. ஆனாலும் பதின்மூன்றாம் நூற்றாண்டு வரை இஸ்லாம் பாலஸ்தீனத்தில் இருந்த பெரும்பான்மையோரின் மதமாக ஆகவில்லை.

கி.பி. 1099இல் மேற்கு ஐரோப்பாவிலிருந்து வந்த சிலுவைப் போராளிகள் ஜெருசலேமைப் பிடித்துக்கொண்டு அங்கிருந்த யூதர்களையும் முஸ்லிம்களையும் கொன்று குவித்தனர். இவர்கள்

ஜெருசலேமைத் தலைநகராகக் கொண்டு பாலஸ்தீனத்தில் தங்கள் ஆட்சியை அமைத்தனர். கி.பி. 1291இல் முஸ்லிம்கள் மறுபடி இவர் களைத் தோற்கடித்தனர். அதன் பிறகு கி.பி. 1516 வரை பாலஸ்தீனம் துருக்கியைச் சேர்ந்த அரச வம்சங்களால் ஆளப்பட்டு வந்தது. கி.பி. 1516இல் ஓட்டோமான் பேரரசின் கீழ் வந்தது. இதன் ஆரம்பத்தில் யூத இனத்தின் முப்பது பிரிவுகள் (communities) பாலஸ்தீனத்தில் வாழ்ந்து வந்தன. முதல் உலகப் போரின் முடிவில் 1918இல் ஓட்டோமான் பேரரசு வீழ்ச்சி அடைந்தவரை பாலஸ்தீனம் ஓட்டோமான் பேரரசின் கீழ் இருந்தது.

வெளியேறிய யூதர்கள்

பாலஸ்தீனத்தின் கதை இப்படியிருக்க, கி.பி.132க்குப் பிறகும் அங்கேயே தங்கிவிட்ட யூதர்கள் பற்றியும் பாலஸ்தீனத்தை விட்டு வெளியேறிய யூதர்கள் பற்றியும் இப்போது பார்ப்போம்.

கிறிஸ்துவிற்குப் பிறகு கிட்டத்தட்ட முந்நூறு ஆண்டுகளுக்கு கிறிஸ்தவ மதம் தழைக்கவில்லை. அது மட்டுமல்ல, கிறிஸ்தவர்கள் மற்றக் குடிமக்களாலும் மன்னர்களாலும் பல கொடுமைகளுக்கு ஆளாக்கப்பட்டனர். மூன்றாம் நூற்றாண்டு வரை கிறிஸ்தவர்கள் பல தொல்லைகளுக்கு ஆளாயினர். ஆனால் ரோமானிய அரசன் கான்ஸ்டான்டினின் தாய்க்குக் கனவில் ஒரு சிலுவை காட்சி அளித்ததோடு இறைவன் அவளிடம் கிறிஸ்தவ மதத்தைப் பின்பற்றும்படியும் அதைப் பரப்பும்படியும் கட்டளையிட்டார். அதன்பிறகு கிறிஸ்தவ மதத்திற்கு எதிர்ப்பு இல்லாமல் போனதோடு அது வேகமாகவும் பரவியது.

கான்ஸ்டான்டின் தன்னுடைய கடைசிக் காலத்தில் கிறிஸ்தவராக மாறினார். அவருக்குப் பின் வந்த முதல் தியோடிசியஸ் (Theodosius) கிறிஸ்தவ மதத்தை நாட்டின் அதிகாரபூர்வ மதமாக அறிவித்தது யூதர்களின் வரலாற்றில் பெரிய மாற்றமாக அமைந்தது. கிறிஸ்தவர் களின் எண்ணிக்கை அதிகரித்தது. தியோடிசியஸ் யூதர்களின் குடிமை யுரிமைகளுக்குப் பங்கம் எதுவும் விளைவிக்கவில்லை என்றாலும் கிறிஸ்தவக் குருமார்கள் யூதர்களையும் அவர்களுடைய மதத்தையும் தீவிரமாக விமர்சித்தனர். இருப்பினும், கிறிஸ்துவிற்குப் பிறகு சுமார் 600 ஆண்டுகளாக ரோமானியர்களின் பல கடவுள்களைக் கொண்ட பேகன் (Pagan) மதம்தான் கிறிஸ்தவர்களுக்கும் யூதர்களுக்கும் பொது எதிரியாக விளங்கியது. பக்கத்தில் பக்கத்தில் வாழ்ந்த அவர்களுக் கிடையே சிற்சில சச்சரவுகள் தோன்றினாலும், யூதர்களின் நலன்கள் பாதிக்கப்படவில்லை. முதல் கிரிகிரி என்னும் போப் காலத்தில் யூதர் களை வற்புறுத்திக் கிறிஸ்தவ மதத்தில் சேர்ப்பதை அவர் கண்டித்தார்.

ஆயினும் யூதர்களுக்கு அளிக்கப்பட்டு வந்த ஆதரவு தொடர்ந்து நீடிக்கவில்லை.

ஹெரக்லியஸ் என்னும் ரோமானிய அரசன் பாரசீகர்களோடு நடத்திய போரில் கி.பி. 610இல் ஜெருசலேமை இழந்த பிறகு அந்த இழப்பிற்கு யூதர்கள் பாரசீகர்களோடு சேர்ந்து செய்த சதிதான் காரணம் என்று நினைத்ததால் யூதர்களின் மதப் பழக்கவழக்கங்களை அடியோடு நிறுத்தினார். அவர்களின் பல உரிமைகள் பறிக்கப்பட்டன.

கி.பி. 132இலிருந்து பாலஸ்தீனத்தை விட்டு வெளியேறிய யூதர்கள் ஐரோப்பாவின் பல நாடுகளிலும் குடியேறினர். இவர்கள் பாலஸ்தீனத்தை விட்டு வெளியேற நேர்ந்த போதும், அவர்களுடைய இரண்டாவது கோவில் ரோமானியர்களால் கி.பி. 70இல் இடிக்கப்பட்ட போதும் இயேசுவைக் கொன்ற குற்றத்திற்காகக் கடவுள் இவர்களைத் தண்டித்தார் என்று பின்னால் வந்த சில கிறிஸ்தவ போதகர்கள் எழுதினர்.

யூத எதிர்ப்பு

இயேசுவைக் கொன்றதன் மூலம் யூதர்கள் பெரிய பாவத்தைச் செய்தவர்கள் ஆகிறார்கள் என்றும் அவர்களுடைய மதமும் வேதங்களும் உண்மையானவை அல்ல என்றும் அவர்களோடு கிறிஸ்தவர்கள் எந்த உறவும் வைத்துக்கொள்ளக் கூடாது என்றும் கிறிஸ்தவ மத போதகர்கள் கூற ஆரம்பித்தனர். இதைத்தான் யூத எதிர்ப்பு (Anti-Semitism) என்கிறார்கள். இது உலக வரலாற்றில் அன்றிலிருந்து இன்று வரை இருக்கிறது. அமெரிக்காவிலும் இது இன்றுவரை இருக்கிறது என்று சொல்லலாம். 2013இல் அமெரிக்காவில் உள்ள பல யூத நிறுவனங்களில் ஒன்றான ஏடிஎல் (Anti-Defamation League) எடுத்த அளவீட்டின்படி சுமார் 9 சதவிகித அமெரிக்கர்கள் யூத இன எதிர்ப்பாளர்கள்.

பிரான்ஸிலும் ஸ்பெயினிலும் யூதர்கள் வலுக்கட்டாயமாக நாட்டை விட்டு வெளியேற்றப்பட்டனர். ஸ்பெயினில் கி.பி. 694இல் யூதர்களுக்குக் கிறிஸ்தவ மதத்தைத் தழுவ வேண்டும் அல்லது அடிமைகளாக வாழ வேண்டும் என்ற நிலை ஏற்பட்டது. பின்னால் பல நாடுகளிலிருந்து யூதர்கள் வெளியேற்றப்பட்டதற்கு அரசியல் காரணங்கள், அந்நியர் வெறுப்பு, தங்கள் பிரச்சினைகளுக்கு அவர்களைப் பலிகடா ஆக்குவது போன்ற பல காரணங்கள் இருந்தாலும், இயேசுவைக் கொன்றவர்கள் என்ற காரணத்தால் கிறிஸ்தவர்கள் யூதர்களை வெறுத்ததுதான் முதன்மைக் காரணம்.

வரலாற்றின் இடைக் காலமான 600-1500இல் யூதர்கள் அவர்கள் குடியேறிய பல நாடுகளிலிருந்து வெளியேற்றப்பட்டனர்; கிறிஸ்தவ

போப்கள் பலர் அவர்கள்மீது அவதூறுகளைக் கிளப்பினர். பல யூதர்கள் மருத்துவத்தில் சிறந்து விளங்கினர். நோய்கள் மனிதர்கள் செய்த தவறுகளால் வருபவை, மத குருமார்களிடம் சென்றுதான் அவற்றுக்குத் தீர்வு காண வேண்டும் என்றும் யூத மருத்துவர்களிடம் வைத்தியம் செய்துகொள்ள வேண்டாம் என்றும் கிறிஸ்தவ போப்புகள் மக்களிடம் கூறினர். யூதர்கள் வணிகம், தொழில் ஆகியவற்றிலும் சிறந்து விளங்கினர். அதிலிருந்தும் இவர்கள் விலக்கிவைக்கப்பட்டதால் யூதர்கள் வட்டிக்குக் கடன் கொடுக்கும் பழக்கத்தை ஆரம்பித்தனர். அதிக வட்டி வசூலிக்கிறார்கள் என்னும் குற்றமும் யூதர்கள் மேல் சுமத்தப்பட்டது. (அதிக வட்டி வாங்கும் பழக்கம் யூதர்களிடம் முன்பே இருந்ததால் இயேசு அவர்களைக் கண்டித்திருக்கிறார்.)

ஏழாம் நூற்றாண்டில் முஹம்மது நபி, இஸ்லாம் மதத்தைத் தோற்று வித்த பிறகு முஸ்லிம் அரசர்கள் பாலஸ்தீனத்தைப் பிடித்துக்கொண்டனர். அவர்களை வென்று பாலஸ்தீனத்தை மீட்கச்சென்ற பல ஐரோப்பிய நாடுகளிலிருந்து வந்த சிலுவைப் போராளிகள் (crusaders - கிறிஸ்தவ மதத்தைக் காப்பாற்ற வந்தவர்கள்) வழியில் இருந்த யூதர்களுக்கும் நிறையத் தீமைகள் விளைவித்தனர். முஸ்லிம் அரசர்களின் ஆதிக்கத்தில் இருந்தபோது ஸ்பெயின் அரசு யூதர்களுக்கும் கிறிஸ்தவர்களுக்கும் அதிக வரி விதித்தது என்றாலும் யூதர்களை பலவந்தமாக மதம் மாறச் சொல்லவில்லை. ஆனால் மறுபடி கிறிஸ்தவர்கள் ஸ்பெயினில் ஆட்சி யைப் பிடித்த பிறகு யூதர்கள் மீது கி.பி. 1265இல் மத விசாரணையை (Inquisition) ஆரம்பித்தனர். கிறிஸ்தவ மதத்திற்கு மாறிய யூதர்களின் வாரிசுகளில் பலர் மத போதகர்களாக, துறவிகளாக ஆனபோதிலும் விசாரணை அவர்களையும் விட்டுவைக்கவில்லை; அவர்கள் உண்மை யிலேயே மதம் மாறிவிட்டார்களா என்று பரிசோதித்தனர். 1492இல் போப் வெளியிட்ட ஆணை, கிறிஸ்தவர்கள் அல்லாத முஸ்லிம்களும் யூதர்களும் அவர்கள் கிறிஸ்தவ மதத்திற்கு மாறாவிட்டால் நாட்டை விட்டுக் கடத்தப்பட வேண்டும் என்று அறிவித்தது. (இதே போப்தான் ஸ்பெயின் அரசியால் அமெரிக்கக் கண்டத்திற்கு அனுப்பப்பட்ட கொலம்பஸ் செல்லும் இடங்களில் கிறிஸ்தவரல்லாதவர்களைச் சந்தித்தால் அவர்களை என்ன வேண்டுமானாலும் செய்யலாம் என்றும் அவர்களின் சொத்துக்களை அபகரித்துக்கொள்ளலாம் என்றும் அனுமதி கொடுத்தார். இப்படி போப்பின் 'ஆசீர்வாத'த்தைப் பெற்ற கொலம்பஸும் அவரைப் பின்பற்றிச் சென்றவர்களும் அமெரிக்கக் கண்டங்களில் பல பழங்குடி மக்களைக் கொன்று குவித்தனர்.)

பதினான்காம், பதினைந்தாம் நூற்றாண்டுகளில் ஜெர்மனியிலும் யூதர்கள் பல கொடுமைகளுக்கு ஆளாயினர். பலர் இந்தக்

கொடுமைகளிலிருந்து தப்பிக்க போலந்து போன்ற நாடுகளுக்குச் சென்றனர். போலந்தில் யூதர்களின் வணிகத் திறமையைக் கற்றுக் கொள்வதற்காகப் பல செல்வந்தர்கள் இவர்களை ஆதரித்தனர். யூதர்கள் அங்கு அவர்களுடைய கல்வி நிறுவனங்களை நிறுவினர். ஆனால் மறுபடி பதினேழாம் நூற்றாண்டில் கத்தோலிக்கக் கிறிஸ்தவ மதத்தில் கொண்டு வரப்பட்ட சீர்திருத்தங்களினால் யூதர்கள் பாதிக்கப் பட்டனர்.

பதினாறாம் நூற்றாண்டில் ஜெர்மனியில் வாழ்ந்த, புராடஸ்டென்ட் கிறிஸ்தவப் பிரிவைத் தோற்றுவித்த மார்ட்டின் லூதர் யூதர்களைப் பற்றிப் படித்திருந்ததால் 'இயேசு ஒரு யூதராகப் பிறந்தார்' என்னும் நூலை எழுதி யூதர்களைக் கிறிஸ்தவ மதத்திற்கு இழுக்கலாம் என்று நினைத்தார். ஆனால் அப்படி நடக்காததால் யூதர்களையும் அவர்கள் மதத்தையும் தூற்ற ஆரம்பித்ததோடு வங்கித் தொழில், வணிகம் ஆகியவற்றிலிருந்து யூதர்கள் நீக்கப்பட வேண்டும் என்றும், முடிவாக பிரான்ஸ், ஸ்பெயின் போன்ற நாடுகளிலிருந்து அவர்கள் வெளியேற்றப் பட்டதைப் போல் ஜெர்மனியிலிருந்தும் வெளியேற்றப்பட வேண்டும் என்றும் பிரச்சாரம் செய்தார்.

ரஷ்யப் பேரரசி கேத்தரின் (பதினெட்டாம் நூற்றாண்டு) பத்து லட்சம் யூதர்களை ரஷ்யாவில் குடியேற அனுமதித்தார். அரசி இவர் களுக்கு ஆதரவு அளித்தாலும் அவர்களை மண்ணில் பாடுபடும் விவசாயிகளாகவே அனுமதித்திருந்தார். யூதர்களைத் தொழில்களில் அனுமதிக்கவில்லை. இவருக்குப் பின் வந்த முதலாம் அலெக்ஸாண்டர், முதலாம் நிக்கலஸ் காலத்தில் யூதப் பையன்கள் பன்னிரண்டு வயது முதல் இருபத்தைந்து வயது வரை இராணுவத்தில் பணிபுரிய வேண்டிய கட்டாயத்திற்கு உள்ளாக்கப்பட்டனர். யூதர்களுக்குப் பாதுகாப்பில்லாமல் இருந்ததால், பெரிய வெள்ளி போன்ற நாட் களில் (அன்றுதான் இயேசு சிலுவையில் அறையப்பட்டதைக் கிறிஸ்த வர்கள் நினைவுகூருவார்கள்) தங்களுக்குக் கிறிஸ்தவர்கள் தீங்கு விளைவிக்கலாம் என்பதால் யூதர்கள் வெளியே வராமல் வீட்டிலேயே அடைந்து கிடந்தனர்.

யூதப் படுகொலை

பல நாடுகளில் யூதர்கள் தங்கள் திறமையினால் செல்வந்தர்களாகவும் அரசியலில் அதிகாரம் உள்ளவர்களாகவும் விளங்கினாலும் அவர் களுடைய இந்த வாழ்க்கை வெற்றியே மற்றவர்களுக்கு அவர்கள் மேல் பொறாமையையும் வெறுப்பையும் உண்டாக்கியது. மேலும் யூதர்கள்

தாங்கள் மற்றவர்களைவிட உயர்ந்தவர்கள் என்ற எண்ணத்தையும் எப்போதும் கொண்டிருந்தனர். பல நாடுகளில் மற்றவர்களிடமிருந்து தனித்தே வாழ்ந்திருக்கிறார்கள். குடியேறிய எல்லா இடங்களிலும் அந்தந்தச் சமுதாயங்களோடு அவர்களால் இணைய முடியவில்லை. இதனாலோ என்னவோ அந்தச் சமுதாய மக்களும் இவர்களைச் சரியாக நடத்தவில்லை. தங்கள் யூத மதத்தையும் அதன் கோட்பாடுகளையும் இவர்களுடைய மதத் தலைவர்கள் தவறாமல் கடைப்பிடித்திருக்கிறார்கள். குடியேறிய நாடுகளில் பேசப்பட்ட மொழிகளைக் கற்றுக்கொண்டாலும் மதச் சடங்குகளில் தங்கள் மொழியான ஹீப்ருவைத் தொடர்ந்து பயன்படுத்தியிருக்கிறார்கள். ஜெர்மனியில்தான் யூதர்களின் எண்ணிக்கை மற்ற எல்லா நாடுகளையும் விட அதிக அளவில் இருந்தது. இங்கு ஜெர்மன் மொழியும் ஹீப்ரு மொழியும் கலந்து உருவாகிய யிட்டிஷ் (Yiddish) மொழியைப் பேசினர்.

ரஷ்யா, போலந்து, ஃபிரான்ஸ், ஸ்பெயின் என்று பல நாடுகளிலும் யூதர்கள் பல இன்னல்களுக்கு ஆளாக்கப்பட்டாலும் ஜெர்மனியில் கத்தோலிக்க கிறிஸ்தவப் பிரிவைச் சேர்ந்த ஹிட்லர் இவர்களை லட்சக் கணக்கில் கொன்று குவித்தது ஐரோப்பாவில் இருந்த யூத எதிர்ப்பின் உச்சக் கட்டம் எனலாம். அண்மையில் நியூ யார்க் டைம்ஸ் பத்திரிகை யில் வெளிவந்த ஒரு கட்டுரை ஹோலகாஸ்ட் (Holocaust) என்று அழைக்கப்படும், ஹிட்லர் நடத்திய யூதர்களின் படுகொலையைத் தொடர்ந்து தப்பிய யூதர்கள் ஜெர்மனியை விட்டு அகதிகளாக ஓடிவராமல் இருந்திருந்தால் இஸ்ரேல் என்ற நாடே உருவாகியிருக்காது என்று கூறுகிறது. இது முழுவதும் சரியில்லை. யூதப் படுகொலை நடப்பதற்கு முன்பே ஐரோப்பாவின் பல நாடுகளிலும் வாழ்ந்த யூதர்கள் பதினெட்டாம் நூற்றாண்டிலிருந்தே தங்களுக்கென்று ஒரு தனி நாடு வேண்டும் என்றும் தங்களுக்கென்று ஒரு நாடு இருந்தால் தான் தங்களுடைய நலன்களைக் காத்துக்கொள்ள முடியும் என்று நினைக்க ஆரம்பித்திருந்தார்கள். மேலும் அந்தத் தனி நாடு தங்களின் புண்ணிய பூமியான பாலஸ்தீனத்தில் அமைய வேண்டும் என்றும் அப்போதிலிருந்தே கேட்டுக்கொண்டிருந்தார்கள்.

யூதர்கள் முதலிலிருந்தே – அதாவது பல ஆயிரம் ஆண்டுகளாகவே – தாங்கள் எல்லோரையும் தங்களுடைய பழைய சொந்த நாடான பாலஸ்தீனத்தில் ஒன்று சேர்த்துப் பின் இறைவனிடம் கூட்டிச் செல்ல கடவுளின் தூதர் ஒருவர் வருவார் என்று காத்திருந்தார்கள். இருந்தாலும் ஐரோப்பாவில் நிலவிய யூத எதிர்ப்பு கடவுளின் தூதர் வருவதற்காகக் காத்திருப்பதைவிட தாங்களாக முயன்று தங்களுக்கென்று தனி நாடு ஒன்றை உருவாக்கிக்கொள்ள வேண்டும் என்ற எண்ணத்தை

இவர்களிடம் தோற்றுவித்தது. மேலும் அந்த நாடு அவர்களின் பழைய புண்ணியத் தலமான பாலஸ்தீனமாக இருக்க வேண்டும் என்றும் விரும்பினர். இவர்கள் அங்கு வாழ்ந்து பல நூற்றாண்டுகள் ஆகிவிட்டன என்பதையும் அங்கு இப்போது வேறு இன மக்கள் வாழ்ந்துகொண்டிருக்கலாம் என்பதையும் துரதிருஷ்டவசமாக (தங்களின் வசதிக்காக) அவர்கள் மறந்துவிட்டிருந்தனர். இவர்களின் இந்த ஆசையின் (பேராசை என்றுகூடச் சொல்லலாம்) விளைவே இப்போதைய பாலஸ்தீன-இஸ்ரேல் பிரச்சினைக்கு வித்து என்று கூறலாம்.

தொகுப்பு

இந்த வரலாறு பழைய பாலஸ்தீனத்தில் யூதர்களோடு பல இன மக்கள் இருந்தனர் என்பதையும் அவர்களுக்கிடையே கலப்பு நிகழ்ந்தது என்பதையும் பாலஸ்தீனத்தில் பல படையெடுப்புகளும் இடப்பெயர்வுகளும் நடந்தன என்பதையும் பாலஸ்தீனத்திலேயே தொடர்ந்து இருந்த யூதர்கள் சுமார் 400 ஆண்டுகள் மட்டுமே தங்களுக்கான சுயாட்சியில், தங்களின் அரசரின் கீழ் வாழ்ந்தனர் என்பதும் புலனாகும். கி.பி. 132இல் இவர்களை ஆண்ட ரோமானியர்களை எதிர்த்து யூதர்கள் செய்த கிளர்ச்சியில் அவர்கள் தோற்ற பிறகு பாலஸ்தீனத்தை விட்டு வெளியேறிப் பல இடங்களுக்கும் புலம்பெயர்ந்தனர். இவர்கள் புலம்பெயர்ந்த இடங்களில் அந்தச் சமூகங்களோடு சரியாக ஒன்றுபட்டு இணையவில்லை. அதனால் அந்தச் சமூகங்களும் இவர்களைச் சேர்த்துக்கொள்ளவில்லை. பல இடங்களில் கிறிஸ்தவர்கள் இயேசுவைக் கொன்றவர்கள் என்ற முறையில் இவர்களை வெறுத்தனர்; இவர்களுக்குப் பல இடையூறுகள் விளைவித்தனர். பதினெட்டாம் நூற்றாண்டு வரை தங்களுக்குத் தனி நாடு வேண்டும் என்ற எண்ணம் இல்லாமல் இருந்த யூதர்கள் அதன் பிறகு தங்களுக்குத் தனி நாடு வேண்டும் என்று தீர்மானித்து அதைத் தீவிரமாகச் செயல்படுத்துவதில் இறங்கினர். அந்தத் தனி நாடு தாங்கள் இரண்டாயிரம் ஆண்டுகளுக்கு முன் வாழ்ந்த பாலஸ்தீனமாக இருக்க வேண்டும் என்று விரும்பி அங்கு பல நூற்றாண்டுகளாக வாழ்ந்துவந்த அரேபியர்களைப் பற்றிச் சிறிதும் கவலைப்படாமல் பாலஸ்தீனத்திற்குள் மெதுவாகக் குடியேறினர். அங்கு வாழ்ந்துவந்த அரேபியர்களையும் அங்கிருந்து வெளியேற்ற முயன்றனர்.

3

இஸ்ரேல் உருவான கதை

சொந்த நாடு

யூதர்களுக்குத் தனி நாடு வேண்டும் என்று எண்ணியவர்களில் யெஹூதா ஹை அல்கலை (Yehuda hai Alkalai) என்பவரும் ஒருவர். இவர் கி.பி. 1798இல் போஸ்னியாவில் உள்ள சரயேவோவில் (Sarajevo) யூத மத போதகர் (Rabbi) ஒருவரின் மகனாகப் பிறந்தார். சிறு வயதில் பாலஸ்தீனத்தில் வளர்ந்தபோது (யூத மதக் கல்வியைக் கற்றுக்கொள்ளும் பொருட்டு பாலஸ்தீனத்திற்கு வந்துகொண்டிருந்த யூதர்களில் இவரும் ஒருவர்) யூத மத போதகர்களின் கருத்துக்களின் தாக்கத்திற்கு உள்ளானார். கி.பி. 1825இல் செர்பியாவில் யூத மத போதகராக வேலை பார்த்தார். கி.பி. 1834இல் இவர் எழுதிய புத்தகத்தில், அதுவரை யூத மதத்தினர் கடவுளின் தூதர் வந்து தங்களைத் தங்களுடைய புண்ணிய தலத்திற்கு அழைத்துச் செல்வார் என்று எண்ணியிருந்ததற்கு மாறாக, இவர் பாலஸ்தீனத்தில் யூதர்களின் குடியிருப்புகளை அமைக்க வேண்டும் என்ற கருத்தைத் தெரிவித்தார்.

கி.பி. 1840இல் இப்போதைய சிரியாவின் தலைநகரான டமாஸ்கஸில் (அப்போது அது ஓட்டோமான் பேரரசில் இருந்தது. பதினாறாம் நூற்றாண்டிலிருந்து இருபதாம் நூற்றாண்டின் ஆரம்பம் வரை ஆட்சி நடத்திய ஓட்டோமான் பேரரசு இப்போதைய துருக்கி, சிரியா, லெபனான், ஈராக், இஸ்ரேல், பாலஸ்தீனம், எகிப்து, ஏமன் ஆகிய நாடுகளை உள்ளடக்கியிருந்தது) குழந்தைகளின் இரத்தத்தை மதச் சடங்குகளுக்கு பயன்படுத்துகிறார்கள் என்று யூதர்களின் மீது குற்றம் சுமத்தப்பட்ட போது தங்களுக்கென்று ஒரு சொந்த நாடு வேண்டும், அங்குதான் அவர்களுக்குப் பாதுகாப்பு என்ற முடிவிற்கு வந்து, யூதர்கள் தங்களுடைய மீட்சிப் பணியில் தாங்களே ஈடுபட வேண்டும் என்று வலியுறுத்தி அல்கலை பல சிறிய புத்தகங்களும் அறிக்கைகளும் வெளியிட்டார். கடவுளின் தூதர் வருவதற்கு முன்பே யூதர்கள் தங்கள் புனித நாட்டில் வாழ்ந்து அவரை வரவேற்க வேண்டும்

என்று அறிவுறுத்தினார். தூதரை அனுப்பிவைப்பது இறைவனின் செயல் என்றாலும், மனிதர்களின் உழைப்பும் விடாமுயற்சியும் தேவை என்று எடுத்துரைத்தார். ஹீப்ரூ ஒரு புனித மொழி, அதை மதச் சடங்கு களுக்கு மட்டுமே பயன்படுத்த வேண்டும் என்று மதபோதகர் களிடையே நிலவி வந்த எண்ணத்தையும் மாற்றினார். பல நாடுகளில் பல மொழிகள் பேசி வந்த யூதர்கள் எல்லோரும் ஒன்றுபட வேண்டு மென்றால் எல்லோரும் ஹீப்ரூ மொழியைக் கற்க வேண்டும் என்றும் அது தினசரி வாழ்க்கையில் பயன்படுத்தப்பட வேண்டும் என்றும் கூறினார். யூதர்களின் மீட்சி நிறைவுற வேண்டுமென்றால் எல்லா நாட்டிலுள்ள யூதர்களும் தங்களுக்குள் தலைவர்களைத் தேர்ந்தெடுத்துக் கொண்டு, தாங்கள் வாழ்ந்துவரும் நாடுகளைவிட்டு வந்து, புனித நாட்டில் குடியேற வேண்டும், அங்கு இந்தத் தலைவர்கள் மூலம் தங்களைத் தாங்களே ஆண்டுகொள்ள வேண்டும் என்று போதித்தார்.

பாலஸ்தீனத்தில் யூதர் தேசிய இனத்தை நிறுவுவதற்கான இவருடைய இயக்கம்தான் ஆங்கிலத்தில் ஸியோனிஸம் (Zionism) என்று அழைக்கப் படுகிறது. இதைத் தமிழில் யூத இனவாத இயக்கம் அல்லது யூத இனப் புனர்வாழ்வு இயக்கம் எனலாம். இந்த இனவாதத்தைச் சேர்ந்தவர்கள் யூதர்களுக்குத் தனி நாடு வேண்டும் என்பதைத் தங்கள் கொள்கை யாகக் கொண்டிருந்தனர்.

ஸியோனிஸ முன்னோடித் தலைவர்கள்

அல்கலையை அடுத்து போலந்து நாட்டில் மத போதகராக இருந்த ஸ்வி ஹர்ஷ் கலிச்செர் (Zwi Hirsh Kalischer) பாலஸ்தீனத்தில் யூதர்கள் குடியேற வேண்டிய அவசியத்தை வலியுறுத்தினார். யூதர்களின் மீட்சி திடீரென்று நிகழக்கூடிய தெய்வீக அற்புதம் அல்லவென்றும், கொடைப் பண்பு உடையவர்களின் ஆதரவாலும் உலகின் எல்லா நாடுகளிலுமுள்ள எல்லா யூதர்களும் தங்கள் புனித நாட்டில் சேருவதை ஆதரிப்பதாலும் மட்டுமே நிகழக்கூடியது என்றும் கூறினார். யூதர்களின் புனித இடமான பாலஸ்தீனத்தில் யூதர்கள் குடியேறி அங்கு விளைநிலங் களையும் முந்திரித் தோட்டங்களையும் விலைக்கு வாங்கி அவற்றில் பயிரிடுவதன் மூலம் அங்கு இருக்கும் ஏழ்மையில் வாழும் யூதர்களுக்கு உதவ வேண்டும் என்றார். யூதர்கள் ஒரு தனி நாட்டில் கூடி வாழ வேண்டும் என்பதும், அந்தத் தனி நாடு யூதர்கள் தங்கள் புனித இடமாகக் கருதும் பாலஸ்தீனமாக இருக்க வேண்டும் என்பதும் இவருடைய அடிப்படைக் கொள்கை.

இவரை அடுத்து யூதர்களுக்குத் தனி நாடு அமைப்பதில் தீவிரமாக இருந்தவர் லேட்வியாவில் 1865இல் பிறந்த ஆபிரஹாம் ஐஸக் குக்

(Abraham Isaac Kook) என்பவர். பாலஸ்தீனத்தை விட்டுச் சென்ற யூதர்கள் தாங்கள் வாழும் நாடுகளில் யூத மதத்தைக் கடைப்பிடித்து வந்தாலும், தங்கள் புனித இடமான பாலஸ்தீனத்தில் வாழ்ந்தால்தான் யூத மதத்திற்கே உரிய சிறப்புத் தன்மையை இழக்காமல் இருக்க முடியும் என்றும், அதற்குப் பாலஸ்தீனத்தில் அவர்களுக்கென்று ஒரு நாட்டை உருவாக்க வேண்டும் என்றும் கூறினார். இப்படி உருவாக்கப் படும் நாட்டில்தான் யூதர்கள் தங்களுடைய பழைய கலாச்சார, மதக் கோட்பாடுகளை முழுமையாகக் கடைப்பிடிக்க முடியும் என்றும் இவர் அறிவுறுத்தினார்.

மதச்சார்பற்ற யூத தேசியம்

இவர்களுக்குப் பின்னால், மதச்சார்பற்ற யூதர்களும், யூதர்கள் ஒரு இனம் என்ற அடிப்படையில், யூதர்களுக்கென்று தனி நாடு வேண்டும் என்பதில் குறியாக இருந்தனர். யூத மத சநாதனக் கொள்கைகளையும் சடங்குகளையும் ஏற்றுக்கொள்ளாமல் யூதர்களின் கலாச்சாரத்திற்கு முக்கியத்துவம் கொடுப்பவர்களை மதச்சார்பற்ற யூதர்கள் என்பார்கள். எல்லா யூதர்களும் பாலஸ்தீனத்தில் கூடி வாழ முடியவில்லை யென்றாலும், யூதர்களுக்கென்று இருக்கும் நாட்டில் அங்கு போக விரும்புபவர்கள் போய்வர வசதி வேண்டும் என்று இவர்கள் நினைத் தனர். இப்போதும் அமெரிக்காவில் குடியேறியிருக்கும் யூதர்கள் தங்கள் வாழ்க்கையில் அடிக்கடி அங்கு போய்வர வேண்டும் என்று நினைக்கின்றனர். இந்தியாவில் இந்துக்களில் பலர் காசி, இராமேஸ்வரம் போன்ற புண்ணிய தலங்களைத் தரிசிக்க வேண்டும் என்று நினைப்பது போல்தான் இதுவும். எங்கள் அமெரிக்க யூத நண்பர் ஒருவர் 'ஆண்டிற்கு ஒரு முறையாவது நான் அங்கு போக விரும்புகிறேன்' என்பார்.

ஹெர்ஸலின் தலைமை

மதச்சார்பற்ற யூத தேசிய இனத்தை நிறுவுவதற்கான இயக்கத்தை ஆரம்பித்தவர்களுள் தியோடர் ஹெர்ஸல் (Theodor Herzl) என்பவர் முதன்மையானவர். 1860இல் ஹங்கேரியிலுள்ள புடாபெஸ்ட் என்னும் ஊரில் பெரிய செல்வந்தரின் மகனாகப் பிறந்த இவர், புடாபெஸ்ட்டில் பள்ளிப் படிப்பை முடித்துக்கொண்டு வியன்னாவிற்குச் சென்று அங்குள்ள பல்கலைக்கழகத்தில் முனைவர் பட்டம் பெற்றார். பின் ஆஸ்ட்ரியாவின் பத்திரிகை ஒன்றிற்கு பாரீஸ் செய்தியாளராக வேலைபார்த்தபோது ஆல்ப்ரெட் ட்ரைஃபஸ் (Alfred Dreyfus) என்னும் பிரெஞ்சு நாட்டு யூதருக்கு இழைக்கப்பட்ட ஓர் அநீதி ஹெர்ஸலின் வாழ்க்கையையே முற்றிலும் மாற்றிவிட்டது. ட்ரைஃபஸ் பிரெஞ்சு

இராணுவத்தில் வேலைபார்த்தபோது ஜெர்மனிக்காக உளவு பார்த்ததாகக் குற்றம் சாட்டப்பட்டு, இராணுவ மரியாதை எல்லாம் பறிக்கப்பட்டு, ஒரு தீவில் சிறைவைக்கப்பட்டார். ஏற்கனவே யூத எதிர்ப்பைத் தன்னுடைய வாழ்க்கையில் அனுபவித்திருந்தாலும், அது ஒரு தனி மனிதனுடைய வாழ்க்கை அனுபவம் என்று நினைத்திருந்த ஹெர்ஸல், இப்போது யூதர் என்பதற்காக ட்ரைஃபஸுக்கு அந்த அநீதி இழைக்கப்பட்டதாக உணர்ந்தார். அன்றிலிருந்து யூத எதிர்ப்பு என்பது மத எதிர்ப்பு மட்டுமல்ல, இன எதிர்ப்பும் என்று நினைத்தார். அதிலும் நவீன, கலாச்சார மேம்பாடுடைய, நாகரிகம் மிகுந்த பிரான்ஸில் அந்தச் சம்பவம் நடந்தது அவரை மிகவும் பாதித்தது. (பின்னால் அதே ட்ரைபஸுக்கு நீதி வழங்கப்பட்டு அவர் மீண்டும் இராணுவத்தில் பழைய மரியாதைகளோடு சேர்த்துக்கொள்ளப்பட்டார்.)

ஹெர்ஸலுக்கு முன்பே பல யூதர்கள் தங்களுக்கென்று தனி நாடு வேண்டும் என்று முயன்றிருந்த போதிலும், இவர் அதற்கான காரியங்களில் தீவிரமாக ஈடுபடத் தொடங்கினார். தனக்கு உதவும்படி பெல்ஜியத்தில் உள்ள ஒரு பெரிய பணக்கார யூதரை அணுகினார். அவர் நிறையப் பணம் செலவழித்து சில யூதர்களை அர்ஜென்டைனாவில் குடியேற்றியிருந்தார். 'யூதர்கள் விவசாயத்தில் சிறந்தவர்கள்; அவர்கள் அங்கு அதில் சிறந்து விளங்கினால் ரஷ்யாவிற்குக்கூட அவர்கள் குடிபெயரலாம்; அவர்களை எல்லோரும் விரும்பி ஏற்றுக்கொள்வார்கள்; இப்போதே அவசரப்படுவது அவ்வளவு சரியல்ல' என்று அவர் கூறிவிட்டார். இன்னும் சில பணக்கார யூதர்களும் இதே மாதிரி ஹெர்ஸலுக்கு உதவ ஆர்வம் காட்டாததால், பல நாடுகளில் வசிக்கும் யூதர்களையெல்லாம் ஒன்றுகூட்ட ஒரு மாநாடு நடத்துவதென்று முடிவுசெய்து, கி.பி. 1897இல் ஸ்விட்சர்லாந்திலுள்ள பேஸல் (Basle) என்னும் ஊரில் ஒரு மாநாட்டைக் கூட்டினார். இதற்கு இருபத்து நான்கு நாடுகளிலிருந்து ஆண்களும் பெண்களுமாக இருநூறுக்கும் மேற்பட்ட யூதர்கள் வந்திருந்தனர். யூத நாடு அமைப்பதன் மூலம்தான் யூத இனத்தையும் அவர்களின் மதத்தையும் எதிர்காலத்தில் காப்பாற்ற முடியும் என்று அந்த மாநாட்டில் அறிவுறுத்தப்பட்டது. அதன் பிறகு நடந்த மாநாடுகளில் நிறையப் பேர் அவருடைய இயக்கத்தில் உறுப்பினர்களாகச் சேர்ந்தனர்.

ஓட்டோமான் பேரரசின் நிலை

ஹெர்ஸல் பல நாடுகளிலிருந்தும் யூதர்களைப் பாலஸ்தீனத்தில் குடியேற்ற முயன்றுகொண்டிருந்தபோது பாலஸ்தீனம் ஓட்டோமான் பேரரசின் அரசராகிய சுல்தான் ஆளுகையில் இருந்தது. மத்தியதரைக்

கடலின் கிழக்குப் பகுதிக்கும் ஜோர்டான் நதியின் மேற்குப் பகுதிக்கும் இடையே இருந்த பகுதி பாலஸ்தீனம் என்று அழைக்கப்பட்டது. பாலஸ்தீனத்தில் உள்ள ஜெருசலேம் நகரம் மட்டும் அதன் வரலாற்று முக்கியத்துவம் கருதி ஓட்டோமான் அரசின் நேரடிக் கண்காணிப்பில் இருந்தது. பாலஸ்தீனமும் அதை ஒட்டியிருந்த சிரியாவும் ஓட்டோமான் அரசால் அந்தப் பகுதி மக்களைப் பதவியில் வைத்து ஆளப்பட்டன. அந்த இடத்தில் காலனி ஆதிக்கம் செலுத்தவோ அங்கு பிறரைக் குடியேற்றவோ ஓட்டோமான் பேரரசு முயலவில்லை. அதிக வளமற்ற பகுதியாக அது விளங்கியது. அதன் வளர்ச்சிக்காக ஓட்டோமான் அரசும் எதுவும் செய்யவில்லை. ஓட்டோமான் பேரரசின் பொருளாதாரம் வீழ்ச்சி அடையத் தொடங்கியதும் பாலஸ்தீனத்தின் நிலை இன்னும் நலியத் தொடங்கியது. கடற்கரையை ஒட்டிய சமவெளிப் பகுதி செழிப்பானதாக இருந்தது. அங்கு விவசாயம் சிறந்து விளங்கியது. அப்போது சமூகத்தில் நிலப்பிரபுத்துவ முறை விளங்கியதால் விவசாய நிலங்களின் பெரும் பகுதி பல நிலச்சுவான்தார்களின் கைகளில் இருந்தது. ஏழை விவசாயிகளும் பாட்டாளி மக்களும் நிலத்தில் பாடு பட்டனர். பணம் படைத்த நிலச்சுவான்தார்களும் அரசு அதிகாரிகளும் வணிகர்களும் ஜெருசலேம் போன்ற நகரங்களில் வசித்து வந்தனர். வறண்ட நிலப் பகுதிகளில் பதாயின் இன மக்கள் ஆடு, மாடுகளை வளர்த்து ஜீவனம் நடத்திவந்தனர்.

அப்போது பாலஸ்தீனத்தில் இருந்த மக்கள்தொகையில் பத்து சதவிகிதம் கிறிஸ்தவர்கள்; நான்கு சதவிகிதம் யூதர்கள்; மீதிப் பேர் முஸ்லிம்கள். இந்த மூன்று மதத்தினரும் தங்கள் தங்கள் மதக் கொள்கைகளின்படி தங்கள் தனிப்பட்ட வாழ்க்கையை அமைத்துக் கொள்ளலாம் என்று ஓட்டோமான் அரசு சட்டம் வகுத்திருந்தது. குடிமக்களுக்குரிய பொதுச் சட்டங்களை ஃபிரெஞ்சு நாட்டின் சட்டங்களின் அடிப்படையில் ஓட்டோமான் அரசு வகுத்திருந்தது. மூன்று மதத்தினரும் நல்லிணக்கத்தோடு வாழ்ந்து வந்தனர்.

1800களின் தொடக்கத்தில் நெப்போலியன் பாலஸ்தீனத்தில் வாழ்ந்து வந்த யூதர்களிடம் பாலஸ்தீனத்தை வெல்வதற்கு யூதர்கள் துணை புரிந்தால் ஜெருசலேமில் அவர்களுடைய கோவிலைக் கட்டு வதற்கு உதவுவதாக வாக்களித்தான். ஆனால் யூதர்கள் அதற்கு ஒத்துக் கொள்ளவில்லை. அப்படி அவர்கள் உதவியிருந்தாலும் நெப்போலியன் தன் வாக்கைக் காப்பாற்றியிருப்பானா என்பது சந்தேகமே. ஏனெனில் மாம்லக் (Mamluks) அரசர்களிடமிருந்து எகிப்து மக்களைக் காப்பாற்று வதாகக் கொடுத்த வாக்கை அவன் நிறைவேற்றவில்லை. ஆனால் நெப்போலியன் மத்திய கிழக்கில் நுழைந்ததிலிருந்து மத்திய

கிழக்கில் தங்கள் ஆட்சியை நிலைநாட்டுவது பற்றி பிரான்சுக்கும் பிரிட்டனுக்கும் இடையே போட்டி ஏற்பட ஆரம்பித்தது.

ஐரோப்பியர்களின் தலையீடு

கி.பி. 1833இல் எகிப்தின் ஆளுநராக இருந்த முஹம்மது அலீ சிரியாவையும் பாலஸ்தீனத்தையும் பிடித்துக்கொண்டார். கி.பி. 1840இல் ஒட்டோமான் அரசு அவற்றைத் திரும்பப்பெற பிரிட்டன் உதவியது. அப்போதிலிருந்து ஐரோப்பியர்கள் பாலஸ்தீனத்திற்குள் வர ஆரம்பித்தனர். எகிப்தின் ஆளுகையில் இருந்த அந்தக் குறுகிய காலத்தில் பாலஸ்தீனத்தில் ஐரோப்பியர்களின் தாக்கம் ஏற்பட ஆரம்பித்தது. ரஷ்யாவின் ஜார் மன்னரின் உதவியால் கிரேக்க கிறிஸ்தவ சநாதனத் திருச்சபை (Greek Orthodox Church) பாலஸ்தீனத்தில் செயல்படத் தொடங்கியது. ஜார் மன்னர் ஜெருசலேமில் நிறைய நிலங்களை வாங்கிப் போட்டார். அமெரிக்காவுக்கு பாலஸ்தீனத்தில் எந்த அரசியல் கனவுகளும் இல்லை என்றாலும் மிஷினரி வேலையைத் தொடங்கியது. 1838இலேயே பிரிட்டன் தன் தூதரகம் ஒன்றை ஜெருசலேமில் தொடங்கியது. வெளிநாட்டினரின் தாக்கத்தால் சிரியாவிலும் பாலஸ்தீனத்திலும் பத்தொன்பதாம் நூற்றாண்டிலும் இருபதாம் நூற்றாண்டின் ஆரம்பத்திலும் நிறையப் பொருளாதார, சமூக மாற்றங்கள் தோன்றத் தொடங்கின. பருத்தி, கோதுமை, ஆலிவ் எண்ணெய், ஆரஞ்சுப் பழங்கள் ஆகியவற்றை ஏற்றுமதி செய்ததின் மூலமும் மேலைநாடு களில் தொழிற்சாலைகளில் உற்பத்தியான பொருள்களை இறக்குமதி செய்ததன் மூலமும் பாலஸ்தீனமும் சிரியாவும் உலகச் சந்தையில் பங்குகொள்ளத் தொடங்கின.

பத்தொன்பதாம் நூற்றாண்டு முழுவதும் யூதர்கள் பாலஸ்தீனத் திற்குள் குடியேறிக்கொண்டிருந்தனர். 1867இல் ஒட்டோமான் அரசு இயற்றிய சட்டப்படி வெளிநாட்டினரும் ஒட்டோமான் அரசில் நிலங்கள் வாங்கலாம் என்ற நிலை ஏற்பட்டது. இதைப் பயன்படுத்திக்கொண்டு யூதர்கள் பலர் பாலஸ்தீனத்தில் நிலங்களை வாங்கிப் போட்டனர். யூதர்கள் இப்படிப் பாலஸ்தீனத்தில் குடியேறுவதற்கு 1891இல் முதல் முதலாக எதிர்ப்பு எழுந்தது. அப்படி எதிர்ப்புக் குரல் எழுப்பியவர்களில் அங்கு வாழ்ந்த கிறிஸ்தவர்களும் முதன்மையானவர்கள்.

ஹெர்ஸலின் முயற்சிகள்

இந்தச் சமயத்தில்தான் எப்படியாவது சுல்தானைச் சந்தித்து பாலஸ்தீனத்தில் யூதர்களைஅதிக அளவில் குடியேற்றுவதற்கு ஓர் ஒப்பந்தத்தை (charter) வாங்கிவிட வேண்டும் என்று ஹெர்ஸல் பல நடுவர்களின் வழி

முயன்றார். ரஷ்யாவில் நிலைபெற்றிருந்த ரஷ்ய சநாதனக் கிறிஸ்தவ அமைப்பு ஒருபோதும் பாலஸ்தீனம் யூதர்கள் வசம் வருவதை அனுமதிக்கப் போவதில்லை என்பதால் ஹெர்ஸல், ரஷ்ய அதிபர் ஜாரின் (Czar) உதவியை நாடாமல் ஜெர்மன் அதிபர் மூலம் சுல்தானிடம் சம்மதம் பெற முயன்றார். அந்த முயற்சியும் வெற்றி பெறாததால் தானே சுல்தானைச் சந்தித்து ஓட்டோமான் பேரரசுக்கு இருந்த கடனைத் தீர்க்க உலகெங்கிலுமுள்ள பணம் படைத்த யூதர்கள் உதவுவார்கள் என்று கூறினார். 'நாடு என்னுடையதல்ல, அது மக்களுடையது' என்று கூறி அந்தத் திட்டத்தை சுல்தான் ஏற்க மறுத்துவிட்டார்.அதற்குப் பதிலாக வெளியிலிருந்து வரும் யூதர்கள் ஓட்டோமான் பேரரசின் குடிமக்களாகி அதன் இராணுவத்தில் பணிபுரிந்தால் ஹெர்ஸலின் கோரிக்கையைப் பரிசீலிப்பதாகக் கூறினார்.

இதை ஏற்க மறுத்த ஹெர்ஸல் பிரிட்டனின் பக்கம் திரும்பினார். பிரிட்டிஷ் அரசு ஆப்பிரிக்காவில் உள்ள கென்யாவில் (அப்போது கென்யாவும் உகாண்டாவும் ஒரே நாடாக, பிரிட்டனின் காலனியாக இருந்தன. பிரிட்டிஷ் அரசு யூதர்களுக்குக் கொடுப்பதாகச் சொன்ன பகுதி இப்போதைய கென்யாவில் இருந்தது.) ஒரு இடத்தை யூதர் களுக்கு ஒதுக்கித் தருவதாகக் கூறியது. தங்களின் புனித இடமான பாலஸ்தீனத்தில்தான் தங்களுக்குத் தனி நாடு வேண்டும் என்று வற்புறுத்திக்கொண்டிருந்த யூதர்களுக்கு இது பிடிக்கவில்லை. கடைசி யாகப் பாலஸ்தீனத்திற்குப் போவதற்கு இதை ஏற்றுக்கொள்வது முதல் படி என்று ஹெர்ஸல் கூறியதை மற்ற யூதர்கள் ஒப்புக்கொள்ளவில்லை. ஹெர்ஸல் இத்தாலிய அரசரையும் போப்பையும் சந்தித்து இது பற்றிக் கேட்டபோது, யூதர்கள் கிறிஸ்தவ மதத்தைத் தழுவினாலொழிய அவர்கள் பாலஸ்தீனத்திற்குத் திரும்புவதைத் தன்னால் ஆதரிக்க முடியாது என்று போப் கூறிவிட்டார். தன் கனவு பலிக்காமலே 1904இல் ஹெர்ஸல் இறந்துவிட்டார். நாற்பத்தைந்து ஆண்டுகளுக்குப் பிறகு – இஸ்ரேல் என்ற நாடு உருவாக்கப்பட்ட பிறகு – அவருக்கு நன்றி தெரிவிக்கும் வகையில், வியன்னாவில் அவர் புதைக்கப்பட்ட இடத்திலிருந்து அவருடைய உடலை இஸ்ரேலுக்குக் கொண்டுவந்து இஸ்ரேலில் உள்ள ஜெருசலேமிற்கு மேற்குப் பகுதியில் இருந்த குன்றில் புதைத்து அந்தக் குன்றிற்கு ஹெர்ஸல் குன்று என்று பெயரிட்டனர். போரில் இறந்த வீரர்களைப் புதைக்கும் இடமாக அது இப்போது விளங்குகிறது.

யூதர்களின் புது வரவு

பல யூதர்களின் மனதில் கடவுளால் தங்களுக்கு அளிக்கப்பட்ட

இடமான பாலஸ்தீனம் தேனும் பாலும் பாயும் இடம் என்ற எண்ணத்தை உண்டுபண்ணியிருந்தது. ஆனால் பாலஸ்தீனம் கரடுமுரடான, மலைகளும் பாலைவனமும் நிறைந்த இடம். இது 1517இலிருந்து சுமார் 400 ஆண்டுகள் ஓட்டோமான் பேரரசின் கீழ் இருந்தது. மத்தியதரைக் கடலின் கிழக்குப் பகுதியில் இருந்த இந்தப் பகுதியில் யூதர்களும் பாலஸ்தீன அரேபியர்களும் – கிறிஸ்தவ அரேபியர்களும் முஸ்லிம் அரேபியர்களும் – அடுத்தடுத்து வாழ்ந்து வந்தனர். 1897இல் முதல் யூத மாநாடு நடந்தபோது இங்கு 50,000 யூதர்களும் 4,00,000 அரேபியர் களும் இருந்தனர். இங்கிருந்த யூதர்களில் (கி.பி. 132இல் பாலஸ்தீனத்தி லிருந்து பெரும்பாலான யூதர்கள் வெளியேறிய பிறகு அங்கேயே தங்கி விட்ட சில யூதர்கள், மற்றும் ஐரோப்பாவிலிருந்து அவ்வப்போது வந்தவர்கள்) பலர் ஐரோப்பாவில் வாழ்ந்து வந்த வசதி படைத்த யூதர்கள் நன்கொடையாக அளித்த பணத்தால் எப்படியோ வாழ்க்கையை ஓட்டிக்கொண்டிருந்தனர். பின்னால் வெளியிலிருந்து பாலஸ்தீனத்திற்கு வந்த யூதர்கள், தங்கள் புண்ணிய பூமியில் தங்கள் இறைவனை வணங்கு வதற்காகவும், முடிந்தால் அந்த மண்ணிலேயே இறந்து புதைக்கப்படு வதற்காகவும் பணத்தோடு வந்தனர். பத்தொன்பதாம் நூற்றாண்டின் கடைசியிலும் இருபதாம் நூற்றாண்டின் ஆரம்பத்திலும் பாலஸ்தீனத் திற்கு வந்தவர்களோ அவர்கள் வாழ்ந்த நாடுகளில் அவர்களுக்கு இழைக்கப்பட்ட கொடுமைகளுக்கு அஞ்சி ஓடி வந்தவர்கள்.

ஹெர்ஸல் யூதர்களின் தேசம் நிறுவப்படுவதற்குப் போராடிக் கொண்டிருக்கும்போதே பல ஐரோப்பிய நாடுகளிலிருந்து யூதர்கள் பாலஸ்தீனத்தில் குடியேறிக்கொண்டிருந்தனர்; பல நிறுவனங்களை யும் நிறுவிக்கொண்டிருந்தனர். பத்தொன்பதாம் நூற்றாண்டின் மத்தி யில் பாலஸ்தீனத்தில்10,000 யூதர்களே வசித்துவந்தனர். ஆனால் பல ஐரோப்பிய நாடுகளிலிருந்து யூதர்கள் குடியேறிக்கொண்டிருந்ததால் பாலஸ்தீனத்தில் யூதர்களின் எண்ணிக்கை கூடிக்கொண்டே போனது. 1870இல் போலந்து, லித்துவேனியாவிருந்து வந்தவர்கள் சஃப்பாட் (Safed), அக்ரே (Acre), யாஃப்பா (Jaffa) ஆகிய இடங்களில் குடியேறினர். ஓட்டோமான் அரசின் ஒப்புதலோடு பிரான்ஸிலிருந்து வந்த ஒரு யூதக் கல்வியாளர் மிக்வா இஸ்ரேல் என்னும் இடத்தில் ஒரு விவசாயப் பள்ளியை நிறுவினார். 1882இல் ரஷ்யாவில் இரண்டாவது ஜார் அலெக்ஸாண்டர் (Czar Alexander II) கொலைசெய்யப்பட்ட பிறகு பல யூதர்கள் கொல்லப்பட்டனர். இந்த ரஷ்யப் படுகொலையிலிருந்து தப்புவதற்காக பல யூதர்கள் மேற்கு ஐரோப்பிய நாடுகளுக்கும் தென் அமெரிக்க நாடுகளுக்கும் குறிப்பாக அமெரிக்காவிற்கும் குடிபெயர்ந்தனர். 1882-க்கும் 1903க்கும் இடையில் சுமார் 25,000

மதச்சார்பற்ற யூதர்கள் பாலஸ்தீனத்தில் ஒரு புது யூத சமூகத்தை நிறுவும் நோக்கத்துடன் பாலஸ்தீனத்திற்கு வந்தனர். விவசாயக் குடியிருப்பு களையும் கிராமங்களையும் நிறுவினர்; பின்னால் பல ஹீப்ரு பள்ளி களை நிறுவினர். 1882 ஜூலை மாதம் வந்த இந்த யூதர்கள் யாஃபாவுக்குத் தென்கிழக்கில், அங்கிருந்து எட்டு மைல் தொலைவில் ரேஷான் லெஸயன் (Rishon Lezion) என்னுமிடத்தில் அமைத்த விவசாயக் குடியிருப்புதான் வெளியிலிருந்து வந்த யூதர்கள் அமைத்த முதல் குடியிருப்பு. அப்போது அங்கிருந்த நிலம் செழிப்பற்றதாக இருந்ததால் அந்த நிலங்களில் விளைவிப்பது அவர்களுக்கு மிகவும் சிரமமாக இருந்தது. ஓட்டோமான் அதிகாரிகள், அங்கேயே வசித்து வந்த அரேபியர்கள் ஆகியோரின் எதிர்ப்பும் இருந்ததால் குடியிருப்பு களைப் பாதுகாத்துக்கொள்ள ஆட்களை நியமிக்க வேண்டியிருந்தது. இந்தக் காரணங்களினால் சிரமமான வாழ்க்கை வாழ்ந்துகொண்டிருந் தனர். அப்போது பிரான்சில் வாழ்ந்து வந்த பெரிய பணக்காரச் சீமான் ராத்சைல்ட் 3000 பிரஞ்சு பிராங்குகளை (French Francs) இவர்களுக்கு நன்கொடையாக வழங்கினார். இந்த நன்கொடையால் இவர்கள் திராட்சைத் தோட்டங்களை வளர்த்து சிறப்பான ஒயினைத் தயாரித் தனர். இந்த ஒயின் 1900இல் பாரீஸில் நடந்த பொருட்காட்சியில் தங்கப் பதக்கம் பெற்றது. இப்படி முதல் முதலாகப் பாலஸ்தீனத்திற்கு வந்த யூதர்களை 'முதல் அலை' என்கிறார்கள். இவர்களுக்குப் பிறகு ஐந்து அலைகளாக யூதர்கள் ஐரோப்பாவிலிருந்து வந்தனர்.

வேரூன்றிய யூதர்கள்

இப்படியாக, பல இடங்களிலிருந்து வந்த யூதர்கள் தங்களுக் கென்று பல நிறுவனங்களை நிறுவிக்கொண்டனர். 1905இல் இளம் தொழிலாளர்கள் (The Young Worker) என்ற அரசியல் கட்சியையும் தொடங்கினர். 1908இல் ஸியோனிஸ அலுவலகத்தை யாஃபாவில் ஆரம்பித்தனர். 1909இல் பாதுகாப்பு அமைப்பு ஒன்றையும் நிறுவிக் கொண்டனர். இதில் இருந்த 90 உறுப்பினர்களில் 20 பேர் பெண்கள். பல காலமாக பிறரால் வன்முறைகளுக்கு ஆளாக்கப்பட்ட யூதர்களால் தங்களைக் காத்துக்கொள்ள முடியும் என்பதை நிரூபிப்பதற்காகவே இந்தக் குடிப்படை (militia) நிறுவப்பட்டது. 1910இல் கூட்டாட்சி முறையில் விவசாயக் குடியிருப்பை அமைத்துக்கொண்டனர். இந்த விவசாயக் குடியிருப்புகளில் எல்லோரும் ஒன்றாக உழைத்து லாபத்தைப் பங்கு போட்டுக்கொண்டனர். 1914இல் இம்மாதிரியான விவசாயக் குடியிருப்புகள் பதினான்கு தோன்றியிருந்தன. அதே ஆண்டில் டெல் அவிவ் என்ற நகர்ப்புற அமைப்பையும் உருவாக்கினர். 139 வீடுகள் அடங்கிய இந்த ஊர் முழுவதும் யூதர்களே வாழ்ந்தனர். இந்த

நிறுவனங்களுக்குத் தேவைப்பட்ட இடங்களை பாலஸ்தீனத்திலிருந்த அரேபியர்களிடமிருந்தும் துருக்கியர்களிடமிருந்தும் (துருக்கி ஓட்டோமான் பேரரசின் மையப் பகுதியாக விளங்கியது. அங்கிருந்து கொண்டுதான் பேரரசின் மற்றப் பகுதிகளை ஓட்டோமான் சுல்தான்கள் ஆண்டனர்.) வாங்கினார்கள். ஹீப்ரூ மொழிப் பள்ளி ஒன்று தொடங்கப் பட்டது. யூதர்களின் முதல் மருத்துவமனை ஜெர்மனியிலிருந்து பாலஸ்தீனத்திற்குக் குடிபெயர்ந்த ஒரு மருத்துவரால் அரேபியர்களின் துறைமுகமான ஹைபாவில் 1911இல் ஆரம்பிக்கப்பட்டது. 1912இல் அமெரிக்கப் பெண்கள் யூத அமைப்பு (American Jewish Women's Organization), தன் இரு உறுப்பினர்களை ஜெருசலேமில் ஒரு கிளினிக் ஆரம்பிக்க அனுப்பியது. அமெரிக்க யூதர் ஒருவர் ஜெருசலேமில் ஒரு மருத்துவ மனையை நிறுவப் பணம் கொடுத்தார். (1948இல் இஸ்ரேல் நாடு உருவாக்கப்படும் வரை அமெரிக்காவில் குடியேறியிருந்த பணக்கார யூதர்கள் பாலஸ்தீன யூதர்களுக்கு நிறையப் பண உதவி செய்து கொண்டிருந்தனர்.) 1913இல் பெண்களுக்கான விவசாயப் பண்ணை தொடங்கப்பட்டது. 1919இல் ஹீப்ரு பல்கலைக்கழகம் தொடங்கப்பட்டது. இருபதாம் நூற்றாண்டின் தொடக்கத்தில் யூதர்களின் தேசிய நிதி (Jewish National Fund) ஒன்றும் ஆரம்பிக்கப் பட்டது. இந்த நிதியிலிருந்து பல நிறுவனங்களுக்கு நிதியுதவி கொடுக்கப்பட்டது.

இந்த நிதியிலிருந்து 43 குடியிருப்புகள் ஏற்படுத்தப்பட்டன. அப்போது யூதர்கள் விவசாயிகளாகவும் விவசாயப் பண்ணைகளில் வேலை பார்ப்பவர்களாகவும் இருந்தனர். சிலர் தொழில் வல்லுநர்களாகவும் கடை உரிமையாளர்களாவும் இருந்தனர். 1914இல் பாலஸ்தீனத்தில் யூதர்களின் எண்ணிக்கை 90,000ஆகப் பெருகியிருந்தது. இதில் பலர் வெளியிலிருந்து குடியேறியவர்கள். யூதர்களின் வரவால் அவர்களின் எண்ணிக்கை அதிகரிக்கவும், தங்கள் நலன்களைக் காத்துக்கொள்ள பாலஸ்தீனத்திலிருந்த அரேபியர்கள் ஓட்டோமான் அரசியலில் பங்கு பெறத் தொடங்கினர். ஜெருசலேமைச் சேர்ந்த இரண்டு அரேபியர்கள் கான்ஸ்டான்டினோபிளில் இருந்த ஓட்டோமான் நாடாளுமன்றத் திற்குத் தேர்ந்தெடுக்கப்பட்டனர். ஓட்டோமான் அரசும் யூதர்கள் பாலஸ்தீனத்திற்குள் வருவதைத் தடுக்கப் பல நடவடிக்கைகள் எடுத்தது. முதல் உலகப் போர் 1914இல் ஆரம்பித்ததும், பிரான்ஸ், பிரிட்டனுடன் ரஷ்யாவும் ஓட்டோமான் அரசின் எதிரி ஆயிற்று. பாலஸ்தீனத்தில் அப்போதிருந்த யூதர்களில் பலர் ரஷ்யாவிலிருந்து வந்தவர்களாகையால், ஓட்டோமான் அரசு அவர்களின் மீது வெறுப்பைக் காட்டி அடக்குமுறையையும் அவிழ்த்துவிட்டது. இதனால்

பல யூதர்கள் பக்கத்து நாடான எகிப்தின் அலெக்ஸாண்டிரியாவில் தஞ்சம் புகுந்தனர்.

யூத இனவாத இயக்கத்தில் (Zionist Movement) சம்பந்தப்பட்டிருந்தவர்களை ஒட்டோமான் அரசு நாடு கடத்தியது. இதனால் தாங்கள் பாதிக்கப்படுவோம் என்று பயந்த யாஃபாவைச் சேர்ந்த யூதர்கள் தங்களுக்குள் ஒரு படையை நிறுவி நேசநாடுகளோடு (பிரிட்டன், பிரான்ஸ், ரஷ்யா) சேர்ந்து போர்புரியத் தயாராயினர். ஒட்டோமான் அரசுக்கு எதிராகப் போரிட்டால் தங்களுடைய கோரிக்கையான பாலஸ்தீனத்தில் ஒரு நாட்டைத் தங்களுக்கு நேசநாடுகள் உருவாக்கிக் கொடுப்பார்கள் என்று அவர்கள் நம்பினர்.

பேல்ஃபர் அறிக்கை

ஒட்டோமான் ஆட்சியைத் தோற்கடித்து மத்திய கிழக்கில் தன் அதிகாரத்தை நிலைநாட்ட வேண்டும் என்ற பிரிட்டனின் சுயநலமும் இதற்கு ஒத்துப் போகவே, இங்கிலாந்தில் வாழ்ந்த யூதர்கள் கேட்டுக் கொண்டதற்கிணங்க பிரிட்டிஷ் வெளிநாட்டு மந்திரி லார்ட் ஆர்த்தர் ஜேம்ஸ் பேல்ஃபர், இங்கிலாந்திலுள்ள யூதர்களின் தலைவர்களுள் ஒருவரான லார்ட் வால்டர் ராத்சைல்ட் என்பவருக்கு 1917 நவம்பர் 2இல் எழுதிய கடிதத்தில் பாலஸ்தீனத்தில் யூதர்களுக்கு ஒரு தனி நாடு அமைக்க பிரிட்டன் உதவும் என்று கூறினார். அப்படி நாடு அமைக்கும் பட்சத்தில் அங்கேயே இருக்கும் யூதரல்லாத மற்றவர்களின் உரிமைகள் எந்த விதத்திலும் பாதிக்கப்படாமல் பார்த்துக்கொள்ளப்படும் என்றும் அந்தக் கடிதத்தில் குறிப்பிட்டிருந்தார். இது பேல்ஃபர் அறிக்கை (Balfour declaration) எனப்படும். இருபது ஆண்டுகளுக்கு முன் ஹெர்ஸல் ஒட்டோமான் சுல்தான்களிடமிருந்து இம்மாதிரியான ஓர் ஒப்பந்தத்தைப் பெற முயன்று அதில் தோல்வி கண்டிருந்தார். பேல்ஃபர் அறிக்கை, அப்போது பலம் மிகுந்த நாடாக விளங்கிய பிரிட்டனிடமிருந்து வந்ததால் முக்கியத்துவம் வாய்ந்ததாக யூதர்களால் கருதப்பட்டது.

இந்த பேல்ஃபர் அறிக்கையின் முக்கிய காரணகர்த்தா கெயிம் வெயிஸ்மேன் (Chaim Weizmann). (இவர் பின்னால் இஸ்ரேலின் முதல் ஜனாதிபதியானார்.) வெயிஸ்மேன் ரஷ்யாவில் 1874இல் பிறந்தவர். பள்ளிப்படிப்பை முடித்த பிறகு வேதியலில் மேற்படிப்புப் படிப்பதற்காக ஜெர்மனி சென்றார். அங்கிருந்து இங்கிலாந்திலுள்ள மான்செஸ்டர் பல்கலைக்கழகத்தில் வேதியல் பேராசிரியராக வேலை கிடைத்து, இங்கிலாந்து வந்து அங்கேயே குடியுரிமை பெற்றார். இவர் இரண்டு முறை உலக யூதர்களின் அமைப்பிற்குத் தலைவராக *(1920-1931, 1935-1946)* இருந்திருக்கிறார்.

வெயிஸ்மேன்

முதல் உலகப் போரின்போது ஆயுதங்கள் தயாரிக்கத் தேவையான அசிடோன் (acetone) என்னும் மூலப்பொருளை ஜெர்மனி கையகப்படுத்திக்கொண்டதால் பிரிட்டனால் ஆயுதங்கள் தயாரிக்க முடியாமல் இருந்தது. கெயிம் வெயிஸ்மேன் ஒரு விஞ்ஞானி என்பதோடு பிரிட்டனில் வாழ்ந்த யூதர்களின் தலைவரும்கூட. இவருக்கு ஹெர்பெர்ட் சாமுவேல் என்னும் நாடாளுமன்ற உறுப்பினர் ஒருவர் நண்பர். அப்போது பிரிட்டனில் இருந்த யூதர்களின் எண்ணிக்கை குறைவு என்றாலும் இவர்கள் செல்வாக்கு மிகுந்தவர்களாக இருந்தனர். வெயிஸ்மேன் அசிடோன் தயாரிக்கும் முறையைக் கண்டுபிடித்தது பிரிட்டனுக்கு மிகவும் உதவியாக இருந்தது. பிரிட்டனின் ஆட்சியாளர்கள் அவரை மிகவும் மதித்தார்கள். அவருக்கு நன்றி தெரிவிக்கும் வகையில் அவருடைய கோரிக்கையான பாலஸ்தீனத்தில் தனி நாடு அமைக்கும் திட்டத்தை நிறைவேற்ற விரும்பினார்கள். வெயிஸ்மேன் தனக்கு வேண்டியதை மற்றவர்களிடம் கேட்டு வாங்கிக்கொள்வதில் பெரிய திறமைசாலி. அவர் பிரிட்டிஷ் ஆட்சியாளர்களோடு கீழ்க் கண்டவாறு வாதாடினார். யூதர்களுக்கு ஒரு சொந்த நாட்டை உருவாக்கினால், அமெரிக்காவிலுள்ள யூதர்கள் அமெரிக்காவை முதல் உலகப் போரில் கலந்துகொள்ளத் தூண்டுவார்கள் என்று அவர் சொன்னதை பிரிட்டிஷ் ஆட்சியாளர்களும் ஒப்புக்கொண்டனர். அதோடு அப்போது ரஷ்யாவில் புரட்சியை ஆரம்பித்திருந்த போல்ஷிவிக் கட்சியில் பல யூதர்கள் முக்கிய உறுப்பினர்களாக இருந்தனர். பாலஸ்தீனத்தில் தனி நாடு அமைக்க பிரிட்டன் உதவினால் ரஷ்ய யூதர்கள் புரட்சி நடத்திவந்த வந்த போல்ஷிவிக் கட்சியோடு தொடர்பைத் துண்டித்துக்கொள்வார்கள் என்றும் அதனால் புரட்சி வலுவிழக்கும் என்றும் ரஷ்ய யூதர்கள் பிரான்ஸிற்கும் பிரிட்டனுக்கும் துணைபுரிபவர்களாக மாறுவார்கள் என்றும் ரஷ்யாவும் முதல் உலகப் போரில் ஈடுபடும் என்றும் அவர்கள் நினைத்தனர். யூதர்களுக்குப் பாலஸ்தீனத்தில் தனி நாடு அமைத்தால் ஜெர்மனியில் வாழ்ந்த யூதர்களும் ஜெர்மனி அதிபர் இரண்டாம் ஹெய்ஸருக்கு (KaiserWilhelm II) தங்கள் ஆதரவைக் கொடுக்கமாட்டார்கள் என்றும் நினைத்தனர். இதையெல்லாம் விட இன்னொரு முக்கிய காரணம் யூத இனம், பழைய கிரேக்க இனத்திற்குப் பிறகு தோன்றிய சிறந்த இனம் என்றும், அவர்களுக்கென்று சொந்த நாடு அமைத்துக்கொடுக்க வேண்டும் என்றும் அதுவும் பிரிட்டன் அதைச் செய்ய வேண்டும் என்றும் பேல்ஃபரே விரும்பினார் என்பது.

பிரிட்டனின் முரண்பட்ட செயல்கள்

1915இல் ஓட்டோமான் ஆட்சிக்கு எதிராகச் செயல்பட்டுத் தங்களுக்கு ஓட்டோமான் அரசைத் தோற்கடிக்கச் செய்ய உதவினால் சுதந்திர பாலஸ்தீன நாடு ஒன்றை உருவாக்கித் தருவதாக பிரிட்டன் பாலஸ்தீன அரேபியர்களுக்கு வாக்குறுதி கொடுத்திருந்தது. அதன்பிறகு 1916இல் சைக்ஸ்- பிக்கோ (Sykes-Picot) ஒப்பந்தத்தின் மூலம் ஓட்டோமான் ஆட்சியில் இருந்த பாலஸ்தீனம், சிரியா, லெபனான், ஈராக், ஜோர்டான் ஆகிய நாடுகளை ஓட்டோமான் அரசு வீழ்ந்த பிறகு எப்படிப் பகிர்ந்து கொள்வது என்று பிரான்ஸோடு ஒப்பந்தம் செய்துகொண்டது. அதற்கு மறு ஆண்டு 1917இல் யூதர்களுக்கு பாலஸ்தீனத்தில் ஒரு தனி நாடு அமைத்துக் கொடுப்பதாக பேல்ஃபர் அறிக்கை வெளியிட்டது. இப்படி ஒன்றுக்கொன்று முரணான வாக்குறுதிகளை அடுத்தடுத்துக் கொடுத்து பிரிட்டன் பாலஸ்தீனத்தில் தீர்க்க முடியாத பிரச்சினையை உருவாக்கி யிருக்கிறது.

பேல்ஃபர் அறிக்கை வெளிவந்தபோது 90,000 யூதர்களும் பத்து லட்சத்திற்கும் மேற்பட்ட அரேபியர்களும் – கிறிஸ்தவ அரேபியர்கள் மற்றும் முஸ்லிம் அரேபியர்கள் – பாலஸ்தீனத்தில் வாழ்ந்து வந்தனர். அதாவது பாலஸ்தீன மக்கள்தொகையில் 87 சதவிகிதம் அரேபியர்கள். இந்தச் சூழ்நிலையில் பாலஸ்தீனத்திலும் அமெரிக்காவிலும் பிரிட்டனிலும் வாழ்ந்த யூதர்களுக்கு பேல்ஃபர் அறிக்கை பெரிய வெற்றியாகத் தோன்றியது. ஆனால் பாலஸ்தீன அரேபியர்களுக்கு இது பெரிய அதிர்ச்சி யைக் கொடுத்தது. யூதர்கள் பாலஸ்தீனத்திற்குள் அதிக எண்ணிக்கையில் குடியேறுவதைப் பார்த்து அவர்கள் பயந்து எதிர்ப்பைக் காட்டினாலும் இந்த அளவுக்கு – அவர்களுக்குத் தங்கள் நாட்டில் ஒரு தனி நாடு அமைத்துக் கொடுக்கும் அளவிற்கு – பிரிட்டன் போகுமென்று நினைக்க வில்லை. பாலஸ்தீனம் தங்களுக்கு மட்டுமே சொந்தம் என்று நினைத்துக் கொண்டிருந்த பாலஸ்தீனர்களுக்கு இது பேரிடியாக அமைந்தது.

ஓட்டோமான் அரசின் சரிவு

1918இல் பிரிட்டிஷ் படை ஓட்டோமான் அரசின் கீழ் இருந்த பாலஸ்தீனத்தை வென்று ஜெருசலேமிற்குள் புகுந்தது. பாலஸ்தீனம் முழுவதும் பிரிட்டனின் கைக்கு வந்தது. இதோடு பாலஸ்தீனத்தில் அது வரை இருந்த ஓட்டோமான் ஆட்சி முடிவிற்கு வந்தது. பாலஸ்தீனம் பிரிட்டனின் அதிகாரத்தின் கீழே வந்ததும், யூதர்கள் அங்கு சிறுபான்மை யினராக இருந்தபோதிலும், ஜெருசலேம் நிர்வாகத்தில் தங்களுக்கு அரேபியர்களோடு சம உரிமை வேண்டுமென்றும், ஒரு யூதர் ஜெருசலேம் மேயராக நியமிக்கப்பட வேண்டும் என்றும் அரசாங்க

அலுவல்களில் ஹீப்ரூவுக்கும் அரேபிய மொழியோடு சம அந்தஸ்து வேண்டும் என்றும் கோரினர். இந்த உரிமைகள் அவர்களுக்கு மறுக்கப் பட்டாலும், தங்களுக்கு எப்படியும் பிரிட்டன் தனி நாடு அமைத்துக் கொடுக்கும் என்று யூதர்கள் நம்பினர். இதற்குப் பிறகு ரஷ்யாவி லிருந்தும் போலந்திலிருந்தும் பல யூதர்கள் பாலஸ்தீனத்திற்கு வந்தனர். இப்படி வந்தவர்கள் சாலைகள் அமைப்பது, சதுப்பு நிலங்களை மேம்படுத்துவது போன்ற வேலைகளைச் செய்ததோடு தற்காலிகக் கூடாரங்களில் வசித்துக்கொண்டு, தங்கள் வருமானத்தை எல்லாம் ஒரு மத்தியக் கமிட்டிக்கு அனுப்பினர். இந்தச் சமயத்தில்தான் ஹீப்ரூ மொழியை வளர்ப்பதிலும் இவர்கள் ஆர்வம் காட்டி, அம்மொழி யில் நிறைய கவிதைகள் இயற்றினர். மதச் சடங்குகளில் மட்டுமே பயன்படுத்தப்பட்டு வந்த ஹீப்ரூ மொழி அன்றாட வாழ்க்கையிலும் பயன்படுத்தப்பட்டு வளரத் தொடங்கியது. அதன் பிறகு அது வாழும் மொழியாக மறுவாழ்வு பெற்றது.

பத்தொன்பதாம் நூற்றாண்டின் மத்தியில் மத்திய கிழக்கில் நடந்த சில அரசியல் மாற்றங்களை இப்போது பார்ப்போம். ஓட்டோமான் பேரரசு சிதைந்து அதன் சில பகுதிகள் ரஷ்யாவின் கைகளில் சிக்காமல் இருப்பதற்காக பதினெட்டாம் நூற்றாண்டின் இறுதியிலிருந்தே ஃபிரான்ஸூம் பிரிட்டனும் ஓட்டோமான் அரசைக் காப்பாற்ற முயற்சிகள் செய்தன. 1855இல் நடந்த கிரிமியன் போரில் ரஷ்யாவுக்கு எதிராக ஃபிரான்ஸூம் பிரிட்டனும் ஓட்டோமான் அரசை ஆதரித்தன. பிரிட்டன் ஓட்டோமான் பேரரசின் ஒரு பகுதியாகிய ஆசியா மைனரை (Asia Minor) ரஷ்யாவிடமிருந்து பாதுகாப்பதாக உடன்பாடு செய்து கொண்டது. 1858இல் நடந்த ஒரு மாநாட்டில் ஜெர்மனியை ஒன்று சேர்த்த பிஸ்மார்க்கும் ரஷ்ய அதிபர் ஜாரிடம் (Czar) ஓட்டோமான் அரசுக்குச் சில சலுகைகள் வாங்கிக் கொடுத்தார்.

ஆனால் ஓட்டோமான் அரசின் கடன் பளு அதிகரிக்கவும் அது வலுவிழக்க ஆரம்பித்தது. ஐரோப்பிய நாடுகளான பிரிட்டன், ஃபிரான்ஸ், ஜெர்மனி ஆகியவை ஓட்டோமான் அரசிற்குள் ஊடுருவி தங்கள் தாக்கத்தை ஏற்படுத்த முயன்றன. பிரிட்டன் 1869இல் சூயஸ் கால்வாயைக் கட்டியதிலிருந்து அதன் தாக்கம் பாரசீக வளைகுடா பகுதியிலும் சூயஸ் பகுதியிலும் அதிகரித்தது. பிரான்ஸ் தன் பங்கிற்கு சிரியா, லெபனான் பகுதிகளில் வாழ்ந்த மெரோனைட் கிறிஸ்தவர்களின் (Maronite Christians) நலன்களைப் பாதுகாக்க அப்பகுதிகளில் அதிகாரம் செலுத்தத் தொடங்கியது. ஜெர்மனி பெர்லினிலிருந்து பாக்தாத் வரை ரயில் பாதையை அமைத்து அந்தப் பகுதியிலுள்ள கனிம வளங்களை அபகரிக்கப் பார்த்தது.

ஓட்டோமான் குடிமக்கள் இந்த நாடுகளின் பொருளாதார, அரசியல் தாக்கம் ஓட்டோமானில் ஏற்படுவதை உணர்ந்தனர். ஓட்டோமான் பேரரசு வீழ்ந்தால் தாங்கள் இந்த நாடுகளின் அதிகாரத்தின்கீழ் இருக்க வேண்டும் என்று அஞ்சினர். அதனால் பேரரசின் பல பகுதிகள் பிரிந்து போக முயன்றன. ஓட்டோமான் பேரரசிற்குள் இருந்த அரேபியர்கள், தாங்களும் ஓட்டோமான் அரசின் ஆதிக்கத்திலிருந்து பிரிந்து சுதந்திரமாக வாழ வேண்டும், அல்லது வெளிநாட்டுத் தாக்கத்திலிருந்து விடுபட்டு, பிரிந்துபோகத் துடித்த பகுதிகளை ஒன்று சேர்த்து, ஓட்டோமான் அரசின் கைகளை வலுப்படுத்தி, தங்களுக்கும் அரசியலில் சம பங்கு வேண்டும் என்று கேட்கவேண்டும் என்றும் விரும்பினர். இந்தச் சமயத்தில் ஓட்டோமான் பேரரசின் சுல்தானைப் பதவியிலிருந்து இறக்கி நாட்டில் ஜனநாயகத்தைத் தோற்றுவிக்க வேண்டும் என்று திட்டமிட்ட இளம் துருக்கியர்கள், அப்படி ஜனநாயகம் தோன்றும் பட்சத்தில் துருக்கி இனத்தைவிட மற்ற இனத்தவர்கள் எண்ணிக்கையில் அதிகமாகிவிடக் கூடும் என்பதை உணர்ந்தனர். மேலும் துருக்கியர் அல்லாதவர்கள் தனி நாடாகப் பிரிந்து போய்விட்டால் ஜனநாயக நாடு அளவில் சுருங்கிவிடும் என்று பயந்தார்கள். அதனால் அவர்களை இரக்கமின்றி நசுக்கினர். துருக்கியரல்லாதவர்களில் அதிக எண்ணிக்கையில் இருந்த அரேபியர்களுக்கு அதிகக் கட்டுப்பாடுகள் விதித்தனர். அரேபியர்களின் மொழியாகிய அரபு மொழியை மத காரியங்களுக்காக மட்டுமே பயன்படுத்த வேண்டும் என்றும் பொது இடங்களில் பயன்படுத்தக் கூடாது என்றும் ஆணை பிறப்பித்தனர். நாடு முழுவதும் எந்தப் பிரிவினருக்கும் சுதந்திர எண்ணம் எழுந்த போதெல்லாம் அதைக் கடுமையாகக் கண்டித்தனர்.

சரிவின் விளைவுகள்

நபிகள் நாயகத்தின் வழியில் வந்தவராகக் கருதப்பட்ட ஷெரிஃப் ஹுசைன் (Sherif Hussein), ஓட்டோமான் அரசிலிருந்து பிரிந்து ஈராக், அரேபிய தீபகற்பம், சிரியா, லெபனான் ஆகிய இடங்களை ஒன்று சேர்த்து சிரியப் பேரரசு என்ற பெயரில் ஒரு அரபு நாட்டை உருவாக்க வேண்டும் என்று திட்டம் தீட்டி பிரிட்டனின் உதவியை நாடினார். இந்தத் திட்டத்திற்கு பிரிட்டன் முதலில் சரியாக ஒத்துழைக்கவில்லை என்றாலும், பின்னால் பாலஸ்தீனத்தைத் தவிர – அதற்குத் தனி அந்தஸ்து ஏற்கனவே இருப்பதால் – மற்ற இடங்களில் அரபு நாட்டை உருவாக்க ஒப்புக்கொண்டது. ஓட்டோமான் காலத்திலேயே பாலஸ்தீனத் திற்கு, அதாவது ஜெருசலேமிற்கு, வரும் புனிதப் பயணிகளைக் கவனிக்கும் பொறுப்பு தன்னிடம் இருந்ததால், பாலஸ்தீனம் தனக்குச் சொந்தம் என்று முதல் உலகப் போர் முடிந்ததும் பிரான்ஸ் உரிமை

கொண்டாடியது. இப்படித் தங்களுக்குள் சண்டையிட்டுக் கொண்டிருந்தாலும், ஃபிரான்ஸும் பிரிட்டனும் முதல் உலகப் போர் முடிந்ததும் ஓட்டோமான் பேரரசிலிருந்து கிடைத்த இடங்களைத் தங்களுக்குள் பங்கு போட்டுக் கொண்டன. போர் ஆரம்பிக்கும் முன் ஓட்டோமானில் இருந்த அரேபியர்களுக்குக் கொடுத்த எந்த வாக்குறுதியையும் பிரிட்டன் நிறைவேற்றவில்லை. ஆனால் போர் முடியும் முன்பே, அதாவது பாலஸ்தீனம் பிரிட்டனின் அதிகாரத்தின்கீழ் வரும் முன்பே, பாலஸ்தீனத்தில் அவர்களுக்கு ஒரு தனி நாடு அமைக்க உதவுவதாக யூதர்களுக்கு பிரிட்டன் பேல்ஃபர் அறிக்கையின் மூலம் வாக்குறுதி அளித்து அதைக் காப்பாற்றவும் செய்தது.

பேல்ஃபர் அறிக்கையை வெளியிட்ட ஒரு மாதத்திற்குள்ளேயே பிரிட்டன் துருக்கி வீரர்களை ஜெருசலேமிலிருந்து விரட்டியது. அப்போது பாலஸ்தீனத்தின் வடக்குப் பகுதி துருக்கியர்களிடமிருந்தாலும், மற்றப் பகுதிகள் பிரிட்டனின் கீழ் இருந்ததால் பேல்ஃபர் அறிக்கையில் வாக்களித்தபடி யூத இனவாதிகள் பிரிட்டனோடு சேர்ந்து பாலஸ்தீனத்தில் தங்களுக்கு ஒரு தனி நாடு அமைக்கும் முயற்சியில் தீவிரமாக ஈடுபட்டனர். முதல் உலகப் போர் முடிந்த பிறகு 1919 பிப்ரவரியில் பாரீஸில் நடந்த பாரீஸ் அமைதி மாநாட்டில் (Paris Peace Conference) வெயிஸ்மேன் தலைமையில் யூதர்களின் குழு யூதர்களுக்குத் தனி நாடு அமைப்பதன் அவசியத்தை வலியுறுத்தியது. இவர்களின் உணர்ச்சியூட்டும் பேச்சைக் கேட்ட பாரீஸ் மாநாடு, பாலஸ்தீனத்தை நிர்வகிக்கும் பொறுப்பை பிரிட்டனிடம் ஒப்படைப்பதென்றும் பேல்ஃபர் அறிக்கையில் பிரிட்டன் வாக்களித்தபடி யூதர்களுக்கு பாலஸ்தீனத்தில் தனி நாடு அமைப்பதென்றும் முடிவுசெய்தது.

பிரிட்டனின் கீழ் பாலஸ்தீனம்

முதல் உலகப் போரில் ஓட்டோமான் பேரரசு தோற்ற பின் இன்னொரு போர் வராமல் தடுக்க ஏற்படுத்தப்பட்ட சர்வதேச சங்கம் (League of Nations) ஜூலை 1922இல் பாலஸ்தீனத்தின் ஆட்சிப் பொறுப்பை எடுத்துக்கொள்ள பிரிட்டனை நியமித்தது. பல நேசநாடு களின் ஒப்புதலோடு வெளியிடப்பட்ட இந்த நியமனம் (இதை ஆங்கிலத்தில் பிரிட்டிஷ் மேன்டேட் (British Mandate) என்பார்கள்.) பாலஸ்தீன அரேபியர்களுக்குப் பெரிய ஏமாற்றத்தை அளித்தது. ஆனால் அதே சமயம் இது யூதர்களின் பெரிய வெற்றியாகக் கருதப் பட்டது. பாலஸ்தீனம் பிரிட்டனின் அதிகாரத்தின் கீழ் வந்துவிட்டதால் எப்படியும் பிரிட்டன் பேல்ஃபர் அறிக்கையின் மூலம் பாலஸ்தீனத்தில் தனி நாடு அமைக்கத் தங்களுக்குக் கொடுத்த வாக்குறுதியைக் கண்டிப்பாக

நிறைவேற்றும் என்று யூதர்கள் நம்பினர். பேல்ஃபர் அறிக்கையாவது பின்னால் பதவிக்கு வரும் பிரிட்டிஷ் அரசுகளால் ஓரங்கட்டப் படலாம்; ஆனால் பல நேசநாடுகளின் ஒப்புதலோடு சர்வதேச சங்கம் பாலஸ்தீன அரசியலை மேற்பார்வையிட பிரிட்டனுக்குக் கொடுத்த இந்த நியமனத்தால் பேல்ஃபர் அறிக்கைக்கு ஓர் அரசியல் உடன்படிக்கை என்ற அந்தஸ்து கிடைத்துவிட்டதாக யூதர்கள் எண்ணினர்.

அரேபியர்களின் எதிர்வினை

சுமார் நானூறு ஆண்டுகளாக ஓட்டோமான் பேரரசின் கீழ் வாழ்ந்து வந்த பாலஸ்தீன அரேபியர்கள், ஓட்டோமான் பேரரசு வீழ்ந்ததும் பாலஸ்தீனம் முழுவதும் தங்களுக்கே என்றும் அங்கு தாங்கள் ஒரு சுதந்திர நாட்டை அமைத்துக்கொள்ளலாம் என்றும் நினைத்திருந்த தற்கு மாறாக, பாலஸ்தீனம் பிரிட்டனின் அதிகாரத்தின் கீழ் இயங்க நேச நாடுகள் தீர்மானித்தது பாலஸ்தீன அரேபியர்களுக்கு ஏமாற்றத் தைக் கொடுத்தது. நிறைய யூதர்கள் மேலும் மேலும் பாலஸ்தீனத்தில் குடியேறுவதும், அவர்கள் அரேபியர்களுக்குச் சொந்தமான இடங் களை வாங்கிப் போடுவதும் இவர்களின் கோபத்தை அதிகரித்தது.

பாலஸ்தீனத்தின் பல நகரங்களிலும் கிராமங்களிலும் வாழ்ந்த கிறிஸ்தவ, முஸ்லிம் அரேபியர்கள் முதல் முதலாக ஜெருசலேமில் 1919இல் முதல் அரபு மாநாட்டைக் கூட்டினர். பிரான்ஸின் நியமனத்தின் கீழ் இருந்த சிரியாவையும் பிரிட்டனின் நியமனத்தின் கீழ் இருந்த பாலஸ்தீனத்தையும் ஒன்று சேர்த்து ஒரு அரபு நாடாக உருவாக்க வேண்டும் என்று அந்த மாநாட்டில் தீர்மானம் நிறைவேற்றப் பட்டது. அதே சமயம் பெய்ரூட்டில் இருந்த அமெரிக்கப் பல்கலைக் கழகத்தின் தலைவர் அப்போதைய அமெரிக்க ஜனாதிபதி வில்சனுக்கு பாலஸ்தீனத்தில் வசிக்கும் மக்கள் சுதந்திரம் பெற விரும்புவதாகவும் அமெரிக்காவும் எல்லா நாடுகளும் சுதந்திரமாக வாழ வேண்டும் என்ற கொள்கையை உடையதாக இருப்பதால் அவர்களின் விருப்பத்தைக் கண்டறிய ஒரு குழுவை அனுப்பும்படியும் எழுதினார். வில்சன் இந்தக் கோரிக்கையை சர்வதேச சங்கத்திற்கு அனுப்பினார். அதையடுத்து நடந்த விவாதங்களில் பிரிட்டனும் ஃபிரான்ஸும் தங்கள் நலன் பாதிக்கப்படும் என்பதால் கலந்துகொள்ளவில்லை. அமெரிக்கா அனுப்பிய குழு அங்கு வாழ்ந்த பலரைப் பேட்டி கண்டு 1800-க்கும் மேற்பட்ட மனுக்களை ஆராய்ந்து, ஏற்கனவே அங்கு வாழ்ந்து கொண்டிருக்கும் மக்கள்தொகையில் 90 சதவிகிதம் பேரின் விருப்பத்திற்கு மாறாக அங்கு யூதர்களைக் குடியேற்றுவதை நிறுத்த வேண்டும் என்று பரிந்துரைத்தது. அமெரிக்கா தலையிட்டு அங்கு வாழ்பவர்களுக்குச் சுதந்திரம் கொடுப்பது

பற்றி முடிவுசெய்ய வேண்டும் என்றும் கூறியது. ஆனால் அமெரிக்கா விற்கு இதில் தலையிடுவதில் விருப்பமில்லை. அதனால் அமெரிக்கா அந்தப் பரிந்துரையைச் செயல்படுத்தாதது மட்டுமல்லாமல் பேல்ஃபர் அறிக்கையை ஆதரிக்கவும் செய்தது. மேலும் சிரியாவின் டமாஸ்கஸில் ஏற்பட்ட தேசிய விடுதலைக் கிளர்ச்சியை பிரான்ஸ் நசுக்கிவிட்டது. இதுவும் பாலஸ்தீன அரேபியர்களுக்குப் பேரிடியாக அமைந்தது. அதன்பிறகு இரண்டு முறை அரபு மாநாட்டைக் கூட்டி சர்ச்சிலைப் பார்க்க முயன்றனர்; பிரிட்டிஷ் நாடாளுமன்ற உறுப்பினர்களைச் சந்தித்து பேல்ஃபர் அறிக்கையைத் திரும்பப் பெறும்படி அவர்கள் கேட்டுக்கொண்டதற்கு பிரிட்டிஷ் அரசு மறுத்துவிட்டது.

பிரிட்டனின் சமாதான முயற்சிகள்

அதற்குப் பிறகு, அடிக்கடி பிரிட்டிஷ் அதிகாரிகளைச் சந்தித்து அவர்களுக்குக் கோபம் மூட்டுவதற்குப் பதில் யூத இனத் தீவிரவாதிகளைச் (Zionists) சந்தித்துப் பேசும்படி பாலஸ்தீனர்களிடம் பிரிட்டிஷ் அரசு கூறியது. (எப்படி யூத இனத் தலைவர்கள் பாலஸ்தீனர்களின் கோரிக்கைக்குச் செவிமடுப்பார்கள் என்று பிரிட்டிஷ் அரசு நினைத்தது என்று தெரியவில்லை!) அவர்கள் வெயிஸ்மேனைச் சந்தித்துப் பேசியும் எந்த விதப் பயனும் இல்லை. பாலஸ்தீனத்தை நிர்வகிக்கும் பொறுப்பை பிரிட்டனிடம் ஒப்படைக்கும் பிரிட்டிஷ் நியமன அறிக்கையை (British Mandate) திருத்தும்படியும் பாலஸ்தீன விவகாரங்களைக் கவனிக்க ஒரு சட்டக் குழுவைத் (Legislative Council) தேர்ந்தெடுக்கும் ஏற்பாட்டை நியமனத்தில் ஒரு பகுதியாகச் சேர்க்கும்படியும் பாலஸ்தீனர்கள் பிரிட்டிஷ் அரசைக் கேட்டுக்கொண்டனர். தாங்கள் எண்ணிக்கையில் அதிகமாக இருப்பதால் சட்டக் குழுவில் நிறைய இடங்களைப் பிடித்து பிரிட்டிஷ் அரசு யூதர்களுக்குத் தனி நாடு அமைக்கும் திட்டத்தையும் எளிதாக முறியடித்துவிடலாம் என்று பாலஸ்தீனர்கள் கணக்குப் போட்டனர். ஆனால் நியமன அறிக்கையைத் திருத்த ஒப்புக்கொண்ட பிரிட்டிஷ் அரசு பேல்ஃபர் அறிக்கையை நிறைவேற்றுவதில் எந்த மாற்றத்தையும் செய்யப் போவதில்லை என்று கூறிவிட்டது. மேலும் பாலஸ்தீனத்தை நிர்வகிப்பதற்குரிய நிறுவனத்தின் அமைப்பைத் தயாரித்த பிரிட்டிஷ் சட்ட வல்லுநர் குழு, பாலஸ்தீனத்தை ஆளப் போகும் எந்த அமைப்பிலும் பிரிட்டிஷ் ஹைகமிஷனரும், சட்டக் குழுவின் தேர்தெடுக்கப்பட்ட உறுப்பினர்களும், பிரிட்டிஷ் அதிகாரிகள் அடங்கிய ஒரு செயற்குழுவும் இடம் பெறுவார்கள் என்றும், சட்டமாகப் போகும் எந்த மசோதாவையும் ரத்து செய்யும் உரிமை (Veto power) பிரிட்டிஷ் ஹைகமிஷனருக்கு இருக்கும் என்றும் அறிவித்தது. சட்டக் குழுவின் உறுப்பினர்கள் எல்லோரும் தேர்தல் மூலம்

தேர்ந்தெடுக்கப்படுவார்கள் என்றும், ஹைகமிஷனருக்கு எந்த மசோதாவையும் ரத்து செய்யும் அதிகாரம் இல்லை என்றும், இருந்திருந்தால் பாலஸ்தீனர்கள் பிரிட்டிஷ் அரசின் சட்டக்குழு யோசனையை ஏற்றிருப்பார்கள். யூதர்கள் பாலஸ்தீனத்திற்குள் வருவதை முழுமையாகத் தடுத்து நிறுத்துவதோடு பேல்ஃபர் அறிக்கையையும் நிராகரித்தாலொழிய எந்த ஏற்பாட்டிற்கும் ஒப்புக்கொள்ள முடியாது என்று பாலஸ்தீனர்கள் கூறிவிட்டனர். இதனால் பிரிட்டனுக்கும் பாலஸ்தீனர்களுக்கும் இடையே எந்த உடன்பாடும் ஏற்படவில்லை.

1922இல் பிரிட்டிஷ் அரசு தானாக வெளியிட்ட 'சர்ச்சில் வெள்ளை அறிக்கை'யின் (Churchill White Paper) சாராம்சம் இதுதான்:

1. பிரிட்டிஷ் அரசுக்கு பேல்ஃபர் அறிக்கையை மாற்றும் எண்ணம் இல்லை.
2. பாலஸ்தீனத்தில் வாழும் உரிமை யூதர்களுக்கு உண்டு. அவர்களுக்கென்று ஒரு யூத இன உறைவிடம் (Jewish National Home) அமைக்கப்படும். ஆனால் பாலஸ்தீனம் முழுவதும் யூதர்கள் நாடாக மாற்றப்பட மாட்டாது. அங்கு வாழும் அரேபியர்களுக்கோ அவர்களின் கலாச்சாரத்திற்கோ, மொழிக்கோ எந்தவித ஆபத்தும் ஏற்படாது என்று பிரிட்டிஷ் அரசு உறுதி அளிக்கிறது.
3. பாலஸ்தீனத்திற்கு சுயாட்சி கொடுக்க பிரிட்டிஷ் அரசு முடிவு செய்துள்ளது. அதற்கு முதல்படியாக ஒரு சட்டக் குழு (Legislative Council) தேர்ந்தெடுக்கப்படும். யூதர்களின் செயற்குழுவிற்கு (Executive Council) நாட்டின் அரசியலில் எந்த அதிகாரமும் இல்லை.
4. நாட்டின் பொருளாதாரத்திற்கு ஏற்ப வெளியிலிருந்து வரும் குடியேறிகளின் எண்ணிக்கை தீர்மானிக்கப்படும்.
5. எந்த மதத்தினரும் மேலே குறிப்பிட்ட விதிகள் பின்பற்றப்படாமல் இருப்பதாக உணர்ந்தால் சர்வதேச சங்கத்திடம் முறையிடலாம்.

இப்படி யூதர்களுக்கும் அரேபியர்களுக்கும் பிரிட்டன் வாக்குறுதிகளைக் கொடுத்தாலும் யூதர்களுக்குக் கொடுத்த வாக்குறுதியில் நிலையாக நின்றது; போகப் போக அரேபியர்களுக்குக் கொடுத்த வாக்குறுதிகளைச் சரியாக நிறைவேற்றவில்லை. இதைப் பற்றிப் பாலஸ்தீன அரேபியர்கள் பிரிட்டனோடு போராடிக்கொண்டிருக்கும் போது யூதர்கள் நிலங்களைத் தொடர்ந்து வாங்கிக் கொண்டிருந்தனர்; விவசாயத்தில் நிறைய முன்னேற்றங்கள் கொண்டுவந்தனர்; கல்விக் கூடங்களை அமைத்தனர்; சமூக நிறுவனங்களை அமைத்துக்கொண்டிருந்தனர்.

அரேபியர்களின் எதிர்ப்பு

யூதர்கள் சாலைகள், நிறுவனங்கள் அமைத்ததால் அரேபியர்களும் பயன் அடைந்தாலும், ஐரோப்பாவிலிருந்து வந்த யூதர்களுடைய தனி நாடு அமைக்கும் திட்டத்தைப் புரிந்துகொண்டு கலக்கம் அடைந்தனர். யூதர்களின் குடியேற்றத்தை நிறுத்தும் பொருட்டு 1920 மார்ச்சில் தனியாக ஒதுங்கி இருந்த யூதர்களின் குடியிருப்புகளை அவர்கள் தாக்கினர். இதில் யூதர்களின் முக்கியத் தலைவர்களுள் ஒருவர் கொல்லப்பட்டார். சாகும் தறுவாயில் அவர் கூறிய 'நாட்டிற்காக உயிர் விடுவது நன்மைக்கே' என்ற வார்த்தைகள் அவரை ஒரு பெரிய தியாகி ஆக்கின. மறுபடி அதே ஆண்டு ஏப்ரல் மாதத்தில் யூதர்களின் முக்கிய பண்டிகை நாளான பாஸ் ஓவர் அன்று அரேபியர்கள் ஜெருசலேமின் யூதக் குடியிருப்புகளில் புகுந்தனர். இதனால் ஏற்பட்ட கலவரத்தில் ஆறு யூதர்களும் ஆறு அரேபியர்களும் இறந்தனர். இருநூறு யூதர்களும் முப்பத்திரண்டு அரேபியர்களும் காயமுற்றனர். இப்படிப் பட்ட கலவரங்கள் வெடித்தாலும், அல்லது அப்படி வெடித்ததாலேயே, யூத நாட்டை உருவாக்கியே தீருவது என்பதில் யூதர்கள் தீவிரமாக இருந்தனர்.

யூதர்களின் எதிர்ச் செயல்கள்

மேலும் அதே ஆண்டு அக்டோபர் மாதம் தங்களுக்காக உருவாகப் போகும் தனி நாட்டை நிர்வகிக்க யூத தேசிய அசெம்பிளியை (Jewish National Assembly) யூதர்கள் அமைத்துக்கொண்டனர். இந்த அசெம்பிளி யூத தேசியக் கவுன்சிலை (Jewish National Council) தேர்ந்தெடுத்துக் கொண்டது.

அரேபியர்களின் தாக்குதல்களிலிருந்து தங்கள் உயிரையும் உடைமை களையும் காத்துக்கொள்ள ஒரு படை தங்களுக்கு அவசியம் தேவை என்பதை உணர்ந்த யூதர்கள் பாலஸ்தீனத்தில் இருந்த பிரிட்டிஷ் அதிகாரிகளிடமிருந்து அனுமதி பெறாமலே ஒரு சிறு படையையும் அமைத்துக்கொண்டனர். இதில் முதல் உலகப் போரில் கலந்துகொண்ட பல வீரர்களும் திறமைசாலிகளும் இடம் பெற்றனர். இது பின்னால் இஸ்ரேல் இராணுவத்தின் முக்கிய அங்கமானது. இவற்றோடு தொழிலாளர் அமைப்பு ஒன்றையும் அமைத்துக்கொண்டனர். இது முதலில் யூதத் தொழிலாளர்களின் கூட்டமைப்பு (General Federation of Labour for Jewish Workers) என்று அழைக்கப்பட்டது. நாளடைவில் பென்-குரியன் தலைமையில் இது தொழிற்சங்கமாக மாறியது. அதுவுமல்லாமல் தொழில் மற்றும் கூட்டுறவு நிறுவனங்களின் அமைப்பாக மாறி வெளியிலிருந்து பாலஸ்தீனத்திற்குள் யூதர்கள்

குடியேறவும் அப்படி வந்தவர்களுக்கு வேலை வாய்ப்புத் தேடித் தரவும் அவர்களின் நலன் காக்கவும் உதவும் நிறுவனமாகவும் உருவானது.

பிரிட்டனின் மறு முயற்சிகள்

1922இல் உள்நாட்டுவாசிகளான அரேபியர்களையும் அரசியலில் பங்குபெறச் செய்ய வேண்டும் என்ற எண்ணத்துடன் பாலஸ்தீனத்தின் பிரிட்டிஷ் ஹைகமிஷனர் ஹெர்பெர்ட் சாமுவேல் சட்டக் குழுவிற்கு நியமிக்கும் உறுப்பினர்களின் எண்ணிக்கையைக் குறைத்து, தேர்ந் தெடுக்கப்படும் உறுப்பினர்களின் எண்ணிக்கையைக் கூட்டினார். இதனாலும் அரேபியர்களை அரசில் பங்குகொள்ளச் சம்மதிக்க வைக்க முடியவில்லையாதலால் சட்டக் குழுவைப் பிரதிநிதித்துவக் குழுவாக மாற்றினார். இதில் எட்டு முஸ்லிம்கள், இரண்டு யூதர்கள், இரண்டு கிறிஸ்தவர்கள் இடம் பெற்றனர். இந்த ஏற்பாடும் அரேபியர்களுக்குப் பிடிக்கவில்லை. தாங்கள் தொடர்ந்து காலனிய அரசை எதிர்த்து வந்தால் தங்களுக்கு வெற்றி கிடைக்கும் என்று அவர்கள் நினைத்தனர். கடைசி முயற்சியாக, பிரிட்டிஷ் அரசு யூதர்கள் அமைத்துக்கொண்ட யூத செயலாண்மைக் குழுவைப் (Jewish Agency) போல் அரேபிய செயலாண்மைக் குழு (Arab Agency) ஒன்றைஅமைக்கும் யோசனையைக் கூறியது. இந்தக் குழு அரேபியர்களின் நலன்களைக் கவனித்துக் கொள்வதோடு வெளியிலிருந்து பாலஸ்தீனத்திற்குள் குடியேறும் யூதர்களின் எண்ணிக்கையைக் கட்டுப்படுத்துவதிலும் பங்கு வகிக்கும் என்றும் பிரிட்டிஷ் அரசு நினைத்தது. ஆனால் இரண்டு குழுக்களுக்கும் இடையே பெரிய வித்தியாசங்கள் இருந்தன. யூத செயலாண்மைக் குழு உலகம் முழுவதிலும் உள்ள யூதர்களின் நலன்களுக்காகப் பாடு பட்டது. அரேபிய செயலாண்மைக் குழுவோ பாலஸ்தீன அரேபியர் களின் நலன்களை மட்டுமே கவனித்துக்கொள்ளும் அமைப்பாக இருந்திருக்கும். மேலும் யூத செயலாண்மைக் குழு யூதர்களால் தேர்ந்தெடுக்கப்படுவது. அரேபிய செயலாண்மைக் குழுவை ஹைகமிஷனர் தேர்ந்தெடுப்பார். இப்படித்தான் பிரிட்டிஷ் அரசு யூதர்களுக்கு ஒரு சட்டம், அரேபியர்களுக்கு மற்றொரு சட்டம் என்று எப்போதும் நடந்துகொண்டது. இதன் பிறகு பிரிட்டிஷ் அரசும் அரேபியர்களோடு கலந்தாலோசிப்பதை விட்டுவிட்டு பிரிட்டிஷ் அதிகாரிகள் அடங்கிய ஒரு ஆலோசனைக் குழுவின் உதவியோடு பாலஸ்தீன அரசியலை நடத்தும் பொறுப்பைச் செயல்படுத்தத் தொடங்கியது.

பிரிட்டன் தன் இராணுவ நிர்வாகத்தை நீக்கிவிட்டு, சிவில் நிர்வாகத்தைப் பாலஸ்தீனத்தில் அமைத்தது. பாலஸ்தீனத்தின் பிரிட்டிஷ்

பிரதிநிதியான ஹைகமிஷனர் ஹெர்பெர்ட் சாமுவேல் ஒரு பிரிட்டிஷ் யூதர். இவருக்குப் பல ஆண்டுகள் பிரிட்டிஷ் அரசில் பங்குபெற்ற அரசியல் அனுபவமும், நேர்மையானவர் என்ற நற்பெயரும் உண்டு. ஆனாலும், இவர் பாலஸ்தீனத்தில் யூத நாடு ஒன்றை அமைக்க வேண்டும் என்னும் கூட்டத்தைச் சேர்ந்த வராகையால், அப்போது பாலஸ்தீனத்தில் வாழ்ந்துவந்த யூதர்கள் இவர் தங்களுக்கு எல்லா வகைகளிலும் உதவு வார் என்று எண்ணி வரவேற்றனர். இவர் பதவிக்கு வந்ததும் யூதர்கள் நிலங்களை வாங்கும் உரிமையைத் தரும் ஆணையையும் அவர்கள் வெளியிலிருந்து குடியேற ஏதுவான ஆணையையும் பிறப்பித்தார். இதனால் யூதர்கள் நிலங்களை வாங்கிப்போடுவதும் யூதர்கள் வெளியி லிருந்து பாலஸ்தீனத்திற்குள் குடியேறுவதும் அதிகரித்தது.

தொடர்ந்து யூதர்கள் வெளிநாடுகளிலிருந்து வந்து பாலஸ்தீனத்தில் குடியேறி வந்ததாலும் அங்கு நிலங்களை வாங்கிக்கொண்டிருந்ததாலும் பாலஸ்தீனம் தங்களுக்கு மட்டுமே சொந்தம் என்று நினைத்துக் கொண்டிருந்த அரேபியர்கள் பாலஸ்தீனத்திற்குள் யூதர்கள் வந்து தங்கிய முக்கிய இடமான யாஃபாவைத் தாக்கினர். அதைத் தொடர்ந்து அதற்கு வடக்கிலும் தெற்கிலும் இருவருக்கும் இடையே கலவரங்கள் வெடித்தன. யூதர்கள் பாலஸ்தீனத்திற்குள் வருவதுதான் கலவரங் களுக்குக் காரணம் என்று நினைத்த ஹெர்பெர்ட் சாமுவேல் தற்காலிக மாக யூதர்கள் வருவதைத் தடைசெய்தார். ஆனால் சீக்கிரமே அந்தத் தடை நீக்கப்பட்டுவிட்டது.

கலவரங்கள் தொடர்ந்தாலும், யூதர்கள் தங்கள் முயற்சிகளைக் கைவிடாது தொடர்ந்தனர். பிரிட்டன் யூதர்கள் தொடர்பாக எடுத்த நடவடிக்கைகளும் இவர்களுடைய முயற்சிகளைத் தடைசெய்யவில்லை. இதற்கிடையில் லண்டனில் யூதர்கள் ஒன்றுகூடி, பாலஸ்தீனத்தில் யூதர்களின் நாட்டை உருவாக்க பாலஸ்தீன உருவாக்க நிதி (Palestinian Foundation Fund) ஒன்றை நிறுவினர். 1901இல் ஸியோனிஸ்ட் சங்கத்தால் நிறுவப்பட்ட நிதி நிறுவனம் பாலஸ்தீனத்தில் நிலங்களை வாங்கிப் போட உதவியது. 1921இல் நிறுவப்பட்ட பாலஸ்தீன உருவாக்க நிதி அங்கு அவர்களின் விவசாயக் குடியிருப்புகளை நிறுவ உதவியது. 1921இலேயே ஜெஸிரீல் (Jezereel) என்ற சமவெளியில் 17,500 ஏக்கரில் பத்து புதிய யூதக் குடியிருப்புகள் நிறுவப்பட்டன. போருக்குப் பின் ரஷ்யாவிலிருந்து பாலஸ்தீனத்தில் குடியேறிய ஒரு யூதர் தன் முழு உழைப்பையும் சக்தியையும் பாலஸ்தீனம் முழுவதையும் மின்சார மயமாக்கச் செலவிட்டார். பாலஸ்தீனத்தில் உள்ள ஜோர்டான், யார்முக் ஆகிய நதிகளிலிருந்து மின்சாரம் எடுக்க மின்நிலையங்களை அரசு அனுமதியுடன் தொடங்கினார். இதனால் டெல் அவிவ்,

ஹைஃபா, டிபீரியஸ் போன்ற யூதர்கள் வாழ்ந்த பகுதிகள் தொழில் வளர்ச்சியில் மிகுந்த முன்னேற்றம் கண்டன.

அரேபியர்களின் அச்சம்

யூதர்களின் எண்ணிக்கை பாலஸ்தீனத்தில் அதிகரித்துக்கொண்டே போனதால் பீதியடைந்த அரேபியர்களின் அச்சத்தைப் போக்க பிரிட்டிஷ் அரசு யூதர்களின் குடியேற்றத்தை மீண்டும் கட்டுப்படுத்தியது. கட்டுப்பாடுகள் இருந்தாலும் பாலஸ்தீனத்திற்குள் யூதர்கள் வருவது குறையவில்லை. 1924-1929 வரை போலந்து அரசு யூதர்களுடைய வருமான வரியை அதிகரித்ததால், போலந்திலிருந்து மீண்டும் பல யூதர்கள், நாட்டை விட்டுப் பாலஸ்தீனத்திற்கு வந்தனர். அப்போது இவர்களுக்கு அமெரிக்காவிற்குப் போக அனுமதி கிடைக்கவில்லை. இதனால் பாலஸ்தீனம்தான் யூதர்கள் தஞ்சமடையக்கூடிய இடமாக அமைந்தது. 1924-க்கும் 1926-க்கும் இடையில் மட்டும் 63,000 யூதர்கள் பாலஸ்தீனத்திற்கு வந்தனர். இவர்கள் ஏற்கனவே பாலஸ்தீனத்தில் குடியேறிய தீவிர யூத தேசிய இனவாதத்தைச் சேர்ந்தவர்கள் அல்லர். அவர்களைப் போல் சாலைகள் அமைக்கவோ, விவசாயம் செய்யவோ இவர்கள் விரும்பவில்லை. இவர்கள் வணிகர்கள். குடியேறிய பாலஸ்தீனத்தில் வணிக நிறுவனங்களைத் தொடங்கினர். முன்னால் வந்த யூதர்களைப் போல் அல்லாமல் இவர்கள் நகரவாசிகள் ஆயினர். இதனால் டெல் அவிவ் போன்ற நகரங்களில் கட்டடப் பணி வளர்ந்தது. யூதர்கள் வாழ்ந்த நகரங்கள் விரிந்துகொண்டே போயின. டெல் அவிவ் நகரின் மக்கள்தொகை இரண்டு மடங்கானது. ஜெருசலேம் நகரைச் சுற்றிச் சில புறநகர்ப் பகுதிகள் தோன்றின.

1929இல் ஸியோனிஸ்ட் சங்கம் ஸியோனிஸ்ட் ஏஜென்சி ஒன்றை ஜெருசலேமிலும் அதற்கு ஒரு கிளையை லண்டனிலும் நிறுவியது. பாலஸ்தீனத்தில் யூத நாடு அமைப்பதில் இது இன்னொரு படி என்று அரேபியர்கள் எண்ணினர். யூதர்களுக்கும் அரேபியர்களுக்கும் இடையே பதற்ற நிலை அதிகரித்தது. இதனால் ஜெருசலேமில் இரு தரப்பாருக்கும் இடையே ஏற்பட்ட கலவரங்கள் மற்ற இடங்களுக்கும் பரவின. ஒரு வாரம் நடந்த இந்தக் கலவரங்களில் 133 யூதர்கள் கொல்லப்பட்டனர். ஆறு அரேபியர்கள் யூதர்களால் கொல்லப் பட்டனர்; பிரிட்டிஷ் காவல்துறை 110 அரேபியர்களைக் கொன்றது; 232 பேரைக் காயப்படுத்தியது.

யூதர்களின் கோபம்

யூதர்களுக்கும் அரேபியர்களுக்கும் இடையே நடந்த கலவரங்களுக்

குரிய காரணங்களை அறிய பிரிட்டிஷ் அரசு இரண்டு முறை அதிகாரி களை அனுப்பியது. அந்த இரண்டு அதிகாரிகள் அனுப்பிய இரண்டு அறிக்கைகளும் பாலஸ்தீனத்திற்குள் யூதர்கள் அதிகமாக வருவதால் தங்களுடைய வாழ்வாதாரம் பற்றி அரேபியர்கள் கவலைப்படுவதாக அறிவித்தன. இந்த அறிக்கையின் விளைவாக பிரிட்டிஷ் அரசு யூதர்கள் பாலஸ்தீனத்திற்கு வருவதைக் கட்டுப்படுத்தத் தீர்மானித்தது. இதனால் வெகுண்டெழுந்த யூதர்கள், தாங்கள் பாலஸ்தீனத்திற்குள் குடியேறு வதாலும் கொண்டுவரும் பணத்தினாலும் அரேபியர்கள் மிகுந்த பயனடைகிறார்கள் என்று வாதிட்டனர். இவர்களின் இந்த வாதமும், பிரிட்டிஷ் அரசிற்கும் யூதர்களுக்கும் இடையே பாலமாக விளங்கிய வெயிஸ்மேனின் கோபமும் பிரிட்டிஷ் அரசு தன் தீர்மானத்தைத் திரும்பப் பெறக் காரணமாக இருந்தது.

யூதர்களின் பெருக்கம்

1932-க்கும் 1939-க்கும் இடையில் ஐரோப்பாவில் வலுவடைந்த யூத எதிர்ப்பின் விளைவாக 175,000 யூதர்கள் போலந்திலிருந்தும் ஜெர்மனியிலிருந்தும் பாலஸ்தீனத்தில் குடியேறினர். இது வரை கிழக்கு ஐரோப்பாவிலிருந்துதான் நிறைய யூதர்கள் பாலஸ்தீனத்தில் குடியேறியிருந்தனர். இப்போது ஜெர்மனியிலிருந்தும் யூதர்கள் பாலஸ்தீனத்திற்கு வந்தனர். இதனால் பாலஸ்தீனத்தில் இருந்த யூதர்களின் எண்ணிக்கை கிட்டத்தட்ட 300,000 ஆனது. ஸியோனிஸ்ட் அமைப்பின் தலைவர்களுக்கும் ஜெர்மன் அரசின் வெளியுறவு அமைச்சகத்திற்கும் ஏற்பட்ட ஒப்பந்தத்தினால் ஜெர்மானிய யூதர்கள் தங்களுடைய சேமிப்பின் ஒரு பகுதியை ஜெர்மனியிலிருந்து எடுத்துச் செல்வதற்கு அனுமதிக்கப்பட்டனர். இதனால் பாலஸ்தீனத்திற்குள் நிறையப் பணம் – ஆறு கோடி பிரிட்டிஷ் பவுண்டுகள் – கொண்டுவரப்பட்டு அதன் பொருளாதாரம் வளர உதவியது. உலோகங்கள், துணி, வேதியல் பொருள்கள் ஆகியவற்றின் வணிகம் பெருகியது. 1930இல் பாலஸ்தீனத்தில் 6000ஆக இருந்த யூதர்களின் தொழிற்சாலைகள் 1937இல் 14,000ஆகப் பெருகின. தொழிலாளர்களின் எண்ணிக்கை 19,000இலிருந்து 55,000 ஆக உயர்ந்தது. உலகெங்கிலும் பொருளாதாரச் சரிவு ஏற்பட்ட இந்தச் சமயத்தில் பாலஸ்தீனத்தின் பொருளாதாரம் மிகச் சிறப்புற்று விளங்கியது. குடிவந்தவர்களில் பலர் கல்வியில் சிறந்தவர்களாக விளங்கியதால் ஹீப்ரூ பல்கலைக்கழகமும் மற்ற ஆராய்ச்சி நிறுவனங்களும் மேம்பாடடைந்தன. கலைகளும் கலைக் கூடங்களும் சிறப்புற்றன. இசை வல்லுநர்கள் பலர் பாலஸ்தீனத்திற்கு வந்தனர்; பாலஸ்தீன இசைக் குழுவும் நிறுவப்பட்டது. இவர்கள் நகரங் களில் வாழத் தொடங்கியதால் யூதர்களின் நகரங்களும் விரிவடைந்து

கொண்டே போயின. புதிதாக வந்த யூதர்களில் பாதிப் பேர் டெல் அவிவில் குடியேறினர்; ஜெருசலேமின் மக்கள்தொகையும் வேகமாகக் கூடியது; ஹைபாவின் மக்கள்தொகை 1931-க்கும் 1935-க்கும் இடையில் மூன்று மடங்கு அதிகரித்தது. பாலஸ்தீனத்தில் ஐரோப்பியக் கலாச்சாரச் சாயலும் தோன்றத் தொடங்கியது.

யூதர்களின் செல்வமும் செல்வாக்கும் அதிகரித்துக்கொண்டு போகப் போக அரேபியர்களின் பயமும் அதிகரித்தது. அது 1936இல் உச்சக் கட்டத்தை அடைந்து பெரிய கலவரமாக வெடித்தது. டெல் அவிவைச் சேர்ந்த யூதர்கள் இரண்டு அரேபியர்களைக் கொன்றுவிட்டதாக வதந்தி பரவியதை அடுத்து அரேபியர்கள் யூதர்களைத் தாக்க, பின் அது கலவரமாக மாறினாலும் இந்தக் கலவரத்திற்கு முக்கிய காரணம் அதுவல்ல. யூதர்கள் புதிதாக வாங்கும் விவசாய நிலங்களில் ஏற்கனவே அரேபியர்கள் வேலை பார்த்துக்கொண்டிருந்தால், அவர்களுடைய வாழ்வாதாரத்திற்கு ஒரு சிறிய பகுதியை விட்டுவிட்டுத்தான் நிலத்தை வாங்க வேண்டும் என்று பாலஸ்தீனத்தை ஆண்ட பிரிட்டிஷ் அரசு உத்தரவு போட்டிருந்தது. ஆனால் யூதர்கள் நில உரிமையாளர்களிடம் நிலங்களை வாங்கும்போது அந்த நிலங்களில் யாரும் வேலைபார்க்காத வாறு உறுதி செய்த பிறகே அவற்றை வாங்கினர். வாங்கியபின் அந்த நிலங்களில் பாடுபட யூதர்களையே நியமித்தனர். தாங்கள் இது வரை உழைத்து வந்த நிலங்கள் தங்கள் கைகளை விட்டுப் போனதுமல்லாமல் தங்கள் வேலையும் போய்விட்டதால் அரேபியர்களின் கோபம் அதிகமானது. சாலைகள், பாலங்கள், தந்திக் கம்பிகள், காவல் நிலையங்கள் ஆகியவற்றைத் தாக்கியதன் மூலம் தங்கள் கோபத்தை பாலஸ்தீனத்தில் இருந்த பிரிட்டிஷ் ஆட்சி மீது காட்டினர். அந்த அரசை ஆட்சி நடத்தவிடாமல் இடையூறுகள் செய்தனர்.

அரேபியர்களின் கலகம்

அரேபியர்கள் யூதர்களை எதிர்த்துச் செய்த காரியங்கள் யூதர்களுக்கு நன்மை பயப்பதிலேயே முடிந்தன. அரேபியர்களின் கலகத்தால் அரேபியத் தொழிலாளர்களுக்கு வேலை கிடைப்பதில் சிரமம் ஏற்பட்டது; அதே சமயம் யூதத் தொழிலாளர்களுக்கு நிறைய வேலை வாய்ப்புக் கிடைத்தது. யூதர்களுக்குப் பணமும் தொழில்நுட்ப அறிவும் இருந்ததால் அவர்களின் விளைபொருள்களான காய்கறிகள், பழங்கள் அதிக அளவில் சந்தைக்கு வந்து அரேபியர்களின் பொருள்களைச் சந்தையிலிருந்து விரட்டியடித்தன. ஏற்றுமதி செய்வதற்கு வசதியாகத் தாங்கள் நிறைய வாழும் டெல் அவிவ் நகரில் யூதர்கள் தங்களுக்கென்று ஒரு சிறிய துறைமுகத்தையும் அமைத்துக்கொண்டனர். யூதர்களின்

வளர்ச்சியை நிறுத்தும் நோக்கத்துடன் அரேபியர்கள் ஆரம்பித்த கிளர்ச்சி, யூதர்கள் தங்களை மேலும் வலுப்படுத்திக்கொள்வதில் முடிந்தது.

அரேபியர்களின் தாக்குதலிலிருந்து தங்களைக் காத்துக்கொள்ள யூதர்கள் முதலில் இரகசியமாக ஆரம்பித்த படைக்குத் தடைவிதித்திருந்த பிரிட்டிஷ் அரசு அந்தத் தடையை நீக்கி, யூதர்கள் தங்களுக்கென்று ஒரு படையை வைத்துக்கொள்ள அனுமதித்தது. 1939இல் 14,500 போராளிகளைக் கொண்டதாக இந்தப் படை இருந்தது.

கலவரத்திற்குப் பிரிட்டனின் தீர்வு

தொடர்ந்து யூதர்களுக்கும் அரேபியர்களுக்கும் இடையே மோதல்கள் ஏற்பட்டதால் பிரிட்டிஷ் அரசு 1936இல் லண்டனிலிருந்து லார்ட் பீல் (Lord Peel) என்பவரைப் பாலஸ்தீனத்திற்கு அனுப்பி இந்தக் கலவரங் களுக்குத் தீர்வு காணும்படி கோரியது. அவர் பாலஸ்தீனம் முழுவதும் பயணம் செய்து, யூதர்களோடும் அரேபியர்களோடும் 66 ஆலோசனைக் கூட்டங்கள் நடத்தி அறிக்கை சமர்ப்பித்தார். அவர் தன்னுடைய 404 பக்கங்கள் கொண்ட நீண்ட அறிக்கையில், யூதர்கள் பழங்காலத்தி லிருந்தே பாலஸ்தீனத்தோடு அவர்களுக்கிருந்த தொடர்பால் அதற்கு உரிமை கொண்டாடுவதும், அரேபியர்கள் பதின்மூன்று நூற்றாண்டு களாக அங்கு வாழ்ந்துவருவதால் அவர்கள் அதற்கு உரிமை கொண்டாடு வதும் சரியே என்றும் வாதிட்டு, இருவருக்கும் பாலஸ்தீனத்தைப் பகிர்ந்து கொடுப்பதே சரியான தீர்வு என்றும் அப்படிச் செய்வதன் மூலம்தான் அங்கு ஏற்படும் கலவரங்களுக்கு முடிவு காணமுடியும் என்றும் கூறினார்.

பாலஸ்தீனத்தின் வட மேற்குப் பகுதியில் இருந்த கலீலி மற்றும் கடற்கரையை ஒட்டிய சமவெளிப் பிரதேசத்தை – இது பாலஸ்தீனத்தின் பரப்பளவில் 20 சதவிகிதம். ஆனால் வளம் நிறைந்த பகுதி; வெளியி லிருந்து வந்த யூதர்கள் நிறையக் குடியேறியிருந்த பகுதி – யூதர்களுக்கும் பிற இடங்களைப் பாலஸ்தீன அரேபியர்களுக்கும் கொடுப்பதென்றும் முடிவாகியது. பீலின் பிரிவினைத் திட்டப்படி ஜெருசலேம் யூதர் களுக்குக் கொடுக்கப்பட்ட இடங்களில் சேர்க்கப்படவில்லை. அரேபியர்களுக்குக் கொடுக்கப்பட்ட பகுதி பின்னால் ட்ரான்ஸ் ஜோர்டான் (Transjordan) என்ற பகுதியோடு சேர்க்கப்படும் என்றும் பிரிட்டிஷ் அரசு முடிவு செய்தது. பாலஸ்தீனம் முழுவதையும் பாலஸ்தீனர்களுக்குக் கொடுத்து அதைச் சுதந்திர நாடாக ஆக்குவதாக பாலஸ்தீனர்களுக்குக் கொடுத்த வாக்குறுதியை பிரிட்டன் காற்றில் பறக்கவிட்டுவிட்டது.

ட்ரான்ஸ் ஜோர்டான்

ட்ரான்ஸ் ஜோர்டான் பற்றி இங்கு கொஞ்சம் குறிப்பிடவேண்டும். 1516-லிருந்து 1918 வரை ட்ரான்ஸ் ஜோர்டான் ஓட்டோமான் பேரரசின் கீழ் இருந்தது. முதல் உலகப் போருக்குப் பிறகு 1922இல் லீக் ஆப் நேஷனால் பிரிட்டனுக்குக் கொடுக்கப்பட்ட இடங்களில் அது ஒரு பகுதியானது. போர் தொடங்குவதற்கு முன்பே பிரிட்டன், நபிகள் நாயகம் வம்சாவழியில் வந்த ஷெரீஃப் ஹுஸைனுக்கும் அவருடைய மூன்று மகன்களுக்கும் ஓட்டோமான் பேரரசில் இருந்த அரபு நாடுகளில் ஆட்சி அமைக்க உதவுவதாக வாக்களித்திருந்தது. அதன்படி ஓட்டோமான் அரசு வீழ்ச்சி அடைந்த பின் அரேபிய தீபகற்பத்தில் ஓர் இடத்தை ஆளும் உரிமையை முதல் மகன் அலீக்கும் சிரியாவை ஆளும் உரிமையை இரண்டாவது மகன் ஃபைஸலுக்கும் மூன்றாவது மகனான அப்துல்லாஹ்வுக்கு ஈராக்கை ஆளும் உரிமையையும் பிரிட்டன் கொடுத்தது. அலீக்குக் கொடுத்த இடத்தைப் பக்கத்து நாட்டில் ஆட்சிபுரிந்து வந்த ஸவ்த் என்னும் அரசர் பிடித்துக்கொண்டு சவூதி அரேபியா என்று தன் பெயரையே அதற்குச் சூட்டிக்கொண்டு ஆளத் தொடங்கினார். பிரான்ஸ் ஃபைஸலை சிரியாவிலிருந்து விரட்ட அவர் ஈராக்கிற்கு வந்துவிட்டதால் அப்துல்லா ட்ரான்ஸ் ஜோர்டானுக்கு வந்து அதை ஆளத் தொடங்கினார். 1928இல் ட்ரான்ஸ் ஜோர்டானின் அதிபராக அப்துல்லாஹ் பிரிட்டனால் நியமிக்கப்பட்டாலும், இராணுவ, அரசியல் அதிகாரம் பிரிட்டனின் கையில்தான் இருந்தது. 1946இல் ட்ரான்ஸ் ஜோர்டான் சுதந்திரம் அடைந்தது. ஜோர்டான் நதிக்குக் கிழக்கே இருந்ததால் – நதிக்கு அப்பால் என்ற பொருளில் – ட்ரான்ஸ் ஜோர்டான் என்று அழைக்கப்பட்டது. ஜோர்டான் நதிக்கு மேற்கே இருந்த பகுதி வெஸ்ட்பேங்க் என்று அழைக்கப்பட்டது. ஜோர்டான் நதிக்கு மேற்கிலும் மத்தியதரைக் கடலுக்கு கிழக்கிலும் இருந்த பகுதி பாலஸ்தீனம் என்று அழைக்கப்பட்டது. எனவே வெஸ்ட் பேங்க் பாலஸ்தீனத்தின் ஒரு பகுதி. பின்னால் ட்ரான்ஸ் ஜோர்டான், ஜோர்டான் என்ற பெயரைப் பெற்றது.

பீலின் திட்டம் – ஆதரவும் எதிர்ப்பும்

பாலஸ்தீன அரேபியர்கள் – இதில் பாலஸ்தீனக் கிறிஸ்தவர்களும் பாலஸ்தீன முஸ்லிம்களும் அடக்கம் – தங்களுக்குப் பாலஸ்தீனம் முழுவதும் கிடைக்கும் என்று நம்பிக்கொண்டிருந்தபோது பாலஸ்தீனம் முழுவதும் தங்களுக்கு வேண்டும் என்று யூதர்கள் கேட்டுக் கொண்டிருந்தனர். பல நாடுகளிலிருந்து யூதர்கள் பாலஸ்தீனத்திற்கு வந்திருந்தாலும் ஜெருசலேமை உள்ளடக்கிய பாலஸ்தீனம் தங்கள்

மூதாதையர்கள் வாழ்ந்த புண்ணிய பூமி என்றும் ஜெருசலேமில்தான் தங்கள் கடவுள் உலகை முதலில் படைத்தார் என்றும் அவர்களுடைய வம்சத்தின் முதல்வரான ஆபிரஹாமுக்கும் அவருடைய சந்ததி களுக்கும் இறைவன் கொடுப்பதாக வாக்களித்த இடம் பாலஸ்தீனம் என்றும் அதனால் பாலஸ்தீனம் முழுவதும் யூதர்களுக்கே சொந்தம் என்றும் அவர்கள் வாதாடினர். (இப்போது தொடர்ந்து வன்செயல்கள் நடந்துகொண்டிருக்கும் ஜெருசலேமுக்கு அமைதி உறையும் இடம் என்று அர்த்தம்.) இந்துக்களுக்கு காசி எப்படி முக்கியமோ அதைப் போல் யூதர்களுக்கு ஜெருசலேம் முக்கியம் என்பதால் அதை அவர்கள் விடத் தயாராக இல்லை.

யூதர்களில் ஒரு பிரிவினர் பீலின் திட்டத்தை ஏற்றுக்கொள்ள வில்லையாயினும், மற்றவர்கள் அப்போதைக்கு அதை ஏற்றுக்கொள்ளு வதென்றும் பின்னால் பிரிட்டிஷ் அரசோடு பேசி இன்னும் கொஞ்சம் இடம் பெற்றுக்கொள்ளலாம் என்றும் முடிவு செய்ததால், பீலின் திட்டம் யூதர்களால் ஏற்றுக்கொள்ளப்பட்டது. ஜெர்மனியில் 1933இல் ஹிட்லர் அதிகாரத்திற்கு வந்த பிறகு யூதர்களின் நிலை மோசமாகிக் கொண்டே போனதால் யூதர்களுக்கென்று உடனே ஒரு நாடு வேண்டும் என்ற எண்ணத்திலும் யூதர்கள் இந்தத் திட்டத்தை ஒப்புக்கொண்டனர். தங்களிடம் ஒரு படை இருந்ததால் பின்னால் அரேபியர்களோடு சண்டைபோட்டு முழுப் பாலஸ்தீனத்தையும் எடுத்துக்கொள்ளலாம் என்ற இரகசியத் திட்டம் வைத்திருந்ததும் இன்னொரு காரணம்.

பீல் திட்டத்தின் தோல்வி

சிரியாவில் நடைபெற்ற அரேபியர் மாநாட்டில் பல அரபு நாடுகளி லிருந்து வந்திருந்த 400 பிரதிநிதிகள் பீலின் திட்டத்தை ஏற்றுக் கொள்ளவில்லை. அரேபியர்களுக்கு மட்டுமே உரிய அரபு நாட்டை – பாலஸ்தீனத்தை – யூதர்களோடு பங்கு போட்டுக்கொள்ள அவர்கள் விரும்பவில்லை. பீலின் திட்டத்திற்கு அரேபியர்களிடையே இருந்த தீவிர எதிர்ப்பாலும் பீலுக்குப் பிறகு பாலஸ்தீன நிலையைக் கண்டறிய அனுப்பப்பட்ட இன்னொருவர் பாலஸ்தீனத்தைப் பிரிப்பது மிகவும் சிக்கலான காரியம் என்று அறிக்கை கொடுத்ததாலும் பீல் திட்டம் கைவிடப்பட்டது. பாலஸ்தீனத்தை யூதர்களுக்கும் அரேபியர்களுக்கும் இடையே பிரித்துக் கொடுப்பதென்று முதல் முதலாகக் கூறிய பீலின் திட்டம் அப்போதைக்குக் கைவிடப்பட்டாலும் ஒரு பத்தாண்டிற்குப் பிறகு மீண்டும் அந்தத் திட்டம் தலைதூக்கியது.

யூதர்களுக்கும் அரேபியர்களுக்கும் இடையே நடக்கும் போராட்டங் களும் கலவரங்களும் தொடர்ந்தன. யூதர்கள் தங்கள் குடியிருப்பு

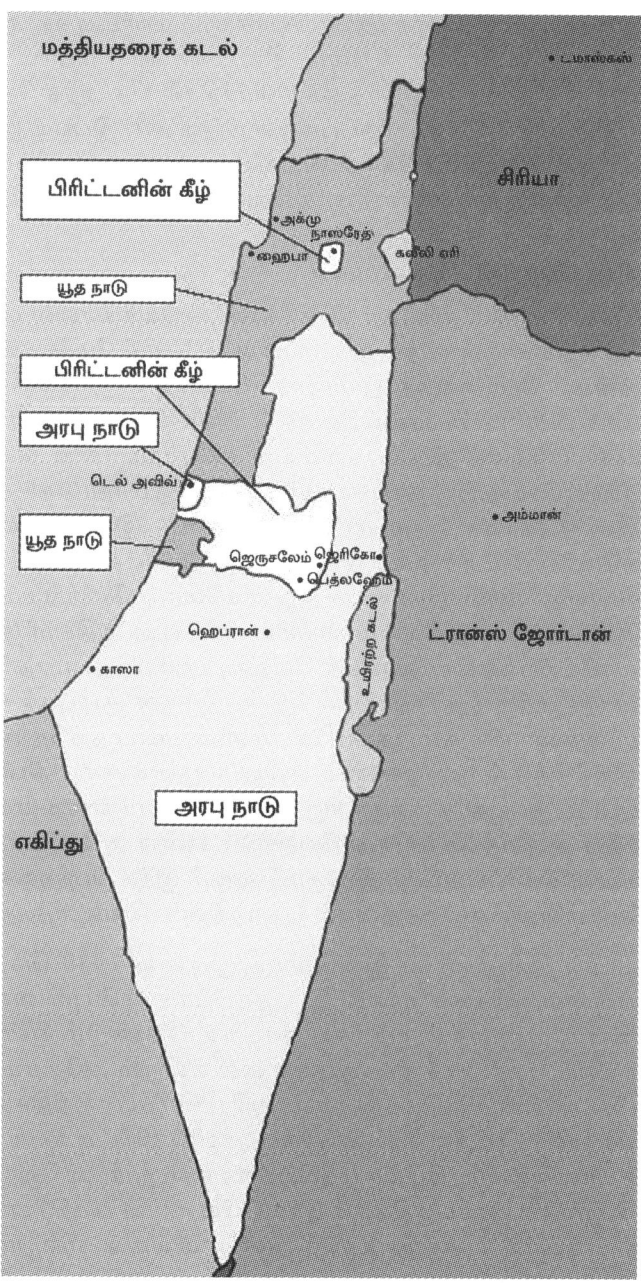

பீல் கமிஷனின் பிரிவினைத் திட்டம்.

களை இரவோடு இரவாக அரேபியர்களும் பிரிட்டிஷ் அதிகாரி களும் அறியா வண்ணம் நிறுவும் திட்டங்களும் தொடர்ந்தன. அரேபியர்கள் யூதர்களை எதிர்த்துக் கிளர்ச்சி செய்த அந்த நேரத்தில் யூதர்கள் இம்மாதிரி 55 குடியிருப்புகளை நிறுவினர். இப்படி யூதர்கள் குடியிருப்புகளை நிறுவிக்கொண்டே போனதால் அரேபியர்களின் கவலையும் அதிகரித்தது; பாலஸ்தீனத்தில் வன்முறையும் குறையவில்லை.

ஹிட்லரின் போரின் விளைவுகள்

1939 பிப்ரவரி மாதம் ஹிட்லர் செக்கோஸ்லேவேகியாவை பலவந்த மாகப் பிடித்துக்கொண்டதும் ஐரோப்பாவில் போர் மேகங்கள் சூழத் தொடங்கின. போருக்குத் தயாராக வேண்டிய நிர்ப்பந்தத்தின் காரணமாக பிரிட்டன் பாலஸ்தீனத்தில் அமைதியை நிலைநாட்டிக் கூடியவரை எல்லாத் துருப்புகளையும் ஐரோப்பாவில் கொண்டு சேர்க்க முடிவுசெய்து இரு தரப்பையும் கூட்டி ஒரு மாநாடு நடத்தியது. இதில் கலந்துகொண்ட அரபுப் பிரதிநிதிகள் - இவர்கள் எகிப்து, சவூதி அரேபியா, ட்ரான்ஸ் ஜோர்டான், யேமென், ஈராக் ஆகிய நாடுகளிலிருந்து வந்திருந்தவர்கள் - யூதர்களோடு சேர்ந்து உட்காரக் கூட விரும்பவில்லை. தலைமை தாங்கிய பிரிட்டிஷ் அதிகாரி இரண்டு முறை வரவேற்புரையை வாசிக்க வேண்டியதாயிற்று. மாநாட்டில், பல ஆண்டுகளுக்கு யூதர்கள் பாலஸ்தீனத்திற்குள் குடிபுகக் கூடாது என்றும் அதன் பிறகும் அரேபியர்களின் சம்மதத்தோடேயே பாலஸ்தீனத்திற்குள் நுழையலாம் என்றும் யூதர்களுக்கு நிபந்தனை விதிக்கப்பட்டது. யூதர்களுக்குச் சிறுபான்மையோர் என்ற முறையில் சில விஷேச சலுகைகள் வழங்க வேண்டும் என்று அரேபியர்களுக்கு நிபந்தனை விதிக்கப்பட்டது. இரு தரப்பாரும் இந்த நிபந்தனைகளை ஏற்றுக்கொள்ளவில்லை. அதனால் பதற்றநிலை தொடர்ந்தது.

பிரிட்டன் தன்னுடைய இன்னொரு முடிவை 1939 மே மாதம் ஒரு வெள்ளைஅறிக்கை மூலம் இரு தரப்பார் முன்பும் வைத்தது. பாலஸ்தீனம் முழுவதும் யூதர்கள் நாடாக வேண்டும் என்று ஒரு போதும் பிரிட்டிஷ் அரசு நினைத்ததில்லை என்றும் அதே சமயத்தில் பிரிட்டிஷ் அரசின் பிரதிநிகளுக்கும் அரேபியப் பிரதிநிதிகளுக்கும் இடையே முன்பு நடந்த பேச்சுவார்த்தைகளில் பிரிட்டிஷ் அரசு ஒரு போதும் பாலஸ்தீனம் (கிழக்கு மத்தியதரைக் கடலுக்கும் ஜோர்டான் நதிக்கு மேற்கே உள்ள பகுதிக்கும் இடையில் உள்ள பகுதி) ஒரு அரபு நாடாக உருவாகும் என்று உறுதி அளிக்கவில்லை என்றும் அந்த அறிக்கையில் குறிப்பிட்டிருந்தது. ஓட்டோமான் அரசில் அரேபியர்கள் அதிகமாக வாழ்ந்த இடங்களில் சுதந்திர அரபு நாடுகள் அமைய உதவும்

என்று மட்டும்தான் உறுதி அளித்ததாக பிரிட்டன் வாதாடியது. மேலும் பாலஸ்தீனத்தில் பிரிட்டிஷ் நியமனம் எப்போதுமே நிலையாக இருக்கப் போவதில்லை என்றும் காலப்போக்கில் சுதந்திரம் வழங்கப்படும் என்றும் அந்த சுயாட்சியில் அங்கு வசித்துவரும் இனங்கள் அதில் சம உரிமைகள் பெறுவார்கள் என்றும் குறிப்பிட்டிருந்தது. பாலஸ்தீனத்தை மூன்றாகப் பிரித்து எந்தப் பகுதியில் அரேபியர்களிடமிருந்து யூதர்கள் நிலங்களைத் தடையின்றி வாங்கலாம், எந்தப் பகுதியில் சில நிபந்தனைகளோடு வாங்கலாம், எந்தப் பகுதியில் வாங்கவே கூடாது என்று வரையறுத்தது. யூதர்கள் அதிகமாக பாலஸ்தீனத்தில் குடியேறுவதும் யூத-அரேபியப் போராட்டங்களுக்குக் காரணம் என்று பிரிட்டன் முடிவு செய்து, அடுத்த ஐந்து ஆண்டுகளில் 75,000 யூதர்கள் மட்டுமே பாலஸ்தீனத்திற்கு வரலாம் என்று வரையறுத்தது. அதன் பிறகும் அரேபியர்களின் சம்மதத்தோடேயே யூதர்கள் பாலஸ்தீனத்திற்கு வரலாம் என்ற நிபந்தனையையும் விதித்தது. சுதந்திரம் அடையப் போகும் பாலஸ்தீனத்தில் அரேபியப் பெரும்பான்மையோடு தாங்கள் வாழவேண்டிய கட்டாயத்தை எண்ணி யூதர்கள், பிரிட்டன் ஸியோனிஸத்தின் எதிரி என்று நினைக்க ஆரம்பித்தனர்.

1939 செப்டம்பர் ஒன்றாம் தேதி ஹிட்லர் போலந்தை முற்றுகையிட்டதும் பிரிட்டனும் பிரான்ஸும் போரில் சேருவதாகப் பிரகடனம் செய்தன. இது யூதர்களுக்கு மிகுந்த அதிர்ச்சியைக் கொடுத்தது. சண்டையின் காரணமாக மத்தியதரைக் கடல் வணிகம் பாதிக்கப்பட்டதாலும் கட்டடங்கள் கட்டும் வேலைகள் தொய்வடைந்ததாலும் பழ உற்பத்தி பாதிக்கப்பட்டதாலும் பாலஸ்தீனத்தில் வேலையில்லாத் திண்டாட்டம் பெருகியது.

யூதர்களின் இரட்டை நிலை

இந்தச் சமயத்தில் பிரிட்டனோடு யூதர்களுக்கு சுமுகமான உறவு இல்லையாயினும் யூதர்களைக் கொடுமைப்படுத்திய நாஜிக்களோடு பிரிட்டன் சண்டை போட்டுவருவதால் பிரிட்டனைப் பகைத்துக் கொள்ளவும் விரும்பவில்லை. அதனால் பிரிட்டன் பாலஸ்தீனத்தில் கடைப்பிடித்துவரும் கொள்கையையும் போரில் பிரிட்டனுக்கு உதவுவதையும் தனித்தனியாகக் கையாள்வது என்று அப்போது யூதர்களின் தலைவராக இருந்த பென்-குரியன் முடிவு செய்தார். இரண்டாவது உலகப் போரில் பிரிட்டனின் பக்கம் சேர்ந்து சண்டையிட்டால் போருக்குப் பிறகு பிரிட்டன் தங்களுக்கு உதவும் என்ற நம்பிக்கையைப் பல யூதர்கள் கொண்டிருந்தனர். இவர்களால் பிரிட்டனை

எதிர்த்த பிரிவினர் ஓரங்கட்டப்பட்டனர். 85,000 யூத ஆண்களும் 50,000 யூதப் பெண்களும் போரில் பணியாற்றப் பதிவுசெய்தனர். ஆபத்து நிறைந்த போர்ப் பணிகளைச் செய்ய 250 பாலஸ்தீன யூதர்கள் முன்வந்தனர். பிரிட்டனோடு சேர்ந்து சண்டையிட்ட பல யூதர்கள் போரில் உயிர் இழந்தனர். அரேபியர்களும் பிரிட்டிஷாரோடு சேர்ந்து போர் புரிந்தாலும் யூதர்களுக்கிருந்த போர்த் திறமைகளும் பல நாடு களிலிருந்து கிடைத்த பண பலமும் நிர்வாகத் திறமையும் அரேபியர் களுக்கு இல்லை.

பிரிட்டனின் முடிவிற்கு எதிராகப் பாலஸ்தீனத்திற்குள் யூதர் களைக் கொண்டுவரும் காரியத்தை யூதர்கள் செய்துகொண்டுதான் இருந்தனர். போரில் ஈடுபட்ட யூதர்கள் போர் முடிந்துவரும் தறுவாயில் ஐரோப்பாவில் யூத அகதிகளைப் பாலஸ்தீனத்திற்கு இரகசியமாக அனுப்பி வைத்துக்கொண்டிருந்தனர். இரண்டாவது உலகப் போர் நடந்துகொண்டிருந்த சமயம் பாலஸ்தீன யூதப் படைவீரர்களின் உதவியோடு கப்பலில் வந்த யூத அகதிகளையும் சேர்த்து 50,000 பேர் பாலஸ்தீனத்திற்குள் நுழைந்தனர்.

அரபு லீக் உதயம்

இரண்டாம் உலகப் போர் சமயத்தில் பிரிட்டனுக்கு அரேபியர்களின் உதவி தேவைப்பட்டதால் பிரிட்டன் அரபு லீக் அமைக்க உதவியது. எகிப்து, சிரியா, லெபனான், ட்ரான்ஸ் ஜோர்டான், சவூதி அரேபியா, யேமென் ஆகிய நாடுகள் ஒன்று சேர்ந்து அரபு லீக் என்ற அமைப்பை உருவாக்கினர். லீகின் தலைமையகம் எகிப்தில் இருந்தது. முதலில் பாலஸ்தீனத்திற்கு இதில் இடம் இல்லை. பின்னால் பிரிட்டனின் சம்மதத்தோடு பாலஸ்தீனத்தில் பிரிட்டனின் அரசில் பணிபுரிந்து அனுபவம் பெற்றுள்ள முஸா அல் ஆலமி என்பவரைப் பாலஸ்தீனப் பிரதிநிதியாக லீக் ஏற்றுக்கொண்டது. இவர் மற்ற உறுப்பினர்களுக்குத் தெரிவித்த பிறகுதான் பாலஸ்தீனத்தில் அரேபியர்களுக்கு விளை விக்கப்பட்ட கொடுமைகளின் அளவு அவர்களுக்குத் தெரிய வந்தது. பாலஸ்தீனம் அரேபியர்களுக்குச் சொந்தமானது என்றும் யூதர்கள் அங்கு வந்து குடியேறுவதைத் தடுக்க வேண்டும் என்றும் பாலஸ்தீனத் திற்குச் சுயாட்சி கொடுக்க வேண்டும் என்றும் அரபு லீக் பிரிட்டனை வேண்டிக்கொண்டது. ஜெர்மனியில் யூதர்களுக்கு இழைக்கப்பட்ட கொடுமைகள் அரேபியர்களுக்கும் மிகுந்த துக்கத்தைக் கொடுப்ப தாகவும், இருப்பினும் பாலஸ்தீனர்களுக்கு இன்னொரு வகையான அநியாயம் இழைப்பதன் மூலம் யூதர்களுக்கு இழைக்கப்பட்ட அநியாயத்தைச் சரிசெய்ய முடியாது என்றும் அரபு லீகில் ஒரு தீர்மானம்

நிறைவேற்றப்பட்டது. பாலஸ்தீனத்தில் அரேபியர்கள் இழந்த நிலங் களை மீட்பதற்கு ஒரு நிதியை உருவாக்குவதென்று முடிவுசெய்யப் பட்டாலும் அந்த நிதிக்குப் பல நாடுகள் உதவ முன்வரவில்லை.

இரண்டாவது உலகப் போருக்குப்பின் பிரிட்டனின் கொள்கை

போர் முடிவடைந்ததும் பிரிட்டனில் தொழில் கட்சி (Labor Party) ஆட்சிக்கு வந்தது. இது கொள்கையளவில் யூதர்களுக்கு ஆதரவாக இருந்தாலும், செயல்களில் யூதர்களுக்கு எதிராகவே இருந்தது. 1939இல் பிரிட்டிஷ் அரசு, பாலஸ்தீனத்திற்குள் யூதர்களை வரையறை இல்லாமல் அனுமதிப்பதை நிறுத்தப்போவதாக எடுத்த முடிவை தீவிரமாகச் செயலாக்கத் துணிந்தது. இதனால் யூதர்கள் பாலஸ்தீனத்தில் இருந்த பிரிட்டிஷ் அதிகாரிகளை எதிர்த்து, போர் முடிவில் ஐரோப்பாவில் அகதிகளாக்கப்பட்ட யூதர்களைப் பாலஸ்தீனத்திற்குள் சட்டவிரோத மாகக் கூட்டிவந்தனர். ஐரோப்பாவில் அவர்கள் புறப்பட்ட இடங் களிலிருந்தும் பாலஸ்தீனத்தில் அவர்கள் நுழைய முயன்ற இடங் களிலும் அவர்களைத் தடுத்து நிறுத்த பிரிட்டன் முயன்றும் ஒன்றும் செய்ய முடியவில்லை. மேலும் யூதர்களின் இராணுவ அமைப்பான ஹகானாவும் அதிலிருந்து பிரிந்து சென்ற இரண்டு தீவிரவாதப் பிரிவு களும் ஒன்று சேர்ந்துகொண்டு பாலஸ்தீனத்தில் இருந்த பிரிட்டிஷ் உடைமைகளையும் நிறுவனங்களையும் தாக்கின. யூதர்களின் இந்தத் தாக்குதலைச் சமாளிக்க பிரிட்டன் அதிகப்படியாக 80,000 துருப்பு களைப் பாலஸ்தீனத்திற்குக் கொண்டுவந்தது. யூதர்களின் வன்முறையின் உச்சகட்டமாக இர்குன் (Irgun) என்ற ஹகானாவின் தீவிரவாதப் பிரிவு ஜெருசலேமில் உள்ள கிங் டேவிட் ஓட்டலின் ஒரு பகுதிக்குத் தீ வைத்தது. இங்குதான் பிரிட்டிஷ் ஆட்சியின் செயலகமும் இராணுவத் தலைமையகமும் இருந்தன. பிரிட்டிஷ் அதிகாரிகளும் 787 யூதர்களைக் கைதுசெய்ததோடு பிரிட்டிஷ்-யூத நட்பின் சின்னமாக விளங்கிய வெயிஸ்மேனைப் பாலஸ்தீனத்தை விட்டு வெளியேற்றினர்.

பாலஸ்தீனத்தில் தங்கள் படைவீரர்களில் பலரை இழந்த பிரிட்டன் அதற்கு மேல் அங்கு இருப்பதால் தனக்குப் பலன் எதுவும் இல்லை என்று எண்ணிப் பாலஸ்தீனத்தைக் கண்காணிக்கும் பொறுப்பை மறுபடி ஐநாவிடமே ஒப்படைத்தது. ஐநா சபை பாலஸ்தீனப் பிரச்சினையைத் தீர்க்க ஒரு குழுவை நியமித்துப் பாலஸ்தீனத்திற்கு நேரில் சென்று அறிக்கை சமர்ப்பிக்குமாறு கூறியது. இந்தக் குழு ஜெருசலேமில் ஐந்து வாரங்கள் தங்கியிருந்த போது யூதப் பிரதிநிதிகள், ஐநா குழு உறுப்பினர்களைச் சந்தித்துத் தங்கள் பக்கக் கோரிக்கை களைக் கூறினர். ஆனால் அரேபிய பிரதிநிதிகள், ஐநா பாலஸ்தீனத்தை

சுதந்திர அரபு நாடாகப் பிரகடனப்படுத்தாமல் இருப்பது பற்றி ஐநா மேல் கோபம் கொண்டு ஐநா அனுப்பிய குழு உறுப்பினர்களைச் சந்திக்கவில்லை. இது அவர்கள் செய்த மிகப் பெரிய தவறாகக் கருதப் படுகிறது. அரேபியர்கள் ஐநா குழுவைப் புறக்கணித்தது யூதர்களுக்கு நல்லதாகப் போயிற்று. அரேபியர்கள் இல்லாத சூழ்நிலையில் ஐநாவின் குழுவிடம் பாலஸ்தீனத்தின் ஒரு பகுதியில் தங்களுக்கு ஒரு தனி நாடு வேண்டும் என்று வற்புறுத்துவது எளிதாகப் போயிற்று. இரண்டாவது உலகப் போர் காலத்தில் **600** யூதர்கள் பங்கேற்ற, நியூ யார்க்கில் நடந்த ஒரு மாநாட்டில் பாலஸ்தீனம் முழுவதிலும் சுதந்திர யூத நாடு அமைக்கப்பட வேண்டும் என்று யூதர்கள் கேட்டனர். இப்போது பாலஸ்தீனத்தின் ஒரு பகுதியில் தனி நாடு அமைக்க யூதர்கள் ஒப்புக் கொண்டது ஒரு தந்திரமாக இருக்கலாம்.

ஐநாவின் செயல்பாடு

இன்னொரு நிகழ்ச்சியும் யூதர்களுக்குச் சாதகமாக அமைந்தது. ஐநா குழு உறுப்பினர்கள் பாலஸ்தீனத்தில் இருந்தபோதே ஹிட்லரின் யூதப் படுகொலையிலிருந்து தப்பி வந்த யூதர்களைச் சுமந்துவந்த ஒரு கப்பல் பிரிட்டிஷ் தடையை மீறி பாலஸ்தீனத்திற்குள் நுழைய முயன்றபோது பிரிட்டிஷ் அதிகாரிகள் தயவு தாட்சண்யமில்லாமல் அவர்களைத் திருப்பி அனுப்பினர். இதற்கு மேல் பாலஸ்தீனத்தை பிரிட்டனின் அதிகாரத்தின் கீழ் வைத்திருப்பது உசிதமல்ல என்று ஐநா குழு முடிவு செய்தது.

ஐநா குழுவில் ஒரு சிறுபான்மையினர் பாலஸ்தீனத்தில் ஒரு கூட்டாட்சி (Federal State) அமைக்கபட வேண்டும் என்றும் இந்தக் கூட்டாட்சி அரசில் ஒரு ஜனாதிபதியும் ஒரு செயற்குழுவும் ஒரு சட்டக் குழுவும் ஒரு மத்திய நீதிமன்றமும் அங்கங்களாக இருக்குமென்றும் செயற்குழுவுக்கும் சட்டக்குழுவுக்கும் உறுப்பினர்கள் மக்கள் தொகை எண்ணிக்கையின் அடிப்படையில் தேர்ந்தெடுக்கப்படுவார்கள் என்றும் வெளியுறவுக் கொள்கை, பாதுகாப்பு, குடியேற்றம், பணப்புழக்கம் முதலியவை மத்திய அரசின் கீழ் இருக்குமென்றும் கல்வி போன்றவை உள்ளாட்சிகளிடம் இருக்குமென்றும் பரிந்துரைத்தது. ஆனால் இது சிறுபான்மையினரின் கருத்தாதலால் ஐநாவின் குழு இதை ஆதரிக்க வில்லை. இதைச் சம்பந்தப்பட்ட எல்லாத் தரப்பினரும் ஏற்றுக் கொண்டிருந்தால் இஸ்ரேல்-அரேபிய பிரச்சினை இப்போது இருக்கும் நிலையை அடைந்திருக்காது.

பாலஸ்தீனத்தை பிரிட்டனின் நியமனத்திலிருந்து விடுவித்துவிடுவது என்றும், பாலஸ்தீனத்திற்குச் சுதந்திரம் கொடுப்பது என்றும் ஐநாவில்

தீர்மானிக்கப்பட்டது. 1947 நவம்பரில் பாலஸ்தீனத்தை யூதர்களுக்கும் அரேபியர்களுக்கும் இடையே பிரிப்பது என்ற தீர்மானத்தை 33 நாடுகள் ஆதரித்தன; 13 நாடுகள் எதிர்த்தன; 13 நாடுகள் வாக்கெடுப்பில் கலந்துகொள்ளவில்லை. அமெரிக்க ஜனாதிபதி ட்ரூமன் முதலில் தனி யூத நாடு அமைப்பதை விரும்பவில்லை என்றாலும், பின்னால் யூதர்களின் நிர்ப்பந்தத்தினால் பாலஸ்தீனத்தை இரண்டாகப் பிரிக்கும் தீர்மானம் ஐநாவில் நிறைவேறப் பல நாடுகளை நிர்ப்பந்தித்தார். இத்தீர்மானத்தின்படி ஆறு லட்சம் யூதர்களுக்கு 5700 சதுர மைல் இடமும் 14 லட்சம் அரேபியர்களுக்கு 4300 சதுர மைல் இடமும் இருக்கும் என்றும் முடிவு செய்யப்பட்டது. 1937இல் பீல் திட்டத்தின்படி யூதர்களுக்குக் கிடைப்பதாகவிருந்த நிலத்தின் அளவைப்போல் மூன்று மடங்கு நிலம் ஐ. நா. தீர்மானம் மூலம் கிடைத்திருப்பதால் பேல்ஃபர் அறிக்கையை விட இதைப் பெரிய வெற்றியாக யூதர்கள் கருதினர். ஆனால் கடந்த முப்பது ஆண்டுகளாகப் பாலஸ்தீனத்தில் யூத நாடு அமைவதை எதிர்த்துவந்த அரேபியர்களால் ஐநாவின் முடிவை ஏற்றுக் கொள்ள முடியவில்லை. லெபனானில் கூடிய அரபு லீக் உறுப்பினர்கள், அரேபியர்களின் உரிமைகளுக்கு எதிராக எடுக்கப்பட்ட ஐநாவின் தீர்மானம் மூன்றாவது அகில உலகப் போரில் கூடப் போய் முடியலாம் என்று சூளுரைத்தனர். பாலஸ்தீனத்தைப் பிரிப்பதைப் படைபலம் மூலம் தடுப்பது என்று முடிவு செய்தனர். பாலஸ்தீனத்தைப் பிரிப்பதை எதிர்த்து 1947 டிசம்பர் இரண்டாம் தேதி பாலஸ்தீனத்திலும் பதினோராம் தேதி பிரிட்டனிலும் மூன்று நாள் வேலைநிறுத்தத்தில் ஈடுபட்டனர்.

பிரிட்டனின் வெளியேறும் திட்டம்

1948 மே மாதம் 15ஆம் நாள் பாலஸ்தீனத்திலிருந்து வெளியேறப் போவதாக பிரிட்டன் அறிவித்தது.

மேலும் ஆள் சேதம் எதுவுமின்றி பாலஸ்தீனத்தை விட்டு வெளியேறுவதிலேயே குறியாக இருந்தது பிரிட்டன். பாலஸ்தீனத்தில் அமைதி நிலவுவதற்கு எந்த விதப் பொறுப்பும் ஏற்கப் போவதில்லை என்று பிரிட்டன் அறிவித்துவிட்டது. இதையடுத்து அரேபியர்கள் ஆரம்பித்த வேலைநிறுத்தத்தால் நிலைமை மிகவும் மோசமாகிப் பின் அரேபியர்களுக்கும் யூதர்களுக்கும் இடையே உள்நாட்டுப் போராக உருவெடுத்தது. முதலில் அரேபியர்களின் கை ஓங்கியிருப்பதாகத் தோன்றினாலும், யூதர்கள் தங்கள் படைபலத்தால் பாலஸ்தீனத்தின் தெற்குப் பகுதியில் இருந்த நெகெவ் தவிர தங்களுக்குக் கொடுக்கப்பட்ட இடங்களைப் பிடித்துக்கொண்டனர். முதலில் பாலஸ்தீனத்தைப் பிரிக்கும் முடிவை

அமெரிக்கா வெகுவாக ஆதரித்து ஐநாவின் அந்த முடிவைச் செயலாக்கத் தன் வாக்கை அளிக்கத் தயாரானது. ஆனால் பாலஸ்தீனத்தில் உள்நாட்டுப் போர் தீவிரமடையவே தன் முடிவிலிருந்து பின்வாங்கி ஐநாவின் கீழ் பாலஸ்தீனம் இருப்பதே சரி என்று நினைத்தது.

யூதர்களின் வன்முறைச் செயல்கள்

அமெரிக்க ஆதரவு தங்களுக்குக் குறைவதை உணர்ந்த பாலஸ்தீன யூதர்கள் தங்கள் படைபலத்தால் தங்களுக்கு ஐநாவால் கொடுக்கப் பட்ட இடங்களைத் தங்கள் அதிகாரத்திற்குள் கொண்டுவந்தனர். தங்களுக்கு ஐநாவால் கொடுக்கப்பட்ட இடங்களோடு அரேபியர்கள் அதிகமாக வாழ்ந்த இடங்களையும் தங்கள் படை பலத்தால் பிடித்துக் கொண்டனர். 1948ஆம் ஆண்டு ஏப்ரல் மாதம் 9ஆம் தேதி காலை ஹகானாவின் இரண்டு தீவிரவாதப் பிரிவுகள் – இர்குன், லெஹி – டேர் யாசின் என்ற 750 பாலஸ்தீனர்கள் வசித்துவந்த ஊரைத் தாக்கினர். பாலஸ்தீன பிரிட்டிஷ் நியமனம் முடிவதற்குச் சில வாரங்கள் இருக்கும்போதே இந்தத் தாக்குதலை யூதர்கள் நடத்தினர். இத்தனைக்கும் இந்த ஊர் ஐநாவால் யூதர்களுக்குக் கொடுக்கப்பட்ட இடங்களுள் ஒன்றல்ல. யூதர்களுக்கு அதில் எந்த வித உரிமையும் இல்லை. அங்குள்ள அரபு தீவிரவாதிகள் அங்கிருந்து விரட்டியடிக்கப் பட்டதாக ஒரு யூதர்களின் பத்திரிகையே செய்தி வெளியிட்டிருந்தது. இது பாலஸ்தீனர்களுக்குக் கொடுக்கப்பட்டிருந்ததால் ஜெருசலேமில் உள்ள யூதர்களுக்குத் தேவையான பொருட்களை எடுத்துச் செல்ல டெல் அவிவிற்கும் ஜெருசலேமுக்கும் இடையே ஒரு பாதை ஏற்படுத்த இந்த ஊரை அழித்து அங்குள்ள பாலஸ்தீனர்களை வெளியேற்ற ஹகானாவின் தீவிரவாதப் பிரிவுகள் திட்டமிட்டதாகப் பின்னால் தெரிய வந்தது. அன்று மதியத்திற்குள் பெண்கள், குழந்தைகள் உட்பட நூறு பேரைக் கொலை செய்தனர். 25 ஆண்களை ஒரு லாரியில் ஏற்றி, ஜெருசலேமின் தெருக்கள் வழியாகக் கொண்டுபோய் பின் அவர் களைச் சுட்டுக் கொன்றனர். மீதியிருந்தவர்களை அரேபியர்கள் அதிகம் இருந்த கிழக்கு ஜெருசலேமிற்குள் விரட்டியடித்தனர்.

ஹகானாவின் தீவிரவாதப் பிரிவுகள் இப்படிக் கொலைகளைச் செய்துவிட்டு அன்றே வெளிநாட்டுப் பத்திரிகை நிருபர்களை அங்கு அழைத்துச் சென்று டேர் யாசினில் நிறைய அரபு தீவிரவாதிகள் இருந்ததாகவும் அவர்களில் பலர் சிரியாவையும் ஈராக்கையும் சேர்ந்த வர்கள் என்றும் அவர்கள் மேற்கு ஜெருசலேமைத் தாக்கத் திட்டம் தீட்டிக்கொண்டிருந்ததாகவும் அதைத் தடுக்கவே தாங்கள் அப்படி நடந்துகொண்டதாகவும் கூறித் தங்கள் செய்கைக்கு நியாயம் கற்பிக்க

முயன்றனர். இதற்கு ஹகானாவின் ஒப்புதல் இருந்தது என்றும் கூறினர். ஆனால் சில நாட்களுக்குப் பிறகு ஹகானா தனக்கு அதில் பங்கு எதுவும் இல்லையென்று அறிவித்தது. அப்போது பிரதமராக இருந்த பென்-குரியன் ட்ரான்ஸ் ஜோர்டான் அதிபர் அமீர் அப்துல்லாஹ்வுக்கு மன்னிப்புத் தெரிவித்ததால் ஹகானாவுக்கும் இதில் பங்கு உண்டு என்று தெரிகிறது. ஹகானாவின் தீவிரவாதப் பிரிவான இர்குனின் தலைவர் பெகின், 'டேர் யாசினில் நடந்த படுகொலைகள் அரேபியர்கள் மனதில் மிகுந்த பயத்தை உண்டுபண்ணி உயிருக்குப் பயந்து அவர் களைப் பாலஸ்தீனத்தை விட்டே ஓடச் செய்தது' என்று கூறியிருக்கிறார்.

டேர் யாசினில் இருந்த 144 வீடுகளில் பத்து வீடுகளை வெடி வைத்துத் தகர்த்தனர். கொல்லப்பட்டவர்களைப் புதைத்த கல்லறைத் தோட்டத்தை புல்டோஸர் வைத்துத் தகர்த்துத் தரைமட்டமாக்கினர். சில யூதத் தலைவர்கள் எதிர்த்தும் போலந்து, ருமேனியா, ஸ்லோவேகியா ஆகிய நாடுகளிலிருந்து வந்த யூதர்களை அங்குக் குடியேற்றினர். ஜெருசலேமை விரிவாக்கியதும் டேர் யாசின் அதன் ஒரு பகுதியானது. டேர் யாசின் என்ற ஊரே வரைபடத்திலிருந்து நீக்கப்பட்டது. டேர் யாசினில் வாழ்ந்துவந்த பாலஸ்தீனர்களைப் படுகொலை செய்த சம்பவம் இருபதாம் நூற்றாண்டின் இஸ்ரேல்-பாலஸ்தீன வரலாற்றில் ஒரு முக்கியமான சம்பவம். சுமார் நானூறு கிராமங்களிலும் நகரங் களிலும் வாழ்ந்துவந்த பாலஸ்தீனர்களை இடம் பெயர்த்து, அதன் மூலம் சுமார் ஏழு லட்சம் பாலஸ்தீனர்களைப் பாலஸ்தீனத்தை விட்டு வெளியேற்றிவிட்டு ஜெர்மனியில் நடந்த யூதப் படுகொலையில் தப்பியவர்களையும் மற்ற இடங்களிலிருந்து வந்த யூதர்களையும் குடியமர்த்த இஸ்ரேல் போட்ட திட்டத்திற்கு இந்தச் சம்பவம் ஒரு முன்னோடி, எச்சரிக்கை என்று சொல்லலாம்.

யூதர்கள், அரேபியர்களும் யூதர்களும் வாழ்ந்த இடங்களையும் பிடித்துக்கொண்டனர். இப்படி வெளியேறிய பாலஸ்தீன அரேபியர்கள் தங்கள் சொந்த இடங்களை விட்டுவிட்டு வெஸ்ட் பேங்க் பகுதியிலும் சிரியா, லெபனான், ஜோர்டான் போன்ற நாடுகளிலும் அகதிகளாகக் குடிபெயர்ந்தனர். மிஞ்சியிருந்த சிலரையும் யூதர்கள் பலவந்தமாக வெளியேற்றினர். இதனால் பாலஸ்தீனத்தில் யூதர்களின் எண்ணிக்கை பெரும்பான்மை ஆகியது. டேர் யாசினில் நடைபெற்ற படுகொலை களுக்குப் பொறுப்பான ஹகானாவின் இரண்டு தீவிரவாதப் பிரிவுகளின் முக்கிய நோக்கம் பாலஸ்தீனத்திலிருந்து அரேபியர் களையும் பிரிட்டிஷாரையும் வெளியேற்ற வேண்டும் என்பதே. இந்த இரண்டு பிரிவுகளுக்கும் அமெரிக்காவிலிருந்து நிறையப் பண உதவி கிடைத்தது. இப்படி உதவியவர்கள் 'இஸ்ரேலின் விடுதலைக்காகப்

பாலஸ்தீன அகதிமுகாம் வாசலில் விட்டுவந்த வீடுகளின் சாவி.

பாடுபடுபவர்களின் அமெரிக்க நண்பர்கள்' (American Friends of the Fighters for the freedom of Israel) என்று தங்களைக் கூறிக்கொண்டனர். ஐநாவின் பாலஸ்தீனப் பிரிவினைத் திட்டம் நிறைவேறியதற்கும் இஸ்ரேல் நாடு உருவானதற்கும் இடைப்பட்ட மாதங்களில் இந்தச் சங்கத்தின்செயல் இயக்குநராக (Executive Director) இருந்த ஷெப்பர்ட் ரிஃப்கின் (Shepard Rifkin) அப்போது அமெரிக்காவில் வாழ்ந்துவந்த விஞ்ஞான மேதை ஆல்பர்ட் ஐன்ஸ்டைனிடம் (Albert Einstein) 'லெஹி' என்னும் தீவிரவாதப் பிரிவிற்கு அமெரிக்காவில் பணம் திரட்டி உதவும்படி வேண்டுகோள் விடுத்தாராம். டேர் யாசின் படுகொலை நடந்த மறு நாளே, அதாவது 1948 ஏப்ரல் 10ஆம் தேதியே அந்த வேண்டுகோளுக்குப் பதில் அளித்த ஐன்ஸ்டைன் 'கடைசியாக பாலஸ்தீனத்தில் நமக்குப் பேரழிவு நிகழ்ந்தால் அதற்கு முதல் பொறுப்பு பிரிட்டன். இரண்டா வதாக அதற்குப் பொறுப்பேற்க வேண்டியவர்கள் நம்மிடையே தோன்றியிருக்கும் இம்மாதிரியான பயங்கரவாதிகள். இப்படிப்பட்ட குற்றவாளிகளுக்கு உதவுபவர்களை நான் பார்க்க விரும்பவில்லை' என்று ரிஃப்கினுக்கு ஐன்ஸ்டைன் எழுதிவிட்டாராம். ஆல்பர்ட் ஐன்ஸ்டைன் ஒரு யூதர் என்பது இங்கு குறிப்பிடத்தக்கது.

இஸ்ரேலின் சுதந்திரப் பிரகடனம்

1948 மே 15ஆம் தேதி பாலஸ்தீனத்தைவிட்டு வெளியேறப் போவதாக

"All the News That's Fit to Print"

The New York Times.

LATE CITY EDITION

NEW YORK, SATURDAY, MAY 15, 1948.

THREE CENTS

ZIONISTS PROCLAIM NEW STATE OF ISRAEL; TRUMAN RECOGNIZES IT AND HOPES FOR PEACE; TEL AVIV IS BOMBED, EGYPT ORDERS INVASION

NAVY PUSHES PLAN FOR CONSTRUCTION OF MISSILE VESSELS

Sullivan Asks House Committee to Approve Halting Work on Battleship, Destroyer Types

WANTS 65,000-TON CARRIER

Floating 'Submarine Killers' Are Also Stressed in Plea for Diverting $300,000,000 Fund

Heaviest Trading in 8 Years Marks Stock Market Spurt

3,840,000 Shares Change Hands as Wave of Bullish Enthusiasm Increases Securities 1 to 7 Points

Truman Sees His Election; Calls GOP 'Obstructionist'

AIR ATTACK OPENS

Planes Cause Fires at Port—Defense Fliers Go Into Action

BORDER IS BREACHED

Cairo Vanguard Takes Colony—Trans-Jordan Reports a Movement

U. S. MOVES QUICKLY

President Acknowledges de Facto Authority of Israel Immediately

TRUCE AIM STRESSED

Soviet Gesture to New Nation Anticipated—Others Due to Act

AT HELM OF THE JEWISH STATE

David Ben-Gurion
Premier

Moshe Shertok
Foreign Minister

U. N. Votes for a Mediator;

THE JEWS REJOICE

Some Weep as Quest for Statehood Ends —White Paper Dies

HELP OF U. N. ASKED

New Regime Holds Out Hand to Arabs—U. S. Gesture Acclaimed

இஸ்ரேல் பிரகடனத்தை அறிவிக்கும் பத்திரிகைச் செய்தி.

பிரிட்டன் அறிவித்தது. மே 14ஆம் தேதி இரவு 11:55 மணிக்கு யூதர்கள் ஐநாவால் தங்களுக்குக் கொடுக்கப்பட்ட இடங்களை இஸ்ரேல் என்ற நாடாகப் பிரகடனம் செய்துகொண்டனர். அரேபியர்கள் ஐநாவின் தீர்மானத்தை ஏற்றுக்கொள்ளாமல் மறுபரிசீலனை செய்யும்படி கேட்டுக்கொண்டிருந்ததால், இன்று வரை அரேபியர்களுடைய ஆளுகைக்கு உட்பட்ட, சுயாட்சி உரிமையுள்ள (sovereign) பாலஸ்தீன நாடு உருவாகவில்லை.

தொகுப்பு

இதுவே இஸ்ரேல் உருவாகிய வரலாற்றின் பின்னணி. பத்தொன்பதாம் நூற்றாண்டு வரை தனி நாடு வேண்டும் என்ற எண்ணம் யூதர்களுக்கு இல்லை. பத்தொன்பதாம் நூற்றாண்டில்தான் ஐரோப்பாவின் பல நாடுகளில் வாழ்ந்த பல யூதர்கள் தனி நாடு பற்றி நினைக்க ஆரம்பித்தனர். அந்த எண்ணம் யூதர்களிடம் வலுவடையத் தொடங்கியது. இந்த எண்ணத்தைப் பரப்பி அதை நடைமுறைக்குக் கொண்டுவரத் தீவிரமாகச் செயலில் இறங்கியவர் ஹெர்ஸல். ஜெர்மனியில் நடந்த யூத இனப் படுகொலைக்குப் பிறகு நாடில்லாத யூதர்களுக்கு ஒரு நாடு வேண்டும் என்ற கோரிக்கை வலுவடைந்தது, அந்தக் கோரிக்கைக்கு மேற்கத்திய நாடுகளின் ஆதரவு கிடைத்தது என்று கூறலாமேயொழிய அதுதான் யூதர்களுக்குத் தனி நாடு அமைய முதல் காரணம் என்று சொல்ல முடியாது.

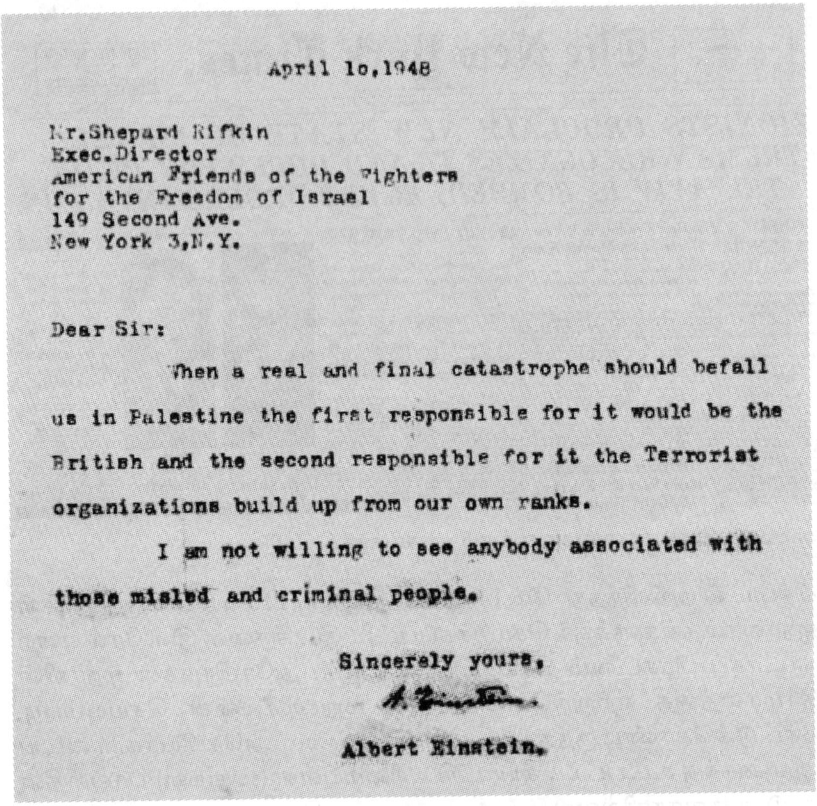

April 10,1948

Mr.Shepard Rifkin
Exec.Director
American Friends of the Fighters
for the Freedom of Israel
149 Second Ave.
New York 3,N.Y.

Dear Sir:

When a real and final catastrophe should befall us in Palestine the first responsible for it would be the British and the second responsible for it the Terrorist organizations build up from our own ranks.

I am not willing to see anybody associated with those misled and criminal people.

Sincerely yours,

A. Einstein

Albert Einstein.

விஞ்ஞானி ஐன்ஸ்டைன் டேர் யாசின் படுகொலைக்குப் பிறகு1948இல் எழுதிய கடிதம்.

இஸ்ரேல் நாடு உருவாகிய இந்த வரலாற்றில் யூதர்களின் தீவிர ஆசையையும் கபடச் செயல்களையும் பிரிட்டனின் இரட்டை வேடத்தையும் பாலஸ்தீன அரேபியர்கள் நிதர்சனத்தைக் கண்டு கொள்ளாமல் இருந்த பிடிவாதத்தையும் காணலாம்.

4

முதல் போர்

இஸ்ரேல் பிறப்பின் அறிவிப்பு

1948 மே மாதம் 15ஆம் தேதி பாலஸ்தீனத்தை விட்டு வெளியேறுவதாகப் பிரிட்டன் அறிவித்ததையடுத்து பாலஸ்தீன யூதர்கள் ஐநாவால் தங்களுக்குக் கொடுக்கப்பட்ட இடங்களில் இஸ்ரேல் என்ற தனி நாடு உருவாகிவிட்டதாக 14ஆம் தேதி இரவு 11:55 மணிக்குப் பிரகடனம் செய்தனர். இதையொட்டி நடந்த விழாவில் 200 பேர் கலந்து கொண்டனர். இந்த விழா டெல் அவிவ் மேயரின் வீட்டில் நடந்தது. அப்போது அந்நகரில் பெரிய ஹால் எதுவும் இல்லை. ஹெர்ஸல் 1897இல் ஸியோனிஸ்ட் சங்கத்தை ஆரம்பித்து யூதர்களுக்குப் பாலஸ்தீனத்தில் தனி நாடு வேண்டும் என்று கோரிக்கை விடுத்த நாளிலிருந்து 51 ஆண்டுகளுக்குப் பிறகு இஸ்ரேல் நாடு உருவாகியிருந்தது. பென்-குரியன் தலைமையில் நடந்த அந்த விழாவில் அவர் பேசியதாவது: 'இப்போது உருவாக்கப்பட்டிருக்கும் இஸ்ரேல் நாடுதான் யூதர்களின் பிறப்பிடம். இங்குதான் அவர்கள் தங்களுடைய ஆன்மிக, சமய, தேசிய அடையாளத்தை உண்டாக்கினார்கள். இங்குதான் யூத பைபிளை (பழைய ஏற்பாடு) எழுதி உலகுக்கு அளித்தார்கள். தங்களின் புண்ணிய பூமியான பாலஸ்தீனத்திற்குத் திரும்புவதற்கு அவர்கள் எப்போதுமே இறைவனை வேண்டிக்கொண்டிருந்தார்கள். உலகெங்குமிருந்து யூதர்கள் இங்கு குடியேறலாம். இங்கு வசித்துவரும் எல்லாருக்கும் சுதந்திரம், நீதி, அமைதி ஆகியவற்றின் அடிப்படையில் சம உரிமைகள் வழங்கப்படும். மத, இன, பால் பாகுபாடின்றி அனைவருக்கும் சமூக, அரசியல் உரிமைகள் வழங்கப்படும். தங்கள் மதத்தை, கலாசாரத்தைப் பின்பற்றவும் கல்வியில் மேம்பாடடையவும் எல்லோருக்கும் சுதந்திரம் உண்டு. எல்லா மத வழிபாட்டுத் தலங்களும் ஐநா சார்ட்டர்படி பாதுகாக்கப்படும்.'

இஸ்ரேலில் வாழ்ந்துவரும் அரேபியர்கள் அனைவருக்கும் இஸ்ரேலின் முன்னேற்றத்திற்குப் பாடுபடும்படி வேண்டுகோள்

விடுத்து அவர்களுக்கு முழுக் குடிமையுரிமைகள் வழங்கப்படும் என்று உறுதியும் அளித்தார் பென்-குரியன். இஸ்ரேலின் எல்லை என்ன என்பது பற்றி அவர் எதுவும் கூறவில்லை. பின்னால் இஸ்ரேலின் படைபலத்தால் பாலஸ்தீனத்தில் இன்னும் சில இடங்களைப் பிடித்துக் கொள்ளலாம் என்று நினைத்ததால் அது பற்றி எதுவும் கூறவில்லை. அன்றிலிருந்தே பக்கத்திலுள்ள அரபு நாடுகளோடு போர் தொடர்ந்து இருக்கும் என்பதை பென்-குரியன் உணர்ந்தே இருந்தார்.

பாலஸ்தீனத்தில் இஸ்ரேல் நாடு தோன்றியதை யூதர்கள் கொண்டாடிக் கொண்டிருக்கும்போதே, ஐநா சபையில், அது ஆறு மாதங்களுக்கு முன்பே பாலஸ்தீனத்தில் ஒரு தனி நாடு அமைக்க யூதர்களுக்கு உரிமை இருக்கிறதென்று முடிவு செய்திருந்தாலும், யூதர்களுக்குத் தனி நாடு அமைப்பதா அல்லது பாலஸ்தீனத்தை அகில உலகப் பொறுப் பாண்மையின் (international trusteeship) கீழ் வைத்திருப்பதா என்ற விவாதம் நடந்துகொண்டிருந்தது.

அமெரிக்காவின் அங்கீகாரம்

இஸ்ரேல் நாடு உருவான செய்தி அறிவிக்கப்பட்டதும் அப்போது அமெரிக்க ஜனாதிபதியாக இருந்த ட்ரூமன் அவருடைய வெளியுறவு அமைச்சரின் ஆலோசனையையும் மீறி இஸ்ரேலை அங்கீகரித்தார். அடுத்து வரும் தேர்தலில் அமெரிக்க யூதர்களின் வாக்குகள் அவருக்குத் தேவைப்பட்டன. இதையடுத்து சோவியத் யூனியனும் கௌதமாலாவும் இஸ்ரேலை அங்கீகரித்தன. இந்தியா இஸ்ரேலை அப்போது அங்கீகரிக்க வில்லை. 1950இல்தான் ஒரு நாடாக அங்கீகரித்தது. 1992இல்தான் இரு நாடுகளுக்கும் இடையே தூதரக உறவுகள் ஏற்பட்டன. அது வரை இந்தியா அரபு நாடுகளின் நண்பன் மட்டுமே.

அரபு நாடுகளின் படையெடுப்பு

இஸ்ரேல் என்ற நாடு பிரகடனப்படுத்தப்பட்டுச் சில நாடுகள் அதை அங்கீகரித்த அதே சமயத்தில் அரபு நாடுகள் இஸ்ரேல்-பாலஸ்தீன் மீது படையெடுக்க ஆயத்தமாயின. மத்தியதரைக் கடலின் கிழக்குப் பகுதியிலிருந்து ஜோர்டான் நதியின் வெஸ்ட் பேங் வரை பாலஸ்தீனம் என்று அழைக்கப்படும். இப்போது அதில் ஒரு பகுதி இஸ்ரேல் என்ற நாடாக மாறியிருப்பதால் அந்தப் பகுதியை இஸ்ரேல் என்றும் அரேபியர்களுக்குக் கொடுக்கப்பட்ட பகுதியைப் புது பாலஸ்தீனம் என்றும் அழைப்போம். பாலஸ்தீன அரேபியர்களுக்கு உதவுவதற்கு அரபு நாடுகள் முன்வந்தன என்பதை விட பழைய பாலஸ்தீனத்தில் குடியேறியிருக்கும் யூதர்களுக்கும் அங்கேயே வாழ்ந்துவந்த

பாலஸ்தீனர்களுக்கும் இடையே சண்டை நடந்துகொண்டிருந்தபோது எரிகிற வீட்டில் எடுத்தது லாபம் என்பது போல் இஸ்ரேலோடு போர் புரிந்து விரட்டிவிட்டுத் தாங்கள் பழைய பாலஸ்தீனத்தின் இடங் களைப் (இஸ்ரேலுக்குக் கொடுக்கப்பட்ட இடங்களையும் சேர்த்து) பிடித்துக்கொள்ளலாம் என்று திட்டமிட்டன என்று சொல்லலாம். இஸ்ரேலின் படை வலிமையை இவை குறைத்து மதிப்பிட்டு விட்டன. சுமார் 6000 ஜோர்டானியர்கள், 9000 ஈராக்கியர்கள், 5000 எகிப்தியர்கள், 1000 சிரியர்கள், 3000 சவூதி அரேபியர்கள், 3000 தன்னார்வத் தொண்டர்கள், ஐநாவால் பாலஸ்தீனர்களுக்குக் கொடுக்கப்பட்டிருந்த பகுதிக்குள் நுழைந்தனர். பாலஸ்தீன எல்லை யில் 4000 ஜோர்டானியர்கள், 1000 ஈராக்கியர்கள், 8000 எகிப்தியர்கள், 1500 சிரியர்கள், 1800 லெபனான் தேசத்தவர்கள், 3500 தன்னார்வத் தொண்டர்கள் என மொத்தம் 46000 அரேபியப் படை பாலஸ்தீன அரேபியர்களுக்கு உதவத் தயாராக நின்றன. இஸ்ரேலியப் படையோ 97,800 பேர்களைக் கொண்டதாக இருந்தது. பழைய பாலஸ்தீனின் தெற்கிலுள்ள நெகெவிற்குள் எகிப்தியப் படை நுழைந்தது. லெபனானின் படை வடக்கில் தாக்குவதற்குத் தயாராகியது. ஈராக் இராணுவம் ஜோர்டான் நதிக்கு அருகில் நிறுத்தப்பட்டது. ஜோர்டான் நாட்டின் இராணுவம் ஜோர்டான் நதியைத் தாண்டிப் படையெடுக்கத் தயாரானது. சிரியாவின் படையும் தயாராக இருந்தது.

அவசர அவசரமாக இப்படி யூதர்கள் இஸ்ரேலைப் பிரகடனப் படுத்தியிருக்காவிட்டால், இஸ்ரேலுக்கும் அரபு நாடுகளுக்கும் இடையே 1948இல் நடந்த இந்தப் போர் தவிர்க்கப்பட்டிருக்கலாமோ என்று சில வரலாற்று ஆசிரியர்கள் இப்போது கேட்கிறார்கள். ஆனால் என்ன நடந்திருக்கும் என்று யாராலும் சொல்லமுடியாது என்றும் ஒரு சாரார் கூறுகிறார்கள். ஐநா சபையில் விவாதிக்கப்பட்ட, பழைய பாலஸ்தீனத்தை உலகப் பொறுப்பாண்மையின் கீழ்கொண்டுவர வேண்டும் என்ற அமெரிக்காவின் யோசனையை யூதர்கள் கேட்டிருந்தால் இந்தப் போர் வந்திருக்காது. யூத இனவாதிகளில் ஒருவரான நஹூம் கோல்ட்மேன் 'இஸ்ரேல் நாட்டை அப்போதே பிரகடனப்படுத்த வேண்டும் என்று பென்-குரியன் எடுத்த முடிவு இஸ்ரேல் செய்த முதல் பாவச் செயல்' என்று சொல்லியது மிகவும் சரியான வார்த்தை. அன்றிலிருந்து இன்றுவரை இஸ்ரேல் நியாயத்திற்குப் புறம்பான பல காரியங்களைப் பாலஸ்தீனர்களுக்கு எதிராகச் செய்துவருகிறது. பென்-குரியன் மே 14ஆம் தேதி தன் நாட்குறிப்பில் 'இஸ்ரேலின் தலைவிதி அதனுடைய இராணுவ பலத்தில் இருக்கிறது' என்று குறிப் பிட்டிருக்கிறார். பலம்வாய்ந்த தங்கள் இராணுவத்தின் மூலம் தாங்கள்

நினைப்பதைச் சாதித்துக் கொள்ளலாம் என்று எப்போதும் இஸ்ரேல் நினைத்தது; இப்போதும் நினைக்கிறது. எப்போதுமே இஸ்ரேல் இராணுவத்தைப் பலமுள்ளதாக்க வேண்டும் என்று பென்-குரியன் கூறிவந்தார். இஸ்ரேலில் யூதர்களின் மக்கள்தொகையைக் கூட்ட வேண்டும் என்றும் அவர் சொல்லிவந்தார். ஒவ்வொரு யூதப் பெண்ணின் கடமையும் குறைந்தது நான்கு குழந்தைகளாவது பெற்றுக்கொள்ள வேண்டும் என்பது அவருடைய அறிவுரை.

அரபு நாடுகளின் தோல்வி

எகிப்து பாலஸ்தீனத்தின் கிழக்குப் பகுதியையும் தெற்குப் பகுதியை யும் சிரியாவும் லெபனானும் ஈராக்கும் வடக்குப் பகுதியையும் தாக்கின. ஆனால் இஸ்ரேலின் படைபலத்தால் எல்லா நாடுகளும் தோற்றுப்போயின. இஸ்ரேலியப் படை எண்ணிக்கையில் அதிக மாக இருந்ததோடு கட்டுப்பாட்டுடனும் தயார் நிலையிலும் இருந்ததால் எளிதில் அரபுப் படைகளை முறியடிக்க முடிந்தது. இஸ்ரேலின் ஆயுதங்களும் அரபுப் படைகளின் ஆயுதங்களை விட பலம் பொருந்திய தாகவும் நவீனமானதாகவும் இருந்தன. யூதர்கள் ஏற்கனவே தங்களுக்குள் ஏற்படுத்தியிருந்த ஹகானா என்ற மக்கள் படை இஸ்ரேல் நாட்டின் இராணுவமாக அறிவிக்கப்பட்டது. ஹகானாவிலிருந்து பிரிந்து போன இரண்டு தீவிரவாத அணிகளும் இராணுவத்தில் சேர்ந்துகொண்டன. இஸ்ரேல் அப்போதே படைபலம் பொருந்திய நாடாக இருந்தது.

இருப்பினும், ஐநா அகில உலகப் பொறுப்பாண்மையின் கீழ் வைத்திருக்க முடிவு செய்திருந்த ஜெருசலேம் நகருக்குள், மூன்று மதத்தவர்களுக்கும் புண்ணிய தலமாகக் கருதப்பட்ட புராதன நகருக்குள் (old city), ஜோர்டான் படை புகுந்தது. இங்குதான், ஏற்கனவே சொன்னபடி, யூதர்கள் தங்களின் மிகச் சிறந்த புண்ணிய இடமாகக் கருதும் மேற்குச் சுவர் இருக்கிறது. யூதர்களின் இரண்டாவது கோவில் இடிக்கப்பட்ட பிறகு மிஞ்சிய மேற்குச் சுவர் இது. பழைய ஜெருசலேம் நகருக்குள் ஜோர்டான் வீரர்களுக்கும் இஸ்ரேலிய வீரர்களுக்கும் பயங்கர மோதல் ஏற்பட்டது. ஜோர்டான் அங்கு யூதர்கள் வாழ்ந்த பகுதியைப் பிடித்துக்கொண்டு போரிடத் தகுதியான எல்லா யூத வீரர்களையும் ஜோர்டானின் தலைநகரான அம்மானுக்கு அனுப்பியது. ஜெருசலேமின் பழைய நகருக்குள் வாழ்ந்துவந்த 700 யூதப் பெண்களையும் குழந்தைகளையும் அங்கிருந்து வெளியேற்றி யூதர்கள் வாழ்ந்துவந்த ஜெருசலேமின் மேற்குப் பகுதிக்கு அனுப்பியது. இராணுவ பலத்தைப் பொறுத்தவரை இஸ்ரேலுக்கு இது பெரிய தோல்வி இல்லையென்றாலும் ஜெருசலேமின் பழைய நகருக்குள்

இருந்த மேற்குச் சுவரும் யூதர்களின் குடியிருப்பும் பாலஸ்தீனத்தில் அவர்களுக்கிருந்த ஆன்மீகத் தொடர்பின் சின்னமாக விளங்கியதால் அவற்றை இழந்ததை யூதர்கள் பெரிய இழப்பாகக் கருதினர்.

மற்றப் பகுதிகளில் அரபு நாடுகளின் படைகள் தோற்கடிக்கப் பட்டன. இருபது நாட்கள் நடந்த இந்தப் போரில் கடைசியாக இராணுவ விமானங்களை இஸ்ரேல் பயன்படுத்தியது. இந்த விமானங் களை இங்கிலாந்து, அமெரிக்கா, தென் ஆப்பிரிக்கா ஆகிய நாடு களிலிருந்து தன்னார்வத் தொண்டர்களாக வந்த யூத விமானிகள் இயக்கினார்கள். எப்போதும் இஸ்ரேலின் பலம் இதுதான். பல நாடுகளிலும் குடியேறியிருந்த யூதர்கள் இஸ்ரேல் உருவாவதற்கு முன்னும் பின்னும் இஸ்ரேலுக்கு எல்லா வழிகளிலும் உதவினர். இன்றும் இது நடந்து வருகிறது. போரின் முடிவில் பாலஸ்தீனத்தில் ஐநா யூதர்களுக்கென்று 1947இல் ஒதுக்கிய இடங்களை விட மிக அதிகமான இடங்களை இஸ்ரேல் பிடித்துக்கொண்டது. ஐநாவின் பொறுப்பின் கீழ் இருக்க வேண்டும் என்று ஐநாவால் நிச்சயிக்கப்பட்ட ஜெருசலேம் நகரம் இரண்டாகப் பிரிந்தது. மேற்குப் பகுதி இஸ்ரேலியர் களின் வசமும் இஸ்ரேலின் புராதன நகரம் உட்பட்ட கிழக்குப் பகுதி ஜோர்டான் வசமும் வந்தன.

சமாதான முயற்சி

அரபு நாடுகளுக்கும் இஸ்ரேலுக்கும் இடையே நடந்த சண்டையை முடிவுக்குக் கொண்டுவர ஐநா ஸ்வீடன் நாட்டைச் சேர்ந்த பெர்னாடட் (Bernadotte) என்பவரை நியமித்தது. இவர் ஸ்வீடன் நாட்டின் அரச பரம்பரையைச் சேர்ந்தவர். 1945 ஏப்ரல் மாதத்தில் இரண்டாவது உலகப் போரை முடிவுக்குக் கொண்டுவர நடந்த முயற்சிகளில் பங்கு வகித்தவர். இவர் 1922இல் பிரிட்டனின் அதிகாரத்தின் கீழ் வந்த பாலஸ்தீனம், ட்ரான்ஸ் ஜோர்டான் உட்பட்ட பகுதிகளில் யூதர் களுக்கும் அரேபியர்களுக்கும் தனித்தனி நாடுகள் அமைக்கப்பட்டு அவை ஒரு யூனியனாக இயங்க வேண்டும் என்றும், இரண்டு ஆண்டு களுக்குப் பிறகு அந்த யூனியனிலுள்ள ஒரு நாடு இன்னொரு நாட்டின் குடிபுகல் (immigration) கொள்கையை – வெளியிலிருந்து ஆட்களை உள்ளே விடும், முக்கியமாகப் புதிதாக யூதர்களைப் பாலஸ்தீனத்திற்குள் அனுமதிக்கும் கொள்கையை – மறுபரிசீலனை செய்யுமாறு யூனியனின் கவுன்சிலைக் கேட்டுக்கொள்ளலாம் என்றும் அப்போது யூனியனின் கவுன்சில் செய்யும் முடிவைச் சம்பந்தப்பட்ட நாடு ஏற்றுக்கொள்ள வில்லை என்றால் அது ஐநாவிற்கு அனுப்பப்படும் என்றும் ஐநாவின் முடிவு இறுதியானது என்றும் பரிந்துரைத்தார். ஜெருசலேம் நகரம்

அரேபியர்களின் வசம் இருக்குமென்றும் அங்கு வசிக்கும் யூதர்களின் குடியிருப்புகளுக்கு முனிசிபல் தன்னாட்சி உரிமை வழங்கப்படும் என்றும் அவர் கூறினார். ஜெருசலேமில் உள்ள புனித இடங்களைப் பாதுகாக்கத் தனி ஏற்பாடுகள் செய்யப்படும் என்பது அவருடைய அமைதி உடன்படிக்கையின் இன்னொரு அம்சம்.

இந்த உடன்படிக்கையை இரு தரப்பாரும் ஒத்துக்கொள்ளவில்லை. ஐநா பாலஸ்தீனத்தை எப்படிப் பிரிப்பது என்று முடிவெடுப்பதற்கு முன்னும் பின்னும் பழைய பாலஸ்தீனம் முழுவதிலும் அரபு நாடு ஒன்றே அமைக்கப்பட வேண்டும் என்று கேட்டுக்கொண்டிருந்த பாலஸ்தீன அரேபியர்கள் இதை ஒப்புக்கொள்ளவில்லை. எகிப்து, சிரியா, சவூதி அரேபியா போன்ற அரபு நாடுகள் இந்த உடன் படிக்கையால் பழைய பாலஸ்தீனத்தின் ஒரு பகுதி ஜோர்டானோடு இணைக்கப்பட்டால் ஜோர்டானின் அரசர் அப்துல்லாஹ்விற்கு அதிக அதிகாரம் கிடைக்கும் என்பதால் அரபு நாடுகள் அதை எதிர்த்தன. பெர்னாடட் இஸ்ரேலை ஒரு தனி நாடாக அங்கீகரிக்கவில்லை என்பதாலும் தாங்கள் போரில் வென்ற இடங்களை – ஐநாவால் தங்களுக்குக் கொடுக்கப்பட்ட இடங்களைவிட அவை அதிகமாக இருப்பதால் – விட்டுக்கொடுக்க யூதர்களுக்குப் பிடிக்கவில்லை என்பதாலும் ஜெருசலேம் நகர் அரேபியர்களின் வசம் ஒப்படைக்கப் பட்டதை அவர்களால் ஒப்புக்கொள்ள முடியவில்லை என்பதாலும் யூதர்களும் இந்த உடன்படிக்கைத் திட்டத்தை ஏற்கவில்லை. பெர்னாடட் பிரிட்டனின் கையாள் என்றுகூடக் குறை கூறினர்.

சமாதான முயற்சியின் முறிவு

சமாதான முயற்சி முறிந்ததும் மறுபடி போர் தொடர்ந்தது. அரேபியர்கள் பயந்தபடி, இஸ்ரேல் தன்னுடைய ஆயுத பலத்தை சமாதான முயற்சி நடந்துகொண்டிருந்தபோது அதிகரித்துக்கொண்டது. அரேபியர்களுக்குக் கொடுக்கப்பட்ட இடங்களில் இன்னும் சில வற்றைப் பிடித்துக்கொண்டது. அங்கு குடியிருந்த அரேபியர்களை வெளியேற்றியது. அரேபியக் கிராமங்கள் பலவற்றை அழித்துத் தரைமட்டமாக்கியது. 1948 ஜூலை 11, 12 ஆகிய தேதிகளில் இஸ்ரேல் இராணுவம், அரேபியர்களுக்கு ஐநாவால் கொடுக்கப்பட்ட இடங் களான லிட்டா (Lydda), ராம்லே (Ramleh) ஆகிய இடங்களைப் பிடித்துக்கொண்டதோடு அங்கிருந்த 50,000 பாலஸ்தீனர்களை, பிரதமர் பென்-குரியனின் சம்மதத்தோடு – அவர் மௌனமாக இருந்ததையே சம்மதமாக எடுத்துக்கொண்டு – வெளியேற்றியது. அரேபியர்கள் பாலஸ்தீனத்தை விட்டு வெளியேற்றப்பட வேண்டும்

என்று பென்-குரியன் விரும்பியதை அவருடைய இராணுவ அதிகாரிகள் நன்றாகவே புரிந்துகொண்டிருந்தனர். ஜூலை 16இல் நாஸரேத்தையும் இஸ்ரேல் இராணுவம் பிடித்துக்கொண்டது. ஐரோப்பிய நாடுகள், அமெரிக்கா, மெக்ஸிகோ ஆகிய நாடுகளிலிருந்து பல நவீன ஆயுதங்களைப் பெற்ற இஸ்ரேல் தன்னை மிகவும் பலப்படுத்திக்கொண்டது. போருக்குப் பயந்து தங்கள் இடங்களை விட்டுப் பெயர்ந்திருந்த அரேபியர்கள் அது தற்காலிகமானது என்று நினைத்துக்கொண்டிருந்தனர். இப்போது இஸ்ரேல் அந்த இடங்களில் மிஞ்சியிருந்த அரேபியர்களையும் விரட்டியடித்ததால் ஏழரை லட்சம் அரேபியர்கள் அகதிகளாக மற்ற அரபு நாடுகளிலும் ஐநாவால் தங்களுக்குக் கொடுக்கப்பட்ட வெஸ்ட் பேங்க் என்னும் புது பாலஸ்தீனப் பகுதியிலும் குடியேறினர். இஸ்ரேலோ 1948ஆம் ஆண்டில் மட்டும் – சண்டை நடந்துகொண்டிருந்த சமயத்தில் – ஒரு லட்சத்து முப்பதாயிரம் யூதர்களை வெளிநாடுகளிலிருந்து இஸ்ரேலுக்கு வர அனுமதித்தது. பலம் பொருந்திய ஆயுதங்களோடு யூதர்களுக்குப் படைப்பயிற்சி கொடுக்க ஐரோப்பாவில் இஸ்ரேல் 75 பயிற்சி முகாம்கள் நடத்தியது. பயிற்சி முடித்து இஸ்ரேலிய படை வீரர்கள் பிரான்ஸிலும் இத்தாலியிலும் உள்ள முகாம்களிலிருந்து பாலஸ்தீனத்திற்குத் திரும்பினர்.

மற்றொரு சமாதானத் திட்டம்

போரை நிறுத்த ஐநா இன்னொரு சமாதானத் திட்டத்தை உருவாக்கியது. இதில் இன்னொரு யோசனையை பெர்னாடட் முன்வைத்தார். யூத நாடு உருவாகி நிலைபெற்றுவிட்டதை உணர்ந்துகொண்ட அவர் இஸ்ரேலின் வெளியுறவுக் கொள்கை, அதனுடைய தற்காப்பு, வெளியிலிருந்து யூதர்கள் குடிபுகுதல் ஆகியவற்றில் இனித் தலையிட முடியாது என்பதையும் நன்கு புரிந்துகொண்டார். ஜெருசலேமை அரேபியர்களுக்குக் கொடுப்பதையும் இந்தத் திட்டத்தில் கைவிட்டு விட்டு அதை ஐநா பொறுப்பில் விட்டுவிட வேண்டும் என்றார். பாலஸ்தீனத்தில் அரேபியர்களுக்குத் தனி நாடு அமைப்பதற்குப் பதில் புது பாலஸ்தீனத்தை ஜோர்டானோடு இணைக்கலாம் என்ற திட்டத்தையும் கூறினார். புதுப் பாலஸ்தீனத்தில் வாழ்ந்த பாலஸ்தீனர்களுக்கு சுயாட்சி கொடுக்க வேண்டும் என்று பெர்னாடட்டும் கூறவில்லை. பாலஸ்தீனத்தை விட்டுச் சென்ற பாலஸ்தீன அகதிகள் விரும்பினால் திரும்பி வரலாம் என்றும் வர விரும்பாதவர்களுக்கு இஸ்ரேல் நஷ்ட ஈடு கொடுக்க வேண்டும் என்றும் பரிந்துரைத்தார். ஐநாவால் 1947இல் அரேபியர்களுக்குக் கொடுக்கப்பட்ட கலீலி (பைபிளில் கலிலேயா) பகுதியை இஸ்ரேல் பிடித்துக்கொண்டதால் அது அவர்களிடமே இருக்கலாம் என்றும் அதற்குப் பதிலாக ஐநா இஸ்ரேலுக்குக் கொடுத்த

நெகெவ் பகுதியை அரேபியர்களுக்குக் கொடுத்துவிட வேண்டும் என்றும் கூறினார்.

இஸ்ரேலின் இராணுவமாக இப்போது மாறியிருக்கும் ஹகானாவின் தீவிரவாதப் பிரிவைச் சேர்ந்த ஒருவரால் பெர்னாடட் ஜெருசலேமில் **1948** செப்டம்பர் **17**ஆம் தேதி கொலை செய்யப்பட்டார். பெர்னாடட்டைக் கொலை செய்தவர் பின்னால் பென்-குரியனின் சொந்த மெய்க் காப்பாளராக நியமிக்கப்பட்டார். கொலையை விசாரணை செய்வதில் இஸ்ரேல் அரசு அவசரப்படவில்லை. பெர்னாடட் கொலையுண்டதால் அவருடைய திட்டம் அகில உலக அளவில் அங்கீகரிக்கப்படுவது தாமதமானது. பெர்னாடட் திட்டத்தை எதிர்த்த இஸ்ரேல் அரசிற்கு அது சாதகமாக அமைந்தது. ஹகானாவின் தீவிரவாதப் பிரிவுகளை ஒடுக்குவதற்கும் பென்-குரியனுக்கு அது உதவியது.

இஸ்ரேலின் தொடர்ந்த ஆக்கிரமிப்பு

பெர்னாடட் இறந்த பிறகு அவருடைய திட்டத்தை ஐநா பரிசீலித்துக் கொண்டிருக்கும்போதே இஸ்ரேல் அரேபியர்களுக்குக் கொடுக்கப் பட்ட இடங்களைப் பிடித்துக்கொள்வதைத் தொடர்ந்தது. இஸ்ரேலின் விமானங்கள் சிரியாவின் தலைநகரான டமாஸ்கஸிலும் எகிப்தின் தலைநகரான கெய்ரோவிலும் குண்டுகளை வீசி இஸ்ரேல் தன்னுடைய விமானப் படையின் பலத்தைக் காட்டிக்கொண்டது. லெபனானுக்குள் நுழைந்து அதன் தென் பகுதியில் இருந்த பதினான்கு கிராமங்களைப் பிடித்துக்கொண்டது. எகிப்தியப் படைகளை எகிப்திற்குள் விரட்டியது. நெகெவ் பகுதியை – இங்கு எண்ணெய் வளம் அதிகம். மேலும் இஸ்ரேலிலிருந்து செங்கடலுக்குள் நுழைவதற்கு இந்தப் பகுதி முக்கியம் – பிடித்துக்கொண்டதோடு இஸ்ரேலியப் படை சினாய் தீபகற்பம் வரை சென்றது. ஆனால் அமெரிக்க ஜனாதிபதி ட்ரூமன் போட்ட ஆணைக்கு இணங்கி அங்கிருந்து பின்வாங்கியது. எகிப்து பிடித்துக் கொண்ட நெகெவ் பகுதியை மீண்டும் இஸ்ரேல் பிடித்துக்கொண்டது. தொடர்ந்து தோல்வியைத் தழுவிய எகிப்து இஸ்ரேலுடன் போர் நிறுத்த உடன்பாடு செய்துகொண்டது. அதன்படி அந்தச் சமயத்தில் இரண்டு நாட்டுப் படைகளும் எங்கு நின்றிருந்தனவோ அந்த இடங்களில் எல்லைகள் வகுக்கப்பட்டன.

பெர்னாடட்டுக்குப் பிறகு ஐநாவால் சமாதானத் தூதுவராக நியமிக்கப்பட்டவர் இஸ்ரேலுக்கும் எகிப்திற்கும் இடையே சமரசப் பேச்சுவார்த்தைகள் நடத்திக்கொண்டிருக்கும்போதே இஸ்ரேல் தன்னுடைய பாராளுமன்றமான க்னெசட்டிற்கு (Knesset) முதல் தேர்தலை நடத்தியது. முதலிலிருந்து இஸ்ரேல் தன்னை ஒரு நாடாகப்

பிரகடனப்படுத்திக் கொள்வதிலும் தன் நாட்டின் நிறுவனங்களைப் பலப்படுத்திக் கொள்வதிலும் குறியாக இருந்தது. இந்த முதல் தேர்தலில் பொருளாதார அடிப்படையில் சில கட்சிகளும் மத அடிப்படையில் சில கட்சிகளும் மதச்சார்பற்ற சில கட்சிகளும் ஆக மொத்தம் 21 கட்சிகள் பங்கேற்றன. இந்தக் கட்சிகள் எல்லாம் இஸ்ரேல் நாடு உருவாவதற்கு முன்னேயே தோன்றியவை. சுமார் எட்டு லட்சம் மக்கள்தொகை உள்ள இஸ்ரேலில் ஐந்து லட்சம் பேர் வாக்களிக்கத் தகுதியானவர்கள். அதில் 33,400 பேர் மட்டுமே அரேபியர்கள். 120 உறுப்பினர்கள் கொண்ட க்னெசட்டில் 117 பேர் யூதர்கள்; மூன்று பேர் அரேபியர்கள். தேர்தல் முடிந்த பிறகு செயிம் வெயிஸ்மேன் முதல் ஜனாதிபதியாகத் தேர்ந்தெடுக்கப்பட்டார்; பென்-குரியன் பிரதம மந்திரி பதவியேற்றார்.

தேர்தலுக்குப் பிறகு லெபனான், சிரியா, ஜோர்டான் ஆகிய அரபு நாடுகளோடு இஸ்ரேல் தற்காலிக சமாதான ஒப்பந்தம் செய்து கொண்டது. போரின் முடிவில் ஐநாவால் பாலஸ்தீனர்களுக்குக் கொடுக்கப்பட்ட வெஸ்ட் பேங்க் ஜோர்டான் கையிலும் காஸா எகிப்தின் கையிலும் இருந்தன. அகில உலகப் பொறுப்பாண்மை யின் கீழ் இருக்க வேண்டும் என்று ஐநாவால் திட்டமிடப்பட்ட ஜெருசலேமும் இரண்டாகப் பிரிக்கப்பட்டது. பாலஸ்தீனத்தில் வாழ்ந்த அரேபியர்களின் தனி நாடு கனவு அப்போதைக்கு முடிவுக்கு வந்துவிட்டது என்று சொல்லலாம்.

ஐநாவின் சமரசக் குழு

1948 டிசம்பரில் ஐநா பொதுச்சபை நியமித்த சமரசம் செய்யும் குழு (Palestine Conciliation Commission) 1949 ஏப்ரலில் இஸ்ரேலையும் அரபு நாடுகளையும் ஸ்விட்சர்லாந்திலுள்ள லூசேன் (Lausanne) என்ற இடத்திற்கு சமாதானப் பேச்சிற்கு அழைத்தது. இஸ்ரேல், எகிப்து, ஜோர்டான், சிரியா, லெபனான் ஆகிய நாடுகளின் பிரதிநிதிகள் அதில் கலந்துகொண்டனர். பாலஸ்தீனத்தை விட்டு அகதிகளாகச் சென்றவர் களின் நலன்களைப் பாதுகாக்க வேண்டும் என்றும் இஸ்ரேலுக்கும் மற்ற அரபு நாடுகளுக்கும் இடையே எல்லைகளை வகுக்க வேண்டும் என்றும் எல்லோரும் ஒப்புக்கொண்டாலும் அதை எப்படி நிறை வேற்றுவது என்பதில் இஸ்ரேலுக்கும் அரபு நாடுகளுக்கும் பெரிய வேற்றுமை ஏற்பட்டது.

இஸ்ரேலை அரபு நாடுகள் தாக்கியதால்தான் அகதிகள் பிரச்சினை எழுந்தது என்றும் அதனால் அதைத் தீர்க்கும் கடமை அரபு நாடுகளுக்குத்தான் இருக்கிறது என்றும் இஸ்ரேல் விவாதித்தது. (டேர்

யாசினிலும் லிட்டாவிலும் இஸ்ரேல் அரசு அங்கு வசித்த அரேபியர் களைக் கொடுமைப்படுத்திப் பலவந்தமாக வெளியேற்றியதையும் அதனால் பல அரேபியர்கள் பாலஸ்தீனத்தை விட்டே வெளியேறி யதையும் இஸ்ரேல் மறந்துவிட்டது!) ஆனால் அரபு நாடுகளோ பாலஸ்தீனத்தில் அவர்கள் வாழ்ந்த இடங்களுக்குத் திரும்பிச் செல்வதற்கு அவர்களுக்கு உரிமை வழங்குவதும் அப்படிச் செல்ல விரும்பாதவர் களுக்கு அவர்கள் இழந்த சொத்துக்களுக்குரிய இழப்பீட்டைக் கொடுப்பதும் இஸ்ரேலின் கடமை என்று வாதாடின.

இன்னொரு தீர்வுகாணக் கஷ்டமான விஷயம் இஸ்ரேலுக்கும் அரபு நாடுகளுக்கும் இடையே எல்லைகளை வகுப்பது. அரபு நாடுகள் முழுப் பாலஸ்தீனமும் ஐநாவால் 1947 நவம்பரில் இஸ்ரேல், பாலஸ்தீனம் என்று இரண்டு நாடுகளாகப் பிரிக்கப்பட்டபோது இஸ்ரேல் உருவாவதையே எதிர்த்தாலும், அப்போது இரண்டு நாடுகளுக்கும் ஐநா போட்ட எல்லைகளை இப்போது செயலாக்க வேண்டும் என்று வற்புறுத்தின. ஆனால் இஸ்ரேலுக்குப் போரில் பிடித்த இடங்களை விடப் பிடிக்கவில்லை. 1947இல் ஐநா போட்ட எல்லைக்குப் போக மறுத்துவிட்டது. ஜெருசலேம் பற்றியும் இரு தரப்பினராலும் முடிவுக்கு வர முடியவில்லை. இந்த மாநாட்டில் எந்தத் தீர்மானமும் நிறைவேறவில்லை என்றாலும் இஸ்ரேலுக்கு இது பெரிய வெற்றியாக முடிந்தது. ஐநாவின் இந்த மாநாட்டில் கலந்துகொண்டதன் மூலம் ஐநாவின் உறுப்பினராக உலக நாடுகள் அதை ஏற்றுக் கொண்டன. இஸ்ரேல் ஒரு தனி நாடாக இயங்கத் தொடங்கியது.

போரின் விளைவு

இந்தப் போரில் இஸ்ரேல் 500 மில்லியன் டாலர் செலவழித்ததோடு பல உயிர்களை இழந்தது. இதில் கலந்துகொண்ட இஸ்ரேலிய வீரர் களின் எண்ணிக்கை 29,677. பல அரபு நாடுகள் போரில் கலந்து கொண்டாலும் அவர்களுடைய வீரர்களின் எண்ணிக்கை 23,500 தான். மேலும் இஸ்ரேலின் இராணுவம் மிகப்பலம் வாய்ந்ததாக இருந்தது. இஸ்ரேல், தான் போரில் நியாயமாக நடந்துகொண்டதாகக் கூறினாலும் இஸ்ரேல் வீரர்கள் பல அட்டூழியங்கள் புரிந்தனர். பென்-குரியனே தன் போர் நாட்குறிப்பில் (War Diary) எழுதியிருப்பதுபோல் இஸ்ரேல் இராணுவ வீரர்கள் தாங்கள் ஆக்கிரமித்த இடங்களில் பல குடிமக்களைக் கொன்றனர்; அரேபியர்களின் உடைமைகளையும் பெண்களின் கற்பை யும் சூறையாடினர். இஸ்ரேல் முழு பாலஸ்தீனத்தின் 79% இடத்தைத் தன் கைவசம் வைத்துக்கொண்டது. அதாவது 1947இல் ஐநா அதற்கு அளித்த இடங்களைவிட நிறைய இடங்களைப் பிடித்துக்கொண்டது.

1880இல் பாலஸ்தீனத்தில் ஐந்து சதவிகிதம் பேர் யூதர்கள்; 1914இல் ஒன்பது சதவிகிதம்; 1947இல் 30 சதவிகிதம். இடத்தைப் பொறுத்தவரை 1918இல் யூதர்களிடம் இரண்டு சதவிகித இடங்களே இருந்தன; 1935இல் ஐந்தரை சதவிகிதம்; 1947இல் ஆறு சதவிகிதம். ஆனாலும் 1947இல் ஐநா, பிரிவினையில் 55 சதவிகித இடங்களை இஸ்ரேலுக்குக் கொடுத்தது; அந்த இடங்களில் சுமார் ஐந்து லட்சம் யூதர்களும் ஐந்து லட்சம் அரேபியர்களும் இருந்தனர். அரேபியர்களுக்குக் கொடுத்த பகுதி 45 சதவிகிதம். அங்கு ஏழரை லட்சம் அரேபியர்களும் ஒன்பதாயிரம் யூதர்களும் இருந்தனர்.

1948-49 போருக்குப் பிறகு பாலஸ்தீனத்தை விட்டு அகதிகளாகப் போன அரேபியர்களின் எண்ணிக்கை பின்வருமாறு: ஜோர்டான்- 10,00,000, லெபனான்: 4,00,000, குவைத்: 3,20,000, சிரியா: 2,50,000, சவூதி அரேபியா: 1,27,000, ஈராக்: 1,20,000, எகிப்து: 60,000, யுனைடட் அரப் எமிரேட்ஸ்: 40,000, கத்தார்: 20,000, லிபியா: 15,000, ஓமன்: 500, மற்ற நாடுகள்: 4,24,500. பாலஸ்தீனத்திலேயே தங்கி விட்டவர்களின் எண்ணிக்கை: இஸ்ரேல்: 5,00,000, வெஸ்ட் பேங்க்: 7,00,000, காஸா: 4,50,000.

இப்படிப் பல அண்டை நாடுகளில் குடிபுகுந்த பாலஸ்தீனர்கள் தங்கள் இடங்களுக்குத் திரும்ப முயன்றாலோ சில சமயங்களில் இஸ்ரேலியர்களுக்குச் சொந்தமான தோட்டங்களிலிருந்து விளை பொருள்களைத் திருடினாலோ அவர்களை உடனே சுட்டுக் கொல்லும்படி இஸ்ரேல் அரசு ஆணை பிறப்பித்திருந்தது. எப்போதாவது பாலஸ்தீனர்கள் இஸ்ரேலிய குடிமக்களைக் கொன்றால் அதற்குப் பழிவாங்குவது போல் இஸ்ரேல் இராணுவம் பக்கத்து நாடுகளில் தஞ்சம் புகுந்திருக்கும் பாலஸ்தீனர்களைக் கொன்றது.

பாலஸ்தீனத்திலேயே தலைமுறை தலைமுறையாக வாழ்ந்த அரேபியர்களைப் பாலஸ்தீனத்திலிருந்து வெளியேற்றிய பிறகு இஸ்ரேல் உலகின் மற்றப் பகுதிகளில் வசித்துவந்த யூதர்களை இஸ்ரேலில் கொண்டுவந்து சேர்ப்பதில் மும்முரமாக ஈடுபட்டது.

புதிய யூதர்களின் குடியேற்றம்

ஜெர்மனியில் நடந்த யூதப் படுகொலையில் தப்பியவர்களை இஸ்ரேலுக்குக் கொண்டுவந்து சேர்க்கும் வேலையில் ஈடுபட்டது. ஜெர்மனி, ஆஸ்திரியா, இத்தாலி ஆகிய நாடுகளில் 52 முகாம்களில் தங்கியிருந்த யூதர்களை இஸ்ரேலுக்குள் கொண்டுவந்தது. பாலஸ்தீனம் பிரிட்டனின் கீழ் இருந்தபோது சட்ட விரோதமாக அங்கு நுழைந்த

முதல் போர் ✦ 107

யூதர்களை பிரிட்டன் மத்தியதரைக் கடலில் உள்ள சைப்ரஸ் தீவிற்கு அனுப்பியது; அவர்கள் எல்லோரையும் இப்போது இஸ்ரேல் திரும்ப அழைத்துக்கொண்டது. பல்கேரியா, துருக்கி, யுகோஸ்லேவியா, போலந்து, ருமேனியா ஆகிய நாடுகளிலிருந்தும் யூதர்கள் வந்தனர். ருமேனிய அரசு முதலில் யூதர்களை அங்கிருந்து போக அனுமதிக்க வில்லை. ஆனால் நிறையப் பணம் கொடுத்ததும் யூதர்களை நாட்டை விட்டுப் போக அனுமதித்தது. அமெரிக்காவில் 1914இல் நிறுவப்பட்ட யூதர்கள் மீட்பு நிதியிலிருந்து பல நாடுகளிலிருந்தும் யூதர்களை இஸ்ரேலுக்குள் கூட்டிவர ஆகும் செலவுக்குப் பணம் கிடைத்தது. திடீரென்று நிறைய யூதர்கள் வந்ததால் அவர்களுக்கு உணவு, உடை வழங்குவதோடு குடியிருக்க வீடுகளும் தேவைப்பட்டன. அதைச் சமாளிக்க இஸ்ரேல் அரசு பல இடங்களில் அரேபியர்கள் விட்டுச் சென்ற வீடுகளில் யூதர்களைக் குடியேற்றியது. அதற்கு மேல் பல புதிய குடியிருப்புகளையும் கட்டியது.

இஸ்ரேல் உருவாக்கப்படுவதற்கு முன் இஸ்ரேலுக்குக் குடிபெயர்ந்த வர்கள் பெரும்பாலும் மேற்கத்திய நாடுகளிலிருந்து வந்தவர்கள். இஸ்ரேல் உருவான பின் வந்தவர்கள் பெரும்பாலோர் அரபு நாடு களிலிருந்து வந்தவர்கள். அரபு நாடுகளில் யூதர்களுக்கு இடையூறு விளையலாம் என்பதால் அவர்களைக் கூட்டி வந்திருக்கிறார்கள். ஈராக் பிரதம மந்திரி முதலில் யூதர்களை அங்கிருந்து வெளியேறவிடவில்லை. பென்-குரியனின் அரசு நிறையப் பணத்தை அவருடைய வங்கிக் கணக்கில் செலுத்திய பிறகு யூதர்களை அங்கிருந்து போகவிட்டார். ஈராக்கிலேயே தங்கிவிட விரும்பிய யூதர்களை இஸ்ரேலிய ஏஜண்டுகள் அவர்கள் கூடுமிடங்களில் வெடிகுண்டு வைத்துப் பயமுறுத்தி இஸ்ரேலுக்கு வரத் தூண்டினார்களாம். யூதர்களைப் பல நாடுகளிலிருந்து இஸ்ரேலுக்குக் கூட்டிவருவதில் இஸ்ரேல் அரசு பெரும் பங்கு வகித்தது. இஸ்ரேல் நாட்டின் முக்கிய குறிக்கோள் களில் ஒன்று உலகம் முழுவதிலுமுள்ள யூதர்களை இஸ்ரேலில் ஒன்று சேர்ப்பது. சென்ற ஆண்டு இந்தியாவிலிருந்து இஸ்ரேலுக்குக் குடிபெயர 900 யூதர்கள் விண்ணப்பித்தபோது இஸ்ரேல் அரசு அனுமதி வழங்கியது.

ஆசியா, ஆப்பிரிக்காவிலிருந்து யூதர்கள்

மேற்கத்திய நாடுகளிலிருந்து வந்தவர்கள் அஷ்கெனாஸிம் (Ashkenazim) என்று அழைக்கப்படுகிறார்கள். ஆசியாவிலிருந்தும் ஆப்பிரிக்கா விலிருந்தும் வந்தவர்கள் ஷெப்படிம் (Sephardim) என்று அழைக்கப் படுகிறார்கள். முந்தையவர்கள் ஐரோப்பிய நாடுகளிலிருந்து வந்தவர்கள்;

படித்தவர்கள்; மதிநுட்பமும் நவீன நோக்கும் கொண்டவர்கள்; மருத்துவர், பொறியாளர் போன்ற தொழில் திறம் வாய்ந்தவர்கள். ஜெர்மன், போலீஷ் போன்ற ஐரோப்பிய மொழிகளைப் பேசுபவர்கள். இவர்கள் இஸ்ரேலுக்குக் குடிபெயர்ந்ததும் நல்ல வேலையில் சேர்ந்து நகர்ப்புறங்களில் வசதியாக வாழ்ந்தார்கள். ஷெப்படிம் யூதர்கள் அரபு நாடுகளிலிருந்து வந்தவர்கள்; அதிகம் படிக்காதவர்கள். இவர்கள் அரபு மொழியைப் பேசுபவர்கள். இவர்களால் இஸ்ரேலின் முன்னேற்றம் பாதிக்கப்பட்டு மத்தியதரைக் கடல் நாடுகளுள் ஒன்றாக இஸ்ரேல் ஆகிவிடுமோ என்று முந்தையவர்கள் பயந்தார்கள். ஷெப்படிம் யூதர்களோ தாங்கள் வேற்றுமையாக நடத்தப்படுவதாக உணர்ந்தனர். இந்த இரண்டு பிரிவினருக்கும் இடையில் இருந்த பதற்றநிலை மறை வதற்குப் பல காலம் பிடித்தது. ஷெப்படிம் யூதர்களின் தலைவரான ஓவாடியா யோஸஃப் (Ovadia Yosef) ஒரு தனிக் கட்சி அமைத்தார். இவர் 2013 அக்டோபர் 7ஆம் தேதி தன்னுடைய 93ஆவது வயதில் இறந்துவிட்டார். இவருடைய கட்சிக்குப் பாராளுமன்றத்தில் இப்போது பதினொரு இடங்கள் இருக்கின்றன. இது எதிர்க் கட்சியாக இப்போது இயங்கி வருகிறது.

அரேபியர்களின் உரிமை மறுப்பு

இஸ்ரேலில் இப்படிக் குடியமர்த்திய யூதர்களின் ஒரு பிரிவினருக்கே இந்தக் கதி என்றால் தங்கள் வீடு வாசல்களையும் சொத்துக்களையும் விட்டுப் போக விரும்பாமல், இஸ்ரேலிய அரசு விரட்டியும் போகாமல் அங்கேயே தங்கிவிட்ட அரேபியர்களை எப்படி நடத்தினார்கள் என்று பார்ப்போம். இஸ்ரேலுக்கும் அரபு நாடுகளுக்கும் இடையே நடந்த முதல் போருக்குப் பிறகு பல பாலஸ்தீனர்கள் இஸ்ரேல் நாட்டை விட்டு வெளியேறினர். எஞ்சியிருந்த 1,60,000 பேர் போருக்கு முன்பிருந்த அரேபியர்களின் மக்கள்தொகையில் இருபது சதவிகிதம் மட்டுமே. இஸ்ரேலில் இருந்த மற்றவர்கள் யூதர்கள். இவர்கள் இப்போது பெரும்பான்மையாயினர். ஒரு காலத்தில் பெரும்பான்மை யாக இருந்த அரேபியர்கள் இப்போது சிறுபான்மையாயினர். பென்-குரியன் இஸ்ரேல் நாட்டைப் பிரகடனப்படுத்தியபோது எல்லோரும் சமமாக நடத்தப்படுவார்கள் என்று உறுதி அளித்தபோதிலும் இப்போது அதையெல்லாம் இஸ்ரேல் அரசு காற்றில் பறக்கவிட்டுவிட்டது. அரேபியர்களை இரண்டாம் தரக் குடிமக்களாக நடத்தத் தொடங்கியது. சிறுபான்மையினரான அரேபியர்களுக்குத் தனிச் சட்டங்கள் வகுத்தது. அவ்வப்போது கூட்டம் கூட்டமாகவும் தனிமனிதர்களாகவும் அவர் களை இஸ்ரேலின் எல்லைக்கு வெளியே தள்ளியது. தங்களுடைய

கலாச்சாரத்தையும் அடையாளத்தையும் தக்கவைத்துக்கொள்ள விரும்பிய இஸ்ரேலிய அரேபியர்களை நம்பத்தகாதவர்களாக நடத்தியது. இராணுவத்தில் சேர அவர்களுக்கு அனுமதி இல்லை. காலம் காலமாக அங்கு வாழ்ந்து வந்த அரேபியர்களுக்கு இல்லாத இந்தச் சலுகை மற்ற இடங்களிலிருந்து இஸ்ரேலுக்குக் குடிவந்த யூதர்களுக்கு உடனேயே கிடைத்தது. இராணுவத்தில் சேர்ந்தவர்களுக்குக் கிடைக்கும் சலுகை இஸ்ரேலில் வாழ்ந்த அரேபியர்களுக்குக் கிடைக்கவில்லை.

இஸ்ரேல் நாடு உருவானவுடனேயே சிறுபான்மையினரான அரேபியர்களைக் கண்காணிக்கவும் கட்டுப்படுத்தவும் இஸ்ரேல் அரசில் ஓர் அமைச்சுத் துறை ஏற்படுத்தப்பட்டது. ஆனால் அந்தத் துறையின் தாராள மனப்பான்மை பிரதமர் பென்-குரியனுக்கும் அவரது ஆலோசகர்களுக்கும் பிடிக்கவில்லை. அதனால் அந்தத் துறையை நீக்கிவிட்டு அரேபியர்களைக் கண்காணிக்கும் பொறுப்பை இராணுவ அரசிடம் (military government) ஒப்படைத்தது. இந்த இராணுவ அரசு அரேபியர்கள் அதிகம் வசிக்கும் இடங்களில் செயல்பட ஆரம்பித்தது. இஸ்ரேல் அரசு அரேபியர்களுக்காக ஏற்படுத்திய கட்டுப்பாட்டுக் கொள்கைகளை இது செயல்படுத்தியது. அவர்கள் ஒரு இடத்திலிருந்து இன்னொரு இடத்திற்குப் போக அனுமதி வேண்டும் என்ற விதியை ஏற்படுத்தியது. சந்தேகத்திற்குரியவர்கள் என்று எண்ணியவர்களைப் பிடித்து வைத்துக்கொண்டது. அடிக்கடி பாதுகாப்பு என்ற பெயரில் அரேபியர்கள் வாழும் இடங்களை அடைத்து அங்குள்ள அரேபிய விவசாயிகள் தங்கள் நிலங்களுக்குப் போவதைத் தடை செய்தது. தங்கள் பிழைப்புக்காக விவசாயம் செய்து வந்தவர்கள் பல இன்னல்களுக்கு ஆளானார்கள். அடிக்கடி அரேபியர்கள் வாழ்ந்த இடங்களில் ஊரடங்குச் சட்டம் பிறப்பித்தது. ஒரு முறை ஊர் முழுவதும் ஊரடங்குச் சட்டம் இருப்பதை அறியாத ஊர் மக்கள் தங்கள் வீடுகளுக்குத் திரும்பியபோது இராணுவ அரசு அவர்களைச் சுட்டதால் 47 பேர் இறந்தனர். சில உயர் பதவிகளை வகிக்க இஸ்ரேலிய அரேபியர்களுக்குத் தடை விதிக்கப்பட்டது. எப்படியாவது அவர்களைக் கீழ் நிலையில் வைத்திருக்க வேண்டும் என்ற கொள்கையை இஸ்ரேல் அரசு கடைப்பிடித்தது. 1950இல் பாலஸ்தீனத்தை விட்டு வெளியில் சென்ற பாலஸ்தீன அரேபியர்களின் நிலங்களை யூதர்கள் எடுத்துக்கொள்வதற்கு இஸ்ரேல் சட்டம் இயற்றியது.

ஒட்டோமான் காலத்திலும் அரேபியர்களுக்கு முழுக் குடியுரிமைகள் வழங்கப்படவில்லை. பிரிட்டனின் கீழ் இருந்தபோதும் அவர்களுக்கு முழுச் சுதந்திரமும் கொடுக்கப்படவில்லை. அதனால் அவர்கள் ஓரளவிற்கு இஸ்ரேல் போட்ட கட்டுப்பாடுகளுக்குப்

பழகிக்கொண்டனர். ஆனாலும் அவர்களின் வாரிசுகள் இஸ்ரேல் நாட்டில் தங்களுக்கு மற்றவர்களோடு சம உரிமைகள் வழங்கப்பட வில்லை என்பதை உணர்ந்தனர்.

அஷ்கெனாஸிம் யூதர்களுக்கும் ஷெப்படிம் யூதர்களுக்கும் இடை யேயும் யூதர்களுக்கும் அரேபியர்களுக்கும் இடையேயும் பதற்றம் இருந்துவந்தாலும் இஸ்ரேல் உருவான பிறகு நாட்டில் வளர்ச்சி பெருகியது. வெளியிலிருந்து யூதர்கள் வருவதால் நிறையக் கஷ்டங்கள் இருந்தாலும் இஸ்ரேல் அரசு அதையெல்லாம் பொருட்படுத்தவில்லை. மேலும் மேலும் யூதர்களை வரவழைக்க 1950-லேயே இஸ்ரேலுக்குத் திரும்பும் சட்டத்தை (Law of Return) இயற்றியது. அந்தச் சட்டத்தின்படி உலகில் எங்கிருந்தும் எந்த யூதரும் இஸ்ரேலுக்கு வரலாம், வந்த பிறகு அங்கு தொடர்ந்து இருக்க விரும்பினால் அதற்குரிய சான்றிதழைப் பெற்றுக்கொள்ளலாம். அதில் எழுதப்படாத அம்சம் அரேபியர்களோ யூதர்கள் அல்லாதவர்களோ இஸ்ரேலுக்குள் வருவது வரவேற்கப் படவில்லை என்பதாகும். இஸ்ரேலை யூதர்கள் மட்டும் வாழும் நாடாக உருவாக்க வேண்டும் என்பதே அதை உருவாக்கியவர் களின் உள்நோக்கம்.

தொகுப்பு

பிரிட்டன் பாலஸ்தீனத்தை விட்டு வெளியேறிக்கொண்டிருக்கும் போதே யூதர்கள் பாலஸ்தீனத்தில் ஐநாவால் தங்களுக்குக் கொடுக்கப் பட்ட இடத்தில் இஸ்ரேல் என்ற நாட்டைப் பிரகடனப்படுத்திக் கொண்டனர். அப்போது ஆற்றிய உரையில் இஸ்ரேலின் எல்லாக் குடிமக்களுக்கும் சம குடிமையுரிமைகள் வழங்கப்படும் என்று முதல் பிரதம மந்திரி பென்-குரியன் கூறினாலும் பாலஸ்தீன அரேபியர்களுக்கு சம உரிமைகள் கொடுக்கவில்லை என்பதோடு இராணுவ அரசின் கண்காணிப்பிலும் வைத்திருந்தார். அரேபியர்களைப் பாலஸ்தீனத்தி லிருந்து முழுவதுமாக விரட்டிவிட வேண்டும் என்பதும் இஸ்ரேல் அரசின் கொள்கையாக இருந்தது. பாலஸ்தீன அரேபியர்களைப் பாலஸ்தீனத்திலிருந்து வெளியேற்றுவதில் குறியாக இருந்த அதே சமயம் உலகின் பல நாடுகளிலுள்ள யூதர்களை இஸ்ரேலில் குடியேற்று வதிலும் தீவிரமாக இருந்தனர்.

5

1967இல் நடந்த ஆறு நாள் போர்

பொருளாதாரப் பிரச்சினைக்கு மற்றவர் உதவி

வெளிநாட்டிலிருந்து அத்தனை யூதர்களை இஸ்ரேலுக்கு வரவழைத்துக் குடியமர்த்தியதால் 1950இல் இஸ்ரேலில் பொருளாதார நெருக்கடி ஏற்பட்டது. அப்போது அமெரிக்க யூதர்கள் பெருமளவில் இஸ்ரேலுக்கு உதவினர். அமெரிக்க யூதர்களின் செல்வாக்கினால் அமெரிக்கப் பாராளுமன்றம் இஸ்ரேலுக்கு ஆறரைக் கோடி டாலர் பண உதவி வழங்கியது. இதைவிட சுவாரஸ்யமான விஷயம் மேற்கு ஜெர்மனி (இப்போது இரண்டாவது உலகப்போர் முடிந்து ஜெர்மனி, மேற்கு ஜெர்மனி, கிழக்கு ஜெர்மனி என்று இரண்டாகப் பிரிக்கப்பட்டிருந்தது) இஸ்ரேலுக்கு நிறையப் பண உதவி செய்தது. ஜெர்மனியில் ஹிட்லர் நடத்திய யூதப் படுகொலையில் (Holocaust) பாதிக்கப்பட்ட அறுபது லட்சம் யூதர்களுக்கு நஷ்ட ஈடாக நிறையப் பணம் கொடுக்க வேண்டும் என்ற இஸ்ரேலியப் பிரதமர் பென்-குரியனின் கோரிக்கையை 1951இல் அப்போது ஜெர்மன் அதிபராக இருந்த கோன்ராட் அடினார் (Konrad Adenauer) ஏற்றுக்கொண்டு பல வகைகளில் இஸ்ரேலுக்கு உதவி செய்ய ஒப்புக்கொண்டார். அந்த உதவி இஸ்ரேலின் பொருளாதாரத்தை வளர்க்க உதவியது. 'யூதர்கள் சிந்திய இரத்தத்திற்குப் பதில் தானமாக உதவி பெறுவதா?' என்று சிலர் எதிர்ப்புக் குரல் எழுப்பியதால் இஸ்ரேல் பாராளுமன்றம் அந்தப் படுகொலையில் உயிரிழந்த அறுபது லட்சம் பேர்களுக்கும் யாத் வாஷெம் என்னும் நினைவுச் சின்னம் எழுப்ப முடிவு செய்தது. அது இப்போது யூதப் படுகொலையின் நினைவுச் சின்னமாக விளங்குகிறது. யூத இனப் படுகொலை என்றும் உலக மக்களின் மனத்தில் நீங்காத இடம் பெற்றிருக்க வேண்டும் என்ற நோக்கில் இது அமைக்கப்பட்டதாகத் தோன்றுகிறது.

இஸ்ரேலின் தொடர்ந்த வன்முறைகள்

1952 ஜூலையில் எகிப்தில் புரட்சி நடந்து ஃபரூக் அரசர் பதவியிலிருந்து

நீக்கப்பட்டார். எகிப்தில் ஏற்பட்ட இந்த அரசியல் மாற்றத்தைப் பயன்படுத்திக்கொண்டு இஸ்ரேல்-எகிப்து உறவைப் பலப்படுத்தி கொள்ள இஸ்ரேல் முயன்றது. எகிப்தின் புதிய அரசில் உள்ள தலைவர்களோடு யுகோஸ்லாவியா அதிபர் டிட்டோவுக்கு நெருங்கிய தொடர்பு இருந்ததால் அவர் மூலம் எகிப்துத் தலைவர்களைச் சந்தித்துப் பேச பென்-குரியன் விரும்பினார். ஆனால் எகிப்தில் பலம் பெற்று விளங்கிய நாசருக்கு நாட்டின் மற்ற தேவைகளைக் கவனிக்க வேண்டியிருந்ததால் இஸ்ரேலோடு பேச்சுவார்த்தை நடத்த அவர் விரும்பவில்லை. அப்போது சிரியாவோடும் இஸ்ரேலுக்கு எல்லைப் பிரச்சினைகள் இருந்தன. அந்தப் பிரச்சினைகளுக்கும் இஸ்ரேலால் தீர்வு காண முடியவில்லை. அப்போது சிரியாவுக்கு உலக நாடுகளின் ஆதரவு இருந்ததால் இஸ்ரேல் சிரியாவோடு மோதவில்லை.

பாலஸ்தீனத்திலிருந்து **1948-49** போருக்குப் பிறகு அகதிகளாக அண்டை அரபு நாடுகளுக்குச் சென்ற பாலஸ்தீனர்கள் சில சமயங் களில் தங்கள் பழைய இடத்திற்குத் திரும்ப முற்பட்டால் அவர்களை இஸ்ரேல் அரசு உள்ளே விடவில்லை. தடையையும் மீறி சிலர் வர முயன்றால் அல்லது தங்கள் பழைய தோட்டங்களில் உள்ள பழங் களைப் பறிக்க முற்பட்டால் அவர்களைச் சுட்டுவிடும்படி இஸ்ரேலிய அரசு தன் சிப்பாய்களுக்கு உத்தரவு பிறப்பித்தது. எப்போதாவது அவர்கள் இஸ்ரேலுக்குள் ஊடுருவி இஸ்ரேலிய குடிமக்களைக் கொன்றால் அதற்குக் கொடிய முறையில் பழிதீர்த்துக்கொண்டது. ஒரு முறை பாலஸ்தீன அரேபியர்கள் ஒரு யூதத் தாயையும் அவருடைய இரண்டு குழந்தைகளையும் கொன்றதற்குப் பழிதீர்க்கும் வகையில் வருங்காலத்தில் இஸ்ரேலின் பிரதம மந்திரியாகப் போகும் ஆரியல் ஷரோன் என்ற இராணுவ அதிகாரியின் தலைமையில் இஸ்ரேல் இராணுவம் ஜோர்டான் கிராமம் (**1948-49** போருக்குப் பிறகு பாலஸ்தீனத்தின் வெஸ்ட் பேங்க் ஜோர்டான் வசம் இருந்தது) ஒன்றுக்குள் புகுந்து குடிமக்கள் உட்பட **69** அரேபியர்களைக் கொன்றது. (ஜோர்டான் நாட்டின் இப்போதைய மக்கள்தொகையில் பாதிப் பேர் பழைய பாலஸ்தீனத்திலிருந்து அகதிகளாக ஓடி வந்தவர்கள்.) அதற்குப் பிறகு நடந்த இரகசிய மாநாட்டில் இஸ்ரேல் அரசில் இருந்த சில தீவிரவாதப் போர் விரும்பிகளால்தான் (hardliners) அப்படி நடந்தது என்று இஸ்ரேல் சார்பில் கலந்துகொண்ட பிரதிநிதிகள் கூறினர். உலக நாடுகள் பலவும் இஸ்ரேலின் இந்தச் செய்கையைக் கண்டித்தாலும் இஸ்ரேல் பாலஸ்தீனர்களைத் துன்புறுத்துவதை நிறுத்தவில்லை. அது மட்டுமல்ல, தங்கள் இடங்களை விட்டுச் சென்ற பாலஸ்தீனர்கள் இஸ்ரேலுக்குள் ஊடுருவதைத் தடுக்கும்படி அவர்கள் தஞ்சம் புகுந் திருந்த அரபு நாடுகளின் அரசுகளையும் அச்சுறுத்தியது.

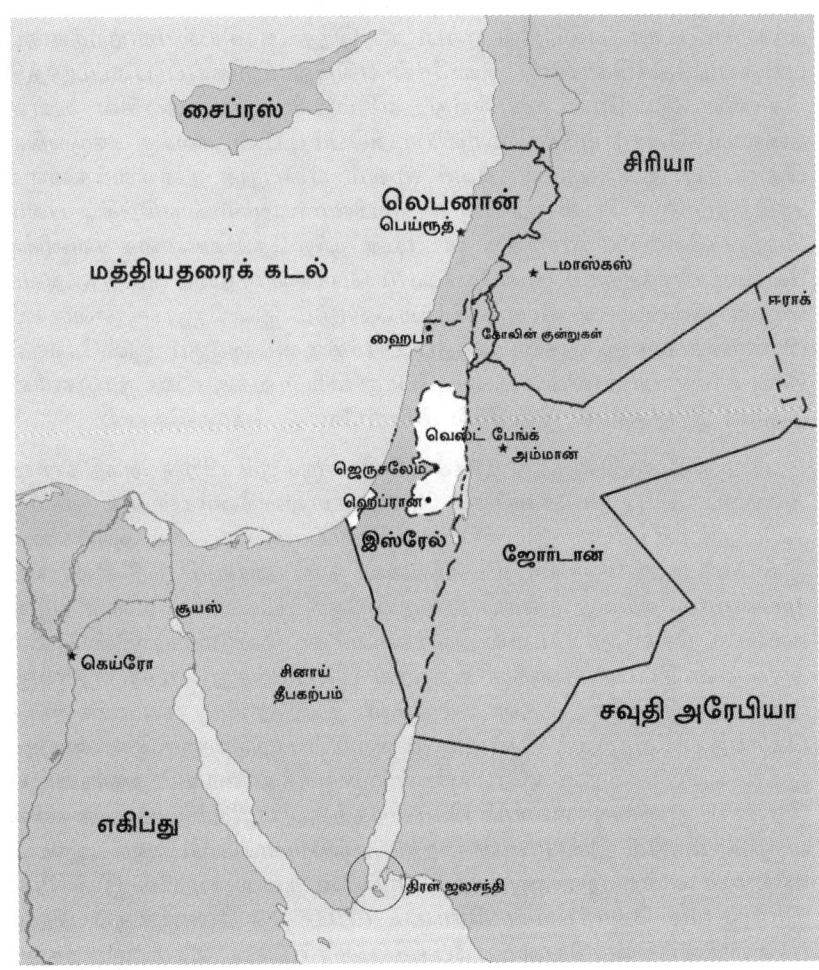

திரள் ஜலசந்தி

1953இல் பென்-குரியன் அரசியலிலிருந்து விலகுவதாகக் கூறி நெகெவிற்குச் சென்றுவிட்டார். அவருக்குப் பின் பிரதமராக வந்த மோஷே ஷேரட் (Moshe Sharett) பென்-குரியனுக்கு நேர் எதிர் மாறான குணம் உடையவர். நியாயத்திற்கும் உண்மைக்கும் பயந்து நடப்பவர். பாலஸ்தீனர்கள் இஸ்ரேலுக்குள் ஊடுருவ முயன்ற போதெல்லாம் அவர் நியாயமாக நடந்துகொள்ள முயன்றார். இருந்தாலும் அவருக்குக் கீழ் இருந்த பாதுகாப்பு அமைச்சரும் மற்ற இராணுவ அதிகாரிகளும் அவருக்குத் தெரியாமல் எகிப்திற்கு எதிராகச் செய்த சில செயல்களால் எகிப்திற்கும் இஸ்ரேலுக்கும் இடையே பதற்ற நிலை ஏற்பட்டது.

மேலும் பென்-குரியன் மறுபடி ஷேரட்டின் அமைச்சரவை யில் பாதுகாப்பு மந்திரியாகச் சேர்ந்தார். எதிர்மாறான குணங்களை உடைய ஷேரட்டும் பென்-குரியனும் அடிக்கடி மோதிக்கொண்டனர்.

நாசர் ஆட்சிக் காலத்தில் எகிப்துடன் மோதல்

இஸ்ரேலின் தென் பகுதியில் சைக்கிளில் சென்ற ஒரு யூதப் பையன் கொல்லப்பட்டதையடுத்து காஸாவில் நிறுத்தி வைக்கப்பட்டிருந்த எகிப்து இராணுவ வீரர்களைத் தாக்க வேண்டும் என்று பென்-குரியன் உட்பட இஸ்ரேல் இராணுவ அதிகாரிகள் பிரதம மந்திரியிடம் அனுமதி கேட்டனர். அவர் பத்து அரேபியர்களுக்கு மேல் உயிர் இழக்காமல் பார்த்துக்கொள்ளும்படி கூறியிருந்தும் எகிப்து வீரர்களில் 37 பேரை இஸ்ரேல் இராணுவம் கொன்றது. இதனால் உள்நாட்டு விவகாரங் களில் மட்டும் கவனம் செலுத்துவதாக இருந்த நாசர் இஸ்ரேலின் செய்கைக்குப் பிறகு எகிப்தின் படைபலத்தை அதிகரிக்க முயன்றார். ரஷ்யாவிடம் ஆயுதங்கள் பெற்றார். இதைக் கண்டு பயந்த இஸ்ரேல் தன் படைபலத்தைப் பெருக்கியது. பல இஸ்ரேலிய யூதர்கள் இதற்கு நன்கொடை கொடுத்தனர். பெரிதாகக் கோபமூட்டக் கூடிய செயல் எதையும் எகிப்து செய்யாமல் இருந்தபோதே இஸ்ரேல் தேவைக்கு அதிகமாகவும் தேவையில்லாமலும் எகிப்தைத் தாக்கியதால் அந்தப் பிரதேசத்தில் பதற்ற நிலை ஏற்பட்டது. மேலும் நாடுகளுக்கிடையே ஆயுதப் போட்டியும் ஆரம்பமாயிற்று. எகிப்தின் கீழே இருந்த காஸாவிலுள்ள பாலஸ்தீனர்கள் இஸ்ரேலைத் தாக்குவதற்கு நாசரும் உதவி அளிக்கத் தயாரானார்.

எகிப்தின் படைபலத்தை அதிகரிக்க நாசர் சோவியத் யூனியனி லிருந்து நிறைய ஆயுதங்கள் பெற்றதால் எகிப்தின் ஆயுத பலம் பெருகிவிடும் என்று பயந்த இஸ்ரேல் எப்படியாவது எகிப்தை வம்புக்கு இழுத்து அதனோடு போர் புரிந்து அதனுடைய படைபலத்தைக் குறைக்கத் திட்டமிட்டது. 1955இல் நாசர் சூயஸ் கால்வாயைத் தேசியமயமாக்கப் போவதாக அறிவித்ததும் பிரிட்டனும் பிரான்ஸும் எகிப்தைத் தாக்கத் திட்டமிட்டன. இஸ்ரேல் இந்த நாடுகளோடு சேர்ந்து எகிப்தைத் தாக்க உதவுவதாகவும் அதற்குப் பதிலாக பிரான்ஸ் இஸ்ரேலுக்கு அணு உலை நிர்மாணிப்பதில் உதவ வேண்டும் என்றும் பிரான்ஸைக் கேட்டுக்கொண்டது. இந்தத் திட்டம் பிடிக்காமல் ஷேரட் பிரதமர் பதவியிலிருந்து விலகியதும் பென்-குரியன் இரண்டாவது முறையாகப் பிரதமர் பதவி ஏற்றார்.

பிரிட்டனும் பிரான்ஸும் இஸ்ரேலும் எகிப்தோடு போர்புரிந்து அதன் படைபலத்தைக் குறைக்கக் கீழ்க்கண்டவாறு திட்டமிட்டன.

இஸ்ரேல் சூயஸ் கால்வாயின் அருகில் தன் படைகளைக் குவிப்ப தென்றும் எகிப்து அப்போது இஸ்ரேலோடு சண்டைக்கு வருமென்றும் பிரிட்டனும் பிரான்ஸூம் எகிப்தையும் இஸ்ரேலையும் சண்டையை நிறுத்துமாறு கட்டளை இடும் என்றும் இஸ்ரேல் பின்வாங்குவது போல் நடிக்கும் என்றும் எகிப்து எப்படியும் சண்டையைத் தொடரும் என்றும் அதைச் சாக்கிட்டு இஸ்ரேல் எகிப்தோடு போர் புரிந்து எகிப்தின் இடங்கள் சிலவற்றைப் பிடித்துக்கொள்ளும் என்றும் திட்டமிடப் பட்டது. அதன்படி இஸ்ரேல் எகிப்தின் சினாய் தீபகற்பத்தைப் பிடித்துக்கொண்டது; ரஷ்யாவிடமிருந்து எகிப்து பெற்ற ஆயுதங்களை நாசம் செய்தது; திரான் ஜலசந்தியில் (Straits of Tiran) எகிப்து அமைத் திருந்த தடைகளை நீக்கியது; காஸாவில் எகிப்து ஏற்படுத்தியிருந்த இராணுவ முகாம்களை அழித்தது. இஸ்ரேல் சினாயையும் திரான் ஜலசந்தியையும் பிடித்ததை உலக நாடுகள் எதிர்த்தன. சோவியத் யூனியன் இஸ்ரேலைத் தரைமட்டமாக்கலாம் என்ற வதந்தியும் பரவியது. அமெரிக்காவும் எகிப்திடமிருந்து பெற்ற இடங்களை இஸ்ரேல் விட்டுவிடவில்லையென்றால் இஸ்ரேலுக்கு அளித்துவரும் எல்லாப் பண உதவிகளையும் நிறுத்திவிடும் என்றும் ஐநாவிலிருந்தே இஸ்ரேல் நீக்கப்படும் என்றும் எச்சரித்தது. இதனால் இஸ்ரேல் எகிப்தில் பிடித்த இடங்களை விட்டுவிடுவதாக அறிவித்தது.

போரில்லாத காலம்

1956-க்குப் பிறகு சுமார் பத்து ஆண்டுகள் இஸ்ரேலுக்கும் அதன் அண்டை அரபு நாடுகளுக்கும் இடையே பெரிய மோதல்கள் இல்லை. பென்-குரியனுக்குப் பிறகு பிரதமர் பதவியேற்ற லெவி இஷ்கோல் (levy Eshkol) பென்-குரியனைப் போல் பாலஸ்தீனத்திற்கு வெளியே பிறந்தவர். 1895இல் உக்ரேய்னில் (Ukraine) பிறந்த இவர் பாலஸ்தீனம் ஓட்டோமான் பேரரசுக்குக் கீழ் இருந்தபோது தனது பத்தொன்பதாம் வயதில் பாலஸ்தீனத்திற்குக் குடிபெயர்ந்தவர். தொழிலாளியாக இருந்து தொழிலாளர் தலைவராகப் பதவியேற்று முதன் முதலாக உருவாக்கப்பட்ட விவசாயக் குடியிருப்புகளில் ஒன்றை நிர்மாணித்தவர். பென்-குரியனுக்கு எதிர்மாறான மனப்பான்மையும் சுபாவமும் உடையவர். பென்-குரியனைப் போல் தடாலடியாக முடிவெடுக்க மாட்டார். இவருடைய பிரதம ஆலோசகராக இராணுவ விவகாரங் களில் தேர்ச்சிபெற்ற இட்சாக் ரபீன் (Yitzhak Rabin) நியமிக்கப் பட்டாலும் 1963-க்குப் பிறகு இவருடைய ஆட்சிக் காலத்தில் நிறையப் பாதுகாப்புப் பிரச்சினைகள் தோன்றின. இவருக்கு அவற்றில் நல்ல அனுபவம் கிடையாது.

பாலஸ்தீன விடுதலை அமைப்பின் தோற்றம்

1964இல் அரபு லீகைச் (Arab League) சேர்ந்த அரபு நாடுகள் (***1945***இல் ஆரம்பிக்கப்பட்ட இந்த அரபு லீகில் முதலில் எகிப்து, சிரியா, லெபனான், சவூதி அரேபியா, ஈராக், ஜோர்டான் போன்ற நாடுகள் உறுப்பினர்கள். பின்னால் மேலும் பல முஸ்லிம் நாடுகள் சேர்ந்து இதன் எண்ணிக்கை 22 ஆனது.) பாலஸ்தீன விடுதலை அமைப்பை (Palestine Liberation Organization) உருவாக்கின. பாலஸ்தீனத்திலிருந்து அகதிகளாக வெளியேறியவர்கள் பல நாடுகளில் குடியேறியிருந்தனர். இவர்கள் வாழ்ந்துவந்த நாடுகளில் பாலஸ்தீனத்தை விடுவிக்கப் பல அமைப்புகளை ஏற்படுத்திக்கொண்டனர். இவர்கள் பின்னால் பாலஸ்தீன விடுதலை அமைப்பில் (பீஎல்ஓவில்) உறுப்பினர் ஆனார்கள். பாலஸ்தீன விடுதலை அமைப்பின் முக்கிய குறிக்கோள் முழுப் பாலஸ்தீனத்தையும் இஸ்ரேலிடமிருந்து விடுவிக்க வேண்டும் என்பதே. பின்னால் யாசர் அரஃபாத் இதன் தலைவரானார்.

பென்-குரியன் முதல் அரபு-இஸ்ரேல் போருக்குப் பிறகு இஸ்ரேலில் தங்கிவிட்ட அரேபியர்களைக் கண்காணிக்க ஏற்படுத்திய இராணுவ அரசை லெவி இஷ்கோல்***1965***இல் கலைத்துவிட முடிவு செய்தார். இதனால் அரேபியர்கள் இஸ்ரேலுக்குள் ஓரிடத்திலிருந்து இன்னொரு இடத்திற்கு சிறப்பு அனுமதி இல்லாமல் போக முடிந்தது. இஸ்ரேலியர்களுக்கும் இஸ்ரேலில் வாழ்ந்துவந்த அரேபியர்களுக்கும் இடையே ஓரளவிற்கு நல்லிணக்கம் ஏற்பட்டது. இருந்தாலும் நாட்டின் பொருளாதாரம் நலிவடைந்தது. பின்தங்கிய பிரதேசங்களின் வளர்ச்சி தடைப்பட்டது. நாட்டின் பாதுகாப்புச் செலவு ***1952***இல் இருந்ததைவிட பதினாறு மடங்கு பெருகியது. பல தொழில் வல்லுநர்கள் அமெரிக்காவிற்குக் குடிபெயர்ந்தனர். முதல் தடவையாக இஸ்ரேலுக்குள் வந்தவர்களைவிட இஸ்ரேலை விட்டுப் போனவர்களின் எண்ணிக்கை அதிகமானது.

மீண்டும் போர்

1956-க்குப் பிறகு அண்டைய அரபு நாடுகளுக்கும் இஸ்ரேலுக்கும் இடையே பெரிய பூசல்கள் எதுவும் நடக்கவில்லை என்றாலும், ***1967***ஆம் ஆண்டு யுத்த ஆண்டாகியது. இஸ்ரேலுக்கும் அதன் அண்டை அரபு நாடுகளுக்கும் இடையே மீண்டும் சண்டை மூண்டது. இஸ்ரேல் தன்னுடைய தெற்குப் பகுதியில் இருக்கும் நீர்வளமற்ற நெகெவ் பகுதிக்கு ஜோர்டான் நதியிலிருந்து தண்ணீர் கொண்டுவர முயற்சி செய்தது. இது ஐநாவால் தடுக்கப்பட்டது. இருப்பினும் நெகெவ் பகுதியை வளப்படுத்த முடிவு செய்து இஸ்ரேல் ஜோர்டான் நதியின்

கிளை நதிகளிலிருந்து நெகெவிற்குத் தண்ணீர் கொண்டுவர ஏற்பாடு செய்தது. இதனால் இஸ்ரேலின் வடக்குப் பகுதியில் இருந்த சிரியா விற்கும் இஸ்ரேலுக்கும் இடையே சண்டை மூண்டது. மேலும் அப்போது சிரியாவை ஆண்ட கட்சி இஸ்ரேலின் எதிரியாதலால் சிரியாவில் இருந்த பாலஸ்தீன கொரில்லாக்களுக்கு ஆயுத உதவி செய்தது. இதுவும் இஸ்ரேலின் கோபத்தைத் தூண்டியது. 1948-49 போருக்குப் பிறகு இஸ்ரேலுக்கும் சிரியாவுக்கும் இடையே உள்ள எல்லையில் இராணுவம் அகற்றப்பட்டு அது போர் நிறுத்த இடமாக (Demilitarized zone) அறிவிக்கப்பட்டது. ஆனால் இஸ்ரேல் வேண்டு மென்றே அந்த எல்லைப் பிரதேசத்தில் சிரியாவோடு மோதி சிரியாவை சண்டைக்கு இழுக்க முயன்றது. அப்போது இஸ்ரேலின் மாஜி தலைமைச் செயலர் மோஷே டயான் இப்படிக் கூறினாராம்: 'சிரியாவிற்குள் ஒரு முக்கியமல்லாத இடத்தில் ஒரு ட்ராக்டரைக் கொண்டு அந்த இடத்தை உழ ஆரம்பிப்போம். சிரியா உடனே சுட ஆரம்பிக்கும். அப்படி உடனேயே சுடவில்லை என்றாலும் தொடர்ந்து நாம் அவர்கள் இடத்திற்குள் சென்றுகொண்டே இருந்தால் சிரியா பொறுமை இழந்து நம் மீது சுட ஆரம்பிக்கும். அப்போது நாம் பீரங்கிப்படை கொண்டு தாக்குவோம். பின்னால் விமானப் படையையும் பயன்படுத்துவோம்.' இஸ்ரேலின் இந்தத் திட்டம் வெற்றிபெற்று அது சிரியாவிற்கும் இஸ்ரேலுக்கும் இடையே பெரிய சண்டையாக வளர்ந்தது. இஸ்ரேல் போர் விமானங்கள் மூலம் சிரியாவின் தலைநகரான டமாஸ்கஸைத் தாக்கியது.

எகிப்து-சிரியா ஒப்பந்தம்

1966 நவம்பர் மாதம் சிரியாவும் எகிப்தும் இருவரில் ஒருவரை எதிரிகள் தாக்கினால் மற்றவர் தாக்கப்பட்டவருக்கு உதவி அளிப்பது என்று ஓர் ஒப்பந்தம் செய்துகொண்டிருந்தன. அதனால் சிரியாவுக்கு உதவும் பொருட்டு இஸ்ரேலின் கவனத்தைத் திருப்ப சினாய் பகுதியில் எகிப்து தன் படைகளைக் குவித்தது. இதற்கிடையில் சோவியத் யூனியன் சிரியாவுக்கும் எகிப்துக்கும் ஓர் இரகசிய அறிக்கை அனுப்பியிருந்தது. அதில் இஸ்ரேல் சிரியாவைத் தாக்குவதற்கு சிரிய-இஸ்ரேல் எல்லையில் நிறையப் படைகளைக் குவித்திருப்பதாகக் கூறியிருந்தது. அமெரிக்கா அப்போது வியட்நாம் சண்டையில் தீவிரமாக ஈடுபட்டிருந்தது. அமெரிக்காவை இஸ்ரேலுக்குச் சாதகமாக மத்திய கிழக்கில் போரில் இறங்கவைத்து அமெரிக்காவிற்கு இன்னும் ஒரு நெருக்கடியை ஏற்படுத்த இதன் மூலம் சோவியத் யூனியன் முயன்றதாகச் சிலர் கூறுகிறார்கள். சோவியத் யூனியனின் அறிக்கை உண்மைதானா

என்றறிய நாசர் தன் உதவியாளர் ஒருவரை டமாஸ்கஸிற்கு அனுப்பினார். சிரியாவின் எல்லையில் இஸ்ரேல் படைகளைக் குவிக்கவில்லை என்று உதவியாளர் கூறினாலும் நாசர் சினாய் பகுதியிலிருந்து தன் படைகளைத் திரும்பப் பெறவில்லை. சிரியாவின் பாதுகாப்பு அமைச்சர் பாலஸ்தீனத்தை விடுவிக்க இதுதான் தக்க தருணம் என்று அறிக்கை விட்டார். ஜோர்டான் தன் படையைத் தயாராக வைத்திருந்தது. ஈராக் ஜோர்டானுக்கு அருகில் தன் படையைக் கொண்டுவந்து நிறுத்தியது. குவைத், ஏமன், அல்ஜீரியா ஆகிய நாடுகளும் தேவைப்பட்டால் தங்கள் படைகளை சிரியாவிற்கும் எகிப்திற்கும் அனுப்புவதாக அறிவித்தன.

அரபு நாடுகளின் இந்த ஏற்பாடுகள் இஸ்ரேலின் பயத்தை அதிகரித்தன. மேலும் நாசர் 'அகாபா வளைகுடா (Gulf of Aqaba) எகிப்திற்குச் சொந்தம்; அதன் வழியாக இஸ்ரேல் கப்பல்கள் செல்வதை எகிப்து அனுமதிக்காது' என்றார். அகாபா வளைகுடாவில் உள்ள சிறிய திரன் ஜலசந்தி வழியாகத்தான் இஸ்ரேலின் துறைமுகமான ஏலாட்டிலிருந்து இஸ்ரேல் கப்பல்கள் செங்கடலுக்குள்ளும் பிறகு இந்தியப் பெருங்கடலுக்கும் செல்லவேண்டும். இந்த வழியாகத்தான் தன்னுடைய முப்பது சதவிகித கனிமங்களை வெளியிடங்களுக்கு இஸ்ரேல் ஏற்றுமதி செய்கிறது. 1956 போருக்குப் பிறகு எகிப்து எப்போதுமே அந்த வளைகுடாவில் இந்தத் தடுப்பை ஏற்படுத்தக் கூடாது என்றும் அப்படிச் செய்தால் அது இஸ்ரேலுக்கு எதிராக எடுக்கப்படும் போர் நடவடிக்கை என்றும் இஸ்ரேல் அறிவித்திருந்தது. இப்போது நாசர் அகாபா வளைகுடாவில் உள்ள திரன் ஜலசந்தியை இஸ்ரேல் கப்பல்களுக்கு மூடிவிடப் போவதாக அறிவித்ததும் இஸ்ரேல் களத்தில் இறங்க முற்பட்டது. இஸ்ரேலிய-எகிப்து எல்லையில் இருக்கும் பாலஸ்தீன காஸாவைப் பிடித்துக்கொண்டால் பின்னால் அதைத் திருப்பிக் கொடுப்பதற்கு திரன் ஜலசந்தியைத் திறக்கும்படி எகிப்திடம் கேட்கலாம் என்று இஸ்ரேல் திட்டமிட்டது.

அமெரிக்க ஆதரவைத் தேடல்

ஆயினும் போரைத் தொடங்குவதற்கு முன் பிரான்ஸ், இங்கிலாந்து, அமெரிக்கா போன்ற நாடுகளின் ஆதரவைப் பெற இஸ்ரேல் பிரதமர் தன்னுடைய வெளியுறவு மந்திரி அப்பா இபனை (Abba Eban) அந்நாடுகளுக்கு அனுப்பினார். இவர் அந்நாட்டுத் தலைவர்களைச் சந்தித்து அகாபா வளைகுடாவில் பல நாட்டுப் படைகள் அடங்கிய ஒரு கப்பற்படையை நிறுத்தும் யோசனையைக் கூறினார். பிரான்ஸும் அமெரிக்காவும் இந்த யோசனையை ஏற்றுக்கொள்ளவில்லை.

இதற்கிடையில் இஸ்ரேலில் இருந்த சோவியத் யூனியன் தூதர் இஸ்ரேல் பிரதம மந்திரியைச் சந்தித்து எகிப்தின் மீதும் சிரியா மீதும் படையெடுக்க வேண்டாம் என்று கூறினார்.

இஸ்ரேலுக்குத் திரும்பி வந்த அப்பா இபன் திரன் ஜலசந்தியை இஸ்ரேல் கப்பல்களுக்கு எகிப்து மூடும் பட்சத்தில் அதைத் தடுக்க அமெரிக்கா எல்லா முயற்சிகளும் எடுக்கும் என்றும் சண்டையை ஆரம்பிக்கும் முன் கொஞ்சம் பொறுத்திருக்கலாம் என்றும் கூறிய யோசனையை இஸ்ரேல் மந்திரி சபையில் 50 சதவிகிதம் பேர் ஒத்துக் கொண்டனர். ஆனால் மீதி 50 சதவிகிதமும் இராணுவ அதிகாரிகளும் உடனேயே போரை ஆரம்பிக்க வேண்டும் என்றனர். இதற்கிடையில் அமெரிக்காவும் ஒரு வழியாகப் போரை ஆரம்பிப்பதற்குச் சம்மதம் கொடுக்கவும் இஸ்ரேல் அமைச்சரவை போரைத் தொடங்குவது என்று முடிவு செய்தது. 1967 ஜூன் மாதம் 5ஆம் தேதி 'எதிரிகள் தாக்கியதால் இஸ்ரேல் போரில் கலந்துகொண்டது' என்று இஸ்ரேலின் இராணுவத்தின் சார்பில் வானொலியில் அறிவிக்கப்பட்டது. இது உண்மைக்குப் புறம்பானது. அகாபா வளைகுடாவில் உள்ள திரன் ஜலசந்தியை மூடிவிடப் போவதாக நாசர் பயமுறுத்தியது மட்டும்தான் உண்மை. அரபுப் படைகள் 24 மணி நேரத்தில் தாக்கும் என்று கூறியதாகச் சொன்னது பொய். எகிப்தியப் படைகள் எதுவும் செய்யும் முன்பே இஸ்ரேலியப் படைகள் சண்டையை ஆரம்பித்தன. இஸ்ரேலின் விமானப் படை எகிப்தின் மீது குண்டுகளைப் பொழிந்து எகிப்தின் விமானப் படையை நிர்மூலமாக்கியது. எகிப்தின் ஆளுகை யில் இருந்த காஸாவைப் பிடிப்பதில் இஸ்ரேலுக்கு ஆர்வம் இல்லை. நிறைய பாலஸ்தீனர்கள் வசித்த காஸாவை இஸ்ரேலோடு சேர்த்துக் கொள்ள இஸ்ரேல் விரும்பவில்லை. அதே போல் சூயஸ் கால்வாயை அதிக நாட்கள் நாசர் மூடிவைத்திருக்க மாட்டார் என்பதால் சூயஸ் கால்வாயையும் பிடிக்க வேண்டாம் என்று இஸ்ரேல் பாதுகாப்பு மந்திரி ஆணை பிறப்பித்திருந்தார். ஆனால் அவருக்குக் கீழ் இருந்த இராணுவ அதிகாரிகள் காஸாவைப் பிடித்தனர்; சூயஸ் கால்வாய்க்கு மிக அருகில் படைகளை நிறுத்தினர். நாசர் திரன் ஜலசந்தியில் விதிப்பதாகச் சொன்ன தடையைப் போடவில்லை. இருந்தாலும் அங்கும் இஸ்ரேலியப் படைகள் நிறுத்திவைக்கப்பட்டன.

இஸ்ரேலின் கையில் ஜெருசலேம்

போரில் கலந்துகொள்ள வேண்டாம் என்று ஜோர்டானுக்குப் பல வழிகளில் இஸ்ரேல் தூதுவிட்டது. ஆனால் இஸ்ரேல் எகிப்தைத் தாக்கினால் எகிப்தின் உதவிக்கு வருவதாக ஏற்கனவே நாசரோடு

ஜோர்டான் ஒப்பந்தம் செய்திருந்ததால் ஜோர்டான் போரில் கலந்து கொள்ளத் தயாரானது. ஜோர்டானின் மக்கள்தொகையில் பாதிக்கு மேல் பாலஸ்தீனர்கள் என்பதும் போரில் வெற்றி பெற்றால் அதனால் விளையும் நன்மைகளைத் தானும் பெறலாம் என்பதும் ஜோர்டான் போரில் கலந்துகொண்டதற்குக் காரணங்கள் என்று கூறுகிறார்கள். ஆனால் ஜோர்டானின் சிறிய விமானப் படையால் இஸ்ரேலின் பலம் பொருந்திய விமானப் படைக்கு முன்னால் தாக்குப் பிடிக்க முடிய வில்லை. ஜோர்டான் கையில் இருந்த கிழக்கு ஜெருசலேமிற்குள் இஸ்ரேல் படை புகுந்து 'புராதன நகரை'ப் பிடித்துக்கொண்டது. அது வரை ஜோர்டானின் ஆளுகையின் கீழ் இருந்த யூதர்களுக்கு மிகவும் புனிதமான மேற்குச் சுவர் இஸ்ரேலின் கைக்கு வந்தது. இஸ்ரேல் பாதுகாப்பு மந்திரி மேற்குச் சுவரின் முன் நின்றுகொண்டு 'நம் புண்ணிய பூமிக்குத் திரும்பிவிட்டோம். இனி ஒருபோதும் இதை விட்டுப் பிரியப் போவதில்லை' என்று அறைகூவினார். ஜெருசலேமின் கிழக்குப் பகுதி யில் இருந்த 'புராதன நகரை'ப் பிடித்தது யூதக் கவிஞர் ஒருவரை 'நாம் நம் புண்ணிய நகரைப் பிடித்துவிட்டோம். நாம் இனி உயிரற்ற கடலுக்கு (Dead Sea) ஜெரிக்கோ வழியாகச் செல்லலாம்' என்று பாட வைத்தது.

யூதர்களின் இரண்டாவது கோவிலை இடித்துத்தான் அதன் மேல் அல் அக்ஸா மசூதி கட்டப்பட்டதாக யூதர்கள் நம்புகிறார்கள். கோவிலின் மேற்குச் சுவர் மாத்திரம் இன்றும் இருக்கிறது. யூத மதத் தலைவர்களுள் ஒருவரான ஷ்லோமோ கோரென் (Shlomo Goren) 'நூறு கிலோ எடையுள்ள வெடிமருந்துகளை அந்த மசூதியின் கீழ் வைத்து அதைத் தகர்த்தெறிந்து நம் புண்ணிய பூமியிலிருந்து அதை நிரந்தரமாக அகற்றிவிடுவோம்' என்றாராம். பழைய பிரதம மந்திரி பென்-குரியன் 'பழைய நகர'த்தின் சுற்றுச் சுவர்கள் யூதர்களால் கட்டப் பட்டவை அல்ல என்றும் ஓட்டோமான் சுல்தான்களால் கட்டப் பட்டவை என்றும் அதனால் அவற்றை இடித்துவிடலாம் என்றும் யோசனை கூறினாராம். இந்த யோசனைகளை இஸ்ரேல் அரசு ஏற்றுக் கொள்ளவில்லை என்றாலும் மேற்குச் சுவரை எதிர் நோக்கியிருந்த 200 அரேபியர்களின் வீடுகளை புல்டோஸர் கொண்டு இடித்துத் தள்ளியது. ஜெருசலேமிற்கு வரப் போகும் யூதர்கள் மேற்குச் சுவருக்கு முன்னால் நின்று வழிபடுவதற்காக இந்த ஏற்பாடு செய்யப்பட்டதாம்.

எகிப்திற்கும் ஜோர்டானுக்கும் போரில் நேர்ந்த கதியை அறிந்த சிரியா போரில் பங்குகொள்ள விரும்பவில்லை. சிரியாவைத் தாக்கக் கூடாது என்று சோவியத் யூனியன் எச்சரித்தும், அதனால் அமெரிக்கா விற்கும் சோவியத் யூனியனுக்கும் இடையே பதற்ற நிலை இருந்தும், முதலில் தயங்கிய இஸ்ரேல் இராணுவம் பின் மனதை மாற்றிக்கொண்டு

சிரியாவைத் தாக்கி அதன் ஒரு பகுதியான கோலன் ஹைட்ஸைப் (Golan Heights) பிடித்துக்கொண்டது. இதோடு 1967ஆம் ஆண்டின் போர் முடிவுக்கு வந்தது.

இஸ்ரேலின் பெரும் வெற்றி

ஆறு நாட்கள் நடந்த இந்தப் போரில் இஸ்ரேலுக்குப் பெரிய வெற்றி கிடைத்தது. யூதர்களின் பழைய இருப்பிடங்கள் என்று கருதப்பட்ட ஜெருசலேமின் 'பழைய நகரம்', வெஸ்ட் பேங்கிலுள்ள சில இடங்கள் ஆகியவற்றைப் பிடித்துக்கொண்டதோடு அல்லாமல் ஜோர்டானின் தலைநகரமான அம்மானுக்கு 31 மைல் தொலைவிலும் சிரியாவின் தலைநகரமான டமாஸ்கஸிலிருந்து 38 மைல் தொலைவிலும் எகிப்தின் தலைநகரமான கெய்ரோவிலிருந்து 69 மைல் தொலைவிலும் தன் படைகளை நிறுத்திவைத்ததன் மூலம் அரபு நாடுகளிடமிருந்து தனக்கு அதிரடித் தாக்குதல் வராமல் பார்த்துக்கொண்டது. ஒருவேளை இஸ்ரேல் போரில் தோற்று எதிரிகளின் கையில் சிக்கினால் உயிரிழப் பதற்காக இஸ்ரேலியர்கள் விஷமருந்துகளை வாங்கித் தயாராக வைத்திருந்தார்களாம். அனைத்து இஸ்ரேலும் இந்த வெற்றியைக் கொண்டாடியது. இஸ்ரேல் போரில் வெற்றி பெற்றுக் கைப்பற்றிய, தங்கள் மதத்தோடு சம்பந்தப்பட்ட புண்ணியத் தலங்களில் தங்கள் யூத இன அடையாளத்தை மறுபடி தங்களுக்குள் தோற்றுவிக்க இந்த வெற்றி உதவியது அவர்களின் மகிழ்ச்சிக்கு முக்கிய காரணம்.

போருக்கு முன் பொருளாதார வீழ்ச்சியை நோக்கிப் போய்க் கொண்டிருந்த இஸ்ரேலின் பொருளாதாரம் முன்னேறத் தொடங்கியது. வட, தென் அமெரிக்க நாடுகளிலும் தென் ஆப்பிரிக்காவிலும் மேற்கு ஐரோப்பாவின் நாடுகளிலும் வாழ்ந்துவந்த யூதர்கள் இஸ்ரேலுக்கு நிறையப் பண உதவிகள் செய்தனர். உலகெங்கிலுமிருந்த யூதர்கள் இஸ்ரேல் நாட்டுக் கடன் பத்திரங்களை (bonds) வாங்கினர். இஸ்ரேலின் அந்நியச் செலாவணி 75 சதவிகிதம் அதிகரித்தது. வேலையில்லாத் திண்டாட்டம் மிகவும் குறைந்தது. ஏலாட் துறைமுகம் மூலம் வெளிநாட்டிற்கு இஸ்ரேலியப் பொருள்கள் அனுப்பப்பட்டன. சினாய் தீபகற்பத்தைப் பிடித்துக்கொண்டதன் மூலம் அங்கு கிடைத்த எண்ணெயும் இஸ்ரேலின் பொருளாதாரத்தை வளர்த்தது. இஸ்ரேல் உருவாவதற்கு முன் அங்கு குடியேறிய யூதர்களுக்கு இஸ்ரேல் நாடு உருவான பின் குடியேறிய ஷெப்படிம் யூதர்களோடு நாட்டின் வளத்தைப் பங்குபோட்டுக்கொள்ள பிடிக்கவில்லை. இந்தப் போரில் ஷெப்படிம் யூதர்களும் கலந்துகொண்டதால் நாட்டின் வளத்தில் அவர்களுக்கும் பங்கு உண்டு என்று நினைக்க ஆரம்பித்தனர்.

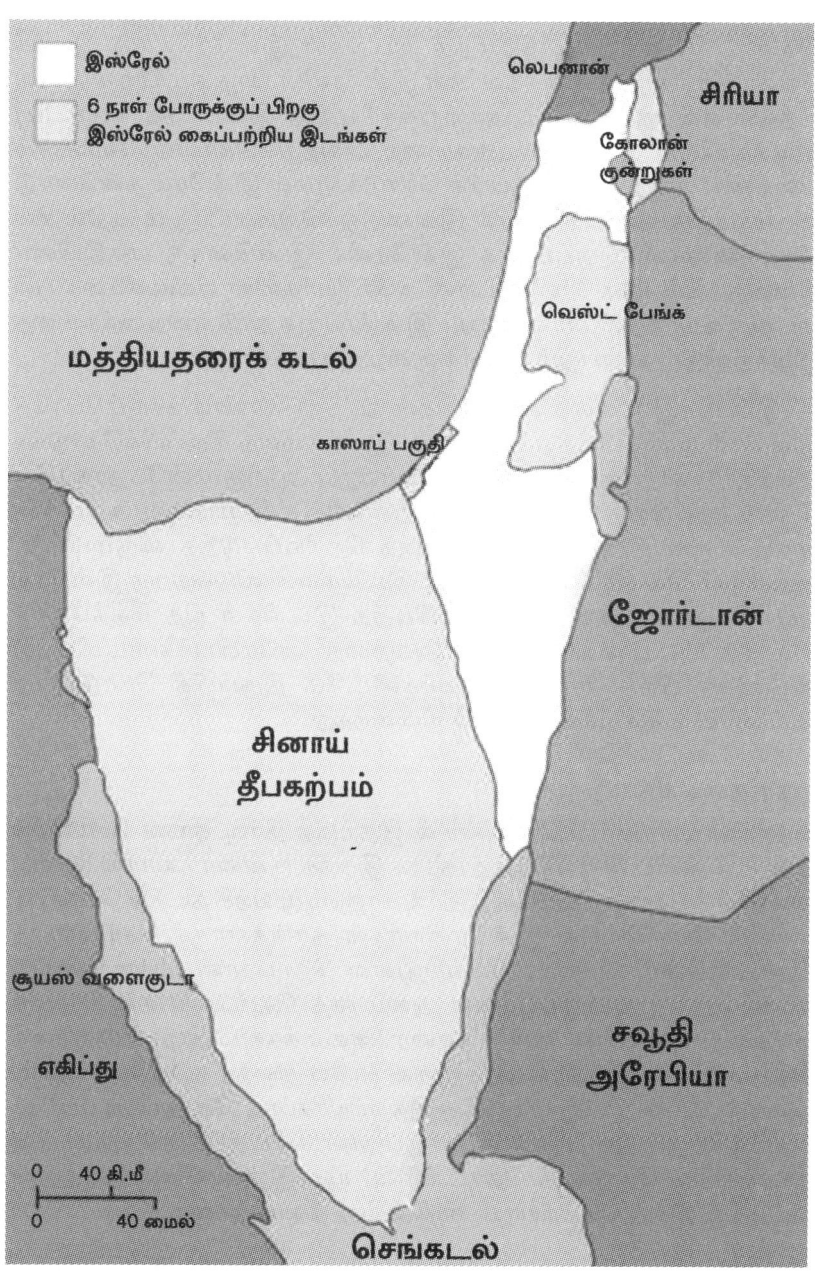

ஆறு நாள் போருக்குப் பின்

ஆக்கிரமித்த இடங்கள் இஸ்ரேலிடமே

வெஸ்ட் பேங்கில் ஆக்கிரமித்த இடங்கள் இஸ்ரேலோடு இருக்க வேண்டும் என்று நினைத்தவர்கள் இஸ்ரேலின் பாதுகாப்பிற்கு அவை உதவும் என்பதற்காகவும் அவற்றுக்குரிய யூத இன, மதத் தொடர்பு களுக்காகவும் இஸ்ரேலே அவற்றை வைத்துக்கொள்ள வேண்டும் என்றனர். அவற்றைத் திருப்பிக் கொடுக்காமல் இஸ்ரேல் தன்னோடு வைத்துக்கொண்டு பின்னால் இணைத்துக்கொண்டாலும் அதில் சில பிரச்சினைகள் இருப்பதாக இஸ்ரேலில் இன்னொரு பகுதியினர் நினைத்தனர். இஸ்ரேலில் உள்ள அரேபியர்களின் எண்ணிக்கை பல மடங்கு உயர்ந்துவிடும் என்பதும் இஸ்ரேல் யூத நாடு என்ற அந்தஸ்தை இழந்துவிடும் என்பதும் இவர்களுடைய பயம்.

இப்படி இரு வகை விவாதங்கள் நடந்துகொண்டிருக்கும்போதே இஸ்ரேல் அரசு, பிடித்துக்கொண்ட இடங்களைத் திருப்பிக்கொடுக்க உலக நாடுகள் தங்களை வற்புறுத்தும் என்றும் அதற்கு முன்பே தாங்களே கொடுத்துவிடுவது நலம் என்றும் எண்ணித் தன் முடிவை அமெரிக்க அரசின் மூலம் அரபு நாடுகளுக்குத் தெரியப்படுத்த விரும்பியது. ஆனாலும் வெஸ்ட் பேங்கிலுள்ள இடங்களை விடுவதற்கு இஸ்ரேல் தயங்கியது. ஏனெனில் அங்கு பிடித்த இடங்கள் யூத மதத்தோடு சம்பந்தப்பட்டவை எனவும் அவற்றை அரேபியர்களிடமிருந்து விடுவித்த பிறகு மறுபடி அவர்களிடமே திருப்பிக் கொடுப்பது அவ்வளவு உசிதமல்ல என்றும் நினைத்தது.

ஐநா தலையீடு

ஐநாவின் பாதுகாப்புக் கவுன்சில் இதற்குத் தீர்வு காண சோவியத் நாட்டில் ஸ்வீடன் நாட்டுத் தூதராக இருந்த குன்னார் யாரிங் (Gunnar Jarring) என்பவரை நியமித்தது. தீர்வு காணும் முயற்சி நடந்து கொண்டி ருக்கும் போதே சில இஸ்ரேலியர்கள் தாங்களாகச் செயல்படத் தொடங்கினர். வெஸ்ட் பேங்கிலுள்ள ஹெப்ரான் (Hebron) என்ற ஊரில் யூதக் குடியிருப்புகளை அமைக்கத் தொடங்கினர். கிர்யாத் அர்பா (Kiryat Arba) என்ற ஊரை அமைக்கவும் ஏற்பாடுகளைத் தொடங்கினர். இஸ்ரேல் அரசு முதலிலேயே இதைத் தடுத்திருக்கலாம். ஆனால் அரசில் இருந்த சிலருக்கு இது சரியாகப்படவே அப்படிப்பட்ட சட்டத்திற்குப் புறம்பான குடியிருப்புகள் சட்டத்திற்குப் புறம்பான இடங்களில் தோன்றத் தொடங்கின. யூத இனவாதிகள் தங்களின் மீட்புக்கு இதுதான் சரியான வழி என்று நினைத்தனர்.

1948-49 போருக்குப் பிறகு போருக்குப் பயந்து அரேபியர்கள் விட்டுச் சென்ற வீடு, நிலங்களை இஸ்ரேல் அரசு 1950இலும் 1953இலும்

சட்டங்கள் இயற்றி எடுத்துக்கொண்டது. அப்படி எடுத்துக்கொண்ட இடங்களைப் புதிதாக இஸ்ரேலுக்கு வந்த யூதர்களுக்குக் கொடுத்தது. இஸ்ரேல் அரசு அரேபியர்களைக் கண்காணிக்க அமைத்த இராணுவ அரசும் இராணுவத்திற்குத் தேவை என்று கூறி அரேபியர்கள் விட்டுச் சென்ற வீடு, வாசல்களையும் விவசாய நிலங்களையும் எடுத்துக் கொண்டு பின் அவற்றை யூதக் குடியேறிகளுக்குக் கொடுத்தது. அதற் குரிய நஷ்ட ஈடாக அரசு பணம் கொடுத்தாலும் திரும்பி வருவோம் என்ற நம்பிக்கையில் அரேபியர்கள் அந்தப் பணத்தை வாங்கிக்கொள்ள வில்லை. இஸ்ரேலை விட்டுச் சென்ற பாலஸ்தீன அரேபியர்களுக்குத் தாங்கள் காலம் காலமாக, தலைமுறை தலைமுறையாக வாழ்ந்த தங்கள் இடங்களை நேற்று வந்த யூதர்கள் எடுத்துக்கொண்டார்களே என்று அவர்கள் மேல் வன்மம் ஏற்பட்டது. இது நியாயமே என்றாலும் வன்மத்தைக் காரணமாக வைத்து 1948-49 போருக்குப் பிறகு அரேபியர்கள் யாரும் இஸ்ரேலில் தங்குவதைப் பல யூத இனவாதிகள் விரும்பவில்லை. அவர்களை எப்படியாவது இஸ்ரேலை விட்டு வெளியேற்றுவது என்ற குறிக்கோளில் இருந்தனர். இஸ்ரேல் யூதர்கள் மட்டுமே வாழும் நாடாக இருக்க வேண்டும் என்பதுவும் அவர் களுடைய குறிக்கோள்.

1967 போரின் முக்கியத்துவம்

1967 போருக்குப் பிறகு இஸ்ரேல் அரேபியர்கள் வாழ்ந்த பல பகுதிகளைப் பிடித்துக்கொண்டது. ஜோர்டானிடமிருந்து கிழக்கு ஜெருசலேமையும் பாலஸ்தீன அரேபியர்களுக்கு ஐநாவால் கொடுக்கப் பட்ட, ஜோர்டானின் கீழ் இருந்த வெஸ்ட் பேங்கில் 28 ஊர்களையும் எகிப்தின் கீழ் இருந்த காஸாவையும் பிடித்துக்கொண்டது. 1967 போருக்குப் பிறகு இஸ்ரேல் நாட்டிலும் இஸ்ரேல் ஆக்கிரமித்த பகுதிகளிலும் வாழ்ந்த பாலஸ்தீன அரேபியர்களின் எண்ணிக்கை 16 லட்சம்; அதே சமயம் 15 லட்சம் பாலஸ்தீன அரேபியர்கள் இஸ்ரேலுக்கு வெளியிலேயும் வாழ்ந்தனர். சுமார் 6.4 லட்சம் ஜோர்டானிலும், 2.8 லட்சம் லெபனானிலும், 2 லட்சம் குவைத்திலும், 18,000 சிரியாவிலும், 59,000 சவூதி அரேபியாவிலும், 39,000 எகிப்திலும், 35,000 ஈராக்கிலும், 69,000 பேர் மற்ற அரபு நாடுகளிலும் வாழ்ந்தனர்.

1967ஆம் ஆண்டு ஆகஸ்ட் மாதம் சூடானின் தலைநகரான கார்டூமில் கூடிய அரபு நாடுகளின் தலைவர்கள் இஸ்ரேலோடு அமைதிக்கான எந்த ஒப்பந்தமும் வேண்டாம் என்றும் இஸ்ரேலை அங்கீகரிக்கப் போவதில்லை என்றும் போட்ட தீர்மானம், பிடித்த இடங்களைக் கொடுக்கத் தேவையில்லை என்று இஸ்ரேல் அரசில்

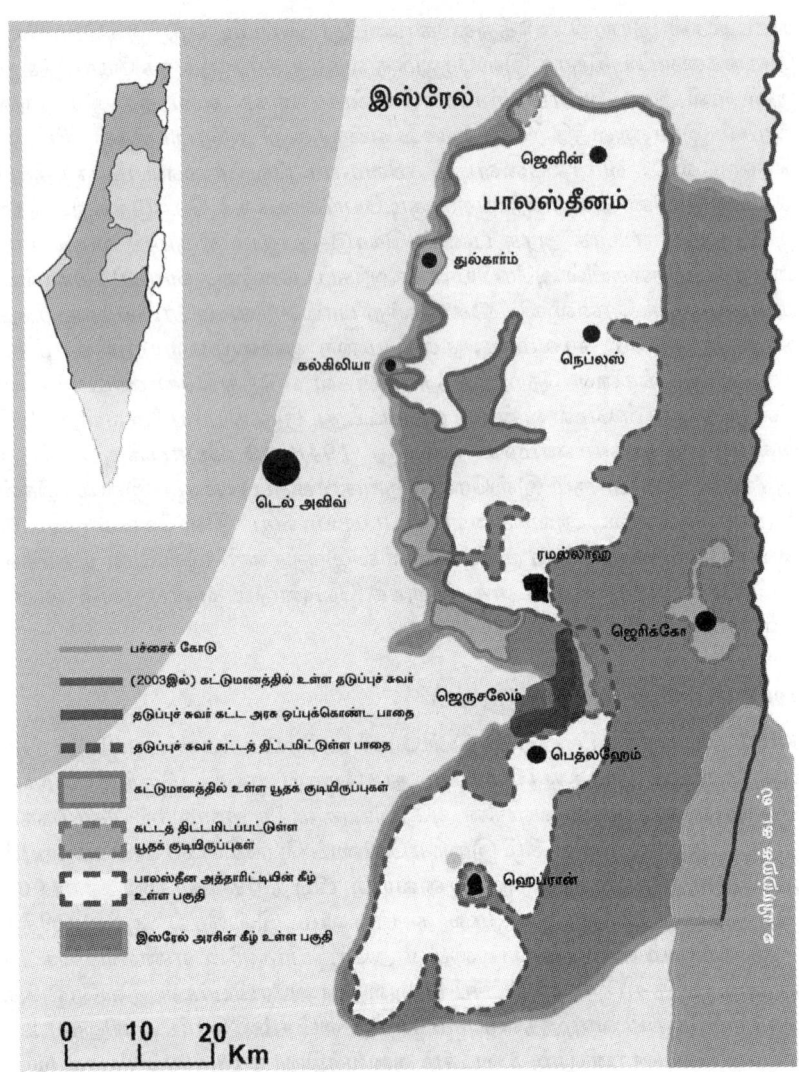

ஆறு நாள் போருக்குப் பின் வெஸ்ட் பேங்க்.

குறிப்பு: 1967 போரில் இஸ்ரேல் ஆக்கிரமித்த வெஸ்ட் பேங்க், காஸா ஆகிய பகுதிகள் 1948க்கு முன் இருந்த பழைய பாலஸ்தீனத்தின் நிலப்பரப்பில் 22 சதவிகிதம். ஆஸ்லோ ஒப்பந்தத்தில் கையெழுத்திட்டதன் மூலம் இந்த 22 சதவிகித நிலப்பரப்பை பாலஸ்தீனம் என்று ஒப்புக்கொண்டனர். மேலும் பச்சைக்கோடே இஸ்ரேல் நாட்டின் எல்லை என்பதையும் பாலஸ்தீனர்கள் ஒப்புக்கொண்டனர். இது பழைய பாலஸ்தீனத்தின் 78 சதவிகித நிலத்தை இஸ்ரேலுக்கு விட்டுக் கொடுப்பதாகும். இது பாலஸ்தீனர்கள் செய்த பெரிய சமரசம். அப்படியும் இஸ்ரேல் ஆஸ்லோ ஒப்பந்தத்தை நிறைவேற்றவில்லை.

வாதாடியவர்களுக்குச் சாதகமாகப் போயிற்று. சமாதானப் பேச்சு வார்த்தைகளுக்கு கொஞ்சம்கூட வளைந்து கொடுக்காத அரேபியர்களோடு இஸ்ரேல் எந்த சமாதான உடன்படிக்கையும் வைத்துக் கொள்ளத் தேவையில்லை என்றும் ஆக்கிரமித்துக்கொண்ட இடங்களை இஸ்ரேல் திருப்பிக் கொடுக்கத் தேவையில்லை என்றும் அவர்கள் வாதாடினர். அதே ஆண்டு அக்டோபர் மாதம் 30ஆம் தேதி எகிப்தோடும் சிரியாவோடும் அந்த நாடுகளில் பிடித்துக்கொண்ட இடங்கள் பற்றி சமாதானம் பேச வேண்டுமானால் அந்த இரண்டு நாடுகளும் இஸ்ரேலின் எல்லைகளில் முழுப் பாதுகாப்பும் அமைதியும் நிலவ வாக்குறுதி கொடுக்க வேண்டும் என்று இஸ்ரேல் அரசு நிபந்தனை போட்டது. அரபு நாடுகள் இதை ஒத்துக்கொள்ளவில்லை. இதன் பிறகு இஸ்ரேல் அரசு இதற்கு முன் அதாவது ஜூன் மாதம் ஆக்கிரமித்த இடங்களைத் திருப்பிக்கொடுக்கலாமா என்ற யோசனையையும் கைவிட்டது. 1967 நவம்பரில் ஐநா போரில் இஸ்ரேல் பிடித்த இடங்களைத் திருப்பிக் கொடுக்க வேண்டும் என்று தீர்மானம் (தீர்மானம் 242) போட்டது. அப்படித் தீர்மானம் போட்டாலும் அதைப் பின்பற்றுமாறு கண்டித்துச் சொல்லவில்லை. இஸ்ரேலும் பின்னால் இது பற்றிய தீர்வுகளைக் கையில் எடுக்கும் போது பார்த்துக் கொள்ளலாம் என்று அப்போதைக்கு முடிவுசெய்தது.

தொகுப்பு

1956-லும் 1967-லும் இஸ்ரேல் அரபு நாடுகளோடு - குறிப்பாக எகிப்து, சிரியா ஆகிய நாடுகளோடு - புரிந்த இரண்டு போர்களும் இஸ்ரேல் இந்த நாடுகளை வம்புக்கிழுத்து ஆரம்பித்தவை. இரண்டிலும் வெற்றி இஸ்ரேலுக்குத்தான். 1956இல் பிடித்த இடங்களை அமெரிக்கா, சோவியத் யூனியன் கொடுத்த நிர்ப்பந்தத்தால் இஸ்ரேல் திருப்பிக் கொடுத்தது. ஆனால் ஆறு நாட்களே நடந்த 1967 போரில் பிடித்த இடங்களைத் திருப்பிக் கொடுக்கவில்லை. 1948-49 போரில் இஸ்ரேல் பழைய பாலஸ்தீனத்தில் 78 சதவிகிதம் இடங்களைப் (ஐநா 1947இல் இஸ்ரேலுக்குக் கொடுத்தது 55 சதவிகிதம்) பிடித்துக்கொண்டது. 1967போரில் இன்னும் சில இடங்களைப் பிடித்துக்கொண்டது. திருப்பிக் கொடுக்க வேண்டும் என்று ஐநா போட்ட தீர்மானத்தை இஸ்ரேல் பின்பற்றவே இல்லை. 1967 போருக்குப் பிறகு அரபு நாடுகளின் தலைவர்கள் 'இஸ்ரேலை அங்கீகரிக்கப் போவதில்லை' என்று எடுத்த முடிவும் பிடித்த இடங்களைத் திருப்பிக் கொடுக்கப் போவதில்லை என்ற இஸ்ரேலின் முடிவிற்குச் சாதகமாக அமைந்தது.

6

ஆறு நாள் போருக்குப் பின்

கோல்டா மேயர்

*1967*ஆம் ஆண்டு போர் முடிந்த பிறகும் எகிப்திற்கும் இஸ்ரேலுக்கும் இடையே சூயஸ் கால்வாய் அருகில் சில மோதல்கள் நடந்துகொண்டே இருந்தன. *1969*இல் அமெரிக்க ஜனாதிபதியாக இருந்த நிக்ஸனும் அவருடைய தேசியப் பாதுகாப்பு ஆலோசகராக இருந்த ஹென்றி கிஸிஞ்சரும் வெளியுறவு அமைச்சராக இருந்த வில்லியம் ரோஜர்ஸும் இஸ்ரேல்-பாலஸ்தீனப் பிரச்சினைக்குத் தீர்வு காண முயன்று இஸ்ரேல் *1967*-க்கு முன்பிருந்த எல்லைகளுக்குப் போக வேண்டுமென்றும் பாலஸ்தீன அகதிகள் பிரச்சினைக்குத் தீர்வுகாண வேண்டுமென்றும் கூறிய யோசனைகளை அப்போதைய இஸ்ரேல் பிரதம மந்திரியாக இருந்த கோல்டா மேயர் ஒத்துக்கொள்ளவில்லை.

*1969*இல் லெவி இஷ்கோல் இறந்த பிறகு பிரதமராகப் பதவி யேற்ற கோல்டா மேயர் (Golda Meir) கண்டிப்பானவர்; துணிச்ச லானவர். அமைச்சரவையில் உள்ள எல்லா அமைச்சர்களையும் இவர் கலந்தாலோசிப்பதில்லை. தனக்கு நெருக்கமானவர்களை மட்டும் கலந்தாலோசித்துவிட்டு முடிவுகள் எடுப்பார். சோவியத் யூனியனின் அங்கமாக விளங்கிய உக்ரைனின் கியாவ் (Kiev) நகரில் பிறந்த இவர் பெற்றோரோடு தன் சிறு வயதில் அமெரிக்காவில் குடியேறிப் பின் தனது இருபத்தியோராவது வயதில் இஸ்ரேலுக்கு வந்தவர். அங்கேயே தங்கி அரசியலில் பங்கேற்று பிரதமர் பதவி வரை வந்தவர். யூதர் களுக்கான இஸ்ரேல் நாடு உருவாவதில் பெரும் பங்கு ஏற்றவர்.

சூயஸ் கால்வாய் பகுதிகளில் தொடர்ந்து நடந்துகொண்டிருந்த இந்தச் சண்டையை முடிவுக்குக் கொண்டுவர எண்ணி இஸ்ரேல் எகிப்தின் உட்பகுதிகளில் குண்டு வீசுவதென்றும் எகிப்தின் படைகள் அந்தப் பிரதேசங்களுக்குக் கொண்டுசெல்லப்பட்டால் சூயஸ் கால்வாய் அருகில் நிறுத்தப்பட்டிருக்கும் இஸ்ரேலியப் படைகளின் சிரமம்

கொஞ்சம் குறையுமென்றும் கணக்குப் போட்டு உட்பகுதிகளில் குண்டுகளை வீசியது. இப்படி இஸ்ரேல் இராணுவம் செய்ததால் எகிப்தின் ஐந்து லட்சம் குடிமக்கள் இடம் பெயர வேண்டியிருந்தது. அத்துடன் இஸ்ரேல் தவறுதலாக வீசிய குண்டுகளால் ஒரு தொழிற்சாலையிலிருந்த 60 குடிமக்களும் ஒரு பள்ளியில் இருந்த 30 குழந்தைகளும் இறந்தனர். அப்போதே சோவியத் யூனியனின் உதவியை நாசர் நாடியதால் சோவியத் யூனியன் எகிப்திற்கு ஆயுதங்கள் வழங்கியதோடு சோவியத் யூனியனின் விமானிகளும் சண்டையில் கலந்துகொண்டனர். இதனால் பயந்த இஸ்ரேலின் பாதுகாப்பு மந்திரி தயான் தொடர்ந்து போரிடுவது பற்றி யோசித்தார். நாட்டு மக்களிடையேயும் போர் மிகுந்த சோர்வை உண்டுபண்ணியிருந்தது. அப்போது ஸியோனிஸத்தின் தலைவராக இருந்த நஹூம் கோல்ட்மேன் நாசரைச் சந்தித்துப் பேசத் தனக்கு அழைப்பு வந்திருப்பதாகக் கூறியதைப் பிரதமர் கோல்டா மேயர் பெரிதாக எடுத்துக்கொள்ளவில்லை. கோல்ட்மேன் மீது அவருக்கு அவ்வளவு மதிப்பு இல்லை. அதனால் அதையடுத்து சமாதானத்தை நிலைநாட்டும் எந்த முயற்சியிலும் ஈடுபடவில்லை. ஆனால் கோல்ட்மேன் எடுத்த சமாதான முயற்சிகளைத் தொடர்ந்து கோல்டா மேயர் எதுவும் செய்யாதது இராணுவத்தில் சேரக் கட்டாயப் பயிற்சி எடுத்துக்கொண்டிருந்தவர்களுக்கு அவர் மேல் மிகுந்த கோபத்தை ஏற்படுத்தியது. அமெரிக்கா இரண்டாவது முறையாக சமாதான நடவடிக்கை மேற்கொள்ளும்படி இஸ்ரேலைத் தூண்டியது. இஸ்ரேல் சமாதானப் பேச்சுக்களுக்கு ஒப்புக்கொண்ட நேரத்தில் நாசர் சோவியத் யூனியன் உதவியோடு சூயஸ் கால்வாய் அருகில் படைகளைக் குவித்தார். அதோடு சமாதானம் பற்றிய பேச்சு முடிவுக்கு வந்தது.

சதாத்

1970இல் நாசரின் இறப்பிற்குப் பிறகு அன்வர் சதாத் எகிப்தில் பதவிக்கு வந்தார். 1967 போரில் சினாய் தீபகற்பத்தை இஸ்ரேலிடம் இழந்த பிறகு இஸ்ரேலோடு பேச்சு வார்த்தை நடத்த நாசர் ஒப்புக்கொள்ள வில்லை. ஆனால் சதாத் பதவிக்கு வந்தவுடனேயே இஸ்ரேலோடு பேச்சு வார்த்தை நடத்த முயற்சிகளை மேற்கொண்டார். ஆனால் கோல்டா மேயர் எளிதில் ஒப்புக்கொள்ளவில்லை. பூரண அமைதி நிலவுவதற்கு எகிப்து ஒப்புக்கொண்டாலொழிய பேச்சுவார்த்தைக்கு உடன்படப் போவதில்லை என்று அறிவித்தார். ஐநாவால் நியமிக்கப் பட்ட ஸ்வீடன் அதிகாரி தலையிட்டும் 1971இல் அமெரிக்க ஜனாதிபதி நிக்ஸன் தன் அதிகாரி ஒருவரை இஸ்ரேலுக்கும் எகிப்திற்கும் இடையே சமரசம் செய்ய அனுப்பியும் கோல்டா மேயர் எதற்கும் ஒத்துவர வில்லை. ஒருதலைப் பட்சமாக அவர் சினாய் பகுதியில் ஒரு நவீன

விமான நிலையத்தைக் கட்டினார். அங்கு ஒரு துறைமுகத்தையும் உருவாக்கினார். நாசர் சோவியத் யூனியனின் உதவியை நாடியதால் சோவியத் யூனியன் 15,000 'ஆலோசகர்'களை எகிப்திற்கு அனுப்பியது. ஆனால் நாசரின் இறப்பிற்குப் பின் பதவியேற்ற சதாத் சோவியத் யூனியனைவிட அமெரிக்காவால்தான் இஸ்ரேலை வழிக்குக் கொண்டு வர முடியும் என்று எண்ணினார். சோவியத் யூனியனின் 'ஆலோசகர்' களைத் திருப்பி அனுப்பிவிட்டு இஸ்ரேலுடன் பேச்சுவார்த்தை நடத்த அமெரிக்காவின் உதவியை நாடினார். மத்திய கிழக்கில் இஸ்ரேல் அமெரிக்காவின் நேசநாடு என்பதால் அமெரிக்காவின் பேச்சை கோல்டா மேயர் கேட்பார் என்று அவர் நினைத்தார். ஆனால் பூரண அமைதி நிலவுவதற்கு முழுதாக ஒப்புக்கொண்டாலொழிய போரில் பிடித்த எந்த இடத்தையும் விட்டுக்கொடுக்கப் போவதில்லை என்பதில் உறுதியாக இருந்தார் கோல்டா மேயர். இதனால் இஸ்ரேல்-எகிப்து சமரசப் பேச்சுவார்த்தையில் தேக்க நிலை ஏற்பட்டது.

பரஸ்பர வன்முறை

இஸ்ரேல் 1967 போரில் காஸாவைப் பிடித்துக்கொண்ட போது அங்கு இருந்த நாலு லட்சம் பாலஸ்தீனர்களில் பாதிப் பேர், 1948 போருக்குப் பிறகு இஸ்ரேலை விட்டு அகதிகளாக ஓடிவந்தவர்களும் அவர்களுடைய வாரிசுகளும் ஆவர். இவர்கள் வேலை பார்க்கத் தினமும் இஸ்ரேலுக்குச் சென்றனர். இஸ்ரேலில் தயாரிக்கப்பட்ட பொருள்கள் வெஸ்ட் பேங்கிலும் காஸாவிலும் விற்பனைக்கு வந்தன. பாலஸ்தீனர்கள் இஸ்ரேலோடு இப்படித் தொடர்பு வைத்துக்கொள்வதால் தங்களுடைய சுதந்திரப் பாலஸ்தீனக் கனவிற்குப் பங்கம் வரலாம் என்று பயந்த பாலஸ்தீனத் தலைவர்கள் இவர்களைத் தடுத்தனர். அதனால் சில வன்செயல்கள் நடந்தன. இப்படிப் பாலஸ்தீனர்கள் தங்களுக்குள் சண்டையிட்டுக்கொண்டாலும் யாசர் அரஃபாத் போன்ற பாலஸ்தீனத் தலைவர்கள் இரகசியமாக இஸ்ரேலுக்கு எதிரான செயல்களில் ஈடுபடுவது தொடர்ந்தது. காஸாவில் அமைதியை ஏற்படுத்த இஸ்ரேல் இராணுவம் முயன்று 104 பாலஸ்தீனர்களைக் கொன்றது; பல பாலஸ்தீனர்களைச் சிறைபிடித்தது; சிலரைக் காஸாவிலிருந்து விரட்டி யடித்தது. இதற்குப் பிறகு காஸாவில் ஓரளவு அமைதி நிலவியது.

பாலஸ்தீனர்களும் பதிலுக்கு ஏதாவது ஒரு வகையில் இஸ்ரேல் மீது வன்முறையை அவிழ்த்துவிட்டனர். ஒரு முறை ஒரு விமானத்தைக் கடத்தி வந்து இஸ்ரேல் சிறையில் உள்ள 317 பாலஸ்தீனக் கைதிகளை விடுவிக்குமாறு கேட்டனர். இஸ்ரேல் இராணுவம் பணியவில்லை. விமானத்தில் இருந்த பயணிகளைப் பத்திரமாக வெளியே கொண்டு

வந்தது. இதையடுத்து 1972 மே 30ஆம் தேதி பாலஸ்தீனர்களால் கூலிப் படையாக அமர்த்தப்பட்ட மூன்று ஜப்பானியர்கள் லாட் (Lod) விமான நிலையத்தில் (1973இல் இது பென்-குரியன் விமான நிலையம் என்று பெயர் மாற்றம் செய்யப்பட்டது) துப்பாக்கியால் சுட்டதில் 28 பயணிகள் உயிர்துறந்தனர்; 80 பேர் காயமுற்றனர்.

1972 செப்டம்பர் மாதம் பாலஸ்தீன விடுதலை அமைப்பைச் சேர்ந்த தீவிரவாதிகள், ஜெர்மனியின் மியுனிக்கில் நடந்த ஒலிம்பிக்கில் கலந்துகொள்ளச் சென்ற பதினொரு இஸ்ரேல் ஒலிம்பிக் வீரர்களை ஜெர்மனியிலிருந்து கடத்தி வந்து கொன்றனர். பின்னர் இதற்குக் காரணமாக இருந்தவர்கள் என்று இஸ்ரேல் கருதியவர்களை இஸ்ரேல் இராணுவம் கொன்றது. இது போன்ற நிறைய சந்தர்ப்பங்களில் இஸ்ரேல் பாலஸ்தீனர்களைத் தண்டித்திருக்கிறது. இப்படி ஒருவர் தாக்க மற்றொருவர் பதிலடி கொடுக்க என்று இஸ்ரேலுக்கும் பாலஸ்தீனர்களுக்கும் இடையே தொடர்ந்து வன்முறைத் தாக்குதல்கள் நடந்து வந்தன. இப்படி வன்முறைச் செயல்கள் நடந்துவந்தாலும் 1968-க்கும் 1973-க்கும் இடையில் இரண்டரை லட்சம் யூதர்கள் வெளியிலிருந்து இஸ்ரேலுக்குள் குடியேறினர்.

சதாத்தின் சமாதானப் பேச்சு

1973இல் எகிப்து அதிபர் சதாத் மீண்டும் சமாதானப் பேச்சுக்களைத் தொடங்கினார். ஆனால் இஸ்ரேல் பிரதம மந்திரி கோல்டா மேயர் எந்தப் பேச்சுவார்த்தைக்கும் ஒத்துவரவில்லை. அது மட்டுமல்ல, இஸ்ரேல் பிடித்துக்கொண்ட இடங்களில் நிறைய செலவு பண்ணி பெரிய தொழில் நகரங்களை நிர்மாணிக்கத் திட்டமிட்டார். எப்படி யாவது இஸ்ரேல் பிடித்துக்கொண்ட இடங்களைத் திரும்பப் பெற வேண்டும் என்ற திட்டத்தில் சதாத், இஸ்ரேலுக்குள் நுழைந்து போர் புரியக்கூடிய பலம் வாய்ந்த போர் விமானங்களை சோவியத் யூனியனிடம் கேட்டார். அப்போது சோவியத் யூனியனுக்கும் அமெரிக்காவிற்கும் இடையே ஓரளவிற்கு நல்ல சூழ்நிலை நிலவியதால் இஸ்ரேலின் நட்பு நாடான அமெரிக்காவைப் பகைத்துக்கொள்ள சோவியத் யூனியனின் அதிபர் பிரஷ்னேவ் விரும்பவில்லை. அதனால் சதாத் கேட்ட நவீன ஆயுதங்களை எகிப்திற்கு கொடுக்க முன்வர வில்லை. எப்படியாவது போரில் இழந்த இடங்களை மீட்டுவிட வேண்டும் என்ற முனைப்பில் இருந்த சதாத் இஸ்ரேல் மீது திடீர்த் தாக்குதல் நடத்தத் தயாரானார். சிரியாவும் இஸ்ரேலிடமிருந்து கோலன் ஹைட்ஸைப் பெற்றுவிட வேண்டும் என்று நினைத்ததால் இஸ்ரேலோடு போர் புரியத் தயாரானது.

சதாத்திற்கு நெருக்கமாக இருந்த குழுவில் ஒருவனாக இருந்த எகிப்தின் உளவாளி ஒருவன் இஸ்ரேலின் உளவுத் துறையான மொசாத்துக்கும் (Mossad) இரகசியச் செய்திகளைக் கொடுத்துக் கொண்டிருந்தான். அவன் கொடுத்த தவறான தகவலின்படி எகிப்து படையெடுக்கத் தயாராக இல்லாத நேரத்தில் இஸ்ரேல் நிறையப் பணம் செலவழித்துத் தன் படைகளைப் பலப்படுத்தியது. ஆனால் போர் எதுவும் நிகழவில்லை. இன்னொரு முறை 1973ஆம் ஆண்டு அக்டோபர் 6ஆம் தேதி - அது யூதர்களுக்குப் புனிதமான தினம்; அதை யாம் கிப்பூர் (Yom Kippur) என்று அழைப்பார்கள்; அன்று தங்கள் தவறுகளுக்கு இறைவனிடம் மன்னிப்பு கேட்பார்கள் - இஸ்ரேல் எதிர்பாராத சமயத்தில் எகிப்து இஸ்ரேல் தன்னிடமிருந்து பிடித்து வைத்திருந்த சூயஸ் கால்வாய்ப் பகுதியைத் தாக்கியது. சிரியா இஸ்ரேல் பிடித்து வைத்திருந்த கோலன் ஹைட்ஸ் பகுதிக்குள் நுழைந்து இஸ்ரேல் படையைத் தாக்கியது. இப்படி இரண்டு நாடுகளும் இஸ்ரேலை எதிர்பாராமல் தாக்கினாலும் இஸ்ரேல் இந்தப் போரிலும் வெற்றி பெற்று 1967 போருக்குப் பிறகு தான் பிடித்து வைத்திருந்த இடங்களைத் தக்கவைத்துக்கொண்டது. அக்டோபர் 22ஆம் தேதி ஐநா கொண்டு வந்த போர் நிறுத்தத் தீர்மானத்தையும் மீறி இஸ்ரேல் தொடர்ந்து சண்டையிட்டது. கடைசியாக அமெரிக்காவும் சோவியத் யூனியனும் எச்சரித்ததன் விளைவாக மறுநாள் சண்டையை நிறுத்தியது. ஆயினும் போர்நிறுத்த நாளுக்கு முன்னிருந்த நிலைக்குத் திரும்பவில்லை. சிரியாவைப் பொறுத்த வரையில் கோலன் ஹைட்ஸ் மூன்று பகுதி களாகப் பிரிக்கப்பட்டு ஒன்று சிரியாவின் கீழும் ஒன்று இஸ்ரேலின் கீழும் ஒன்று ஐநாவின் கீழும் இயங்க வேண்டும் என்று தீர்மானிக்கப் பட்டது. எதிர்பாராமல் தாக்கப்பட்டாலும் போரினால் ஆள்சேதமும் பணவிரயமும் ஏற்பட்டாலும் இந்தப் போரிலும் வெற்றி என்னவோ இஸ்ரேலுக்குத்தான். எல்லாம் அமெரிக்க தயவினால் இஸ்ரேலுக்குக் கிடைத்த பண பலம், இராணுவ பலம்.

ரபீன்

1973 போருக்குப் பிறகு நடந்த தேர்தலில் கோல்டா மேயர் மறுபடி வென்று பிரதமர் ஆனார். நான்கு மாதங்களுக்குப் பிறகு இஸ்ரேல் இராணுவம் ஏன் தயாராக இல்லை என்று நடந்த விசாரணையில் கோல்டா மேயர் மீதும் பாதுகாப்பு மந்திரி மோஷே தயான் மீதும் குற்றம் சாட்டப்படவில்லை என்றாலும் தன் வயதைக் காரணமாகக் கூறி கோல்டா மேயர் பதவி விலகினார். அவருக்குப் பின் இராணு வத்தில் அதிக அனுபவம் பெற்ற இட்சாக் ரபீன் பிரதமரானார்.

இஸ்ரேலுக்கும் எகிப்திற்கும் இடையே மறுபடி சினாய் 2 என்ற சமாதான உடன்படிக்கை அமெரிக்கத் தலையீட்டினால் ஏற்பட்டது. இந்த உடன்படிக்கையால் இஸ்ரேலுக்கும் எகிப்திற்கும் இடையே சண்டை மூளும் வாய்ப்பு வெகுவாகக் குறைந்தது. அதே சமயம் அமெரிக்காவுக்கும் இஸ்ரேலுக்கும் இடையே உறவு நெருக்கமானது. அமெரிக்கா இஸ்ரேலுக்குப் புதிய நவீன ஆயுதங்கள் வழங்கியது. இஸ்ரேல் தாக்கப்பட்டால் உதவிக்கு வருவதாகவும் வாக்களித்தது.

ஸியோனிஸம் ஓர் இனவெறி இயக்கம் (racism) என்று அறிவிக்கப்பட வேண்டும் என்று 1975 நவம்பரில் கூடிய ஐநாவின் பொதுச் சபையில் எழுந்த கோரிக்கையில் 75 நாடுகள் அதை ஆதரித்து வாக்களித்தன. 35 நாடுகள் மட்டுமே எதிர்த்தன. இது இஸ்ரேலுக்கு அகில உலக அளவில் கிடைத்த ஒரு தோல்வி. (பின்னால் சோவியத் யூனியன் சிதைந்த பிறகு அமெரிக்கா உலக அரங்கில் போட்டியில்லாத ஆதிக்க சக்தியாக விளங்கியதாலும் பீஎல்ஓ தனக்கு ஆதரவு தந்த சோவியத் யூனியனை இழந்ததாலும் ஐநா தன்னுடைய 1975ஆம் ஆண்டு இனவெறித் தீர்மானத்தை - பீஎல்ஓ எதிர்த்தும் - 1991 டிசம்பரில் ரத்து செய்தது.)

பெகின்

இஸ்ரேல் அரசிலும் யூத இனவாதிகளின் கை ஓங்க ஆரம்பித்தது. வெஸ்ட் பேங்கில் அரசின் அனுமதி இல்லாமலேயே யூதர்கள் குடியிருப்புகளைக் கட்ட ஆரம்பித்தனர். முதலில் அவர்களை வெளியேற்றும்படி ரபீன் உத்தரவிட்டாலும் பல முறை அப்படி அவர்கள் வெளியேற்றப்பட்டாலும் அவர்கள் புதிய குடியிருப்புகள் அமைப்பதை அரசால் தடுக்க முடியவில்லை.

1977இல் நடந்த தேர்தலில் இஸ்ரேலின் பழமைவாதக் கட்சியான லிக்கூட் (Likud party) கட்சி 120 இடங்கள் உள்ள க்னெசட்டில் 43 இடங்களைப் பிடித்து மற்ற சில கட்சிகளோடு சேர்ந்து அமைச்சரவை அமைத்தது. பிரதம மந்திரி பதவியேற்ற பெகின் (Begin) வெஸ்ட்பேங்கில் (பெகின் இந்தப் பகுதியை பிரிட்டிஷார் கொடுத்த வெஸ்ட்பேங்க் என்ற பெயரால் அழைக்கமாட்டார். இந்துத்துவவாதிகள் இந்தியா என்று கூறாமல் பாரதம் என்றே கூறுவதைப் போல, இதன் பழைய பெயரான சமாரியா என்றே குறிப்பிடுவார்.) யூதர்களைக் குடியேற்ற வேண்டும் என்பதில் உறுதியாக இருந்தார். பாலஸ்தீனம் பிரிட்டிஷ் நியமனத்தின் கீழ் இருந்தபோது பிரிட்டிஷ் அரசால் தேடப்பட்ட பழைய பயங்கரவாதிகளில் ஒருவரான பெகின் (ஹகானாவின் இரண்டு தீவிரவாதப் பிரிவுகளில் ஒன்றிற்கு இவர் தலைவர்) இப்போது இஸ்ரேல் அரசியலில் முக்கிய புள்ளி.

இவருக்கு எப்படியாவது எகிப்தோடு சமரசம் செய்துகொள்ள வேண்டும் என்ற எண்ணம் இருந்தது. ருமேனியாவின் அப்போதைய அதிபர் செச்செஸ்கோவ் சதாத்துக்குத் தனிப்பட்ட முறையில் நண்பர். அவரிடம் சதாத்தை இஸ்ரேலுக்கு வரும்படி கூறுமாறு பெகின் கூறினார். மேலும் அமெரிக்கா மூலமும் எகிப்தோடு பேச்சுவார்த்தை மூலம் சமாதான உடன்படிக்கை செய்துகொள்ள முயன்றார். இந்த முயற்சிகளால் இஸ்ரேலின் துணைப் பிரதமரும் எகிப்து வெளியுறவு மந்திரியும் மொரோக்கோவில் சந்தித்துக்கொண்டனர். இந்தச் சந்திப்பில் சினாய் பகுதியைவிட்டு இஸ்ரேல் வெளியேறப் போவதாக இஸ்ரேலின் துணைப் பிரதமர் சொன்னதாகத் தவறாகப் புரிந்துகொண்டு சதாத், இஸ்ரேலோடு சமாதானம் பேசப் போவதாக எகிப்து பாராளுமன்றத்தில் அறிவித்தார். அப்போதைய அமெரிக்க ஜனாதிபதி கார்ட்டரும் சமாதானப் பேச்சுவார்த்தையில் கலந்துகொள்ளுமாறு சதாத்தைக் கேட்டுக் கொண்டிருந்தார். ஏற்கனவே பெகின் கொடுத்திருந்த அழைப்பை ஏற்று 1977 நவம்பர் மாதம் சதாத் இஸ்ரேலுக்குச் சென்றார்.

அங்கு க்னெசட்டில் பின்வருமாறு உரையாற்றினார்: 'பிறருக்குச் சொந்தமான இடங்களை எடுத்துக்கொள்வதன் மூலம் ஒருபோதும் அமைதியை நிலைநாட்ட முடியாது. 1967 போரில் அரேபியர்களிடமிருந்து பிடித்த இடங்களை விட்டுவிடுவதுதான் நியாயமான, அமைதியை நிலைநாட்டுவதற்குச் சிறந்த வழி. பாலஸ்தீனர்களைச் சேர்க்காமல் அமைதி காண முடியாது. பாலஸ்தீனர்களுக்கு அவர்களுக்குரிய இடத்தைக் கொடுத்து அவர்களுக்கென்று ஒரு தனிநாடு உருவாவதை ஆதரிப்பதும் அகதிகளாகச் சென்றவர்களைத் திரும்பப் பாலஸ்தீனத்திற்குள் அனுமதிப்பதும்தான் அமைதிக்கு வழிகோலும்.'

1967இல் பிடித்த இடங்களை விட்டுக் கொடுப்பதோ, பாலஸ்தீனர்களுக்குத் தனி நாடு அமைப்பதோ, அகதிகளாகச் சென்றவர்கள் திரும்புவதோ இஸ்ரேலுக்குப் பிடிக்காத விஷயங்கள். இதில் எதையும் இஸ்ரேல் ஏற்றுக்கொள்வதாயில்லை.

மீண்டும் எகிப்தோடு சமாதானப் பேச்சு

இஸ்ரேலின் வெளியுறவு மந்திரி தயானும் எகிப்தின் துணைப் பிரதமர் எல்-டொஹாமியும் மறுபடி சந்தித்து சதாத்தின் இஸ்ரேல் வருகையை அடுத்து சமாதானத்திற்கு ஏதாவது செய்ய வேண்டும் என்று முடிவு செய்தனர். இஸ்ரேலுக்கும் எகிப்திற்கும் இடையே அமைதியை நிலைநாட்ட முயற்சிப்பதோடு பாலஸ்தீனர்களுடைய கோரிக்கையையும் நிறை வேற்ற வேண்டும் என்று எகிப்து துணைப் பிரதமர்

வற்புறுத்தினார். இஸ்ரேல் வெளியுறவு மந்திரியோ இஸ்ரேல் சினாய் பகுதியிலிருந்து வெளியேறும் என்றும், ஆனால் அங்கு ஏற்படுத்தப் பட்ட யூதக் குடியிருப்புகளும் சிறு விமானத்தளங்களும் இஸ்ரேலிடமே இருக்கும் என்றும் கூறினார். அவர் கையால் எழுதிக்கொண்டுவந்த அதிகாரப் பூர்வமற்ற ஆவணத்தில் பாலஸ்தீனர்களுக்குச் சுயாட்சி பற்றி ஒன்றும் குறிப்பிடவில்லை என்றாலும் வாய்மொழி மூலம் அது பற்றிக் குறிப்பிட்டார். அதற்குப் பிறகு பெகினும் சதாத்தும் கலந்து கொண்ட சந்திப்பில் பாலஸ்தீனர்களுக்குச் சுயாட்சி கொடுப்பதில் இரு தரப்பாருக்கும் ஒற்றுமை இல்லாததுதான் பெரிய முட்டுக் கட்டையாக இருந்தது.

ஒரு முறை ஜெருசலேமில் நடந்த கூட்டத்தில் பெகின் 'நாங்கள் ஒருபோதும் **1967**இல் பிடித்த இடங்களை விட்டுக் கொடுக்கப் போவதில்லை. (பாலஸ்தீன) பயங்கரவாதிகளுக்கு சுதந்திரம் கொடுக்கப் போவதில்லை' என்றார். ஜெனீவா ஒப்பந்தப்படி போரில் பிடித்த நாடுகளில் தங்கள் குடிமக்களை எந்த நாடும் அங்குக் குடியேற்றக் கூடாது. ஆனால் பெகினோ வெஸ்ட் பேங்கில் இஸ்ரேல் குடியிருப்பு களைக் கட்டினால் பின்னால் அவற்றைப் பாலஸ்தீனர்களுக்குக் கொடுக்கத் தேவையில்லை என்றும் சினாய் பகுதியில் கட்டினால் அவற்றைப் பின்னால் சமாதான உடன்படிக்கை எதிலாவது பேரம் பேச பயன்படுத்திக்கொள்ளலாம் என்றும் நினைத்தார். சினாய் பகுதியிலும் குடியிருப்புகளைக் கட்டப் போவதாக பெகின் கூறியது சதாத்தின் கோபத்தைக் கிளறியது. பெகினின் இந்த அறிவிப்பால் சதாத் மட்டுமல்ல இஸ்ரேல் பொதுமக்களும் அதிர்ச்சியுற்றனர். சதாத் இஸ்ரேலுக்கு வந்ததால் இரு நாடுகளுக்கும் இடையே அமைதி நிலவும்; அதனால் இஸ்ரேலும் எதிர்பாராத தாக்குதலுக்கு உட்பட வேண்டிய தில்லை என்று நம்பினர். இப்போது அவர்கள் எதிர்பார்த்தபடி நடக்காமல் போய்விடலாம் என்பதால் அரசை எப்படியாவது சமாதானத்திற்கு உடன்படவைக்க வேண்டும் என்பதில் குறியாக இருந்தனர். இஸ்ரேல் உருவாகி இந்த முப்பது ஆண்டுகளில் ஐந்து போர்கள் நடந்திருப்பதால் இஸ்ரேலிய மக்கள் அமைதிக்காகவும் பாதுகாப்புக்காகவும் ஏங்கினர்.

குடியேற்றத்துக்கு இஸ்ரேல் இராணுவத்தில் எதிர்ப்பு

இதையடுத்து **350** இஸ்ரேலிய இராணுவ அதிகாரிகள் பிரதமர் பெகினுக்கு ஒரு கடிதம் அனுப்பினர். அதில் 'பிடித்துக்கொண்ட இடங்களில் யூதர்களைக் குடியமர்த்துவதில் நியாயம் இருப்பதாக எங்களுக்குத் தெரியவில்லை. மேலும் இப்படிச் செய்வதன் மூலம் பத்து

லட்சம் அரேபியர்கள் இஸ்ரேலின் ஆளுகைக்குக் கீழ் வருவார்கள். இது இஸ்ரேலின் யூதத் தன்மையையே கெடுத்துவிடும். மேலும் யூதர்களின் குடியிருப்புகள் எங்கு இருக்க வேண்டும் என்பதைவிட இஸ்ரேலின் பாதுகாப்புதான் முக்கியம். அமைதிக்காக இஸ்ரேல் இடங்களை விட்டுக் கொடுக்கத் தயாராக வேண்டும்' என்று குறிப்பிட்டிருந்தனர். இந்த இயக்கத்திற்கு 'உடனடி அமைதி' (Peace Now) என்று பெயர் கொடுத்தனர். இதன் கிளைகள் நாடு முழுவதும் தொடங்கப்பட்டன. இதன் பிரதிநிதிகள் பாலஸ்தீன அரேபிய தலைவர்களையும் சந்தித்தனர்.

ஆனால் பெகின் அரசு வெஸ்ட் பேங்கில் தொடர்ந்து குடியிருப்புகளை அமைத்துக்கொண்டே போனது. இதற்கு முந்தைய லேபர் அரசாவது அரேபியர்கள் அதிகமாக வாழ்ந்த பகுதிகளிலிருந்து தள்ளி குடியிருப்புகளை ஏற்படுத்தியது. பெகின் அரசோ அரேபியர்களுக்கு அருகில் குடியிருப்புகளை ஏற்படுத்திப் பின் அரேபியர்களுக்கு நிறைய நிபந்தனைகள் விதித்தது. இதனால் அரேபியர்கள் விவசாயம் செய்ய முடியவில்லை; தொழில்களை வளர்க்க முடியவில்லை. அரேபியர்கள் எவ்வளவு தண்ணீர் பயன்படுத்த வேண்டும் என்பதற்கும் கட்டுப்பாடுகள் விதித்தனர். அரேபியர்களின் நிலங்களை அரசு எடுத்துக் கொண்டது. (இப்படிக் குடியிருப்புகளை அமைத்துக்கொண்டே போனதால் 1978இல் இருபத்து நான்காக இருந்த குடியிருப்புகள் 1993இல் 136ஆக அதிகரித்தன. இந்த 136 குடியிருப்புகளில் 1,16,000 யூதக் குடியேறிகள் இருந்தனர்.)

லெபனான் தாக்குதல்

இஸ்ரேல் அரசு வெஸ்ட் பேங்கில் குடியிருப்புகளை அமைத்துக் கொண்டே போனதால் கோபமடைந்த பாலஸ்தீனர்கள் 1978 மார்ச்சில் டெல் அவிவ் நகரில் இரண்டு பேருந்துகளைத் தாக்கியதில் 28 யூதர்கள் உயிரிழந்தனர்; 78 பேர் காயமடைந்தனர். லெபனானிலுள்ள பாலஸ்தீன விடுதலை இயக்கம்தான் இதற்குக் காரணம் என்று கருதிய இஸ்ரேல் அரசு லெபனானிலுள்ள அவர்களின் இருப்பிடங்களைச் சீர்குலைத்து ஆயுதங்களைக் கைப்பற்றியது. உலக நாடுகள் இஸ்ரேலின் செய்கையைக் கண்டித்தன. ஐநா அங்கு நடப்பவற்றைக் கண்காணிக்க ஒரு படையை நிறுத்தியது. ஒரு பாதுகாப்பு மண்டலத்தைத் (safety zone) தவிர மற்ற இடங்களை விட்டு இஸ்ரேல் திரும்பிச் சென்றாலும் பாலஸ்தீன விடுதலை அமைப்பு மறுபடி தென் லெபனானில் போராட்டத்தைத் தொடர்ந்ததால் இஸ்ரேலுக்கும் லெபனானுக்கும் இடையே அடிக்கடி மோதல்கள் நடந்தன.

கார்ட்டர் செய்த சமாதானம்

சதாத் இஸ்ரேலுக்குச் சென்றுவந்த பிறகும் இஸ்ரேலுக்கும் எகிப்திற்கும் இடையில் சமரசம் ஏற்படாமல் இருந்ததால் அப்போது அமெரிக்க ஜனாதிபதியாக இருந்த ஜிம்மி கார்ட்டர் தனது வெளியுறவுத் துறை அமைச்சர் மூலம் இஸ்ரேலின் வெளியுறவுத்துறை அமைச்சரும் எகிப்தின் வெளியுறவுத்துறை அமைச்சரும் இங்கிலாந்தில் சந்தித்துக் கொள்ள ஏற்பாடு செய்தார். சினாயில் யூதக் குடியமைப்புகள் அகற்றப்பட வேண்டும் என்றும் இஸ்ரேல் சினாயை விட்டு முழுவதுமாக வெளியேற வேண்டும் என்றும் பாலஸ்தீனப் பிரச்சினையையும் இந்தப் பேச்சுவார்த்தைகளோடு சேர்க்க வேண்டும் என்றும் எகிப்து வற்புறுத்தியதால் இந்தப் பேச்சுவார்த்தையும் தோல்வியில் முடிந்தது.

இதற்குப் பிறகும் சதாத்தும் பெகினும் நேரில் சந்தித்துப் பேசினால் நிச்சயம் அவர்களுக்குள் ஓர் உடன்பாடு ஏற்படும் என்று நம்பிய கார்ட்டர் அமெரிக்காவில் வாஷிங்டனுக்கு அருகிலுள்ள கேம்ப் டேவிட் என்னுமிடத்தில் இருவரும் சந்தித்துக்கொள்ள ஏற்பாடு செய்தார். பெகினோடு அவருடைய வெளியுறவுத்துறை அமைச்சரும் பாதுகாப்பு அமைச்சரும் உடன் வந்தனர். எப்படியாவது அந்தப் பேச்சுவார்த்தையில் பொதுவான ஒரு கொள்கை உடன்பாடு (DOP- Declaration of Principles) செய்துகொள்ள வேண்டும் என்றும் அதன் அடிப்படையில் பின்னால் தீர்வுகளை முடிவுசெய்யலாம் என்றும் அவர்கள் நினைத்தனர். பெகினைப் பொறுத்த வரை பாலஸ்தீனப் பிரச்சினைக்கு அப்போதைக்குத் தீர்வு காண அவர் விரும்பவில்லை. ஆனால் சதாத்தோ எல்லாப் பிரச்சினைகளுக்கும் கேம்ப் டேவிட் பேச்சுவார்த்தையிலேயே தீர்வு காணப்பட வேண்டும் என்ற முடிவோடு வந்திருந்தார். சதாத், சினாயை விட்டு இஸ்ரேல் வெளியேறுவதோடு குடியிருப்புகளையும் அகற்றிக்கொள்ள வேண்டும் என்றும், ஆக்கிரமித்துக்கொண்ட கிழக்கு ஜெருசலேமை இஸ்ரேல் விட்டுவிட வேண்டும் என்றும் பாலஸ்தீனத்தை விட்டு அகதிகளாகச் சென்றவர்களுக்கு அவர்களுடைய இடங்களுக்குத் திரும்பும் உரிமை வழங்கப்பட வேண்டும் என்றும் விரும்பாதவர்களுக்கு இழப்பீடு வழங்க வேண்டும் என்றும் கோரினார். 'இம்மாதிரி நிபந்தனைகள், வெற்றியடைந்த நாடு தோல்வியுற்ற நாட்டிற்குப் போடும் நிபந்தனைகள் போல் இருக்கின்றன' என்று கூறி பெகின் பேச்சுவார்த்தையிலிருந்து வெளியேறினார். இந்தப் பேச்சுவார்த்தைகள் தோல்வியுற்றதற்கு இஸ்ரேல்தான் காரணம் என்று அறிவிக்கப் போவதாக கார்ட்டர் கூறியதும் பெகின் தனது நிலைப்பாட்டில் கொஞ்சம் நெகிழ்ச்சி காட்டினார்.

கார்ட்டரின் தொடர்ந்த முயற்சியால் கேம்ப் டேவிட்டில் பதின் மூன்று நாட்கள் நடந்த இந்தப் பேச்சுவார்த்தையில் அமெரிக்கா, நெகெவ் பகுதியில் இரண்டு சிறிய விமானத் தளங்களைக் கட்டு வதற்குப் பணம் கொடுப்பதாகக் கூறியதும் சினாய் பகுதியில் உள்ள விமானத் தளத்தை விட்டுவிடுவதற்கு பெகின் ஒப்புக்கொண்டார். சினாயில் ஏற்படுத்திய யூதக் குடியிருப்புகளை அகற்றுவதற்கு பெகின் முதலில் ஒப்புக்கொள்ளவில்லை. க்னெசட்டில் அதை விவாதத்திற்கு விடுவதாகக் கூறி, ஏற்படுத்தப்பட்ட யூதக் குடியிருப்புகளை அகற்றிய முதல் பிரதமர் என்ற பெயர் தனக்கு வராமல் பார்த்துக்கொண்டார். அதன்படியே அவற்றை அகற்ற க்னெசட் ஒப்புக்கொண்டது. ஜெருசலேமைப் பொறுத்தவரை இரு தரப்பும் எந்த முடிவுக்கும் வராததால் அங்கு எந்த மாற்றமும் ஏற்படவில்லை.

கேம்ப் டேவிட் பேச்சுக்களின் முடிவில் இரண்டு ஆவணங்களைத் தயார் செய்தனர். முதலாவது ஆவணம் மத்திய கிழக்கில் அமைதி நிலவுவதற்குரிய வரைவுச் சட்டத்தை (Framework) உள்ளடக்கியது. இரண்டாவது இஸ்ரேலுக்கும் எகிப்துக்கும் இடையே அமைதி நிலவு வதற்குரிய வரைவுச் சட்டத்தை உள்ளடக்கியது. முதலாவது ஆவணம் மத்திய கிழக்கில் அமைதி நிலவத் திட்டம் வகுத்தது. அதற்கு முன் வெஸ்ட் பேங்கிலும் காஸாவிலும் என்ன செய்ய வேண்டும் என்பதை முதல் ஆவணம் குறிப்பிட்டது. முதல் கட்டமாக வெஸ்ட் பேங்கிலும் காஸாவிலும் சுயாட்சி அமைக்கப் பிரதிநிதிகளைத் தேர்ந்தெடுக்க மேலே குறிப்பிட்ட மூன்று நாடுகளும் விதிகளை நிர்ணயிப்பது; இரண்டா வதாக சுயாட்சி நடத்தத் தேர்ந்தெடுக்கப்பட்ட பிரதிநிதிகளிடம் ஐந்து ஆண்டுகள் அந்தப் பகுதிகளை நிர்வகிக்கும் பொறுப்பை விட்டு விடுவது; அந்தச் சமயத்தில் இஸ்ரேல் தான் ஆக்கிரமித்த பகுதி களிலிருந்து தன் படைகளைக் குறிப்பிட்ட பாதுகாப்பு மண்டலங்கள் வரை திரும்பப் பெறுவது; இதன் பிறகு ஒரு ஆண்டிற்குள் இந்த மூன்று நாடுகளின் பிரதிநிதிகளும் வெஸ்ட் பேங்க், காஸா ஆகிய பகுதிகளில் வசிக்கும் பாலஸ்தீனப் பிரதிநிதிகளும் சேர்ந்து இஸ்ரேல் ஆக்கிரமித்திருக்கும் பகுதிகளின் இறுதி அரசியல் அந்தஸ்தை (status) நிர்ணயிப்பது; இதையடுத்து இஸ்ரேலும் ஜோர்டானும் வெஸ்ட் பேங்க், காஸா பிரதிநிதிகளும் இஸ்ரேலுக்கும் ஜோர்டானுக்கும் இடையே அமைதி நிலவ திட்டங்கள் வகுப்பது என்று தீர்மானிக்கப் பட்டது.

எகிப்துடன் சமாதான ஒப்பந்தம்

இரண்டாவது ஆவணம் இஸ்ரேலுக்கும் எகிப்துக்கும் இடையிலானது.

சினாய் பகுதியிலிருந்து இஸ்ரேல் விலகுவது, அங்குப் பாதுகாப்பிற்காக இராணுவ ஏற்பாடுகளைச் செய்வது, சூயஸ் கால்வாயை பயன்படுத்து வதற்கு உடன்பாடு ஏற்படுத்துவது, இஸ்ரேல் எகிப்திற்கிடையே அமைதியை நிலைநாட்டுவது ஆகியவை பற்றி இந்த ஆவணம் நிர்ணயித்தது. சமரசத்திற்கு உடன்பட்டாலும் வெஸ்ட் பேங்கிலும் எகிப்திலும் தொடர்ந்து யூதக் குடியிருப்புகள் அமைக்கப் போவ தில்லை என்று பெகின் உறுதி அளிக்கவில்லை. மேலும் அமெரிக்கா இஸ்ரேலுக்குக் கொடுத்த முந்நூறு கோடி டாலர் கடனைத் திருப்பிக் கேட்காமல் இருக்கும்படி அமெரிக்காவைக் கேட்டுக்கொண்டார். இப்படிச் சில முட்டுக்கட்டைகளை பெகின் போட்டாலும் கடைசி யாக 1979 மார்ச்சில் வெள்ளை மாளிகையின் தோட்டத்தில் சதாத்தும் பெகினும் ஒப்பந்தத்தில் கையெழுத்திட்டுக் கை குலுக்கிக் கொண்டனர். சுமார் 1400 விருந்தினர் கலந்துகொண்டனர். இது பெரிய வெற்றியாக இரு தரப்பிலும் கருதப்பட்டது.

எகிப்தோடு போட்ட இரண்டு ஒப்பந்தங்களில் இரண்டாவது ஆவணத்தின் ஒப்பந்தங்களை இஸ்ரேல் உடனேயே செயல்படுத்த ஆரம்பித்தது. ஆனால் அதே சமயம் வெஸ்ட் பேங்கிலும் காஸாவிலும் குடியிருப்புகளை அகற்றுவதில் இஸ்ரேல் அரசு அவசரம் காட்ட வில்லை. எகிப்தோடு இஸ்ரேல் ஒப்பந்தம் போட்டதையே எதிர்த்த யூத வலதுசாரிகள் வெஸ்ட் பேங்க் குடியிருப்புகளை அகற்றுவதில் இஸ்ரேல் அரசு அவசரம் காட்டாததைப் புரிந்துகொண்டு 1929 கலவரங் களுக்கு முன் யூதர்களின் முக்கிய இருப்பிடமாக இருந்த ஹெப்ரானில் மெதுவாகக் குடியேறினர். இதை அரசு கண்டுகொள்ளாதது மட்டு மல்லாமல் அவர்கள் அங்கு தங்குவதற்கு சட்டரீதியான அந்தஸ்தும் பாதுகாப்பும் கொடுத்தது. 1980ஆம் ஆண்டு முந்தைய எப்போதையும் விட அதிக அளவில் குடியிருப்புகள் அமைக்கப்பட்டன. கேம்ப் டேவிட் ஒப்பந்தப்படி குடியிருப்புகளை அகற்றாததோடு புதிதாக அமைக்கவும் முற்பட்ட பெகின் அரசிலிருந்து இராணுவ அமைச்சரும் வெளியுறவு அமைச்சரும் ராஜினாமா செய்தனர். வெளியுறவு மந்திரி தயானுக்குப் பதிலாக நியமிக்கப்பட்டவர் வலதுசாரி. வெளியுறவு மந்திரியும் இராணுவ அமைச்சரும் அரசை விட்டு விலகிய பிறகு இஸ்ரேல் அரசு வலதுசாரியாகவும் (right-wing) தீவிரவாதியாகவும் (radical) ஆக்கிரமிப்பு வேட்கை உடையதாகவும் (aggressive) மாறியது. கேம்ப் டேவிட் ஒப்பந்தத்தை நிராகரித்து க்னெசட்டில் தீர்மானம் நிறைவேற்றப்பட்டது. ஜெருசலேம் எப்போதும் இஸ்ரேலின் தலை நகரமாக விளங்கும் என்றும், இஸ்ரேலின் முக்கிய நிறுவனங்கள் யாவும் ஜெருசலேமில் நிறுவப்படும் என்றும் (சில இன்னும் டெல்

அவிவில் இருந்தன), ஜெருசலேமின் வளர்ச்சிக்கு தேசிய பட்ஜெட்டில் முக்கியத்துவம் கொடுக்கப்படும் என்றும் சட்டம் இயற்றப்பட்டது. அதில் எல்லா மதத்தினருக்கும் அவர்களுடைய புண்ணிய இடங் களுக்குப் போகும் வசதி செய்து கொடுக்கப்படும் என்றும் ஒரு சலுகை கொடுக்கப்பட்டது.

ஈராக் தாக்குதல்

ஈராக் நடத்திய அணு சோதனை இஸ்ரேலின் பாதுகாப்புக்குத் தீங்கு விளைவிக்கலாம்; இஸ்ரேலையே முழுவதுமாக அழித்துவிடலாம் என்று ஈராக்கின் அணு சோதனைகளுக்குப் பல விதங்களிலும் பெகின் இடையூறு ஏற்படுத்தினார். ஈராக்கிற்குப் பதப்படுத்திய யுரேனியம் (enriched uranium) கொடுத்து உதவிய பிரான்ஸிடம் எந்தக் காரணத்தைக் கொண்டும் ஈராக்கிற்கு அணு ஆயுதங்கள் தயாரிக்க வேண்டிய பொருள்களைக் கொடுக்க வேண்டாம் என்று கேட்டுக்கொண்டார். அந்த முயற்சி பலிக்கவில்லை என்றதும் வேறு வழிகளில் முயன்றார். 1980இல் ஈராக்கின் இயற்பியலாளர் பாரீஸ் ஓட்டல் ஒன்றில் கொலை செய்யப்பட்டார். அதற்கு இஸ்ரேல்தான் காரணம் என்று கூறப்பட்டது. பல வழிகளில் முயன்றும் அணு ஆயுதம் தயாரிப்பதற்குரிய மூலப் பொருள்களை அனுப்புவதில் தாமதம் உண்டாக்க முடிந்ததேயொழிய அனுப்புவதையே தடுக்க முடியவில்லை. பல வித முயற்சிகளுக்குப் பிறகு ஈராக்கின் அணுஉலையை இஸ்ரேல் விமானம் மூலம் தாக்கி அழித்தது. இதற்கு உலகம் முழுவதிலும் கண்டனம் எழுந்தது.

ஈராக் சம்பவம் 1981இல் நடந்த தேர்தலிலும் வலதுசாரிக் கட்சியான லிக்கூட் கட்சி பதவிக்கு வரப் பெரிதும் உதவியது. பெகின் மறுபடி பிரதமரானார். எதிர்க் கட்சியான தொழில் கட்சித் தலைவர் பெரெஸ், ஈராக்கோடு மோதி அதன் அணு உலையை அழித்ததன் மூலமும் ஜெருசலம் சட்டத்தை இயற்றி ஜெருசலேமைத் தனதாக்கிக் கொண்டதன் மூலமும் உலகக் கண்டனத்திற்கு ஆளான இஸ்ரேலின் படிமத்தை உயர்த்தி இஸ்ரேலின் வெளியுறவுக் கொள்கையில் மாற்றங்கள் ஏற்படுத்தப் போவதாக தேர்தல் வாக்குறுதியில் கூறியதெல்லாம் பயனற்றுப் போய்விட்டன.

ஷரோன்

1981இல் நடந்த தேர்தலில் வெற்றிபெற்ற பெகின் அரசில் பங்கேற்ற, ‘மாற்றங்களுக்கான ஜனநாயக இயக்கம்’ என்ற கட்சி இஸ்ரேலின் அரசியலில் மாற்றங்கள் கொண்டுவரவும் குடியிருப்புகளைக் குறைக் கவும் முயன்றது. ஆனால் பெகின் இவர்களின் யோசனைகள் எதையும்

ஏற்றுக்கொள்ளவில்லை. இதன் உறுப்பினர்களுக்கிடையில் ஏற்பட்ட கொள்கை வேறுபாடுகளால் இந்தக் கட்சி 1981 ஏப்ரலில் கலைக்கப் பட்டது. இஸ்ரேல் அரசின் போக்கில் மாற்றத்தை ஏற்படுத்த விரும்பிய இந்தக் கட்சியும் நிலைக்கவில்லை. பெகின் அரசில் மிதவாதிகளுக்குப் பதிலாக தீவிரவாதிகள் இடம் பெற்றனர். அதிகத் தீவிரவாதியான ஆரியல் ஷரோனுக்குப் பாதுகாப்புத்துறை அளிக்கப்பட்டது.

1981 ஜூலையிலிருந்து லெபனானிலிருந்து போராடி வந்த பீஎல்ஓ விற்கும் இஸ்ரேலுக்கும் இடையே போர் நிறுத்த உடன்பாடு இருந்து வந்தது. அப்படியும் ஷரோன் பீஎல்ஓவை ஒழிக்க வேண்டும் என்பதில் குறியாக இருந்தார். லெபனானில் இருந்து போராடி வந்த பீஎல்ஓவை யும் அதன் தலைவர் யாசர் அரஃபாத்தையும் லெபனானை விட்டு வெளியேற்றுவதன் மூலம் இஸ்ரேலுக்கு அதிகப் பாதுகாப்பு கிடைக்கும் என்றும் வெஸ்ட் பேங்கிலும் காஸாவிலும் இஸ்ரேலின் பிடியை அதிகரிக்கலாம் என்றும், பீஎல்ஓவைப் பலவீனமாக்கி பாலஸ்தீன இயக்கத் திற்குத் தீவிரவாத அரஃபாத்திற்குப் பதிலாக மிதவாதத் தலைவர் ஒருவர் நியமிக்கப்படுவதற்குரிய சூழ்நிலையை உருவாக்கலாம் என்றும் ஷரோன் நினைத்தார். பாதுகாப்புத்துறை அமைச்சராகப் பதவியேற்ற நாள் முதல் எப்படி அரஃபாத்தை லெபனானிலிருந்து வெளியேற்றுவது என்பது பற்றியும் சிரியாவை எப்படித் தாக்கலாம் என்பது பற்றியும் திட்டமிடத் தொடங்கினார். லெபனானில் வாழ்ந்து வந்த கிறிஸ்தவர்களைத் தங்கள் பக்கம் இழுத்துக்கொண்டால் அதன் மூலமும் பயன் அடையலாம் என்றும் கணக்குப் போட்டார். பிரதமர் பெகினும் லெபனானில் வாழும் கிறிஸ்தவர்கள் அங்குள்ள முஸ்லிம்களால் கொடுமைப் படுத்தப்படுவதாகவும் அவர்களின் பிடியிலிருந்து கிறிஸ்தவர்களைக் காப்பாற்றுவது இஸ்ரேலின் பொறுப்பு என்றும் எண்ணினார்.

லெபனான் படுகொலை

லெபனானில் பீஎல்ஓவையும் சிரியாவையும் தாக்கும் எண்ணத்தை இஸ்ரேல் அரசின் அமைச்சரவைக் கூட்டத்தில் கூறினால் அது சிரியாவோடு பெரிய போராக மூளும் அபாயம் இருப்பதால் அமைச்சரவை ஒப்புக்கொள்ளாது என்பதை உணர்ந்த ஷரோன் லெபனானிலுள்ள பீஎல்ஓவை வெளியேற்றுவதுதான் லெபனானைத் தாக்குவதன் முக்கிய நோக்கம் என்றார். மேலும் லெபனானில் உள்ள பீஎல்ஓவைத் தாக்குவதற்கு அமெரிக்காவின் உதவியையும் சம்மதத்தையும் நாடினார். அப்போது அமெரிக்க ஜனாதிபதியாக ரீகன் இருந்தார். இஸ்ரேல் ஈராக்கின் அணு உலையை அழித்ததை அமெரிக்கா கண்டித்தாலும் அமெரிக்காவின் முந்தைய அரசை விட ரீகனின் அரசு

இஸ்ரேலின் நெருங்கிய நண்பனாக விளங்கியது. ஷரோன் அமெரிக்கா விற்கு நேரில் சென்று வெளியுறவுத் துறை அமைச்சரைச் சந்தித்து இது பற்றிப் பேசினார். உலக அளவில் கோபமூட்டக் கூடிய செயல் என்று ஒப்புக்கொள்ளும் செயல் ஏதாவது நடந்தால் அதைச் சாக்காக வைத்து இஸ்ரேல் லெபனானைத் தாக்கலாம் என்று அமெரிக்கா கூறியது. அதற்கேற்றாற்போல் லண்டனில் இஸ்ரேலின் தூதரைப் பாலஸ்தீன தீவிரவாதி சுட்டதில் அவர் படுகாயமடைந்தார். அப்படிச் சுட்டவன் பாலஸ்தீன விடுதலை இயக்கத்திலிருந்து விலகியவன், யாசர் அரஃபாத் திற்கு அவன் பரம விரோதி. இதையெல்லாம் கண்டுகொள்ளாத இஸ்ரேல் லெபனானிலுள்ள பீஎல்ஓவைத் தாக்கியது. லெபனான் தலைநகரம் பெய்ரூத்தை இந்தத் தாக்குதலுக்கு உட்படுத்த வேண்டாம் என்று ஷரோன் உத்தரவிட்டிருந்தாலும் போர் வேறு விதமாகத் திரும்பியது. இஸ்ரேலின் இராணுவம் லெபனான் தலைநகர் பெய்ரூத் தையும் தாக்கியது. பெய்ரூத் நகரம் மிகுந்த சேதமுற்றது. லெபனானை விட்டு பீஎல்ஓவையும் சிரியாவின் படைகளையும் வெளியேற்று வதோடு லெபனானில் வாழ்ந்த கிறிஸ்தவர்களின் தலைவரான பஷீர் கெமெய்ல் (Bashir Gemeyel) என்பவரை லெபனானின் ஜனாதிபதியாகத் தேர்ந்தெடுக்க ஏற்பாடு செய்து, பின் அவரோடு இஸ்ரேல் பாதுகாப்பு ஒப்பந்தம் செய்துகொள்வது என்பதும் ஷரோனின் திட்டம். கெமெய்ல் ஜனாதிபதியாகத் தேர்ந்தெடுக்கப்பட்டாலும் பதவி ஏற்பதற்குள் கொலை செய்யப்பட்டார். இதற்குப் பழிவாங்கக் கிறிஸ்தவர்களின் குடிப்படை இஸ்ரேல் இராணுவத்தின் ஒப்புதலோடு இஸ்ரேல் இராணுவத்தின் பிடியில் இருந்த ஸப்ரா (Sabra), ஷடில்லா (Shatilla) ஆகிய இடங்களில் இருந்த பாலஸ்தீன அகதிகள் முகாமில் இருந்த குழந்தைகள், முதியோர் உட்பட 3500 பாலஸ்தீனர்களை மிகக் கொடுமை யாகத் துன்புறுத்திக் கொன்றது. 1982 செப்டம்பர் 16ஆம் தேதி லெபனான் கிறிஸ்தவர்களை முகாமிற்கு உள்ளே செல்ல அனுமதித்த இஸ்ரேல் இராணுவம், அவர்கள் பாலஸ்தீனர்களை வதைத்துக் கொல் வதைப் பார்த்துக்கொண்டிருந்தது மட்டுமல்லாமல் அவர்களுக்கு உதவியும் செய்தது. தொடர்ந்து 62 மணி நேரம் இந்தப் படுகொலை நடந்தது. இதற்கு உலகமே எதிர்ப்பு தெரிவித்தது. அதனால் இதன் காரணத்தை அறிய இஸ்ரேல் அரசு ஒரு நீதிபதியை நியமித்தது. அவர் அளித்த அறிக்கை லெபனானின் கிறிஸ்தவக் குடிப்படையை அகதிகள் முகாமுக்குள் அனுமதித்ததன் அபாயத்தை ஷரோன் தெரிந்தே செய்தார் என்று கூறியது. அதனால் ஷரோன் பாதுகாப்பு அமைச்சர் பதவியை இழந்தார். அதோடு அப்போதைக்கு அவர் அரசியல் வாழ்க்கை முடிவுக்கு வந்தது. இவருக்குப் பெய்ரூத்தின் கொலையாளி (Butcher of Beirut) என்ற பெயரும் வந்தது.

இந்தப் போரில் சிரியாவின் இராணுவம் கலந்துகொள்ள வேண்டிய நிர்ப்பந்தத்திற்கு உட்படுத்தப்பட்டதால் அதற்கும் நிறையச் சேதம் ஏற்பட்டது. 1982 ஆகஸ்டில் அமெரிக்காவின் தலையீட்டாலும் நிர்ப்பந்தத்தினாலும் பீஎல்ஓ மற்றும் பாலஸ்தீனக் கொரில்லாக்கள் பெய்ரூத்தை விட்டு வெளியேறிப் பல அரபு நாடுகளில் குடியேறினர். சிரியாவும் தன் படைகளைப் பெய்ரூத்திலிருந்து திரும்பப் பெற்றுக் கொண்டது.

இஸ்ரேல் மக்களின் குற்ற உணர்வு

லெபனானில் இஸ்ரேல் புரிந்த போர் இஸ்ரேலியர்களின் போக்கில் ஒரு பெரிய மாற்றத்தை உண்டுபண்ணியது. 1948-லும் 1967-லும் எந்த வித நிபந்தனையுமின்றிப் போர் புரியத் தயாராக இருந்த இஸ்ரேலியர்கள் லெபனான் போருக்குப் பிறகு இராணுவத்தோடு ஒத்துழைக்கத் தயாராக இல்லை.

1983ஆம் ஆண்டு அமெரிக்கா தலையிட்டு லெபனானுக்கும் இஸ்ரேலுக்கும் இடையே சமாதான ஒப்பந்தம் ஏற்பட வழிசெய்தது. லெபனான் போரில் நடந்த படுகொலைகள் பெகினை நீண்ட காலம் வதைத்துக்கொண்டிருந்தன. அதே ஆண்டு அவரும் பிரதமர் பதவியை ராஜினாமா செய்தார். பெகினின் ஆட்சிக் காலத்தில் வெஸ்ட் பேங்கில் நிறைய யூதக் குடியிருப்புகள் கட்டப்பட்டன. வெஸ்ட் பேங்கிற்கும் காஸாவிற்கும் சுதந்திரம் வழங்க அவர் ஒருபோதும் விரும்பிய தில்லை. இருப்பினும்,1979இல் எகிப்து அதிபர் சதாத்தோடு சமாதான ஒப்பந்தத்தில் கையெழுத்திட்டதற்காக இவருக்கு அமைதிக்கான நோபல் பரிசு வழங்கப்பட்டது!

தீவிரவாத லிக்கூட் கட்சி

1984இல் நடந்த தேர்தலில் தீவிரவாதக் கட்சியான லிக்கூட் கட்சி கூட்டணிக்கும் மிதவாதக் கட்சியான தொழில் கட்சி கூட்டணிக்கும் சம வாக்குகள் கிடைத்தன. அந்த இரண்டு கூட்டணிகளும் சேர்ந்து அரசு அமைத்தன. (தமிழ்நாட்டில் திமுக கூட்டணிக்கும் அதிமுக கூட்டணிக்கும் சமமான இடங்கள் சட்டமன்றத்தில் கிடைத்து இரண்டு கட்சிகளும் அரசியல் நடத்துவதைக் கொஞ்சமாவது கற்பனை செய்ய முடிகிறதா?) பிரதமர் பதவியை இரண்டு கூட்டணிகளும் மாறி மாறி வகிப்பதென்றும் பாதுகாப்பு அமைச்சரவை இந்தக் கூட்டணி அரசு செயல்படும் முழுக்காலமும் இட்சாக் ரபீனிடம் ஒப்படைக்கப் படும் என்றும் தீர்மானிக்கப்பட்டது. தொழில் கட்சியின் பெரெஸ் முதலில் பிரதமரானார். லெபனானைவிட்டு இஸ்ரேலிய இராணுவம்

விலகிவிட வேண்டும் என்பதிலும் ஜோர்டானோடு சமாதான உடன்பாடு ஏற்படுத்திக்கொள்ள வேண்டும் என்பதிலும் எகிப்தோடு போட்ட சமாதான ஒப்பந்தத்தை பலப்படுத்திக்கொள்ள வேண்டும் என்பதிலும் இரண்டு கூட்டணிகளுக்குள்ளும் ஒற்றுமை இருந்தது. வெஸ்ட் பேங்கில் குடியிருப்புகளை அமைப்பதில் எப்போதுமே லிக்கூட் கட்சி தீவிரமாக இருந்தது. ஆனால் தொழில்கட்சியின் நோக்கம் அதுவல்ல. அதனால் கூட்டணி ஆட்சியின் முதல் ஆண்டு ஆறு குடியிருப்புகளுக்கு மேல் கட்டக்கூடாது என்ற தீர்மானத்தை இரண்டும் ஒப்புக்கொண்டன.

இதற்கு முன்னால் ஏழரை ஆண்டுகள் ஆட்சி செய்த லிக்கூட் கட்சியின் காலத்தில் இஸ்ரேலின் பொருளாதாரம் மிகவும் தொய் வடைந்திருந்தது. பெரெஸ் அதைச் சீர்படுத்தியதால் அவரே தொடர்ந்து பிரதமராகச் செயல்பட வேண்டும் என்ற கோரிக்கை எழுந்தபோது பெரெஸ் அதை வரவேற்கவில்லை. 1986 அக்டோபரில் அவர் பிரதமர் பதவியிலிருந்து இறங்கி வெளியுறவுத்துறை அமைச்சர் பதவியை ஏற்றார். ஜோர்டானோடும் மற்ற அரபு நாடுகளோடும் சமாதான ஒப்பந்தம் செய்துகொள்ள வேண்டும் என்பது வெளியுறவுத்துறை அமைச்சராக பெரெஸ் செய்ய விரும்பிய முதல் காரியம்.

பாலஸ்தீனத்தின் முதல் எழுச்சி

இதற்கு ஜோர்டான் அதிபருக்கும் தனக்கும் பொதுவான ஒரு நண்பர் மூலம் லண்டனில் ஒரு சந்திப்புக்கு ஏற்பாடு செய்தார். முதல் சந்திப்புக்குப் பிறகு அதை அகில உலக மாநாடாக மாற்ற வேண்டும் என்று தீர்மானித்தனர். ஆனால் முதல் சந்திப்புக்குப் பின்னால் அகில உலக மாநாட்டிற்கும் பீஎல்ஓவைச் சேர்க்கவில்லை. பெரெஸுக்குப் பிறகு பிரதமர் பதவியேற்ற லிக்கூட் கூட்டணித் தலைவர் ஷமிர் உலக மாநாட்டைக் கூட்ட விரும்பவில்லை. அதனால் பெரெஸ் ஜோர்டான் அரசரோடு செய்துகொள்ள விரும்பிய ஒப்பந்தம் நிறைவேறவில்லை. இப்படி ஓர் ஒப்பந்தம் நிறைவேறாததாலேயே இதற்குப் பிறகு 1987இல் நடந்த 'முதல் பாலஸ்தீன எழுச்சி'யில் (Palestinian Intifada) பல பாலஸ்தீனர்களும் இஸ்ரேலியர்களும் உயிர் இழந்தனர். கீழே குறிப்பிடப்பட்டிருக்கும் சம்பவம் இந்த எழுச்சிக்குக் காரணம் இல்லை என்றாலும் அதற்கு ஒரு தூண்டுகோலாக அமைந்தது.

காஸாவில் ஓர் இஸ்ரேலியனின் வாகனமும் ஒரு பாலஸ்தீனனின் வாகனமும் மோதிக்கொண்டதில் நான்கு பாலஸ்தீனர்கள் உயிரிழந் தனர். முதலில் இது ஒரு விபத்து என்றுதான் எல்லோரும் நினைத்தனர்.

ஆனால் விரைவிலேயே காஸாவில் கொல்லப்பட்ட தன் சகோதரனின் இறப்பிற்கு வஞ்சம் தீர்த்துக்கொள்ளவே ஓர் இஸ்ரேலியன் இதைச் செய்ததாக வதந்தி பரவியது. இறந்த பாலஸ்தீனர்களின் இறுதிச் சடங்குகளை முடித்துக்கொண்டு வந்துகொண்டிருந்த பாலஸ்தீனர்கள் காஸாவில் நிறுத்திவைக்கப்பட்டிருந்த இஸ்ரேலியப் படைகள் மீது கற்களை வீசினர். வெளியிலிருந்து ஈரானோ பீஎல்ஓவோ பாலஸ்தீனர் களைத் தூண்டிவிட்டிருக்கலாம் என்று முதலில் இஸ்ரேல் நினைத்தது. காஸாவில் வாழும் பாலஸ்தீனர்கள் 1948, 1967 போர்களுக்குப் பின் அகதிகளாக வந்தவர்களின் அடுத்த வாரிசுகள். இஸ்ரேலியக் குடிமக்கள் வசதியாக வாழ்ந்துகொண்டிருந்தபோது இவர்கள் அகதிகளாகக் கஷ்டத்தில் உழன்றுகொண்டிருந்தது இவர்களை மிகவும் பாதித்தது. இவர்களில் பலர் இஸ்ரேலுக்குப் போய் மிகக் குறைந்த ஊதியத்தில் வேலை பார்ப்பவர்கள். அங்கு வசதியாக வாழும் இஸ்ரேலியர்களைக் கண்டு கோபமும் தங்களுடைய இயலாமையைக் கண்டு வெறுப்பும் அடைந்தவர்கள். இவர்களுடைய கோபமும் வெறுப்பும்தான் இஸ்ரேலியப் படைகள் மீது அவர்கள் கற்கள் வீசக் காரணமாக இருந்தன என்று பின்னால் தெரிய வந்தது. இந்தக் கலவரங்கள் வெஸ்ட் பேங்கிற்கும் பரவின. இஸ்ரேல் அரசு கலவரம் நடந்த இடங்களில் முன்பை விட மூன்று மடங்கு இராணுவ வீரர்களை நிறுத்தியது.

எழுச்சிக்கு இஸ்ரேலிய அரேபியர்களின் உதவி

இன்னொரு முக்கியமான மாறுதல் இஸ்ரேல் சமூகத்தில் ஏற்பட்டது. 1948, 1967 போர்களுக்குப் பிறகு நிறைய அரேபியர்கள் தங்கள் இடங்களை விட்டுப் போய்விட்டாலும் சிலருக்குத் தாங்கள் பல தலைமுறைகளாக வாழ்ந்த இடங்களை விட்டுச் செல்லப் பிடிக்க வில்லை. இந்தக் கலவரம் நடந்த சமயத்தில் இஸ்ரேலின் மக்கள்தொகை யில் 17 சதவிகிதம் அரேபியர்கள். இவர்கள் இஸ்ரேலியக் குடிமக்கள் என்றாலும் இஸ்ரேல் அரசு வெஸ்ட் பேங்கிலும் காஸாவிலும் தான் ஆக்கிரமித்துக் கொண்ட இடங்களில் உள்ள பாலஸ்தீனர்களை நடத்திய விதம் இவர்களுக்குப் பிடிக்கவில்லை. என்ன இருந்தாலும் இவர்களும் பாலஸ்தீன அரேபியர்கள்தானே. கலவரங்களில் பாதிக்கப்பட்டவர் களுக்கு உணவும் மருந்துகளும் அனுப்பினர்; இரத்ததானம் செய்தனர். என்ன இருந்தாலும் இஸ்ரேலிலேயே இருந்த பாலஸ்தீன அரேபியர் களுக்கும் வெஸ்ட் பேங்கிலும் காஸாவிலும் இருந்த பாலஸ்தீன அரேபியர்களுக்கும் இடையே இரத்த உறவு உண்டல்லவா? முன்னவர்கள் பின்னவர்களுக்கு உதவியபோதுதான் இந்த உண்மை இஸ்ரேலிய யூதர்களுக்கு உறைத்தது; இஸ்ரேலிய அரேபியர்கள் நடந்துகொண்ட விதம் அவர்களுக்கு அதிர்ச்சியைக் கொடுத்தது.

இஸ்ரேலிய அரேபியர்களும் இஸ்ரேல் குடிமக்கள் என்றாலும் அவர்களுக்கு இஸ்ரேலிய யூதர்களுக்குச் சமமான உரிமைகள் இல்லை; அவர்கள் இரண்டாம்தரக் குடிமக்கள் போல்தான் நடத்தப்பட்டனர். இவர்களில் 40 சதவிகிதம் பேர் வறுமைக் கோட்டிற்குக் கீழே இருந்தனர்.

இஸ்ரேல் இராணுவத்தின் அடக்குமுறை

கலவரங்களை அடக்குவதற்கு இஸ்ரேல் அரசு கடுமையான வழிகளைக் கையாண்டது. கலவரங்கள் ஜெருசலேமிற்கும் பரவின. இராணுவ வீரர்கள் சாலைகளில் செல்லும் அரேபியர்களின் வாகனங்களைப் பரிசோதித்தனர் (இதை இப்போதும் செய்கின்றனர்). வாகன ஓட்டியும் அதில் பயணம் செய்தவர்களும் அவர்கள் செலுத்தவேண்டிய வரிகளைச் செலுத்திவிட்டார்களா என்று கேட்டனர். ஜெருசலேமிற்கு வெளியில் வசிக்கும் முஸ்லிம்கள் அல் அக்ஸா மசூதியில் பிரார்த்தனை செய்வதற்குத் தடை விதிக்கப்பட்டது. ஜெருசலேமில் வசிக்கும் முஸ்லிம்கள் ஜெருசலேமில் உள்ள மசூதிக்குப் போகும்போது அவர்கள் எல்லோரையும் பரிசோதித்தனர். இஸ்ரேல் அரசு இத்தனை அடக்கு முறையை அவிழ்த்துவிட்டாலும் கலவரங்கள் ஓயவில்லை. இந்தக் கலவரங்களில்1987 டிசம்பர் மாதம் மட்டும் ஐந்து குழந்தைகள் உட்பட 22 பாலஸ்தீனர்கள் இறந்தனர். பாலஸ்தீனர்கள் கற்களையும் பாட்டில்களையும் மட்டுமே இந்தக் கலவரங்களில் பயன்படுத்தியதால் இஸ்ரேல் தரப்பில் உயிர்ச்சேதம் இல்லை. 56 வீரர்களும் 30 சாதாரணக் குடிமக்களும் காயம் அடைந்தனர். இஸ்ரேல் ஆக்கிரமித்த இடங்களில் செய்த அடக்குமுறைகள் பற்றித் தங்கள் எதிர்ப்பைத் தெரிவிக்க சுமார் ஒரு லட்சம் இஸ்ரேல் குடிமக்கள் டெல் அவிவில் கூடினர். லெபனானில் இஸ்ரேல் நடத்திய போரை எதிர்த்த ‘உடனடி அமைதி’ இயக்கத்தைச் சேர்ந்தவர்கள் இப்போதும் ஆக்கிரமித்த இடங்களில் இஸ்ரேல் அரசு செய்த நடவடிக்கைகளைக் கண்டித்தனர். அவர்களின் எதிர்ப்பு இஸ்ரேல் அரசை எதிர்க்கும் குரலாக மாறத் தொடங்கியது.

ஹமாஸ் (Hamas -அரபு மொழியில் இதன் அர்த்தம் ‘இஸ்ரேல் எதிர்ப்பு இயக்கம்’) என்னும் ஒரு கட்சி ஷேக் அஹமது யாசின் என்பவரால் தொடங்கப்பட்டு வெஸ்ட் பேங்கிலும் காஸாவிலும் பலம்பெறத் தொடங்கியிருந்தது. லெபனான் போருக்குப் பிறகு லெபனானை விட்டு துனிஷியாவுக்கு பீஎல்ஓ இடம்பெயர்ந்திருந்தது. இஸ்ரேல் அரசு பீஎல்ஓவையும் ஹமாஸையும் மோதவிட்டு பீஎல்ஓவின் பலத்தைக் குறைக்கப் பார்த்தது. துனிஷியாவின் தலைநகர் துனிஷில் (Tunis) இருந்துகொண்டு பாலஸ்தீன எழுச்சியை நடத்திவந்த பீஎல்ஓ செயலரான (Chief of Staff) அபு ஜிஹாடை இஸ்ரேல் அரசு அவருடைய

மனைவிக்கும் இளஞ் சிறுமியான மகளுக்கும் முன்னால் கொலை செய்தது. ஹமாஸ் செயற்பாட்டாளர்களையும் (activists) கைது செய்து அவர்களுடைய செயல்களைப் பலவீனப்படுத்தியது. இந்த அடக்குமுறை நடவடிக்கைகளாலும் பாலஸ்தீன எழுச்சியைத் தடுத்து நிறுத்த முடியவில்லை.

பாலஸ்தீனர்களின் இந்த எழுச்சியை நிறுத்தத் தொலைபேசி இணைப்புகளைத் துண்டிப்பது, மின்தடை செய்வது, கிராமங்களிலும் நகரங்களிலும் ஊரடங்குச் சட்டம் பிறப்பிப்பது போன்ற ஈவிரக்கமற்ற வழிகளை இஸ்ரேல் அரசு கடைப்பிடித்தது. வெஸ்ட் பேங்கை விட காஸாவில் இன்னும் அதிக ஊரடங்குச் சட்டங்கள் பிறப்பிக்கப் பட்டன. 1988ஆம் ஆண்டில் மட்டும் மொத்தம் 1600 ஊரடங்குச் சட்டங்கள் பிறப்பிக்கப்பட்டன. அவற்றில் 116 சட்டங்கள் ஐந்து நாட்களுக்கும் மேலாகத் தொடர்ந்து செயல்பட்டவை. 60 சதவிகித பாலஸ்தீனர்கள் இந்த ஊரடங்குச் சட்டங்களினால் பாதிக்கப்பட்டனர். பாலஸ்தீன தீவிரவாதிகள் ஆலிவ் தோட்டங்களில் மறைந்துகொண்டு இஸ்ரேல் வீரர்களைத் தாக்குவதைத் தடுக்கும் பொருட்டு இராணுவத் தினர் ஆலிவ் மரங்களை வேரோடு பிடுங்கி எறிந்தனர். 1988இல் இஸ்ரேல் இராணுவம் இப்படி 25,000 ஆலிவ் மற்றும் பழ மரங்களை வேரோடு சாய்த்தது. எழுச்சிக்கு முன் கொடிய குற்றங்களைச் செய்த பாலஸ்தீனர்களின் வீடுகளை மட்டுமே வெடிவைத்துத் தகர்த்தனர்; அதற்குப் பாதுகாப்பு அமைச்சரிடம் சிறப்பு அனுமதி வாங்க வேண்டும். ஆனால் எழுச்சிக்குப் பிறகு அந்தந்த இடங்களில் உள்ள தலைமை இராணுவ அதிகாரியிடம் சம்மதம் வாங்கினாலே போதும். மேலும் சாதாரண குற்றங்களுக்கும் இந்தத் தண்டனை வழங்கப்பட்டது. 1987இல் இப்படி எரிக்கப்பட்ட பாலஸ்தீனர்களின் வீடுகளின் எண்ணிக்கை 103; 1988இல் இது 423 ஆனது. இந்த எழுச்சியின் போது 50,000 பாலஸ்தீனர்கள் கைதுசெய்யப்பட்டனர்; இதில் 12,000 பேர் காவலில் வைக்கப்பட்டனர். காவலில் வைக்கப்பட்டவர்கள் பல விதச் சித்திரவதைக்கு உள்ளாயினர். பள்ளிகள், கல்லூரிகளை மூடுவது, பாலஸ்தீனர்களை அவர்களின் இடங்களிலிருந்து வேறு இடங்களுக்கு இடம்பெயர்ப்பது போன்ற கொடிய காரியங்களையும் இஸ்ரேல் அரசு செய்தது. பாலஸ்தீனர்களின் விளைபொருள்களைச் சந்தைக்கு வரவிடாமல் செய்து இன்னொரு வகையாக அவர்களைத் தண்டித்தது. ஏற்கனவே சீரழிந்து போயிருந்த பாலஸ்தீனர்களின் பொருளாதாரம் இன்னும் சீரழிந்தது. இப்படிக் கடுமையான வழிகளை இஸ்ரேல் அரசு கையாண்டாலும் எழுச்சி என்னவோ தொடர்ந்து நடந்தது.

எழுச்சியின் விளைவு

1987 டிசம்பரில் ஆரம்பித்த எழுச்சி 1988 வரை தொடர்ந்தது. இந்த எழுச்சியில் குழந்தைகள் உட்பட 311 பாலஸ்தீனர்கள் கொல்லப் பட்டனர். இஸ்ரேலியர்களில் ஆறு குடிமக்களும் நான்கு வீரர்களும் கொல்லப்பட்டனர். 526 பாலஸ்தீனர்களின் வீடுகள் அழிக்கப்பட்டன. பாலஸ்தீனச் சிறார்கள் கற்களை வீசியபோது இஸ்ரேல் படைவீரர்கள் அவர்கள்மீது குண்டுகளை வீசினர். இது எல்லோர் கண்களையும் உறுத்தியதால், பிரிட்டிஷ் அரசு இந்தியாவில் தடிகளை பயன்படுத்தியது போல், இஸ்ரேல் படைவீரர்களையும் தடிகளை பயன்படுத்தும்படி பாதுகாப்பு மந்திரி ரபீன் உத்தரவிட்டார். (இந்தத் தடிகள் அரேபிய ஊழியர்களால் காஸாவில் தயாரிக்கப்பட்டன! இப்போதும் இஸ்ரேல் இராணுவ வாகனங்களைச் செப்பனிடுவது வெஸ்ட் பேங்கில் இருக்கும் பாலஸ்தீன மெக்கானிக்குகள்தான்!) இஸ்ரேல் வீரர்கள் அடித்த அடிகளால் பல பாலஸ்தீனர்கள் நிரந்தரமாக முடமாக்கப்பட்டனர். இந்த எழுச்சியால் கோபமடைந்த இஸ்ரேல் மக்களில் பலர் வலது சாரிகள் ஆயினர். வலதுசாரிகளுக்கும் இடதுசாரிகளுக்கும் இடையே இருந்த பிளவு அதிகரித்தது.

இஸ்ரேலைப் பொறுத்த வரை இந்த எழுச்சியால் பொருளாதார நெருக்கடி எதுவும் ஏற்படவில்லை. ஒரு சில இஸ்ரேலியர்களே இடம் பெயர்ந்தனர். பொருட்களுக்குத் தட்டுப்பாடு ஏற்படவில்லை. சில இடங்களில் தொழிலாளர்கள் பற்றாக்குறை – குறிப்பாக கட்டடத் தொழிலில் – ஏற்பட்டது. அப்போது வெளியிலிருந்து தொழிலாளர் களை வரவழைத்து இஸ்ரேல் அரசு சமாளித்தது. இராணுவத் தலைவர்கள் மக்கள் மத்தியில் இரண்டு வகைகளில் – இன்னும் கடுமையாக நடந்துகொள்ளவில்லை என்று வலதுசாரிகளிடமும் அதிகக் கடுமையாக நடந்துகொண்டதாக இடதுசாரிகளிடமும் – தங்கள் மதிப்பை இழந்தனர்.

எழுச்சியின் அரசியல் எதிரொலி

1988இல் எழுச்சிக்கு நடுவில் நடந்த தேர்தல் பிரசாரத்தில் லிக்கூட் கட்சியைச் சேர்ந்த ஆரியல் ஷரோன் (மேலே சொன்னபடி இப்போது லிக்கூட் கட்சியும் தொழிற் கட்சியும் சேர்ந்து கூட்டாக ஆட்சி நடத்தி வந்தன.) தடாலடித்தனமாக நடந்துகொள்ளாத தொழில் கட்சியால் தான் எழுச்சி அத்தனை காலம் நீடித்தது என்றும் தங்கள் கட்சிக்கு முழு அதிகாரமும் இருந்திருந்தால் ஒரே வாரத்தில் புரட்சியை முறியடித்திருப்போம் என்றும் கூறினார். தொழிற்கட்சியைச் சேர்ந்த பெரெஸ் லிக்கூட் கட்சியைச் சேர்ந்தவர்களின், பாலஸ்தீனர்களுக்குரிய

இடங்களைப் பிடித்துக்கொள்ள வேண்டும் என்ற பேராசைதான் எழுச்சி நீண்டுகொண்டே போனதற்குக் காரணம் என்றார். அடுத்த தேர்தலில் தொழிற்கட்சிக்கு 39 இடங்களும் லிக்கூட் கட்சிக்கு 40 இடங்களும் கிடைத்தன. (பாலஸ்தீனர்களுக்குக் கொஞ்சம் சாதகமாகப் பேசியதாலோ என்னவோ முந்தைய க்னெசட்டில் தொழில் கட்சியின் 44 இடங்கள் 39 ஆகக் குறைந்தன.) மறுபடி இரண்டு கட்சிகளும் சேர்ந்து கூட்டாட்சி அமைத்தன. பல உதிரிக் கட்சிகளைச் சேர்த்துக் கொண்டு லிக்கூட் கட்சித் தலைவர் ஷமிர் அமைச்சரவை அமைத்திருக் கலாம். ஆனால் அது நிரந்தரமான அரசாக இருக்காது என்று எண்ணியதால் தொழில் கட்சியோடு சேர்ந்து ஆட்சி அமைத்தார். ஆனால் பிரதம மந்திரியாக ஷமிரே நீடித்தார்.

1970-களின் கடைசியில் எத்தியோப்பியாவிலிருந்து நிறைய யூதர்கள் இஸ்ரேலுக்கு வந்தனர். 1980-களின் கடைசியில் பலவீன மாகிக் கொண்டிருந்த சோவியத் யூனியனிலிருந்து ரஷ்ய யூதர்கள் இஸ்ரேலில் குடியேறினர். பாலஸ்தீன எழுச்சியோடு இஸ்ரேலுக்கு வந்த குடியேறிகளின் எண்ணிக்கை மிகுந்த அளவில் அதிகரித்ததும் இஸ்ரேலியர்களின் வாழ்க்கையில் பாதிப்பை ஏற்படுத்தியது.

எத்தியோப்பிய யூதர்களின் குடியேற்றம்

முதலில் எத்தியோப்பியாவில் இருந்த யூதர்களை எப்படி இஸ்ரேலுக்குக் அழைத்துவந்தார்கள் என்று பார்ப்போம். எத்தியோப்பியாவில் உள்ள யூதர்கள் அங்கு எப்போது, எப்படிச் சென்றார்கள் என்பதற்குப் பல கதைகள் இருக்கின்றனவாம். இவர்கள் சாலமனின் மகனின் வாரிசுகள் என்றும் யூதர்களின் முதல் கோவில் கி.மு. 586இல் இடிக்கப் பட்ட பிறகு அங்கிருந்து எகிப்திற்கு ஓடி வந்திருக்கலாம் என்றும் எத்தியோப்பியாவில் வாழ்ந்துவந்த கிறிஸ்தவர்களும் பேகன் மதத்தைச் சேர்ந்தவர்களும் காலப்போக்கில் யூத மதத்திற்கு மாறியிருக்கலாம் என்றும் பல கொள்கைகள் இருக்கின்றன. எத்தியோப்பிய யூதர்கள் ஆதிகாலத்திலேயே எத்தியோப்பியாவுக்குக் குடிபெயர்ந்திருக்க வேண்டும். இவர்கள் பல நூற்றாண்டு காலமாக தங்கள் யூதக் கலாசாரத்தைக் கடைப்பிடித்துக்கொண்டு அங்கேயே வாழ்ந்திருக்க வேண்டும். இவர்கள் யூதர்களின் வேதமான தோராவை நன்றாக அறிந்திருந்தாலும் வரலாற்றின் இடைக்காலத்தில் அவற்றிற்கு எழுதப் பட்ட உரைகளைப் பற்றி அறிந்திருக்கவில்லை. அவர்கள் தங்களுக் கென்று ஒரு வாழ்க்கை முறையை அமைத்துக்கொண்டிருந்தனர்.

இவர்கள் யூதர்கள்தானா என்ற சர்ச்சை பல காலமாக இருந்துவந்தது. பதினாறாம் நூற்றாண்டில் எகிப்தில் இருந்த ஒரு யூத மதத் தலைவர்

இவர்கள் யூதர்களே என்று கூறினார். 1908இல் 45 நாடுகளைச் சேர்ந்த யூத மதத்தலைவர்கள் இவர்களை யூதர்கள் என்று ஒப்புக்கொண்டனர். 1972இல் ஷெப்படிம் பிரிவைச் சேர்ந்த யூத மதத்தலைவரும் 1975இல் அஷ்கெனாஸின் பிரிவைச் சேர்ந்த யூத மதத்தலைவரும் இவர்கள் யூதர்கள்தான் என்று ஒப்புக்கொண்டனர். இஸ்ரேலுக்கு வெளியே இருக்கும் எல்லா யூதர்களும் இஸ்ரேலுக்கு வருவதை எளிதாக்கும் சட்டம் (Law of Return) இயற்றப்பட்டது. இந்தச் சட்டத்தைப் பயன் படுத்தி இஸ்ரேல் அரசு எத்தியோப்பிய யூதர்களை இஸ்ரேலுக்குக் கூட்டிவர முயற்சி செய்தது.

1977இல் பிரதமராக இருந்த பெகின் எத்தியோப்பியாவுக்கு ஆயுதங்கள் கொடுப்பதாகவும் அதற்குப் பதிலாக எத்தியோப்பிய யூதர்களை இஸ்ரேலுக்கு அனுப்ப வேண்டும் என்றும் எத்தியோப்பிய ஜனாதிபதியோடு ஒப்பந்தம் செய்துகொண்டார். எத்தியோப்பியா வுக்கு ஆயுதங்கள் கொடுப்பது இஸ்ரேலிய மக்களுக்குத் தெரியாமல் மிகவும் இரகசியமாகச் செய்யப்பட்டது. இராணுவத் தளவாடங் களை எத்தியோப்பியாவுக்குக் கொண்டுசெல்லும் விமானங்கள் எத்தியோப்பிய யூதர்களை ஏற்றிக்கொண்டு இஸ்ரேலுக்குத் திரும்பும் என்றும் திட்டமிடப்பட்டது. முதல் கட்டமாக 121 எத்தியோப்பிய யூதர்கள் இஸ்ரேலுக்கு வந்தனர். ஆயுதங்கள் கொடுப்பது வெளியில் தெரிந்து பொதுமக்கள் எதிர்ப்புத் தெரிவித்ததும் இது நிறுத்தப்பட்டது.

ஆயினும் எத்தியோப்பிய அரசு யூதர்கள், யூத மதத்தைக் கடைப் பிடிக்கக் கூடாது என்றும் ஹீப்ரூ மொழியைக் கற்றுக்கொடுக்கக் கூடாது என்றும் போட்ட விதிகளினால் அங்கிருந்து யூதர்கள் இஸ்ரேலுக்கு வந்தவண்ணமிருந்தனர். எத்தியோப்பியாவில் பஞ்சம் ஏற்பட்டு எத்தியோப்பிய அரசு மேலைநாடுகளிடம் உதவி கேட்டபோது, இஸ்ரேல் அமெரிக்காவிடம் எத்தியோப்பியாவில் வாழ்ந்துவரும் யூதர்களை இஸ்ரேலுக்கு வர அனுமதித்தாலொழிய எத்தியோப்பியா வுக்கு உதவ வேண்டாம் என்று கேட்டுக்கொண்டது. இதனால் எத்தியோப்பியா, யூதர்களை இஸ்ரேலுக்கு அனுப்ப ஒத்துக்கொண்டது. எத்தியோப்பிய யூதர்கள் – குறிப்பாக ஆண்களும் உடல் பலமுள்ள வர்களும் – எத்தியோப்பியாவிலிருந்து சூடான் நாட்டின் எல்லைக்கு நடந்தே சென்று அங்கு அமைக்கப்பட்டிருக்கும் அகதிகள் முகாமில் தங்கியிருப்பது, பின் அவர்களை அங்கிருந்து இஸ்ரேலிலிருந்து வந்திருக்கும் உதவியாளர்கள் விமானத்தில் ஏற்றி அனுப்புவது என்று ஏற்பாடு. இப்படி 8000 எத்தியோப்பிய யூதர்கள் இஸ்ரேலை அடைந்தனர். இது பற்றிய செய்திகள் அமெரிக்கப் பத்திரிகை ஒன்றில் வெளியானதால், எத்தியோப்பிய யூதர்கள் இஸ்ரேலுக்கு வருவதற்கு

எதிர்ப்புத் தெரிவித்து அரேபியர்கள் சூடான் அரசை யூதர்கள் வெளியேறுவதற்கு உதவவேண்டாம் என்று கேட்டுக்கொண்டனர். இதனால் சூடானில் மாட்டிக்கொண்ட ஆயிரக்கணக்கான யூதர்களை இஸ்ரேலுக்கு அனுப்புவதில் அமெரிக்க சிஐஏயும் இஸ்ரேலுக்கு உதவியது. எத்தியோப்பியாவிலேயே தங்கிவிட்ட யூதர்களையும் – குறிப்பாக வயதானவர்கள், குழந்தைகள், நோய்வாய்ப்பட்டவர்கள் – இஸ்ரேலுக்குக் கூட்டிவர இஸ்ரேல் வேறு பல வழிகளைக் கையாண்டது.

இஸ்ரேலுக்கு வந்துசேர்ந்த எத்தியோப்பிய யூதர்களைக் குடியமர்த்துவதில் இஸ்ரேல் அரசுக்கு நிறையச் சங்கடங்கள் ஏற்பட்டன. எத்தியோப்பிய யூதர்களுக்கும் வசதிகள் அதிகம் இல்லாத நாட்டிலிருந்து வந்திருந்ததால் வளர்ச்சி அடைந்த இஸ்ரேல் வாழ்க்கைக்குப் பழகிக் கொள்வதற்கு சிரமமாக இருந்தது. ஹீப்ரூ மொழியையும் கற்றுக் கொள்ள வேண்டியிருந்தது. மேலும் ஏற்கனவே இஸ்ரேலில் ஆதிக்கம் செலுத்திவந்த யூதக் குருமார்கள் எத்தியோப்பியக் குருமார்களை ஏற்றுக்கொள்ளவில்லை. வந்தவர்களை யூதர்களாக மாற்றும் சடங்குகளை ஏற்றுக்கொள்ளும்படி வற்புறுத்தினர். இப்படிப்பட்ட தொல்லைகளினால் பலர் தற்கொலை செய்துகொண்டனர். இவர்களின் வாரிசுகள்தான் இராணுவத்தில் பணிபுரிந்து, ஹீப்ரூமொழியை நன்றாகக் கற்று இஸ்ரேல் சமூகத்தின் உறுப்பினர்கள் ஆயினர்.

பல வழிகளைக் கையாண்டு பல தடங்கல்களுக்குப் பிறகு இஸ்ரேல் அரசு எத்தியோப்பிய யூதர்களை இஸ்ரேலுக்குக் கூட்டிவந்தது. அதே சமயம் பாலஸ்தீனத்திலேயே பல நூற்றாண்டுகளாக வாழ்ந்து இப்போது இஸ்ரேலில் வாழ்ந்துகொண்டிருக்கும் பாலஸ்தீனர்களை இரண்டாம்தரக் குடிமக்களாக நடத்துகிறது; வெஸ்ட் பேங்கில் இருக்கும் பாலஸ்தீனர்களை ஆக்கிரமிப்பில் வைத்திருக்கிறது.

சோவியத் யூதர்களின் குடியேற்றம்

இதையடுத்து சோவியத் யூனியனிலிருந்து நிறைய யூதர்கள் இஸ்ரேலுக்கு வந்தனர். சோவியத் யூனியன் தனி நாடுகளாக உடைந்துகொண்டிருந்த போது இன்னும் நிறைய யூதர்கள் அங்கிருந்து இஸ்ரேலுக்கு வந்தனர். முதலில் பலர் அமெரிக்காவிற்குக் குடியேறத்தான் விரும்பினர். இதைத் தடுத்து அவர்களை இஸ்ரேலுக்கு அனுப்ப அமெரிக்காவை இஸ்ரேல் நிர்ப்பந்தித்தது. முதலில் இதற்குச் சம்மதிக்க மறுத்த அமெரிக்கா சோவியத் யூனியனிலிருந்து வந்த யூதர்களின் எண்ணிக்கையைத் தாங்க முடியாமல் அவர்களை இஸ்ரேலுக்கே அனுப்பச் சம்மதித்தது. நிறைய யூதர்கள் சோவியத் யூனியனிலிருந்து வந்ததால், இஸ்ரேலில் குடியேறியவர்களில் ரஷ்ய யூதர்கள்தான் எண்ணிக்கையில் அதிகம்

ஆயினர். சோவியத் யூனியனிலிருந்து வந்த யூதர்கள் எல்லோரும் நிரம்பப் படித்தவர்களாக இருந்தார்கள்; அவர்கள் சீக்கிரமாகவே இஸ்ரேல் சமூகத்தில் கலந்துவிட்டனர். இஸ்ரேலில் ஐரோப்பிய இசை வேகமாக வளர்ந்தது. இசைக் கலைஞர்கள் பெருகினர். பல்கலைக் கழகங்களிலும் உயர்தொழில் நிறுவனங்களிலும் பொறியாளர்களும் தொழிற்பயிற்சியாளர்களும் பணியாற்றத் தொடங்கினர். இவர்களுக்கும் இஸ்ரேலிய அரேபியர்களுக்கும் இடையே பதற்ற நிலை வளரத் தொடங்கியது. ரஷ்ய யூதர்கள் ஒரு இடத்தில் சேர்ந்து வாழ்ந்து தங்கள் குடியிருப்புகளை அமைத்துக்கொண்டனர்.

*1988*இல் அமைந்த கூட்டணி ஆட்சி இரண்டு ஆண்டுகளில் ஆட்டம் கண்டது. தேசியக் கூட்டணியின் பிரதமர் ஷமிர் பழமைவாதக் கட்சியான லிக்கூட் கட்சியைச் சேர்ந்தவராதலால் வெஸ்ட் பேங்கில் ஆக்கிரமித்த பகுதிகளில் யூதக் குடியிருப்புகளை அதிகமாக்குவதில் தீவிரமாக இருந்தார். இது கூட்டணியில் இருந்த லேபர் கட்சியைச் சேர்ந்த அமைச்சர்களுக்கே பிடிக்கவில்லை. அதனால் அந்தக் கூட்டணி உடைந்தது. அதன் பிறகு *1990*இல் மதச்சார்புடைய கட்சிகளோடு இணைந்து ஷமிரின் தலைமையில் லிக்கூட் கட்சி அமைச்சரவை அமைத்தது. இதன்பின் பழமைவாதிகளின் இலக்கான ஜுடேயாவிலும் சமாரியாவிலும் – அதாவது இப்போது இஸ்ரேல் ஆக்கிரமித்திருக்கும், பாலஸ்தீனர்களுக்கு ஐநாவால் ஒதுக்கப்பட்ட, வெஸ்ட் பேங்கில் – யூதக் குடியிருப்புகளை அதிகரிக்க வேண்டும் என்ற அரசின் கொள்கை தீவிரமடைந்தது. வெளியிலிருந்து யூதர்களை இஸ்ரேலுக்கு வரவழைத்து இஸ்ரேலில் குடியமர்த்துவது ஷமிரின் முதன்மையான குறிக்கோள்களில் ஒன்று ஆகியது.

சதாம் ஹுஸைனின் சவால்

1990 ஆகஸ்டில் ஈராக் அதிபர் சதாம் ஹுஸைன் குவைத்தை முற்றுகையிட்டபோது அமெரிக்காவின் தூண்டுதலால் ஐநா குவைத்திலிருந்து வாபஸ் வாங்கும்படி சதாமுக்கு *12* தீர்மானங்கள் மூலம் கட்டளையிட்டது. சதாமோ, 'மத்திய கிழக்குப் பகுதியில் பல நாடுகள் மற்ற நாடுகளைச் சேர்ந்த இடங்களைப் பிடித்துக்கொண்டிருக்கின்றன. உதாரணமாக இஸ்ரேல் பாலஸ்தீனர்களுக்குக் கொடுக்கப்பட்ட இடங்களையும் சிரியாவிலும் லெபனானிலும் சில இடங்களையும் பிடித்துக்கொண்டிருக்கிறது. இஸ்ரேல் ஆக்கிரமித்துள்ள பகுதிகளைத் திருப்பிக் கொடுத்தால்தான் ஈராக் குவைத்தை விட்டு வெளியேறுவதைப் பற்றி யோசிக்க முடியும்' என்றார். இஸ்ரேல் பாலஸ்தீனத்தில் பல இடங்களை ஆக்கிரமித்திருப்பதற்கும் குவைத்தை ஈராக் ஆக்கிர

மித்திருப்பதற்கும் இடையே உள்ள ஒற்றுமையை அமெரிக்கா வேறு வழியின்றி ஒப்புக்கொண்டு, ஈராக் படைகளைக் குவைத்திலிருந்து வெளியேற்றிய பிறகு இஸ்ரேல் பாலஸ்தீனப் பிரச்சினைக்கு சமாதான உடன்படிக்கை செய்யலாம் என்று அறிவித்தது. இப்படி அமெரிக்கா அறிவித்த பிறகுதான் சிரியா ஈராக்கிற்கு (இரண்டும் அரபு லீகில் உறுப்பினர்கள்) எதிராக அமெரிக்காவோடு சேர்ந்து போர் புரியச் சம்மதித்தது. 1990 நவம்பரில் ஐநாவின் பாதுகாப்புச் சபையில் நிறை வேற்றிய தீர்மானத்தின்படி சதாம் குவைத்தை விட்டு வெளியேறாத தால் அமெரிக்கக் கூட்டணி நாடுகள் ஈராக்கைத் தாக்கின.

உடனே ஈராக் இஸ்ரேல் மீது ஸ்கட் ஏவுகணைகளை (Scud missiles) வீசியது. இஸ்ரேலைத் தாக்குவதன் மூலம் அதைப் போருக்கு இழுத்தால் இஸ்ரேல் ஈராக்கிற்கு எதிராகப் போரிடும் என்றும் அப்போது அமெரிக்கக் கூட்டணியில் உள்ள அரபு நாடுகள் இஸ்ரேலோடு சேர்ந்து போர் புரியத் தயங்கலாம் என்றும் அதன் மூலம் அமெரிக்கக் கூட்டணியை உடைத்துவிடலாம் என்றும் சதாம் கணக்குப் போட்டார். சதாம் ஏவிய நாற்பது ஸ்கட் ஏவுகணைகள் மூலம் இஸ்ரேலில் நிறைய பொருள் சேதம் ஏற்பட்டது; குடிமக்கள் பலர் இடம் பெயர வேண்டியிருந்தது. இருப்பினும் இஸ்ரேல், அமெரிக்காவின் விமானப் படையே ஈராக்கை நிர்மூலமாக்கிவிடும் என்று கருதி சண்டையில் சேரவில்லை. ஆனாலும் சில பாதுகாப்பு ஏற்பாடுகளைச் செய்துகொண்டது. ஒருவேளை ஈராக் விஷவாயுவை இஸ்ரேல் மீது செலுத்தினால் அதிலிருந்து தங்களைப் பாதுகாத்துக் கொள்ள குடிமக்களுக்கு முகமூடி விநியோகம் செய்தது. போர் முடியும் வரை இஸ்ரேலியர்கள் அதைத் தங்களுடனேயே வைத்திருந்தனர்.

ஈராக் போர் நடந்துகொண்டிருந்தபோது ஏற்பட்ட அத்தனை கஷ்டங்களுக்கு மத்தியிலும் வெளியிலிருந்து யூதர்களை இஸ்ரேலுக்கு வரவழைப்பதில் இஸ்ரேல் அரசு மும்முரமாகச் செயல்பட்டது. 1991இல் மட்டும் ரஷ்யாவிலிருந்து 15 லட்சம் யூதர்கள் இஸ்ரேலுக்கு வந்தனர். எத்தியோப்பியாவில் உள்நாட்டு போர் ஆரம்பித்ததும் அங்கே மிஞ்சி யிருந்த எல்லா யூதர்களையும் இஸ்ரேல் விமானங்கள் இஸ்ரேலுக்குக் கொண்டுவந்து சேர்த்தன. 2000ஆம் ஆண்டின் முடிவில் 50,000 எத்தியோப்பிய யூதர்கள் இஸ்ரேலில் வசித்தனர்.

குவைத் போருக்குப் பிறகு

சிரியா போன்ற அரபு நாடுகளுக்கு அமெரிக்க ஜனாதிபதி புஷ் (முதலாவது புஷ்) ஈராக் போருக்கு முன் கொடுத்த வாக்குறுதியைக் காப்பாற்றும் பொருட்டு இஸ்ரேல், பாலஸ்தீனர்கள், அரபு நாடுகள்

ஆகியோருக்கு இடையே சமாதானம் பேச ஏற்பாடு செய்தார். இம்மாதிரிப் பேச்சுவார்த்தைகளில் புஷ்ஷின் வெளியுறவுத்துறை அமைச்சர் பேக்கர் கைதேர்ந்தவர் என்றாலும் சம்பந்தப்பட்டவர்களை ஒன்று கூட்டிப் பேச்சுவார்த்தை நடத்துவது அவ்வளவு எளிதான செயலாக இருக்கவில்லை. பேச்சுவார்த்தைகளில் எந்தெந்த விஷயங்கள் சேர்க்கப்படும் என்பதோடு எப்படி நடக்க வேண்டும் என்பதிலும் இஸ்ரேலும் அரபு நாடுகளும் சில நிபந்தனைகள் விதித்தன. இந்தப் பேச்சு வார்த்தைகளில் இஸ்ரேல் அரபு நாடுகளோடும் பாலஸ்தீனர் களோடும் நேருக்கு நேர் பேச வேண்டும் என்றும், அரபு நாடுகளுக்குச் சாதகமாக இருப்பதாக நினைத்ததால் ஐரோப்பிய நாடுகளும் ஐநாவும் இதில் பங்கு வகிக்கக் கூடாதென்றும் இஸ்ரேல் நிபந்தனை விதித்தது. பீஎல்ஓ உறுப்பினர்களோடு ஒரே மேடையில் உட்காரப் போவ தில்லை என்பது இஸ்ரேலின் இன்னொரு நிபந்தனை. அமெரிக்கா பாரபட்சமற்ற முறையில் நடந்துகொள்ளாது என்பதால் அரபு நாடுகள் இதற்கு நேர்மாறான ஐரோப்பிய நாடுகளும் ஐநாவும் பீஎல்ஓவும் கலந்துகொள்ள வேண்டும் என்ற நிபந்தனையை விதித்தன. பாலஸ்தீனம் சுதந்திரம் அடைந்துவிட்டால் தன்னுடைய நன்மைகள் பாதிக்கப்படும் என்பதால் பீஎல்ஓ கலந்துகொள்ள வேண்டும் என்பதில் ஜோர்டான் அவ்வளவு தீவிரமாக இல்லை. இப்படி இரண்டு தரப்புகளும் வெவ்வே றான நிபந்தனைகள் போட்டாலும் பேக்கர் தன் சாதுரியத்தால் அவற்றைச் சமாளித்தார். இஸ்ரேலைத் திருப்திப்படுத்த பீஎல்ஓ உறுப்பினர் களுக்குப் பதிலாக வெஸ்ட் பேங்கில் இருந்த பாலஸ்தீனப் பிரதிநிதிகள் கலந்துகொள்வார்கள் என்ற யோசனையையும் அரபு நாடுகளைத் திருப்திப்படுத்த ஐரோப்பிய நாடுகளையும் ஐநாவையும் பார்வையாளர் களாகச் சேர்த்துக்கொள்ளலாம் என்ற யோசனையையும் கூறினார். மேலும் ஈராக் வெற்றிக்குப் பிறகு அமெரிக்காவின் மதிப்பு மிகவும் உயர்ந்திருந்ததால், ஒரு வழியாக இரு தரப்புகளையும் சரிக்கட்டி ஸ்பெயின் நாட்டின் தலைநகர் மேட்ரிட்டில் மாநாட்டை நடத்தினார்.

மேட்ரிட் மாநாடு

மாநாட்டில் நாடுகளின் வெளியுறவு மந்திரிகளே கலந்துகொள்ளலாம் என்ற விதி இருந்த போதிலும் இஸ்ரேல் பிரதமர் ஷமிர் இஸ்ரேலின் பிரதிநிதியாகத் தானும் கலந்துகொள்ள வேண்டும் என்று திட்டமிட்டு முதல் நாள் ஒரு நீண்ட உரையாற்றினார். அவர் கூறியதாவது: 'நாலாயிரம் ஆண்டுகளாக நாங்கள்தான் இந்த இஸ்ரேல் மண்ணில் வாழ்ந்துவந்திருக்கிறோம். இடையில் சிலுவைப் போராளிகள் குறுகிய காலம் ஏற்படுத்திய அரசை விடுத்து நாங்கள்தான் இந்த மண்ணில் சுதந்திர ஆட்சியை நிறுவியிருக்கிறோம். ஜெருசலேம் நகரம் எங்களுக்கு

மட்டும்தான் தலைநகராக இருந்திருக்கிறது. மற்ற எந்த நாடும் இந்த மண்ணோடு தொடர்ந்து பந்தம் வைத்திருக்கவில்லை. அரபு நாடுகளின் தலைவர்களே, இஸ்ரேலின் இருப்பை (Israel's existence) ஏற்றுக் கொள்ளுங்கள். பெரும்பாலான அரபு நாடுகள் இஸ்ரேலை எப்படியும் அழித்துவிடுவது என்று திட்டம் தீட்டிக்கொண்டிருக்கின்றன. நாங்கள் வெஸ்ட் பேங்கையும் காஸாவையும் கோலன் ஹைட்ஸையும் பிடித்துக்கொண்டதுதான் இந்தப் பிரச்சினைக்குக் காரணம் என்று கூறுகிறீர்கள். 1967 போருக்கு முன்பே, அதாவது இந்த இடங்கள் இஸ்ரேலின் அதிகாரத்தின் கீழ் வருமுன்பே, இஸ்ரேலின் இருப்பினை நீங்கள் அங்கீகரிக்கவில்லை.'

இவருக்குப் பிறகு பேசிய பாலஸ்தீனர்களின் பிரதிநிதி இஸ்ரேல் உட்பட்ட பாலஸ்தீனத்தை இரண்டாகப் பிரிக்கும்படியும் யூதக் குடியிருப்புகள் கட்டுவதை நிறுத்தும்படியும் பாலஸ்தீனர்களுக்குச் சுதந்திரம் கொடுக்கும்படியும் ஜெருசலேம் தங்களுடைய எதிர்காலத் தலைநகராக இருக்க வேண்டும் என்றும் கூறினார். அவருக்குப் பிறகு பேசிய சிரியாவின் வெளியுறவு மந்திரி கோலன் ஹைட்ஸ், காஸா, வெஸ்ட் பேங்க் ஆகிய இடங்களை விட்டு விலகும்படி இஸ்ரேலை வற்புறுத்தினார். அரபு மண்ணில் யூதக்குடியிருப்புகளை அமைப்பது உலக நாடுகளின் சட்டத்திற்குப் புறம்பானது என்றார். மறுநாள் நடந்த கூட்டத்தில் ஷமிர், சிரியாவை மனித உரிமைகளின் காப்பகம் என்று சொல்வது உண்மைக்குப் புறம்பானது என்று கூறியதோடு பழங்காலத்தில் யூதர்களுக்கு எதிராக சிரியாவில் வன்முறைச் செயல்கள் அவிழ்த்துவிடப்பட்டதையும் நினைவுகூர்ந்தார். இதற்குப் பதிலடியாக சிரியாவின் வெளியுறவு மந்திரி பாலஸ்தீனம் பிரிட்டனின் கீழ் இருந்தபோது ஷமிர் பிரிட்டிஷாரால் தேடப்பட்டு வந்த தீவிரவாதி என்பதைக் குறிக்கும் ஒரு புகைப்படத்தைக் காட்டினார். இந்த மாநாட்டில் பெரிய வெற்றி கிடைக்கவில்லை என்றாலும் 1977இல் இஸ்ரேல் அதிபர் சதாத் ஜெருசலேமிற்குச் சென்ற நிகழ்ச்சிக்குப் பிறகு இஸ்ரேல்-அரபு நாடுகள் உறவில் ஏற்பட்ட இன்னொரு முக்கிய நிகழ்ச்சியாக இந்த மாநாடு அமைந்தது. அதன் பிறகு வாஷிங்டனிலும் மாஸ்கோவிலும் இஸ்ரேலுக்கும் அரபு நாடுகளுக்கும் பாலஸ்தீனர்களுக்கும் இடையே இதைத் தொடர்ந்து நடந்த பேச்சு வார்த்தைகளில் எந்தவித முன்னேற்றமும் ஏற்படவில்லை.

பேச்சுவார்த்தையில் தொய்வு

மேட்ரிட் பேச்சுவார்த்தைகளைத் தொடர்ந்து வாஷிங்டனில் நடந்த பேச்சுவார்த்தைகளில் முன்னேற்றம் ஏற்படாதது மட்டுமல்ல, சில

சமயங்களில் தொய்வும் ஏற்பட்டது. ஒரு முறை பாலஸ்தீனர்கள் ஓர் இஸ்ரேல் இராணுவ வீரன் ஒருவனைக் கடத்திக்கொண்டு போய்க் கொலை செய்ததைத் தொடர்ந்து இஸ்ரேல் 415 முஸ்லிம் அடிப்படை வாதிகளைப் பாலஸ்தீனத்திலிருந்து வெளியேற்றி லெபனானுக்கு அனுப்பியது. இதை எதிர்த்த பாலஸ்தீனர்கள், அத்தனை பாலஸ்தீனர் களையும் பாலஸ்தீனத்திற்குள் திரும்ப அனுமதித்தாலொழிய பேச்சு வார்த்தைகளில் கலந்துகொள்வதில்லை என்று கூறினர்.

பேச்சுவார்த்தைகளுக்கு இப்படி ஏதாவது இடைஞ்சல்கள் வந்து கொண்டே இருந்தன. மேலும் அடிப்படையில் இரு தரப்பாருக்கும் வேற்றுமைகள் இருந்தன. பெகினைப் பொறுத்தவரை பாலஸ்தீனர் களுக்குச் சுதந்திரம் கொடுப்பது பற்றிய பேச்சுவார்த்தைகளை இன்னும் பத்து ஆண்டுகள் நீட்டித்துக்கொண்டே போனால் அந்தப் பத்து ஆண்டுகளுக்குள் அங்கு ஐந்து லட்சம் யூதர்கள் குடியேறிவிடுவார்கள், அதன் பிறகு அந்தப் பிரதேசத்தைப் பிரிப்பது என்ற பேச்சையே பாலஸ்தீனர்கள் எடுக்க முடியாது என்று திட்டம் போட்டார். பாலஸ்தீனர்களோ ஜெருசலேம் தங்கள் தலைநகரமாக விளங்க வேண்டும் என்பதிலும் அகதிகளாகச் சென்றவர்கள் திரும்பவும் அவர்கள் இடங்களுக்குத் திரும்பிச் செல்ல அவர்களுக்கு உரிமை வழங்கப்பட வேண்டும் என்பதிலும் எவ்வித மாற்றமும் இல்லாமல் இருந்தார்கள். இந்தக் காரணங்களால் பேச்சுவார்த்தையில் எந்த முன்னேற்றமும் ஏற்படவில்லை.

ஷமிர் மேட்ரிட் பேச்சுவார்த்தையில் கலந்துகொண்டதை ஒப்புக் கொள்ளாத இஸ்ரேலின் பழமைவாதக் கட்சி உறுப்பினர்கள் அவருடைய அமைச்சரவையிலிருந்து விலகினர். அதனால் அவருக்குப் பெரும்பான்மை போய் அவருடைய ஆட்சி கலைக்கப்பட்டது. இவருக்குப் பின்னால் வந்த இஸ்ரேலியப் பிரதமர்கள் அமைதியை நிலைநாட்டுவதிலேயே கவனம் செலுத்தினர். ஒவ்வொருவரும் தங்களுக்கே உரிய பாணிகளில் பேச்சுவார்த்தைகள் நடத்தினார்கள். எல்லாப் பேச்சுவார்த்தைகளிலும் கோலன் ஹைட்ஸை சிரியாவிடம் திருப்பிக் கொடுப்பது, ஜெருசலேம், அகதிகள், இஸ்ரேலின் பாதுகாப்பு போன்ற பிரச்சினைகளைக் கையாளுவது சவாலான விஷயமாக இருந்தது.

தொகுப்பு

ஆறு நாள் போருக்குப் பின் பக்கத்து நாடுகளின் மேல் இஸ்ரேலின் தாக்குதல்களும் பாலஸ்தீனர்களின் மீது அடக்குமுறையும் தொடர்ந்து

நடந்தன. பாலஸ்தீனர்களும் பதிலுக்கு வன்முறைச் செயலில் இறங்கினர். 1969இல் லெவி இஷ்கோலுக்குப் பிறகு இஸ்ரேல் பிரதம மந்திரியாகப் பதவியேற்ற கோல்டா மேயருக்கு இஸ்ரேல் பிடித்த எந்த இடங்களையும் திருப்பிக் கொடுக்கும் உத்தேசம் இல்லை. எகிப்தில் நாசருக்குப் பிறகு பதவியேற்ற சதாத் கோல்டா மேயரோடு பேச்சுவார்த்தை நடத்த எவ்வளவோ முயன்றார். 1967இல் இழந்த இடங்களை எப்படியாவது திரும்பப் பெற்றுவிட வேண்டும் என்று நினைத்தார். திடீரென்று எகிப்தும் சிரியாவும் யூதர்களுக்கு முக்கிய தினமான யாம் கிப்பூர் அன்று இஸ்ரேலைத் தாக்கின. ஆனாலும் வெற்றி என்னவோ இஸ்ரேலுக்குத்தான். அதனால் 1967 போரில் பிடித்த இடங்களைத் திருப்பிக் கொடுக்கவில்லை. 1977இல் பதவிக்கு வந்த பெகின் வெஸ்ட் பேங்கை அதனுடைய பழைய பெயர்களான ஜுடேயா, சமாரியா என்றுதான் அழைப்பார். வெஸ்ட் பேங்கும் யூதர்களுக்கு உரிய இடம் தான் என்று அவர் நினைத்ததால் அந்தப் பகுதியை வெஸ்ட் பேங்க் என்ற பெயரால் அழைக்கப் பிடிக்கவில்லை. பாலஸ்தீனர்களுக்குத் தனிநாடு அமைக்கும் எண்ணம் அவருக்கு இல்லை. பல முயற்சிகளுக்குப் பிறகு எகிப்தோடு சமாதானம் செய்துகொண்டார். பாலஸ்தீனப் பிரச்சினையையும் இந்தப் பேச்சுவார்த்தையில் சதாத் சேர்க்க விரும்பியதால் பெகின் அதில் கையெழுத்திட்டாலும் அதைப் பின்பற்றவில்லை. யூதக் குடியிருப்புகளை வெஸ்ட் பேங்கில் கட்டுவதையும் தொடர்ந்தார். இஸ்ரேலின் அடக்குமுறையை எதிர்த்து வெடித்த பாலஸ்தீனர்களின் எழுச்சியும் வன்முறையில் இறங்கியது. வன்முறைச் செயல்களுக்கு நடுவே இஸ்ரேலில் ஆட்சி மாற்றங்களும் பாலஸ்தீனர்களோடு பேச்சு வார்த்தைகளும் விட்டுவிட்டு நடந்தன. ஆனால் இரு சாராரும் எந்தப் பிரச்சினை பற்றியும் ஒரு முடிவுக்கும் வரவில்லை. வன்முறையும் பேச்சுவார்த்தையும் தொடர்ந்தன.

7

ஆஸ்லோ ஒப்பந்தம் முதல் இன்று வரை

மீண்டும் பிரதமரான ரபீன்

அமைதியை நிலைநாட்டுவது கொள்கையாக இருந்தாலும், பாலஸ்தீனர் களின் இடங்களை அபகரித்துக்கொள்வதை அதிகரித்துக்கொண்டே போன ஷமிர் 1992இல் நடந்த தேர்தலில் பதவியிலிருந்து இறக்கப் பட்டு அபகரித்த இடங்களை விட்டுக் கொடுத்தாவது அமைதியை நிலைநாட்ட வேண்டும் என்று விரும்பிய இட்சாக் ரபீன் பிரதமராகத் தேர்ந்தெடுக்கப்பட்டார். இந்தத் தேர்தலில் க்னெசட்டில் 40ஆக இருந்த லிக்கூட் கட்சியின் இடங்கள் 32ஆகக் குறைந்தன. அதே சமயம் தொழில் கட்சிக்கு 39இலிருந்து 44 இடங்கள் கிடைத்தன. இன்னும் சில கட்சிகளோடு சேர்ந்து ரபீன் ஆட்சி அமைத்தார். இவர் பெரெஸை வெளியுறவு அமைச்சராக நியமித்த போதிலும் இஸ்ரேலுக்கும் மற்ற அரபு நாடுகளுக்கும் இடையில் நடக்கும் பேச்சுவார்த்தைகளைத் தன் கட்டுப்பாட்டில் வைத்துக்கொண்டார். அமைதி ஏற்பட நான்கு மாதங் களுக்குள் வழி செய்வதாகத் தேர்தல் வாக்குறுதியில் கூறியிருந்தாலும் அது அவ்வளவு எளிதல்ல என்பதைச் சீக்கிரமே உணர்ந்தார்.

ஆஸ்லோவில் திரைக்குப் பின் பேச்சுவார்த்தை

வாஷிங்டனில் நடந்த பேச்சுவார்த்தைகள் தோல்வி அடைந்து கொண்டிருந்த நேரத்தில் இஸ்ரேல் பிரதம மந்திரிக்குக் கூடத் தெரியாமல் பாலஸ்தீன விடுதலை இயக்க அதிகாரி அபு அலாவும் (Abu Ala'a) இஸ்ரேலியப் பேராசிரியர் ஹர்ச்பெல்ட்டும் (Hirschfeld) இரகசியமாக லண்டனில் சந்தித்தனர். வாஷிங்டனில் நடந்த பேச்சுவார்த்தையில் பாலஸ்தீனர்களின் சார்பில் கலந்துகொண்ட ஹனான் அஷ்ராவி (Hanan Ashrawi) என்பவரின் யோசனையின் பேரில் இது நடைபெற்றது. மத்திய கிழக்கிற்கு ஐநாவின் தூதராக நியமிக்கப்படவிருந்த நார்வேயைச் சேர்ந்த டெர்யே ராட் லார்சன் (Terje Rod Larsen) என்பவருக்கு அபு அலாவையும் ஹர்ச்பெல்ட்டையும் தெரியும். அவர்கள் இருவரும்

சந்தித்து அவர்களுடைய பேச்சுவார்த்தையில் முன்னேற்றம் இருந்தால் பேச்சுவார்த்தைகள் நார்வேயில் தொடர ஏற்பாடுகள் செய்வதாகவும் வாக்களித்தார். ஹர்ச்பெல்ட்டுக்கு இஸ்ரேலின் வெளியுறவு மந்திரியின் உதவியாளரை நன்றாகத் தெரியும். அவர் ஹர்ச்பெல்ட்டுக்கு ஆதரவு அளித்து வந்தார். பாலஸ்தீனர்களின் தலைவரான அரஃபாத்தும் அவருடைய உதவியாளரும் அபு அலா ஹர்ச்பெல்டோடு நடத்திய பேச்சுவார்த்தை தொடர ஊக்கம் அளித்தனர். இதனால் இவர்களுடைய பேச்சு வார்த்தை லார்சனின் உதவியின் மூலம் **1993** ஜனவரியில் நார்வேயின் ஆஸ்லோ நகரிலிருந்து **50** மைல் தொலைவிலுள்ள ஸார்ப்ஸ்போர்க் (Sarpsborg) என்னும் சிறிய ஊரில் தொடர்ந்தது. ஹர்ச்பெல்ட்டுக்கு அவருடைய மாணவர் ஒருவரும் அபு அலாவுக்கு பீஎல்ஓ அதிகாரிகள் இருவரும் பேச்சு வார்த்தையில் உதவினர். ஹர்ச்பெல்ட்டும் அபு அலாவும் பேச்சு வார்த்தைகளில் தங்களுக்குப் பெயர் வர வேண்டும் என்பதைவிட இஸ்ரேலியர்களுக்கும் பாலஸ்தீனர் களுக்கும் இடையே உள்ள பிரச்சினைகளுக்குத் தீர்வு காண வேண்டும் என்பதில் குறியாக இருந்தனர். நடந்துபோன விஷயங்களைப் பற்றிப் பேசியதாலேயே பேச்சுவார்த்தைகள் முறிந்து போயின என்று கூறிய அபு அலா, எதிர்காலத்தில் பாலஸ்தீனர்களுக்கும் இஸ்ரேலியர்களுக்கும் இடையே எப்படி உறவு இருக்க வேண்டும் என்று பேசுவோம் என்று கூறியது ஹர்ச்பெல்ட்டுக்கும் பிடித்ததால் அவரும் அதற்கு ஒப்புக் கொண்டார். மேலும் ஹர்ச்பெல்ட், ‘முதலில் காஸாவில் கவனம் செலுத்துவோம். அதைப் பாலஸ்தீனர்களுக்கு எப்படிக் கொடுப்பது என்று முடிவு செய்வோம். அப்படிக் கொடுத்தால் அவர்கள் அதைத் தாங்களே ஆண்டு கொள்ளலாம்’ என்ற யோசனையை முன்வைத்தார்.

காஸா பற்றி ஒரு முடிவு

இதற்கு முன்பே காஸாவைப் பாலஸ்தீனர்களுக்குக் கொடுப்பது பற்றி இஸ்ரேல், எகிப்தின் அதிபர் முபாரக் மூலம் யாசர் அரஃபாத்தை மறைமுகமாகக் கேட்டது. ஆனால் பிரச்சினைகள் நிறைந்த காஸாவைக் கொடுத்துவிட்டு வெஸ்ட் பேங்கையும் ஜெருசலேமையும் தொடர்ந்து வைத்துக்கொள்ள இஸ்ரேல் முயலுகிறது என்று எண்ணி அரஃபாத் அந்த யோசனையை ஏற்றுக்கொள்ளவில்லை. ஆனால் இந்தக் கட்டத்தில் அபு அலா காஸாவில் முதலில் கவனம் செலுத்துவோம் என்ற யோசனையை ஏற்றுக்கொண்டதோடு ஜெருசலேம் பற்றி விவாதிப்பதையும் இதோடு சேர்த்துக்கொள்வோம் என்றார். முதல் சுற்று விவாதத்திலேயே ஜெருசலேமைச் சேர்க்க விரும்பிய அபு அலாவின் யோசனையை ஏற்க மறுத்த ஹர்ச்பெல்ட் ‘ஜெருசலேம் பற்றி விவாதிப்பது எளிதில் உணர்ச்சிகளைத் தூண்டக் கூடிய

விஷயம், அந்தப் பேச்சை இப்போதைக்கு எடுக்கவேண்டாம்' என்று சொன்னதை அபு அலாவும் ஒத்துக்கொண்டார். அப்போது இஸ்ரேல் மக்களிடம் ஜெருசலேம் பற்றி விவாதிக்கலாமா என்று கேட்டு எடுத்த வாக்கெடுப்பில் 83 சதவிகிதம் வேண்டாம் என்றனராம். ஆனால் காஸா பற்றிய விவாதத்திற்கு 84 சதவிகிதம் சரி என்றனராம். இஸ்ரேல் மக்களின் இந்த மனப்பான்மையைத்தான் ஹர்ச்பெல்ட் பிரதிபலித்தார்.

வாஷிங்டனில் பேச்சுவார்த்தையின் தொடர்ச்சி

முதல் சந்திப்பு பற்றி ஹர்ச்பெல்ட் வெளியுறவு மந்திரி பெரெஸுக்குத் தெரிவித்தார். அவர் பிரதம மந்திரி ரபீனுக்குத் தெரிவித்தார். ரபீன் இந்தச் சந்தர்ப்பத்தைப் பயன்படுத்தித் தடைபட்டுப் போயிருந்த வாஷிங்டனில் நடந்த பேச்சுவார்த்தைகளைத் தொடர முயற்சி மேற்கொண்டார். பேச்சுவார்த்தைகளைத் தொடர அரஃபாத் தன் குழுவை வாஷிங்டனுக்கு அனுப்பினால்தான் ஆஸ்லோ பேச்சைத் தொடர தான் அனுமதி வழங்கப் போவதாக ரபீன் அறிவித்தார். ஆஸ்லோ பேச்சுவர்த்தை திருப்தி அளித்ததால் அரஃபாத்தும் தன் குழுவை வாஷிங்டனுக்கு அனுப்ப ஒப்புக்கொண்டார். ஒரே சமயத்தில் வாஷிங்டனிலும் ஆஸ்லோவிலும் பேச்சுவார்த்தைகள் தொடர்ந்தன. விரைவில் வாஷிங்டனில் அதிகாரபூர்வமான இஸ்ரேலிய பிரதிநிதி களுக்கும் வெஸ்ட் பேங்க் பாலஸ்தீனர்களுக்கும் இடையே நடந்த பேச்சுவார்த்தை தடைபட்டுப் போனது; ஆஸ்லோவில் இஸ்ரேலியப் பேராசிரியருக்கும் பீஎல்ஓ உறுப்பினர்களுக்கும் இடையே நடந்த பேச்சுவார்த்தை தொடர்ந்து 'கொள்கைப் பிரகடனம்' (Declaration of Principles) வெளியிடும் அளவிற்கு முன்னேற்றம் கண்டது. இஸ்ரேலியப் பேராசிரியரின் கருத்துக்கள் இஸ்ரேல் அரசின் கருத்துக்களாக இருக்க வேண்டும் என்று அரஃபாத் விரும்பியதால் அவர் கேட்டுக்கொண்ட தற்கு இணங்க ரபீன் இஸ்ரேல் வெளியுறவுத்துறையின் தலைமை இயக்குநர் (Director General) உரி சவிரை (Uri Savir) ஆஸ்லோ பேச்சிற்கு அனுப்பச் சம்மதித்தார். இதில் வேடிக்கை என்னவெனில் பீஎல்ஓவைப் பாலஸ்தீனர்களின் பிரதிநிதியாக ஒப்புக்கொள்ளாத இஸ்ரேல் அரசு பீஎல்ஓவோடு பேச இஸ்ரேல் அரசைச் சேர்ந்த ஒருவரை அனுப்பியது. இவர் ஆஸ்லோவிற்கு வந்து சேரும்போதே அங்கு பேச்சுவார்த்தை நடத்திக் கொண்டிருந்த இரு தரப்பாரும் ஒரு கொள்கைப் பிரகடனத்தைத் தயார் செய்திருந்தனர். இதன்படி பாலஸ்தீனத்தில் வாழும் பாலஸ்தீனர்கள் ஒரு ஜனநாயக அரசைத் தேர்தல்கள் மூலம் தேர்ந்தெடுத்துக்கொள்வார்கள் என்றும் இந்த ஆட்சி ஏற்பட்டு ஐந்து ஆண்டுகள் ஆன பிறகோ அதற்கு முன்போ அந்தப் பகுதிகளுக்கு

நிரந்தர அந்தஸ்து வழங்குவது பற்றிப் பேச்சுவார்த்தைகள் ஆரம்பிக்கும் என்றும் முடிவெடுக்கப்பட்டது. இவரும் காஸாதான் முதலில் பாலஸ்தீனர் களுக்குக் கொடுக்கப்படும் என்றும் இந்தப் பேச்சுவர்த்தைகள் எப்போதும் இஸ்ரேலுக்கும் பாலஸ்தீன பிரதிநிதி களுக்கும் இடையில் தான் நடக்க வேண்டும் என்றும் மற்ற சர்வதேச நாடுகளின் தலையீடு இருக்கக்கூடாது என்றும் பேச்சுவார்த்தைகள் நடக்கும்போது இஸ்ரேலுக்குத் தகுந்த பாதுகாப்பு கொடுக்கப்பட வேண்டும் என்றும் வலியுறுத்தினார். இஸ்ரேல் பாலஸ்தீனர்களைப் பொறுத்தவரை அநியாயமாக நடந்துகொண்டதால் சர்வதேச நாடுகளை எதிர்நோக்கும் சக்தி அதற்கு இல்லை.

இப்படியாக ஆஸ்லோ பேச்சுவர்த்தைகள் தொடர்ந்து ‘கொள்கைப் பிரகடனம்’ வரை பெரிய முன்னேற்றம் கண்டது. வாஷிங்டன் அருகிலுள்ள கேம்ப் டேவிட்டில் **1993** செப்டம்பரில் ரபீனும் அரஃபாத்தும் ஆஸ்லோ ஒப்பந்தத்தில் கையெழுத்திட்டனர். அந்த நிகழ்ச்சியில் பேசிய ரபீன், ‘நம் இரு இனங்களும் சண்டை செய்ததில் எத்தனையோ உயிர்கள் இழக்கப்பட்டிருக்கின்றன. இறந்தவர்களின் உறவினர்களை எங்களால் நேராகப் பார்க்க முடியவில்லை. இது வரை சண்டையிட்டது போதும். நம் ஆயுதங்களுக்கு எல்லாம் நாம் விடை கொடுக்கும் நாள் ஒரு நாள் வரும்’ என்று உருக்கமாகப் பேசினார்.

ஆஸ்லோ ஒப்பந்தத்தின் பெரிய விளைவுகள்

இந்த ஆஸ்லோ ஒப்பந்தத்தால் இரண்டு பெரிய விளைவுகள் ஏற்பட்டன. ஒன்று பீஎல்ஓ பாலஸ்தீனர்களின் பிரதிநிதி என்று இஸ்ரேல் ஒத்துக் கொண்டது. காஸாவிலும் வெஸ்ட் பேங்கிலும் ஏற்படப்போகும் பாலஸ்தீனத்தின் ஆட்சி அமைப்பாக பாலஸ்தீன அத்தாரிட்டி (Palestine Authority) என்ற அமைப்பு ஏற்படுத்தப்பட்டது. மேலும் இது வரை பயங்கரவாதி என்று இஸ்ரேலால் கருதப்பட்ட அரஃபாத் ஒரு அரசியல் தலைவராகவும் பாலஸ்தீன அத்தாரிட்டியின் அதிபராகவும் ஏற்றுக்கொள்ளப்பட்டார். பாலஸ்தீனர்கள் இஸ்ரேல் நாடு இருப்பதை ஒப்புக்கொண்டனர். அமெரிக்காவில் கையெழுத்தான ஆஸ்லோ ஒப்பந்தத்தை இனி செயல்படுத்த வேண்டுமே. இதற்கான பேச்சு வார்த்தைகள் உடனேயே ஆரம்பமாயின.

இதற்கிடையில் இந்த ஆஸ்லோ ஒப்பந்தத்தை இஸ்ரேலில் எதிர்த்தவர்கள் தங்கள் கைவரிசையைக் காட்டினர். **1994** பிப்ரவரியில் ஹெப்ரான் அருகிலுள்ள ஒரு மசூதியில் ஒரு யூதர் சுட்டதில் **29** பாலஸ்தீனர்கள் உயிரிழந்தனர். இதற்குப் பதிலுக்கு பாலஸ்தீனர்கள் பதினான்கு இஸ்ரேலியர்களைக் கொன்றனர். இந்தக் கொலைகள்

நடந்தாலும் ஆஸ்லோ ஒப்பந்தத்தைத் தொடர்ந்து பேச்சுவார்த்தைகள் நடந்தன. கல்வி, கலை, சமூக நலம், வரி விதிப்பு ஆகியவை இஸ்ரேலின் அரசிடமிருந்து பாலஸ்தீன அத்தாரிட்டிக்கு மாற்றப்பட்டது. பாலஸ்தீனர்கள் வாழ்ந்த இடங்களில் இருந்த இஸ்ரேல் துருப்புகள் அங்கிருந்து திரும்பிவிட்டன. 1994 ஜூலை மாதம் யாசர் அரஃபாத் காஸாவில் பாலஸ்தீன அத்தாரிட்டியின் அதிபராக நுழைந்தார். காஸாவைத் தொடர்ந்து வெஸ்ட் பேங்கில் சில இடங்களுக்கும் சுயாட்சி வழங்கப்பட்டது. காஸாவில் 12 யூதக் குடியிருப்புகள்தான் இருந்ததால் அங்கு சுயாட்சி வழங்குவதில் அவ்வளவு சிக்கல் இருக்கவில்லை. ஆனால் வெஸ்ட் பேங்கில் 140 குடியிருப்புகள் இருந்தன. மேலும் யூதர்களுக்கும் முஸ்லிம்களுக்கும் புண்ணிய இடமான ஹெப்ரான் வெஸ்ட் பேங்கில் இருந்தது. இங்கு 400 யூதர்கள் அரேபியர்களுக்கு இடையில் வாழ்ந்து வந்தனர்.

வெஸ்ட் பேங்கில் பாலஸ்தீனர்கள் நிறைய வாழும் இடங்கள் பாலஸ்தீனர்களின் அதிகாரத்தின் கீழ் இயங்கும் என்றும் யூதக் குடியிருப்புகளும் இஸ்ரேல் இராணுவத் தளங்களும் இருக்கும் இடங்களை இஸ்ரேல் நிர்வகிக்கும் என்றும் இவை தவிர மற்ற இடங்களில் பாலஸ்தீன காவலர்கள் சட்டம், ஒழுங்கைப் பார்த்துக்கொள்வார்கள் என்றும் அங்கு பாதுகாப்பு இஸ்ரேலின் பொறுப்பு என்றும் தீர்மானிக்கப்பட்டது.

கிளின்டன் முன்னிலையில் ஆஸ்லோ பேச்சுவார்த்தையின் தொடர்ச்சி

முதல் ஆஸ்லோ ஒப்பந்தத்தைத் தொடர்ந்து இரண்டாவது ஆஸ்லோ ஒப்பந்தத்தில் 1995 செப்டம்பர் மாதம் வாஷிங்டனில் ஜனாதிபதி கிளின்டன், எகிப்து பிரதமர் முபாரக், ஜோர்டான் அரசர் ஹுஸைன் ஆகியோர் முன்னிலையில் ரபீனும் அரஃபாத்தும் கையெழுத்திட்டனர். க்னெசட்டிலும் அது மிகக் குறுகிய ஓட்டு வித்தியாசத்தில் அங்கீகரிக்கப்பட்டது. இதைத் தொடர்ந்து வெஸ்ட் பேங்கின் ஆறு முக்கிய ஊர்களிலிருந்தும் நூற்றுக்கணக்கான அரபுக் கிராமங்களிலிருந்தும் இஸ்ரேல் படை வாபஸ் வாங்கியது. அவை எல்லாம் அரஃபாத்தின் அதிகாரத்தின்கீழ் வந்தன. ஆனால் பாலஸ்தீனர்களுக்கு இப்படி இடங்களைத் திருப்பிக் கொடுப்பதை எதிர்த்த தீவிரவாதி ஒருவனால் ரபீன் கொலைசெய்யப்பட்டார். ரபீனுக்குப் பிறகு வெளியுறவு மந்திரியாக இருந்த பெரெஸ் பிரதம மந்திரியானார்.

தேர்தல் மூலமும் பிரதம மந்திரியாகப் பதவியேற்க நினைத்த பெரெஸ் 1996 நவம்பரில் நடப்பதாக இருந்த தேர்தலை 1996 மே மாதமே நடத்தத் தீர்மானித்தார். ஆனால் தேர்தலை அவர்

அறிவித்ததற்கும் தேர்தலுக்கும் இடையில், முதலில் இஸ்ரேலுக்கும் ஹமாஸ் உறுப்பினர்களுக்கும், பின் ஹெஸ்புல்லா உறுப்பினர்களுக்கும் இடையே நிறைய மோதல்கள் ஏற்பட்டன. இவற்றில் பல இஸ்ரேலியர்கள் இறந்ததால் பெரெஸிற்கு மக்கள் ஆதரவு குறைந்து அவர் தேர்தலில் தோல்வியுற்றார். பெஞ்சமின் நெதன்யாஹு மிகக் குறைந்த ஓட்டு வித்தியாசத்தில் வெற்றி பெற்றுப் பிரதமராகப் பதவியேற்றார்.

ஆஸ்லோ ஒப்பந்தத்திற்குத் தீவிரவாதிகளின் எதிர்ப்பு

நெதன்யாஹு தீவிரவாதக் கொள்கை உடையவர். ஆஸ்லோ ஒப்பந்தத்தைத் தீவிரமாக எதிர்த்தவர். அதை எதிர்த்து நடந்த போராட்டங்களில் கலந்துகொண்டவர். இவர் அமைச்சரவையில் மதச்சார்புடைய கட்சிகள், கோலன் ஹைட்ஸைச் சிரியாவிற்குத் திருப்பிக் கொடுத்ததை எதிர்த்தவர்கள், பழமைவாதக் கட்சிகள் ஆகியவை இடம்பெற்றிருந்தன. இப்படிப் பல கட்சிகளின் ஆதரவால் தான் அவரால் அமைச்சரவை அமைக்க முடிந்தது. இவருக்கு அரஃபாத்தை அறவே பிடிக்காது. அவரோடு இஸ்ரேல்-பாலஸ்தீன சமரசம் பற்றிப் பேசுவதை இவர் வெறுத்தார். ஆனாலும் வேறு வழியின்றி அரஃபாத்தோடு பேச வேண்டியிருந்தது. பதவிக்கு வந்த சில மாதங்களிலேயே 1996 செப்டம்பர் மாதம் ஜெருசலேமின் பழைய நகரில் யூதர்களின் புண்ணிய தலமான கோவில் குன்றிற்கும் (Temple Mount) முஸ்லிம்களுக்குப் புண்ணிய இடமான அல் அக்ஸா மசூதிக்கும் கீழே இருக்கும் சுரங்கப் பாதையின் வெளிவாயிலைத் திறந்து விடும்படி கட்டளை இட்டார். அது வரை ஜெருசலேம் இஸ்ரேலுக்கா அல்லது பாலஸ்தீனர்களுக்கா என்று தீர்மானமாகாமல் இருந்ததால் நெதன்யாஹுவின் செயல் பெரிய கலவரத்தைத் தூண்டியது. இஸ்ரேலியர்களுக்கும் பாலஸ்தீனர்களுக்கும் இடையே மோதல் ஏற்பட்டது. இதில் பதினைந்து இஸ்ரேலிய வீரர்களும் எண்பது பாலஸ்தீனர்களும் இறந்தனர்; இரு தரப்பிலும் பலர் காயமுற்றனர். இந்தச் சம்பவம் இரு தரப்பாருக்கும் மற்றவர் மேல் இருந்த கொஞ்ச நஞ்ச நம்பிக்கையும் தகர்ந்து போக வழிகோலியது. அப்போதைய அமெரிக்க ஜனாதிபதி கிளின்டன் அரஃபாத்தையும் நெதன்யாஹு வையும் வெள்ளை மாளிகைக்கு அழைத்துக் கலவரங்களை அடக்குமாறு கூறினார்.

ஹெப்ரானை விட்டு இஸ்ரேல் முழுவதுமாக வெளியேற வேண்டும் என்ற நிபந்தனையை ஆஸ்லோ ஒப்பந்தம் மூலம் நெதன்யாஹுவுக்கு முன்னால் இருந்த அரசு ஒப்புக்கொண்டிருந்தாலும், நெதன்யாஹு

அதைப் பின்பற்ற விரும்பவில்லை. ஹெப்ரானைப் பொறுத்த வரை மறுபடியும் பேசி முடிவுக்கு வர வேண்டும் என்று நெதன்யாஹு கூறியதை அரஃபாத்தால் மறுக்க முடியவில்லை. மறுபடி புதிதாகப் பேச்சுவார்த்தை நடத்தி இன்னொரு முடிவுக்கு வந்தனர். இதன்படி ஒரு லட்சம் பாலஸ்தீனர்கள் வாழும் ஹெப்ரான் பகுதி பாலஸ்தீன அத்தாரிட்டியின் கீழ் இயங்கும் என்றும் 20,000 பாலஸ்தீனர்களும் நானூறு யூதர்களும் அடங்கிய ஹெப்ரான் பகுதியின் பாதுகாப்பு, சட்டம், ஒழுங்கு இஸ்ரேலின் பொறுப்பு என்பதோடு அங்கு வாழும் யூதர்களின் நலன்களுக்கும் இஸ்ரேல் பொறுப்பு என்றும் அங்குள்ள பாலஸ்தீனர்களின் நலன்களுக்குப் பாலஸ்தீன அத்தாரிட்டி பொறுப்பு என்றும் முடிவானது. மிகுந்த எதிர்ப்புக்கிடையே ஹெப்ரான் தீர்மானத்திற்கு க்னெசட்டின் ஆதரவையும் நெதன்யாஹு பெற்றார்.

நெதன்யாஹுவின் ஆக்கிரமிப்புத் திட்டங்கள்

இதையடுத்து ஜெருசலேமின் தென்மேற்குப் பகுதியில் இருக்கும் ஹர் ஹோமா என்னும் பகுதியில் நெதன்யாஹு 6500 வீடுகளைக் கட்டத் திட்டமிட்டார். இந்தப் பகுதி யாருக்குச் சொந்தம் என்று முடிவாகாமல் இருக்கும்போது நெதன்யாஹு இப்படிக் கட்டத் திட்டமிட்டது பாலஸ்தீனர்களின் கோபத்தைக் கிளறியது. 'உடனடி அமைதி' இயக்கம் இஸ்ரேல் அரசின் இந்தச் செய்கையைக் கண்டித்தது.

வெஸ்ட் பேங்கில் இரண்டு சதவிகித இடங்களிலிருந்து மட்டுமே இஸ்ரேலின் படை திரும்பப் பெறப்படும் என்ற இஸ்ரேல் அரசின் முடிவும் இஸ்ரேல்-பாலஸ்தீனர்களின் உறவில் பெரிய பாதிப்பை ஏற்படுத்தியது. 1997 ஜூலை மாதம் ஹமாஸ் கட்சியைச் சேர்ந்த ஒரு தற்கொலைப் போராளி (suicide bomber) ஜெருசலேமில் குண்டு வீசித் தன்னைத் தானே அழித்துக்கொண்டபோது பதினான்கு பேர் இறந்தனர்; 160 பேர் காயமுற்றனர். இப்படிப்பட்ட தீவிரவாதிகளைத் தடுத்து நிறுத்த அரஃபாத் தவறிவிட்டார் என்று குற்றம் சாட்டி நெதன்யாஹு ஆஸ்லோ ஒப்பந்தத்தை நிறைவேற்றுவதை நிறுத்தி விட்டார். ஜோர்டானில் வாழ்ந்துவந்த ஹமாஸ் தலைவர் ஒருவரைக் கொல்வதற்கும் இஸ்ரேலின் உளவு நிறுவனமான மொசாத்துக்கு இரகசிய அனுமதியும் கொடுத்தார். இது இஸ்ரேல்-ஜோர்டான் உறவை மிகவும் பாதித்தது.

இதற்கிடையில் சிரியாவோடு சமாதானம் செய்துகொண்டால் அரஃபாத்தை வழிக்குக் கொண்டுவரலாம் என்ற நெதன்யாஹுவின் திட்டமும் பலிக்கவில்லை. அமெரிக்காவின் தலையீட்டோடு அரஃபாத்துடன் புதிய ஒப்பந்தம் செய்துகொள்ளச் செய்த முயற்சிகளுக்கும்

பலன் கிடைக்கவில்லை. சாமாதான ஒப்பந்தம் நிறைவேறாததற்கு அரஃபாத்தைக் குறை கூறினாலும் நெதன்யாஹுவிற்கு இஸ்ரேல் மக்களிடையேயும் உலகிலும் ஆதரவு குறைந்தது. அவர் புதுத் தேர்தலை அறிவித்தார்.

பராக்

1999 மே மாதம் நடைபெற்ற தேர்தலில் தொழில் கட்சியைச் சேர்ந்த எஹுட் பராக் இஸ்ரேலின் பத்தாவது பிரதம மந்திரியானார். இவரும் மற்ற இரண்டு சிறிய கட்சிகளோடு சேர்ந்து கூட்டாட்சி அமைத்தார். இஸ்ரேலில் இது வரை எந்தக் கட்சியும் தனித்து ஆட்சி அமைத்த தில்லை. கொள்கையளவில் மாறுபட்ட பல கட்சிகள் இருப்பதுதான் இதற்குக் காரணம். எஹுட் பராக்கும் இராணுவ அதிகாரியாக இருந்து அரசியலுக்கு வந்தவர். இஸ்ரேலை மதவாதிகளின் ஆதிக்கமற்ற நாடாக ஆக்க வேண்டும் என்பதில் ஆர்வமாக இருந்தார். இருப்பினும் நாட்டில் அமைதியை நிலைநாட்டுவதே இவருடைய முதல் குறிக்கோளாக இருந்தது. இவரும் சிரியாவோடு முதலில் சமாதானம் செய்துகொண்டு பின் பாலஸ்தீனப் பிரச்சினையை அணுகவேண்டும் என்று நினைத்தார். சிரியாவோடு சமாதானம் செய்துகொண்டால் லெபனானில் இருந்து இஸ்ரேலைத் தாக்கி வரும் ஹிஸ்புல்லாஹ் கட்சியையும் சமாளிக்கலாம் என்று கணக்குப் போட்டார். ஆயினும் அரஃபாத்தோடு பேச்சு வார்த்தை நடத்துவதை அவரால் தள்ளிப் போட முடியவில்லை. இவரும் நெதன்யாஹு போல் அவருக்கு முந்தைய அரசுகள் பாலஸ்தீனர் களுக்குக் கொடுத்த வாக்குறுதிகளைக் காப்பாற்றவில்லை. இஸ்ரேல் வெஸ்ட் பேங்கில் பிடித்துக்கொண்ட இடங்களில் மேலும் மேலும் யூதக் குடியிருப்புகளைக் கட்டுவதை நிறுத்துமாறு அரஃபாத் கேட்டுக் கொண்டதை பராக் ஏற்றுக்கொள்ளவில்லை.

*2000*இல் மறுபடியும் சிரியாவோடு இஸ்ரேல் பேச்சுவார்த்தையை ஆரம்பித்தது. இந்த முறை அமெரிக்க அதிபர் கிளின்டன் மூலம் ஆரம்பித்த பேச்சுவார்த்தையால் எந்த வித முன்னேற்றமும் ஏற்பட வில்லை. பராக் இஸ்ரேல் மக்களுக்குக் கொடுத்த தேர்தல் வாக்குறுதிகள் – அதில் முக்கியமானது பாலஸ்தீனர்களோடு சமரசம் பேசி முடிப்பது – எதையும் நிறைவேற்றவில்லை. அதனால் அவருடைய செல்வாக்கும் இஸ்ரேல் மக்களிடையே குறையத் தொடங்கியது.

மறுமுறை கிளின்டன் பராக்கையும் அரஃபாத்தையும் கேம்ப் டேவிட்டில் பேச்சுவார்த்தைக்காகக் கூட்டினார். அரஃபாத்திற்கு அதில் கலந்துகொள்ளவே பிரியமில்லை. கிளின்டனும் பராக்கும் தான்

விரும்பாத எதற்காவது தன்னைச் சம்மதிக்க வைத்துவிடுவார்களோ என்றும் பேச்சுவார்த்தை தோல்வியுற்றால் தன்னைத்தான் பழி சுமத்துவார்கள் என்றும் பயந்தார். அதனால் முதலில் கீழ்நிலை அதிகாரிகள் பேச்சுவார்த்தையை ஆரம்பித்து அதில் முன்னேற்றம் இருந்தால் உயர்நிலை அதிகாரிகள் பிறகு பேச்சைத் தொடரலாம் என்ற யோசனையைக் கூறினார். இதற்கு மாறாக பராக் முதலிலேயே உயர்நிலை அதிகாரிகள் சந்தித்து அவ்வப்போதே முடிவுகள் எடுக்க வேண்டும் என்று கூறினார். இஸ்ரேலியர்கள் பராக் பாலஸ்தீனர்களுக்கு அதிகமாகக் கொடுத்துவிடுவாரோ என்று பயந்தார்கள். இந்தப் பேச்சுவார்த்தையில் 1967 சண்டையில் பிடித்த இடங்களை விட்டுக் கொடுக்கப் போவதில்லை என்றும் ஜெருசலேமைப் பிரிக்கப் போவதில்லை என்றும் அது இஸ்ரேலின் கையில்தான் இருக்குமென்றும் வெஸ்ட் பேங்க் குடியிருப்புகள் இஸ்ரேலின் ஆதிக்கத்தில்தான் இருக்குமென்றும் பேச்சுவார்த்தையில் கலந்துகொள்ளச் செல்வதற்கு முன் பராக் இஸ்ரேல் மக்களுக்கு உறுதி அளித்துவிட்டுச் சென்றார்.

பராக்கும் அரஃபாத்தும் நேரடிப் பேச்சு

2000இல் கேம்ப் டேவிட்டில் நடந்த பேச்சுவார்த்தையில் அரஃபாத்தாலும் பராக்காலும் இரண்டு முக்கிய பிரச்சினைகளுக்குத் தீர்வு காண முடியவில்லை. முதலாவது அகதிகள் இஸ்ரேலுக்குத் திரும்புவது. இரண்டாவது ஜெருசலேம் பற்றியது. குறிப்பாக ஜெருசலேமின் புராதன நகரில் உள்ள யூதர்களுக்கும் முஸ்லிம்களுக்கும் பொதுவான கோவில் குன்று பற்றியது. ஆஸ்லோ ஒப்பந்தம் 1993இல் கேம்ப் டேவிட்டில் கையெழுத்தாவதற்கு இரண்டு மாதங்களுக்கு முன்னால் நார்வேயில் நடந்த பேச்சுவார்த்தைகளில் அகதிகள் பற்றி இஸ்ரேல் வெளியுறவு மந்திரியும் அபு அலாவும் வெவ்வேறு விதமாகப் புரிந்து கொண்டிருந்தனர். வெஸ்ட் பேங்கில் ஆக்கிரமித்திருக்கும் இடங்களில் 90 சதவிகிதத்தைத் திருப்பிக் கொடுத்துவிட்டால் அகதிகள் இஸ்ரேலுக்குத் திரும்பும் உரிமையை விட்டுவிடுவார்கள் என்று பேச்சுவார்த்தைகளில் முடிவானதாக இஸ்ரேல் தன் வசதிக்கேற்பப் புரிந்துகொண்டது.

பேச்சின் முறிவு

இஸ்ரேலிலிருந்து அகதிகளாகப் போனவர்களுக்கு மூன்று விதமாக முடிவுகள் எடுக்கும் உரிமை வழங்கப்பட்டது. அந்த மூன்று வகை முடிவுகள், அவர்கள் அப்போது இருக்கும் இடங்களிலேயே தொடர்ந்து இருந்துகொள்ளலாம் அல்லது அவர்களை வரவேற்கும் நாடுகளான

கனடா, ஆஸ்திரேலியா, நார்வே போன்ற நாடுகளுக்குக் குடிபெயரலாம் அல்லது எதிர்காலத்தில் உருவாகப் போகும் பாலஸ்தீன நாட்டிற்குக் குடிபெயரலாம் என்பவை ஆகும். இஸ்ரேலுக்குத் திரும்புவது பற்றி எதுவும் இல்லை. அகதிகளுக்கு இஸ்ரேலில் அவர்கள் விட்டு வந்த இடங்களுக்குத் திரும்பும் உரிமை வேண்டும் என்று அரஃபாத் கேட்ட போது பேச்சு முறிந்துவிட்டது. அமெரிக்க ஜனாதிபதி கிளின்டன், அரஃபாத் கேட்டதைவிட அதிகம் விட்டுக் கொடுக்க இஸ்ரேல் பிரதம மந்திரி தயாராக இருந்ததாகவும் அரஃபாத்தால்தான் பேச்சு வார்த்தைகள் வெற்றி அடையவில்லை என்பது போலவும் பேசினார். எந்தப் பேச்சுவார்த்தையானாலும் இஸ்ரேல் போடும் நிபந்தனை களைப் பாலஸ்தீனர்கள் அப்படியே ஏற்றுக்கொள்ள வேண்டும் என்றும் அப்படி அவர்கள் ஏற்றுக்கொள்ளாவிட்டால் பேச்சுவார்த்தை பாலஸ்தீனர்களால்தான் முறிந்துவிட்டது என்று கூறுவதும் அமெரிக்காவின் பழக்கமாகி விட்டது.

பேச்சுவார்த்தையில் எந்த வித வெற்றியும் கிடைக்காமல் திரும்பி வந்த பராக் சமூக சீர்திருத்தங்களில் கவனம் செலுத்த முயன்றார். அதிலும் அவரால் வெற்றிபெற முடியவில்லை. 1970களின் கடைசி யிலிருந்து லிக்கூட் கட்சிக்கும் தொழில் கட்சிக்கும் கிட்டத்தட்ட சம இடங்களே கிடைத்து வந்ததால் அந்த இரண்டு கட்சிகளாலும் மதச் சார்புடைய கட்சிகளின் ஆதரவில்லாமல் அரசு அமைக்க முடிய வில்லை. இதை நன்றாகப் பயன்படுத்திக்கொண்டு இந்தக் கட்சிகளும் தங்களுக்கு வேண்டியவற்றை அரசிடம் பெற்றுக்கொண்டன. பராக் சமூக சீர்திருத்தங்கள் கொண்டுவந்ததை நிறையப் பேர் வரவேற்றாலும் பேச்சுவார்த்தையில் தோற்றது அவரின் செல்வாக்குக் குறையக் காரணமாக இருந்தது.

பாலஸ்தீனத்தில் இரண்டாவது எழுச்சி

2000இல் அமெரிக்காவில் கேம்ப் டேவிட்டில் நடந்த பேச்சுவார்த்தை யில் எந்த முன்னேற்றமும் இல்லாதால் அரஃபாத் எதிர்பார்த்தபடியே பாலஸ்தீனர்கள் மிகுந்த அதிருப்தியும் கோபமும் அடைந்தனர். அதற்கு மேல், இஸ்ரேலின் எதிர்க்கட்சித் தலைவரான ஆரியல் ஷரோன் 2000ஆம் ஆண்டு செப்டம்பர் மாதம் யூதர்களுக்கும் முஸ்லிம்களுக்கும் புண்ணிய இடமான கோவில் குன்றிற்குச் (Temple Mount) சென்று ஆற்றிய உரை பாலஸ்தீனர்களின் கோபத்தை மேலும் கிளறியது. இது ஜெருசலேமிலும் இஸ்ரேல் ஆக்கிரமித்திருக்கும் வெஸ்ட் பேங்க் பகுதிகளிலும் பாலஸ்தீனர்களை வன்முறைச் செயல்களில் ஈடுபடத் தூண்டியது. இந்த இரண்டாவது எழுச்சியை அல் அக்ஸா எழுச்சி

(Al-Aqsa Intifada) என்கிறார்கள். இந்த வன்முறையில் பன்னிரெண்டு வயது முஸ்லிம் பையன் ஒருவன் இறந்துபோனான். இதற்குப் பழிவாங்க பாலஸ்தீனர்கள் வெஸ்ட் பேங்கின் நெப்லஸ் என்ற ஊரில் இருந்த யூதர்களுக்குப் புனிதமான ஒரு கல்லறையை உடைத்தனர். இதற்குப் பழிவாங்க இஸ்ரேலியர்கள் இஸ்ரேலின் வடக்குப் பகுதியிலுள்ள ஒரு பழமையான மசூதியைச் சூறையாடினர். அதையடுத்து வெஸ்ட் பேங்கின் ரமல்லாவுக்குள் தவறுதலாக நுழைந்துவிட்ட இரண்டு இஸ்ரேலிய வீரர்களைப் பாலஸ்தீனர்கள் கொன்றது இஸ்ரேல் தொலைக்காட்சியில் காட்டப்பட்டது. இதையடுத்து பிரதமர் பராக் வெஸ்ட் பேங்கிலும் காஸாவிலும் உள்ள இடங்களைத் தாக்குமாறு டாங்குகளையும் ஹெலிகாப்டர்களையும் அனுப்பினார்.

அமெரிக்க ஜனாதிபதி கிளின்டன் உடனடியாக எகிப்தில் ஒரு அவசரக் கூட்டத்தைக் கூட்டினார். அதில் பராக், அரஃபாத்தோடு எகிப்து ஜனாதிபதி முபாரக், ஜோர்டான் அதிபர் அப்துல்லாஹ், ஐநா அதிபர் கோஃபி அன்னன், ஐரோப்பிய யூனியனைச் சேர்ந்த அதிகாரி ஒருவர் ஆகியோரும் கலந்துகொண்டனர். ஆனால் எந்த முடிவும் எடுக்கப்படவில்லை. இதற்கிடையில் ஜெருசலேமில் ஒரு கார் வெடித்து இரண்டு இஸ்ரேலியர்கள் இறந்ததையடுத்து பாலஸ்தீனர்களுக்கும் இஸ்ரேலியர்களுக்கும் இடையே சமாதான உடன்பாடு அமைய வாய்ப்புகள் மிகவும் குறைந்தன. பராக்கிற்கும் க்னெசட்டில் பெரும் பான்மை குறைந்தது. புது பிரதம மந்திரியைத் தேர்ந்தெடுக்க அவர் தேர்தலை அறிவித்தார்.

தேர்தலில் பராக்கின் தோல்வி

இஸ்ரேலில் நடந்து முடிந்த தேர்தலில் இஸ்ரேல் அரேபியர்களும் 1990களில் சோவியத் யூனியன் விழுந்த பிறகு ரஷ்யாவிலிருந்து இஸ்ரேலுக்கு வந்த யூதர்களும் பெரிய அளவில் கலந்துகொள்ள வில்லை. சநாதன யூதர்களுக்கு ரஷ்ய யூதர்கள் யூதர்கள்தானா என்ற சந்தேகம் எப்போதும் இருந்து வந்தது. யூத மதத் தலைவர்களின் செல்வாக்கைக் குறைக்க எண்ணிய பராக் தேர்தலில் நிற்குமுன் இஸ்ரேல் சமூகத்தை மதவாதிகளின் ஆதிக்கமற்றதாக மாற்றுவதாக வாக்களித்திருந்தார். சமாதானப் பேச்சுவார்த்தைகளில் கவனம் செலுத்தியதால் பராக்கால் அந்தத் திட்டத்தில் கவனம் செலுத்த முடியவில்லை. அதனால் ரஷ்ய யூதர்களுக்குப் பராக்கின் மேல் கோபம். அரேபியர் ஒருவரை அமைச்சராக நியமிப்பதாகச் சொன்ன தேர்தல் வாக்குறுதியைப் பராக் நிறைவேற்றாதலால் இஸ்ரேல் வாழ் அரேபியர்களுக்கும் அவர் மேல் கோபம். மேலும் இவர் ஆட்சியின்

போது ஷரோன் கோவில் குன்றுக்கு விஜயம் செய்ததை எதிர்த்த 13 அரேபிய இளைஞர்கள் கொல்லப்பட்டனர். இதனாலும் இஸ்ரேல் வாழ் அரேபியர்களுக்கு அவர் மேல் கோபம். அதனால் பராக் தேர்தலில் தோல்வியுற்றார். லிக்கூட் கட்சியைச் சேர்ந்த ஆரியல் ஷரோன் பிரதம மந்திரியானார்.

மீண்டும் பிரதமரான ஷரோனின் வன்முறை

ஷரோன் இராணுவத்தில் சேர்ந்து படிப்படியாக முன்னேறி அரசியலுக்கு வந்து பிரதம மந்திரி பதவி வரை வகித்தவர். எதற்கும் பயப்படாதவர். பிரதம மந்திரி பெகின் 'ஷரோன் ஒரு சிறந்த இராணுவத் தளபதி; ஆனால் கொடூரமான மனிதர்' என்று சொன்னதும், பென்-குரியன், 'ஷரோன் இராணுவ வீரர்; ஆனால் உண்மை பேசுவதில் பெரிய கஞ்சன்' என்று சொன்னதும் இவருடைய சுபாவத்தைத் தெளிவாகக் காட்டு கின்றன. இராணுவத்தில் பணிபுரிந்தபோது பல கொடூரச் செயல்கள் புரிந்திருக்கிறார். 1982இல் இஸ்ரேல் இராணுவம் லெபனானுக்குள் நுழைந்து அங்குள்ள பாலஸ்தீனக் கொரில்லாக்களை வெளியேற்றிய போது ஸப்ராவிலும் ஷடில்லாவிலும் நடந்த கொலைகளுக்கு மறைமுகக் காரணமாக இருந்திருக்கிறார். இஸ்ரேலில் பயங்கரவாதிகளும் பிரதம மந்திரியாக வருவார்கள் என்பதற்கு இவரையும் பெகினையும் உதாரணமாகக் கூறுவார்கள். இவர் பிரதம மந்திரியாகப் பதவி யேற்றபோது பாலஸ்தீனர்களுக்கும் குடியிருப்புகளில் குடியமர்த்தப் பட்ட யூதர்களுக்கும் இடையே மோதல்கள் ஏற்பட்டுக்கொண்டி ருந்தன. தற்கொலைப் போராளிகளும் இஸ்ரேலின் நகரங்களுக்குள் நுழைந்து தாக்குதல்கள் நடத்தினர்.

இவருக்கு முன்னால் இருந்த பிரதம மந்திரி பராக்கைப் போல் இவர் பாலஸ்தீனர்களோடு சமரசம் பேச முயவில்லை. அவர்களைப் படைபலத்தால்தான் வழிக்குக் கொண்டுவர முடியும் என்று முடிவு செய்து பாலஸ்தீனர்களின் பகுதிக்குள் போர் விமானங்களை அனுப்பி வெஸ்ட் பேங்கிலும் காஸாவிலும் குண்டுகளை பொழியச் செய்தார். பாலஸ்தீனத் தலைவர்களைக் கொலைசெய்யும் கொள்கையையும் தீவிரப்படுத்தினார். இவர் பாலஸ்தீனர்களையும் அவர்களுடைய இடங்களையும் தாக்க, பாலஸ்தீனர்கள் பதிலுக்கு தற்கொலைப் போராளிகள் மூலம் பல இஸ்ரேலியர்களைத் தாக்க, இந்த வன்முறைகள் தொடர்ந்தன. அமெரிக்கத் தலையீட்டினாலும் வன்முறைகளை நிறுத்த முடியவில்லை. அமைதிக்காகப் பாலஸ்தீனர்களை இன்னும் அதிகமாகத் தாக்க வேண்டும் என்போர் ஒரு புறமும் இஸ்ரேலின் பாதுகாப்புக்கு இஸ்ரேல் இதுவரை பிடித்துள்ள இடங்களைப்

பாலஸ்தீனர்களுக்குத் திருப்பிக் கொடுத்துவிட வேண்டும் என்று கூறும் இடதுசாரிகள் ஒரு புறமும் ஆக இஸ்ரேல் சமூகம் பிளவுபட்டது.

பாலஸ்தீனத் தற்கொலைப் போராளிகள்

2001இல் புஷ் அமெரிக்கப் பிரதமரானார். இவருக்கு இஸ்ரேல்-பாலஸ்தீனப் பிரச்சினையைத் தீர்த்துவைக்க ஆர்வம் இல்லை. ஆரியல் ஷரோனும் ஆக்கிரமித்த இடங்களைத் திருப்பிக் கொடுப்பது பற்றியோ, ஜெருசலேமைப் பிரிப்பது பற்றியோ அகதிகள் திரும்பி வருவது பற்றியோ எதுவும் பேசவில்லை. 2001இல் அமெரிக்காவில் தீவிர வாதிகள் நடத்திய தாக்குதலுக்குப் பிறகு தீவிரவாதத்தை ஒழித்தா லொழிய அரஃபாத்தோடு பேச்சுவார்த்தை நடத்தப் போவதில்லை என்று புஷ் முடிவுசெய்தார். ஷரோனும் புஷ்ஷும் இஸ்ரேலில் நடக்கும் வன்முறைகளுக்கு அரஃபாத்தான் காரணம் என்று கூறினர். தற்கொலைப் போராளிகளின் செயல்களுக்குக் காரணமாயிருந்த பாலஸ்தீனத் தலைவர்களை இஸ்ரேலின் இராணுவம் குறிவைத்துக் கொன்றது. வன்முறையில் ஈடுபட்டவர்கள் என்று சந்தேகப்பட்டவர் களின் வீடுகளை புல்டோஸர் கொண்டு தகர்த்தெறிந்தது. இஸ்ரேலின் இந்தச் செய்கைகளை மனித உரிமைக் கழகங்களும் உலக நாடுகளும் ஐநாவும் வன்மையாகக் கண்டித்தன.

தற்கொலைப் போராளிகளின் செயல்களுக்கு வஞ்சம் தீர்க்க எண்ணிய இஸ்ரேலின் இராணுவம் ஆஸ்லோ ஒப்பந்தத்திற்குப் பிறகு வெளியேறிய இடங்களை மறுபடி பிடித்துக்கொண்டது. ரமல்லாவில் இருந்த பாலஸ்தீன அத்தாரிட்டியின் அலுவலகங்களைச் சூறையாடியது; கட்டடங்களைத் தகர்த்துத் தரைமட்டமாக்கியது. ஐநாவின் செக்யூரிட்டி கவுன்சில் போட்ட தீர்மானங்களைச் சட்டைசெய்யாமல் வெஸ்ட் பேங்கில் உள்ள நெப்லஸ் என்ற ஊரையும் ஜெனின் (Jenin) என்ற இடத்தில் உள்ள அகதிகள் முகாமையும் மூர்க்கமாகத் தாக்கியது. இதில் 497 பாலஸ்தீனர்கள் இறந்தனர். ஐநாவின் புள்ளிவிபரங்களின்படி 2800 அகதிகள் வீடுகள் தகர்க்கப்பட்டன; 17,000 பேர் வீடுகளை இழந்தனர்.

தடுப்புச் சுவர்

தீவிரவாதத்தைத் தடுக்க ஷரோன் செய்த அடுத்த செயல் இஸ்ரேலை யும் பாலஸ்தீனர்களின் இடங்களையும் பிரிக்கப் பாதுகாப்பு வேலி யையும் மிக உயர்ந்த சுவரையும் கட்டுவது. இந்தத் தடுப்புச் சுவர் 2002 ஜூனில் தொடங்கப்பட்டது. 449 மைல் தூரம் கட்டுவதாகத் திட்டமிடப்பட்ட இந்தச் சுவர் வெஸ்ட் பேங்கின் வடக்கிலிருந்து

ஆரியல் ஷரோன் கட்டிய தடுப்புச் சுவர்.

ஆரம்பித்து – வெஸ்ட் பேங்கின் பல இடங்களை ஆக்கிரமித்துக் கொண்டு – தெற்கு நோக்கி நகர்ந்தது. 2008 முடிய 254 மைல் கட்டப்பட்டது. சில இடங்களில் இது இரும்பு வேலியாலும் மற்ற இடங்களில் கான்கிரீட்டாலும் – சில இடங்களில் இதன் உயரம் 25 அடியாக இருக்கிறது – கட்டப்பட்டது. இஸ்ரேல் மக்களைத் தீவிரவாதிகளிடமிருந்து காப்பாற்றவும் தீவிரவாதிகள் இஸ்ரேலுக்குள் ஊடுருவதைத் தடுக்கவும் அவர்கள் இஸ்ரேலுக்குள் ஆயுதங்கள் கொண்டுவருவதைத் தடுக்கவும் இந்தச் சுவர் எழுப்பப்பட்டுள்ளதாக இஸ்ரேல் அரசு அறிவித்தது. இதற்கு எதிர்ப்புத் தெரிவித்த ஐநா சபை 'ஐநாவால் பாலஸ்தீன நாட்டிற்காகக் கொடுக்கப்பட்ட இடத்தில் இஸ்ரேல் ஆக்கிரமித்துக்கொண்ட இடங்களில் பெரும்பகுதியை உள்ளடக்கிக் கட்டியிருக்கும் இந்தச் சுவர் சட்டத்திற்குப் புறம்பானது; உலக நாடுகள் தங்கள் கண்டனத்தைத் தெரிவிக்கின்றன; இதனால் ஆயிரக்கணக்கான பாலஸ்தீனர்களின் வாழ்வாதாரங்கள் பாதிக்கப் பட்டுள்ளன' என்று அறிக்கை வெளியிட்டது. அகில உலக நீதிமன்றமும் (International Court of Justice) இஸ்ரேல் சுவர் கட்டியிருப்பது வெஸ்ட் பேங்கை முழுவதுமாக எடுத்துக்கொண்டதற்குச் சமம் என்றும் இது அகில உலகச் சட்டத்திற்குப் புறம்பானது என்றும் கூறியது.

வெஸ்ட்பேங்கில் வாழும் பாலஸ்தீனர்கள் – குறிப்பாக இந்தச் சுவரினால் பாதிக்கப்பட்டவர்கள் – தங்கள் விளைநிலங்களுக்கு, பள்ளிகளுக்கு, மருத்துவமனைகளுக்குச் செல்வதில் உள்ள கஷ்டங்களை எண்ணிக் கலங்கினர். அவர்கள் இந்தச் சுவரில் உள்ள சோதனைச் சாவடிகள் மூலம் சுற்றிவளைத்துக்கொண்டுதான் மேலே குறிப்பிட்ட இடங்களுக்குச் செல்ல முடியும். சுவர் தற்காலிகமானதுதான் என்று இஸ்ரேல் கூறினாலும் அதற்கு ஆன செலவுகளை – ஒரு மைல் சுவர் கட்ட 40 லட்சம் டாலர்கள் – நினைத்து இது தற்காலிகமானதல்ல என்று பாலஸ்தீனர்கள் நினைக்கிறார்கள். 2006இல் அப்போதைய பிரதம மந்திரி எஹுட் ஓல்மெர்ட் 'இனி இஸ்ரேல் மக்கள் பாலஸ்தீனர்களிடமிருந்து பயமில்லாமல் இருக்கலாம். இந்தச் சுவர் எப்போதும் இருக்கும்' என்று கூறினார். 2007இல் வெளிவந்த மனித உரிமைக் கழகம் 'இப்போது சுவரின் 85 சதவிகிதப் பகுதி வெஸ்ட் பேங்கிற்குள் இருக்கிறது. இந்தச் சுவர் நிரந்தரமாகிவிட்டால் நான்காவது ஜெனிவா ஒப்பந்தப்படி இஸ்ரேல் தான் ஆக்கிரமித்த வெஸ்ட் பேங்க் பகுதியில் சட்டவிரோதமான குடியிருப்புகள் உட்படப் பத்து சதவிகித இடங்களை எடுத்துக்கொண்டுள்ளது. அது மட்டுமல்ல, பாலஸ்தீனர்களின் சிறந்த விளைநிலங்களையும் நீர்நிலைகளையும் எடுத்துக்கொண்டுள்ளது' என்று கூறியிருக்கிறது

இரண்டாவது புஷ்ஷின் முயற்சி

புஷ் 2002இல் ஆற்றிய உரையில் 'இஸ்ரேல், பாலஸ்தீனம் என்று இரண்டு நாடுகள் பக்கத்தில் பக்கத்தில் இருக்கவேண்டும். இரண்டிற்கும் பாதுகாப்பு வேண்டும். பாலஸ்தீனத் தலைமை மாற வேண்டும்' என்றார். அரஃபாத்தை பாலஸ்தீனர்கள் மாற்ற வேண்டும் என்று நேரிடையாகக் கூறவில்லையென்றாலும் அதைத்தான் பூடகமாகக் கூறினார். ஆனால் பாலஸ்தீனர்களோ 'அரஃபாத் பாலஸ்தீனர்களால் தேர்தலில் தேர்ந்தெடுக்கப்பட்டவர்' என்று கூறிவிட்டனர். 2003ஆம் ஆண்டு மார்ச் மாதம் அமெரிக்கா, பிரிட்டன், ரஷ்யா ஆகிய மூன்று நாடுகளும் ஐரோப்பிய யூனியனும் சேர்ந்து ஒரு திட்டத்தைத் தயாரித்தன. அதன்படி பாலஸ்தீன அத்தாரிட்டி புதிய சீர்திருத்தங்களைக் கொண்டுவர வேண்டும் என்றும் ஒரு பிரதம மந்திரியை நியமிக்கவேண்டும் என்றும் இஸ்ரேல் புதிதாகக் குடியிருப்புகளைக் கட்டக் கூடாது என்றும் 2001-க்குப் பிறகு கட்டிய குடியிருப்புகளை நீக்கிவிட வேண்டும் என்றும் திட்டமிடப்பட்டது. ஆனால் இந்தத் திட்டமும் செயலுக்கு வரவில்லை. 1967இல் பிடித்த இடங்களை இஸ்ரேல் திருப்பிக் கொடுத்துவிட்டால் இஸ்ரேலுடைய பாதுகாப்புக்கு அரபு லீகைச் சேர்ந்த நாடுகள் முழு ஒத்துழைப்புக் கொடுக்கும் என்றும்

ஒரு திட்டம் சவூதி அரேபியாவால் கொண்டுவரப்பட்டது. இதுவும் முதலிலேயே செயலிழந்துவிட்டது. மேலும் ஆஸ்லோ ஒப்பந்தத்தைத் தயாரித்தவர்களில் ஒருவரும் பாலஸ்தீன அத்தாரிட்டியில் மந்திரியாக இருந்த ஒருவரும் சேர்ந்து 'ஜெனிவா ஒப்பந்தம்' என்ற ஒன்றை வெளியிட்டனர். இதில் 1967இல் இருந்த எல்லைகளின் அடிப்படையில் பாலஸ்தீனம், இஸ்ரேல் என்ற இரண்டு நாடுகள் உருவாக்கப்படும் என்றும் வெஸ்ட் பேங்கையும் காஸாவையும் இணைக்கும் ஒரு இடைவழி நிலம் இருக்க வேண்டும் என்றும் ஜெருசலேமில் யூதர்கள் வாழும் இடம் இஸ்ரேலின் தலைநகரமாகவும் பாலஸ்தீனர்கள் வாழும் இடம் பாலஸ்தீனின் தலைநகரமாகவும் விளங்கும் என்றும் அகதிகள் பாலஸ்தீனத்திற்கு வருவதற்கு உரிமை வழங்கப்பட வேண்டும் என்றும் வர விரும்பவில்லை என்றால் இழப்பீட்டுத் தொகை வழங்கப்பட வேண்டும் என்றும் கூறப்பட்டிருந்தது. இந்தத் திட்டம் அகில உலக அளவில் பலரின் ஆதரவைப் பெற்றது. அமெரிக்க ஜனாதிபதிகளான கார்ட்டர், கிளின்டன், ஐநா தலைவர் கோஃபி அன்னான்,நெல்சன் மண்டேலா, கோர்பச்சேவ் ஆகியோர் இதை ஆதரித்தனர். 53 சதவிகித இஸ்ரேல் குடிமக்களும் 56 சதவிகித பாலஸ்தீன குடிமக்களும் இந்தத் திட்டத்திற்கு ஆதரவு அளித்தனர். ஆனால் தலைவர்கள் மத்தியில் இது ஆதரவைப் பெறவில்லை. அப்போதைய அமெரிக்க ஜனாதிபதி புஷ்ஷின் ஆதரவு இதற்கு முழுமையாகக் கிடைக்கவில்லை. ஆரியல் ஷரோன் அதை அப்படியே எதிர்த்தார். இதுவும் அப்படியே கிடப்பில் போடப்பட்டது.

அரஃபாத் மரணம்

2004ஆம் ஆண்டின் இறுதி மாதங்களில் அரஃபாத் ஆரியல் ஷரோனால் வெஸ்ட் பேங்கின் ரமல்லாவில் அவருடைய அலுவலகத்திற்குள்ளேயே சிறைவைக்கப்பட்டார். அரஃபாத் வெளியே எங்கு சென்றாலும் திரும்பி வர முடியாதவாறு தடை விதித்தார். தன்னுடைய உடல்நலம் அதிகம் பாதிக்கப்பட்டதால் அரஃபாத் சிகிச்சைக்காக பாரீஸுக்குச் சென்றார். அங்கு நவம்பரில் உயிர் இழந்தார். அவருடைய உடலை அவருடைய விருப்பப்படி புராதன நகரில் உள்ள அல் அக்ஸா மசூதிக்குப் பக்கத்தில் அடக்கம் செய்வதை இஸ்ரேலியப் பிரதமர் ஷரோன் எதிர்த்தார். புராதன நகரம் உட்பட கிழக்கு ஜெருசலேமைப் பாலஸ்தீனர்களுக்குக் கொடுப்பதற்கு ஷரோனுக்கு எப்போதுமே உடன்பாடில்லை. அதனால் அரஃபாத்தை அங்கு அடக்கம் செய்ய அவர் ஒத்துக்கொள்ளவில்லை. மேலும் கலவரங்கள் வெடிக்கலாம் என்று பயந்தார். அரஃபாத்திற்கு இறுதி மரியாதை செலுத்த வரும் அரபு நாட்டுத் தலைவர்களுக்கு வெஸ்ட் பேங்கிற்குச் செல்ல இஸ்ரேல் அரசு

அனுமதி கொடுக்காது என்பதால், கெய்ரோவில் இராணுவ மரியாதை யோடு அவருடைய இறுதிச் சடங்குகள் செய்யப்பட்டன. அதன்பிறகு அவருடைய உடலை ஹெலிகாப்டர் மூலம் ரமல்லாவுக்கு எடுத்துச் சென்றனர். ஜெருசலேமைச் சேர்ந்த ஒரு முஸ்லிம் மதத் தலைவர் அல் அக்ஸாவிலிருந்து கொண்டுவந்த மண்ணோடு சேர்த்து அங்கு கல்லறை எழுப்பப்பட்டது. இது அரஃபாத்தின் கல்லறையின் தற்காலிக இடம்தான் என்று பாலஸ்தீனர்கள் கூறிவருகிறார்கள். பிரதம மந்திரியாக இருந்த முஹம்மது அப்பாஸ் பாலஸ்தீன அத்தாரிட்டியின் தலைவரானார். இவர் பதவியேற்பு விழாவில் 'ஜெருசலேமைத் தலைநகராகக் கொண்ட பாலஸ்தீன நாட்டை உருவாக்குவோம்' என்று உரையாற்றினார். தீவிரவாதி என்று இஸ்ரேல் தலைவர்களால் வெறுக்கப்பட்ட அரஃபாத் இறந்த பிறகு அவருடைய பதவியை ஏற்ற அப்பாஸுக்கு அமெரிக்க ஜனாதிபதி புஷ்ஷும் ஆரியல் ஷரோனும் வாழ்த்துத் தெரிவித்தனர்.

காஸாவிலிருந்து இஸ்ரேல் வெளியேற்றம்

2004 பிப்ரவரி மாதம் ஷரோன் காஸாவிலிருந்து இஸ்ரேல் வெளியேறும் என்று அறிவித்தார். இஸ்ரேல் அங்கு அமைத்திருக்கும் குடியிருப்புகள் அகற்றப்படும் என்றும் இஸ்ரேலின் துருப்புகள் காஸாவிலிருந்து வெளியேறி காஸாவிற்கு வெளியே நிறுத்தப்படும் என்றும் அறிவித்தார். இஸ்ரேல் யூதக் குடியிருப்புகளை அகற்றுவதைப் பல மதவாதிகளும் அடிப்படைவாதிகளும் எதிர்த்தனர். ஆனால் காஸாவிலிருந்து வெளியேறுவதன் மூலம் பாலஸ்தீனர்களுக்குத் தனிநாடு அமைக்கும் பேச்சையே இதன் மூலம் கிடப்பில் போடுவதோடு இஸ்ரேலின் எல்லை களையும் சுவர் கட்டியதன் மூலம் ஷரோன் முடிவுசெய்து விட்டார். 'முதலில் காஸா, பின் மற்ற இடங்கள் கொடுக்கப்படும்' என்று நினைத்தவர்களுக்கு 'காஸா மட்டும்தான்' என்று புரியவைத்ததாக லிக்கூட் கட்சித் தலைவர் ஒருவர் கூறினார். உலக மனித உரிமைக் கழகம் 'ஒரு இடம் அதை ஆக்கிரமித்தவர்களின் கையில் இருக்கிறதா என்று சொல்வதற்கு அவர்களின் துருப்புகள் எங்கிருக்கின்றன என்று பார்க்கத் தேவை இல்லை... காஸாவைச் சுற்றி இஸ்ரேல் இராணுவம் இருந்துகொண்டு அங்கிருந்து வெளியே வருபவர்களையும் உள்ளே செல்பவர்களையும் கண்காணிக்கிறது என்பதே இஸ்ரேலின் அதிகாரத்தில் காஸா இருக்கிறது என்பதற்கு அடையாளம்' என்றார்.

2005ஆம் ஆண்டு செப்டம்பர் மாதம் இஸ்ரேல் காஸாவை விட்டு வெளியேறியது. இப்படி வெளியேறியபின் கொஞ்ச காலம் அங்கு அமைதி நிலவியது. ஆனால் இஸ்லாமியத் தீவிரவாதிகள் காஸாவிற்குப்

பக்கத்தில் இருந்த ஸ்டெரோட் (Sderot) என்ற இஸ்ரேலிய ஊரின் மீது ராக்கெட் தாக்குதல் நடத்தியதால் அதற்குப் பதிலடி கொடுக்கும் வகையில் இஸ்ரேல் ஹெலிகாப்டர்கள் மூலம் குண்டுவீச்சு நடத்தியது; குறிவைத்துத் தலைவர்களைத் தாக்கியது. இந்தத் தாக்குதல் தொடர்ந்து, இராணுவம் சேராத பொதுமக்கள் பலரும் கொல்லப்பட்டனர். இஸ்ரேல் பிரதம மந்திரி, 'காஸா மக்களுக்காக நான் வருத்தப்படுகிறேன். ஆனால் ஸ்டெரோட் மக்களின் உயிர்களும் நலனும் பாதுகாப்பும் அதைவிட முக்கியம்' என்று கூறிக் காஸா மீது தாக்குதலைத் தொடர்ந்தார். இராணுவரல்லாத இருவரைக் கடத்திக்கொண்டு போனதைத் தொடர்ந்து பாலஸ்தீனத் தீவிரவாதிகள் இஸ்ரேல் இராணுவத்தினர் இருவரைக் கொன்றுவிட்டு ஒரு அதிகாரியைக் கடத்திச் சென்றனர். அப்போது இஸ்ரேல் சுமார் 9,000 பாலஸ்தீனர் களைக் கைதிகளாகப் பிடித்துவைத்திருந்தது. இதில் 750 பேர் எந்தவித விசாரணையும் இல்லாமல் சிறைபிடிக்கப்பட்டவர்கள். தீவிரவாதிகளின் செய்கைக்குப் பதிலடி கொடுக்கும் வகையில் இஸ்ரேல் காஸாவைத் தாக்கத் தொடங்கியது. சாலைகள், பாலங்கள், தண்ணீர்த் தொட்டிகள், மின் இணைப்புகள் ஆகியவை சேதமாயின. காஸாவின் 75 சதவிகிதப் பகுதிகள் மின்சாரத்தை இழந்தன. வெஸ்ட் பேங்கில் இருந்த ஹமாஸ் உறுப்பினர்களைக் கைதுசெய்தனர். இதையடுத்து இஸ்ரேலும் பாலஸ்தீன அத்தாரிட்டியும் செய்துகொண்ட ஒப்பந்தத்தினால் ஆள்கடத்தலும் கொலைகளும் நின்றுபோனாலும் வன்முறை சிறிய அளவில் நடந்துகொண்டுதான் இருந்தது. 'இஸ்ரேல் இராணுவ அதிகாரியைப் பாலஸ்தீனர்கள் கடத்திச் சென்றதற்குப் பதிலடியாக இஸ்ரேல், சிறு வயதினர்கள் 88 பேர், வன்முறைச் செயல் களில் கலந்துகொள்ளாத 205 பேர் உட்பட 405 பாலஸ்தீனர்களைக் கொன்றது. பாலஸ்தீனர்களோ 2006ஆம் ஆண்டில் வெஸ்ட் பேங்கிலும் இஸ்ரேலிலும் 17 இராணுவத்தில் சேராதவர்களையும் 6 இராணுவ வீரர்களையும் கொன்றனர்' என்று இஸ்ரேலிய மனித உரிமைக் கழகம் தன் அறிக்கையில் கூறியது.

காஸாவில் ஹமாஸின் தேர்தல் வெற்றி

இதற்கிடையில் ஷரோன் 2006 ஜனவரி மாதம் நான்காம் தேதி மூளை யில் இரத்தப் போக்கு ஏற்பட்டு மருத்துவமனையில் அனுமதிக்கப் பட்டு எட்டு ஆண்டுகள் உணர்வற்ற முழு மயக்க நிலையில் இருந்து 2014 ஜனவரி 11ஆம் தேதி உயிர் இழந்தார். அவருடைய துணைப் பிரதமர் எஹுட் ஒல்மெர்ட் பிரதம மந்திரி ஆனார். பாலஸ்தீனத்திலும் சில மாற்றங்கள் ஏற்பட்டன. ஹமாஸ் (Hamas) என்னும் பாலஸ்தீனக்

கட்சி – இது ஒரு தீவிரவாதக் கட்சி – பாலஸ்தீன நாடாளுமன்றத் தேர்தலில் 132 இடங்களில் 76 இடங்களைப் பிடித்தது. இதனால் இஸ்ரேலும் அமெரிக்காவும் பாலஸ்தீனர்களோடு பேச்சுவார்த்தை நடத்துவதைத் தவிர்த்தன. மேலும் இஸ்ரேல் பாலஸ்தீன அரசின் சார்பில் வரிகளாக வசூலித்த, ஒவ்வொரு மாதமும் பாலஸ்தீன அரசுக்குக் கொடுக்க வேண்டிய 5 கோடி டாலர் பணத்தை முடக்கியது. அமெரிக்காவும் ஐரோப்பிய யூனியனும் தாங்கள் ஏற்கனவே அறிவித்த மூன்று நிபந்தனைகளை – இஸ்ரேல் என்ற நாடு உருவாகியிருப்பதை ஒப்புக்கொள்ளவேண்டும்; வன்முறைகளைக் கைவிட வேண்டும்; முந்தைய பேச்சுவார்த்தைகளை மதித்து நடக்க வேண்டும் – மதித்து நடந்தாலொழிய பண உதவி செய்யப் போவதில்லை என்று அறிவித்தன. இதனால் தன்னுடைய ஊழியர்களுக்கு சம்பளம் கொடுக்க முடியாத நிலைக்குப் பாலஸ்தீன அரசு தள்ளப்பட்டது.

நாடாளுமன்றத் தேர்தலில் ஹமாஸ் வெற்றிபெற்றதிலிருந்து ஃபதா வுக்கும் ஹமாஸுக்கும் இடையேயான உறவுகள் நலிந்து காஸாவில் இரு தரப்பினருக்கும் இடையில் துப்பாக்கிச் சண்டைகள் ஏற்படும் அளவிற்கு மோசமடைந்தன. சவூதி அரேபியாவின் தலையீட்டால் ஃபதாவும் ஹமாஸும் சேர்ந்து அமைத்த கூட்டணி அரசு ஏற்பட்டது. ஆனால் அதுவும் நிலைக்காமல் இரண்டிற்கும் இடையே வன்முறைச் செயல்கள் தொடர்ந்தன. (ஹமாஸை ஒழித்துக்கட்ட அமெரிக்கா ஃபதாவுக்கு ஆயுதங்களும் பணமும் கொடுத்து உதவியது என்பதை இங்கு குறிப்பிட வேண்டும்.) ஃபதாவின் தலைவர் அப்பாஸ் நெருக்கடி நிலைமையைப் பிரகடனம் செய்து ஹமாஸைச் சேர்ந்த பிரதம மந்திரியைப் பதவியிலிருந்து நீக்கினார். ஹமாஸைச் சேர்ந்தவர்கள் பதவியிலிருந்து நீக்கப்பட்டதும் இஸ்ரேல் பாலஸ்தீன அத்தாரிட்டிக்குக் கொடுக்க வேண்டிய வரிப்பணத்தைக் கொடுத்தது. அமெரிக்காவும் ஐரோப்பிய யூனியனும் ஃபதாவுக்கும் அப்பாஸுக்கும் உதவி அளிக்கத் தயாராகின. பாலஸ்தீனக் கட்சிகள் இரண்டுபட்டதால் – ஹமாஸ் காஸாவில் தன் அரசை நிறுவியது; ஃபதா வெஸ்ட் பேங்கில் ஆட்சி செலுத்தியது – தொடர்ந்த நிலப்பரப்புள்ள பாலஸ்தீன நாடு உருவாகுமா என்ற சந்தேகம் எழுந்துள்ளது.

கார்ட்டரின் கடைசி முயற்சி

காஸாவை இஸ்ரேல் தொடர்ந்து முற்றுகை இட்டது. இஸ்ரேலும் ஹமாஸும் வன்முறைச் சம்பவங்களில் தொடர்ந்து ஈடுபட்டுக் கொண்டு இருந்தன. இதனால் பொதுமக்கள் உயிரிழந்து கொண்டிருந்தார்கள். 2008ஆம் ஆண்டு முன்னாள் அமெரிக்க ஜனாதிபதி

ஜிம்மி கார்ட்டர் பாலஸ்தீனத்திற்கு வந்து ஹமாஸ் தலைவர்களைச் சந்தித்துப் பேசினார். இஸ்ரேல்-பாலஸ்தீனப் பேச்சுவார்த்தையில் என்ன முடிவு ஏற்பட்டாலும் அதைத் தாங்கள் ஏற்றுக்கொள்வதாகவும் ஆனால் அந்த முடிவு பாலஸ்தீன மக்களால் தேர்ந்தெடுக்கப்பட்ட அரசால் ஒப்புக்கொள்ளப்பட்ட முடிவாகவோ மக்களிடம் வாக்கெடுப்பு மூலம் எடுத்த முடிவாகவோ இருக்க வேண்டும் என்று ஹமாஸ் தலைவர்கள் கார்ட்டரிடம் கூறினர். ஆனால் கார்ட்டரின் தூதால் விளையக்கூடிய எந்த நன்மையையும் ஜனாதிபதி புஷ் அரசு ஏற்றுக் கொள்ளவில்லை.

ஒபாமாவின் சமமாக நடத்தும் கொள்கை

2009இல் ஒபாமா அமெரிக்க ஜனாதிபதியாகப் பதவியேற்றார். பதவிக்கு வருவதற்கு முன்பே அமெரிக்காவின் தாராளவாத யூதர்களின் (liberal Jews) தாக்கம் இவரிடம் இருந்தது. இஸ்ரேலின் இருப்பை இவர் அங்கீகரித்தார். ஆனால் பாலஸ்தீனர்களுக்குரிய உரிமைகளைப் பாதுகாக்கும் விதத்தில் இஸ்ரேல் அரசின் கொள்கைகள் இருக்க வேண்டும் என்றும் விரும்பினார். 2008 பிப்ரவரியில் தேர்தல் பிரச்சாரத்தில் பேசிய அவர் இஸ்ரேலின் எல்லாச் செயல்களையும் கேள்வியின்றி ஆதரிக்கும் யூதர்களை விமர்சித்தார்.

2009இல் ஒபாமா பதவியேற்று ஒரு மாதத்தில் இஸ்ரேலியப் பிரதமராகப் பதவியேற்ற நெதன்யாஹு பாலஸ்தீனர்களுக்குத் தனி நாடு அமைத்துச் சுதந்திரம் கொடுப்பதை ஒருபோதும் விரும்பியதில்லை. இவருக்கு முன்னால் பிரதம மந்திரியாக இருந்த எஹுட் ஓல்மார்ட் சமாதானப் பேச்சிற்கு முன்னால் வெஸ்ட் பேங்கில் யூதக் குடியிருப்புகளை அகற்ற வேண்டும் என்று கூறியதை இவர் வெகுவாக விமர்சித்தார். 2009 மே மாதம் ஒபாமாவைச் சந்தித்த நெதன்யாஹு ஈரானின் அணு ஆயுதத் தயாரிப்பு பற்றிப் பேசி ஒபாமாவைத் திசை திருப்ப முயன்றார். ஆனால் அதில் அவர் வெற்றி பெறவில்லை. கிழக்கு ஜெருசலேமிலும் வெஸ்ட் பேங்கிலும் கட்டும் புதிய குடியிருப்புகளை நிறுத்தும்படியும் பாலஸ்தீனர்களோடு பேச்சுவார்த்தைகளை ஆரம்பிக்கும்படியும் நெதன்யாஹுவிடம் ஒபாமா கூறினார். அமெரிக்க யூதக் கழகமான ஐப்பெக் (American Israeli Public Affairs Committee) அமெரிக்கப் பாராளுமன்ற உறுப்பினர்கள் மூலம் அமெரிக்கா இஸ்ரேலின் விசுவாசமான நண்பனாக செயல்பட வேண்டும் என்று ஒரு தீர்மானத்தைக் கொண்டுவந்தது.

இருந்தாலும் ஒபாமா அதே ஆண்டு (2009) ஜூன் மாதம் கெய்ரோவில் பேசிய பேச்சில் புதிது புதிதாகக் குடியிருப்புகளை அமைப்பதை

விட்டுவிடும்படி இஸ்ரேலுக்கும், இஸ்ரேலின் இருப்பினை அங்கீகரிக்கும் படி ஹமாஸுக்கும் அறிவுரை கூறினார். ஏடிஎல் என்னும் இன்னொரு அமெரிக்க யூதக் கழகம் இதை எதிர்த்தது. சில நாட்களுக்குப் பிறகு நெதன்யாஹு தன் பேச்சு ஒன்றில், ஒபாமாவின் கருத்தை ஏற்றுக் கொண்டதுபோல், பாலஸ்தீனம் யூதர்களுக்குச் சொந்தம் என்று கூறியதோடு பாலஸ்தீன நாடு என்ற சொல்லையும் குறிப்பிட்டார். ஆனால் சமாதானப் பேச்சு வந்தபோது பாலஸ்தீனர்கள் ஏற்கனவே நிராகரித்த நிபந்தனைகளைப் போட்டு பேச்சுவார்த்தை நடைபெற முடியாதபடி செய்தார்.

'பாலஸ்தீனர்களுக்கு ஒரு நாடு வேண்டும். அதே சமயம் இஸ்ரேலுக்கும் பாதுகாப்பு வேண்டும்' என்ற தன்னுடைய கொள்கைப் படி ஒபாமா செயல்பட்டார். 2011இல் 1967 போரில் பிடித்த இடங்களை இஸ்ரேல் விட்டுவிட வேண்டும் என்ற ஒபாமாவின் யோசனையை இஸ்ரேல் ஏற்றுக்கொள்ளவில்லை. அமெரிக்க ஜனநாயகக் கட்சியினர் சிலரே ஒபாமாவின் இந்த யோசனையை எதிர்த்தனர். இதற்கு முக்கிய காரணம் அமெரிக்க யூதர்களிடமிருந்து தங்களுக்குத் தேர்தல் நன்கொடை கிடைக்காது என்பதுதான். அமெரிக்கப் பாராளுமன்ற உறுப்பினர்கள் எப்போதும் இஸ்ரேலுக்குச் சாதகமாக நடந்துகொள்ளவே விரும்பு வார்கள். ஒரு முறை நெதன்யாஹு அமெரிக்கக் கீழவையில் பேசிய போது ஜனநாயகக் கட்சி உறுப்பினர்களும் குடியரசுக் கட்சி உறுப்பினர் களோடு போட்டிபோட்டுக்கொண்டு கைதட்டி ஆர்ப்பரித்தார்கள். இதற்குப் பிறகு ஒபாமா பாலஸ்தீன-இஸ்ரேல் பிரச்சினைக்கு நியாய மான தீர்வு காண்பதை விட்டுவிட்டு இஸ்ரேலுக்கு ஆதரவாக இருக்க ஆரம்பித்தார். சில மாதங்களுக்குப் பிறகு வெள்ளை மாளிகையில் யூதத் தலைவர்களோடு நடத்திய ஒரு கூட்டத்தில் அமெரிக்கா இஸ்ரேலின் பாதுகாப்புக்கு முக்கியத்துவம் கொடுக்கும் என்று அறிவித்தார்.

2012இல் பாலஸ்தீனர்கள் ஐநா பொதுச் சபையில் ஓட்டுரிமை இல்லாத பார்வையாளர் அந்தஸ்தைப் பெற முயன்றபோது ஐப்பெக் அமெரிக்கப் பாராளுமன்ற கீழவையிலும் செனட்டிலும் அதை எதிர்த்து தீர்மானம் போடச் செய்தது. இஸ்ரேலின் இருப்பினை ஆதரிக்காத ஹமாஸோடு சேர்ந்து ஃபதா அரசு அமைத்தால் பாலஸ்தீன அத்தாரிட்டிக்குக் கொடுக்கும் பணத்தை நிறுத்திவிடுவதாக அறிவிக்கும் படி அமெரிக்க அரசை வற்புறுத்தியது.

ஒபாமாவின் இஸ்ரேல் சார்பு

அதன் பிறகு ஐநாவில் பேசிய ஒபாமாவும் இரு சாராருக்கும் நியாய

மாக நடந்துகொள்வதை விட்டுவிட்டு இஸ்ரேலின் பக்கம் சாய்ந்தார். வெள்ளை மாளிகையில் யூதத் தலைவர்களோடு கூட்டங்கள் நடத்தியதன் விளைவாகப் பணம் படைத்த யூதத் தலைவர்கள் ஜனநாயகக் கட்சிக்கு பத்துலட்சம் டாலர் நன்கொடை கொடுத்தனர். ஒபாமாவும் ட்ரூமன் போலவே முதலில் பாலஸ்தீனர்களுக்கும் இஸ்ரேலியர்களுக்கும் இடையே பாரபட்சமில்லாமல் நடந்துகொள்ள வேண்டும் என்று நினைத்தார். போகப் போக யூதர்களின் நன்கொடைக்காகவும் இஸ்ரேலின் அமெரிக்க நண்பர்களின் எதிர்ப்பைச் சமாளிக்கவும் இஸ்ரேலுக்கு ஆதரவாக நடக்க ஆரம்பித்தார்.

இப்போது ஒபாமாவின் இரண்டாவது பதவிக் காலத்தில் ஒபாமா விற்குத் தேர்தல் நிதி எதுவும் தேவைப்படாததால் மறுபடியும் பாலஸ்தீன-இஸ்ரேல் பிரச்சினைக்கு உயிரூட்ட முயலுவது போல் தெரிகிறது. 2013 மார்ச்சில் இஸ்ரேலுக்கு விஜயம் செய்த ஒபாமா, பாலஸ்தீனர்களின் உரிமைகளுக்காகப் பரிந்து பேசினார். ஒபாமாவின் வெளியுறவு மந்திரி கெர்ரி பாலஸ்தீனர்களையும் இஸ்ரேலியர்களையும் சமாதானப் பேச்சுவார்த்தைகளைத் தொடங்குமாறு வற்புறுத்தினார். பேச்சுவார்த்தை ஆரம்பிக்கும் சமயத்தில் நெதன்யாஹு வெஸ்ட் பேங்கில் உள்ள ஆரியல் என்னும் இடத்தில் யூதக் குடியிருப்புகளைக் கட்டப்போவதாக அறிவித்தார். ஜெருசலேமை எப்போதும் பிரிக்கப் போவதில்லை என்றும் நெதன்யாஹு அறிவித்தார். கிழக்கு ஜெருசலேம் தங்கள் பாலஸ்தீன நாட்டின் தலைநகரமாகப் போவதாக நம்பிக்கொண்டிருக்கும் பாலஸ்தீனர்களுக்கு இது பெரிய அதிர்ச்சியைக் கொடுத்தது. ஒப்புக்கொண்டபடி இஸ்ரேல் சிறைகளில் அடைக்கப்பட்டிருந்த பாலஸ்தீனப் போராளிகள் அனைவரையும் விடுவிக்கவில்லை. எதிர்வினையாக, அப்பாஸ் பாலஸ்தீனம் ஐநாவைச் சார்ந்த உலக நிறுவனங்களில் சேர விண்ணப்பித்தார். பாலஸ்தீனம் உலக நீதிமன்றத்தில் சேர்ந்துவிட்டால், இஸ்ரேல் மீது மனித உரிமை மீறல்கள் என்ற குற்றம் சாட்டி வழக்குத் தொடரலாம் என்று இஸ்ரேலுக்குப் பயம்.

கெர்ரி முன்னிலையில் நடந்த பேச்சுவார்த்தை முறிவு

இப்படி இரு நாடுகளும் ஒத்துழைக்காததால் 2014 ஏப்ரலில் அமெரிக்காவின் மத்தியஸ்தத்தில் நடந்த பேச்சுவார்த்தை முறிந்தது. இஸ்ரேல் புதிய குடியிருப்பைக் கட்டப்போனதுதான் பேச்சுவார்த்தை முறிந்ததற்கு அடிப்படைக் காரணம் என்று கெர்ரியே நினைத்தார். ஃபதாவும் ஹமாஸும் சேர்ந்து அரசு அமைக்கப் போவதாக அறிவித்ததை அடுத்து இஸ்ரேல் புதிய குடியிருப்புகளைக் கட்டப்

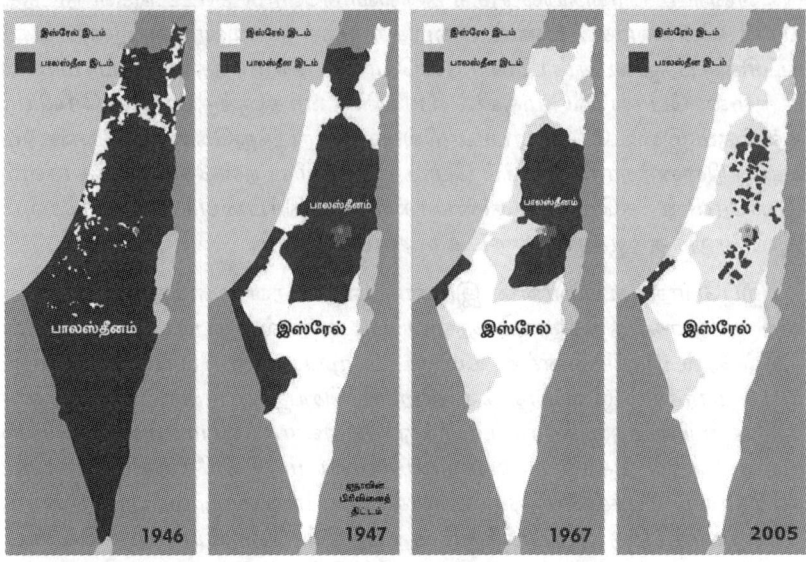

பாலஸ்தீனர்கள் இழந்த இடங்கள் 1946-2005

போவதை உறுதி செய்திருக்கிறது. இஸ்ரேலை அங்கீகரிக்காத ஹமாஸோடு சேர்ந்து அரசு அமைப்பதால் ஃபதாவோடு சமரசம் பேசப் போவதில்லை என்கிறது இஸ்ரேல். அமெரிக்காவோ ஃபதாவும் ஹமாஸும் சேர்ந்து அமைக்கப் போகும் ஐக்கிய பாலஸ்தீன அரசைத் தொடர்ந்து கண்காணித்த பின்னரே இந்த அரசைப்பற்றி முடிவு எடுக்கப் போவதாக அறிவித்திருக்கிறது.

விலகிப் போகும் தீர்வு

தனிப் பாலஸ்தீன நாடு உருவாகும் வாய்ப்புக் குறைந்துகொண்டே வருகிறது. பாலஸ்தீனர்களில் இளைய தலைமுறையினர் தனி நாட்டில் நம்பிக்கை இழக்கத் தொடங்கியிருக்கின்றனர். பாலஸ்தீனத்தில் ஒரு பெரிய வணிக நிறுவனம் நடத்தும் அப்பாஸின் மகன், 'பாலஸ்தீனத்தைப் பிரிக்க வேண்டியதில்லை; யூதர்களும் அரேபியர்களும் இஸ்ரேலில் ஒன்றாக வாழ்வதை இளைய தலைமுறையினர் பலர் விரும்புகிறார்கள். ஆனால், அரேபியர்களுக்கு யூதர்களுக்குச் சமமான குடிமையுரிமைகள் இருக்க வேண்டும்; சமவாய்ப்புகள் தர வேண்டும்' என்கிறார். இது நடப்பது குதிரைக் கொம்புக்கு ஆசைப்படுவது போன்றது என்பது மேலே சொன்ன வரலாற்றால் விளங்கும்.

தொகுப்பு

பல முயற்சிகளுக்குப் பிறகு ஆஸ்லோ ஒப்பந்தம் அரஃபாத்தாலும் ரபீனாலும் வாஷிங்டனில் கிளின்டன் முன்னிலையில் 1993இல் கையெழுத்தானது. இஸ்ரேல் தீவிரவாதிகள் இதை எதிர்த்தனர். இஸ்ரேலின் பாதுகாப்புதான் முக்கியம், சில இடங்களைக் கொடுத்தாவது அதைப் பெற வேண்டும் என்று ரபீன் விரும்பினார். இஸ்ரேல் தீவிர வாதி ஒருவனால் அவர் 1995இல் கொலை செய்யப்பட்டார்.1996இல் பிரதம மந்திரி பதவியேற்ற நெதன்யாஹுவுக்குப் பாலஸ்தீனர்களுக்குத் தனிநாடு கொடுப்பதில் எப்போதுமே விருப்பம் இல்லை. ஆஸ்லோ ஒப்பந்தத்தை எதிர்த்துப் போராட்டம் நடத்தியவர்களில் இவர் ஒருவர். எதையாவது சாக்காக வைத்துக்கொண்டு ஆஸ்லோ ஒப்பந்தத்தை நிறைவேற்றுவதைத் தள்ளிபோட்டார். இவருக்குப் பிறகு பதவிக்கு வந்த எஹுட் பராக்கும் எதுவும் செய்யவில்லை. இவருக்குப் பிறகு பிரதமரான ஷரோன் பாலஸ்தீனத் தற்கொலைப் போராளிகள் இஸ்ரேலுக்குள் வருவதைத் தடுக்க இஸ்ரேலையும் பாலஸ்தீனப் பகுதியையும் பிரிக்க பெரிய தடுப்புச் சுவரைக் கட்டினார். இந்தச் சுவரினால் இன்னும் பல இன்னல்களுக்குப் பாலஸ்தீனர்கள் உள்ளா யினர். 2009இல் மீண்டும் பிரதமராகப் பதவியேற்ற நெதன்யாஹு எந்தவித சமாதான ஒப்பந்தத்திற்கும் உடன்படுவதாகயில்லை. 2013இல் மறுபடி பிரதமர் பதவியேற்ற இவர் சமாதானத்துக்குரிய எல்லா வழிகளையும் அடைத்துவிட்டார் எனலாம்.

8

அமெரிக்க-இஸ்ரேல் உறவு

விசேஷ உறவு

அமெரிக்காவிற்கும் இஸ்ரேலுக்கும் உள்ள தொடர்பு விசேஷமானது; உறுதியானது. ஐநாவில் எந்த வாக்கெடுப்பு நடந்தாலும் அமெரிக்காவும் இஸ்ரேலும் ஒரு பக்கம்தான் இருக்கும். அமெரிக்கா பல விதங்களில் இஸ்ரேலுக்கு உதவுகிறது. அமெரிக்காவின் பொருளாதார உதவி இஸ்ரேலின் பொருளாதாரத்தைப் பல மடங்கு உயர்த்தியிருக்கிறது; இஸ்ரேலின் பொருளாதாரத்தில் தொய்வு ஏற்பட்ட போதெல்லாம் அமெரிக்கா அதைத் தாங்கி நின்றிருக்கிறது. இப்போதைய இஸ்ரேல் பிரதம மந்திரி அமெரிக்கப் பாராளுமன்றத்தில் ஒரு முறை கூறியபடி அமெரிக்காவின் உதவியால் இஸ்ரேல் பலம் வாய்ந்த நவீன நாடாக விளங்குகிறது. அமெரிக்காவின் இராணுவ உதவியால் இஸ்ரேல் மத்திய கிழக்குப் பகுதியில் உள்ள எல்லா நாடுகளையும் விட இராணுவ பலத்தில் முன்னணியில் நிற்கிறது. மத்திய கிழக்கில் உள்ள நாடுகளில் அணு ஆயுதங்கள் உள்ள ஒரே நாடு இஸ்ரேல்தான். இஸ்ரேல் அரபு நாடுகளோடு புரிந்த எல்லாப் போர்களிலும் இஸ்ரேலே வெற்றி பெற்றிருக்கிறது. இஸ்ரேல் எந்த நாட்டோடும் எந்த விதப் பேச்சு வார்த்தையிலோ சமாதான நடவடிக்கைகளிலோ ஈடுபட்டாலும் அமெரிக்கா இஸ்ரேலுக்கு எல்லா வித ஆதரவும் கொடுத்து வருகிறது. பொருளாதார, இராணுவ, ராஜதந்திர உதவி ஆகிய மூன்று விதமான அமெரிக்க உதவிகளாலும் அமெரிக்காவில் குடியேறியிருக்கும் யூதர்கள் தனிப்படச் செய்யும் பண உதவிகளாலும் இந்த யூதர்கள் அமெரிக்காவில் நிறுவியிருக்கும் எண்பதுக்கும் மேற்பட்ட யூத நிறுவனங்கள் அமெரிக்க அரசுக்குக் கொடுக்கும் வற்புறுத்தலாலும் நிர்ப்பந்தத்தாலும் (pressure) இஸ்ரேல் இன்று வளம் பொருந்திய, இராணுவ பலம் மிகுந்த நாடாக விளங்குகிறது. இத்தனை பணம் – அமெரிக்க இடதுசாரிகளின் கணக்குப்படி ஆண்டிற்கு *30000 கோடி டாலர்* – இவர்கள் கணக்கு அதிகம் என்றே வைத்துக்கொண்டாலும்

ஆண்டிற்குக் கோடிக்கணக்கான டாலர்கள் அமெரிக்காவிலிருந்து இஸ்ரேலுக்குக் போகிறது என்பதையோ அமெரிக்காவிடமிருந்து அதிக உதவி பெறும் நாடு இஸ்ரேல்தான் என்பதையோ யாரும் மறுக்க முடியாது. அமெரிக்காவிலிருந்து இத்தனை பணம் அதுவும் தங்கள் வரிப் பணத்திலிருந்து இஸ்ரேலுக்குப் போகிறது என்பதோ, இஸ்ரேல் தன் ஆக்கிரமிப்புக்குள் வைத்திருக்கும் பாலஸ்தீனர்களை எப்படி நடத்துகிறது என்பதோ, வெஸ்ட் பேங்க், காஸா உட்பட பாலஸ்தீனம் முழுவதும் யூதர்களுக்கு மட்டும் என்ற இலக்கை நோக்கி இஸ்ரேல் அரசு போய்க்கொண்டிருக்கிறது என்பதோ நிறைய அமெரிக்கர் களுக்குத் தெரியாது.

அமெரிக்க ஜனாதிபதிக்கு நிர்ப்பந்தம்

அமெரிக்காவின் ஐம்பத்தோராவது மாநிலம் என்று சிலர் செல்ல மாகவும் சிலர் கேலியாகவும் இஸ்ரேலைக் குறிப்பிடுகிறார்கள். எது எப்படியாயினும் இஸ்ரேலையோ அமெரிக்காவில் வாழும் யூதர் களையோ பகைத்துக்கொண்டோ, ஏன் அதுகூட வேண்டாம், இஸ்ரேலுக்கு அனுசரணையாக நடந்துகொள்ளாமலோ இருக்கும் யாரும் அமெரிக்க ஜனாதிபதியாகவோ அமெரிக்கப் பாராளுமன்றத்தில் உறுப்பினராகவோ ஒருபோதும் வரமுடியாது என்று சொன்னால் அது மிகையல்ல. அதனால் ஜனாதிபதி பதவிக்கோ பாராளுமன்ற உறுப்பினர் பதவிக்கோ போட்டியிடுபவர்கள் இஸ்ரேலைப் புகழ்ந்தாக வேண்டும். இப்போது இஸ்ரேலின் பாதுகாப்பு அமெரிக்காவின் தலையாய கடமை என்று அழுத்திக்கூற வேண்டும். 2004இல் உதவி ஜனாதிபதி பதவிக்குப் போட்டியிட்ட ஜனநாயகக் கட்சி வேட்பாளர் ஜான் எட்வர்ட்ஸ் இஸ்ரேலிடம் 'உங்கள் எதிர்காலம் எங்கள் எதிர்காலம்' என்றார். 2008இல் இஸ்ரேலுக்கு வருகை தந்த இரண்டாம் புஷ் இஸ்ரேலின் க்னெசட்டில் பேசும்போது, 'இஸ்ரேலின் மக்கள்தொகை எழுபது லட்சமாக இருந்தாலும் தீவிர வாதிகள் இஸ்ரேலைத் தாக்கினால் அதன் மக்கள்தொகை முப்பது கோடி எழுபது லட்சமாக உயர்ந்துவிடும். ஏனெனில் அமெரிக்கா இஸ்ரேலின் உதவிக்கு வந்துவிடும்' என்றார். ஒபாமாவை எதிர்த்துப் போட்டி யிட்ட குடியரசுக் கட்சி வேட்பாளர் மெக்கெயின் 'இஸ்ரேலின் பாதுகாப்பிற்குப் பங்கம் வரும் கட்டத்தில் எந்த விதமாகவும் விட்டுக் கொடுக்கப் போவதில்லை' என்றார். 2012இல் ஒபாமாவை எதிர்த்துப் போட்டியிட்ட குடியரசுக் கட்சி வேட்பாளர் ராம்னி 'நான் இஸ்ரேல் நாட்டை நேசிக்கிறேன். இஸ்ரேல் மக்களை நேசிக்கிறேன். இஸ்ரேலின் பாதுகாப்பிற்கு இடைஞ்சலாக விளங்கும் ஈரானை எப்படியும்

அதிலிருந்து தடுத்து நிறுத்த வேண்டும்; தடுத்து நிறுத்த முடியும்; தடுத்து நிறுத்தியே தீருவோம்' என்றார். பாராளுமன்ற குடியரசுக் கட்சி உறுப்பினர் நியூட் கிங்க்ரிச் '1967 போருக்குப் பிறகு இஸ்ரேல் மிகுந்த அபாயத்தில் இருக்கிறது. அதைக் காப்பாற்றியே தீர வேண்டும்' என்றார். ஹிலரி கிளின்டன், கிளின்டனின் மனைவியாக வெள்ளை மாளிகையில் வாழ்ந்துவந்தபோது 1996இல் 'பாலஸ்தீன நாட்டை உருவாக்கினால்தான் மத்திய கிழக்கில் அமைதி ஏற்படும்' என்று சொன்னார். அதற்குப் பலர் எதிர்ப்புத் தெரிவித்தனர். 'ஹிலரி சொன்னது அவருடைய சொந்தக் கருத்து. அரசின் கருத்து அதுவல்ல' என்று வெள்ளை மாளிகை அதிகாரிகள் கூறினர். அதே ஹிலரி நியூயார்க் செனட்டர் பதவிக்குப் போட்டி போட்டபோது 'நம் நண்பனாகவும் நம் கூட்டாளியாகவும் (ally) விளங்கும் இஸ்ரேல் நியாயத்தின் கலங்கரை விளக்கமாகத் திகழ்கிறது. அது இப்போது தீவிரவாதம், பயங்கரவாதம், அடிப்படைவாதம் ஆகிய தீயசக்திகள் அடங்கிய நாடுகளால் சூழப்பட்டிருக்கிறது. அதைக் காப்பாற்றுவது நம் கடமை' என்றார். பாலஸ்தீன நாட்டை உருவாக்கியே தீர வேண்டும் என்று இந்தச் சமயத்தில் அவர் கூறியிருந்தால் செனட்டர் தேர்தலில் ஜெயித்திருப்பாரா என்பது சந்தேகமே.

ஒபாமாவின் மாற்றம்

அமெரிக்காவில் என்னென்ன மாற்றங்களோ கொண்டுவர வேண்டும் என்ற கனவுகளோடு ஜனாதிபதி பதவியை ஏற்ற ஒபாமா தேர்தல் பிரசாரத்தின்போது பேசிய பேச்சில் பாலஸ்தீனர்களின் நிலைமைக்கு இரங்கல் தெரிவித்தார். பதவிக்கு வந்தவுடன் எகிப்திற்குச் சென்று அமெரிக்கா இஸ்லாம் நாடுகளின் விரோதி அல்ல என்று கூறிவிட்டு வந்தார். 2009இல் குடியிருப்புகள் கட்டுவதை நிறுத்துமாறு இஸ்ரேல் அரசைக் கேட்டுக்கொண்டார். இஸ்ரேல் தொடர்ந்து குடியிருப்பு களைக் கட்டிக்கொண்டே இருந்தது. 2011க்குப் பிறகு ஒபாமா இதைக்கூட நிறுத்திவிட்டார். 2013இல் க்னெசட்டில் உரையாற்று வதற்குப் பதிலாக ஜெருசலேமில் 2000 இளைஞர்கள் அடங்கிய ஒரு அரங்கத்தில் 'பாலஸ்தீனர்களின் நிலையில் உங்களை வைத்துப் பாருங்கள்' என்று அறிவுரை வழங்கிவிட்டு வந்துவிட்டார். தொடர்ந்து குடியிருப்புகளை அமைத்துக்கொண்டிருந்த இஸ்ரேல் செய்வது அவருக்குப் பிடிக்கவில்லை என்றாலும் இஸ்ரேல் அரசை அவரால் தட்டிக்கேட்க முடியவில்லை. அந்த முறை இஸ்ரேலுக்குப் போயிருந்த போது இஸ்ரேல் பிரதமர் நெதன்யாஹூவை அவருடைய செல்லப் பெயரால் பலமுறை அழைத்தவர் பாலஸ்தீன அத்தாரிட்டி தலைவரோடு

கடமைக்காகப் பேசிவிட்டு நாடு திரும்பிவிட்டார். அமெரிக்காவின் இரண்டு கட்சிகளும் எதிர் எதிர் கொள்கைகளை உடையனவாக இருந்தாலும் இஸ்ரேலைப் பொறுத்தவரை 'நான் முந்தி, நீ முந்தி' என்று போட்டி போட்டுக்கொண்டு அந்த நாட்டை ஆதரிக்கின்றன.

கண்மூடிய ஆதரவு

சமயம் கிடைத்த போதெல்லாம் அமெரிக்க அரசியல்வாதிகள் இஸ்ரேல்-அமெரிக்க நட்பைப் போற்றும் வகையில் ஏதாவது சொல் வார்கள். ஹிலரி கிளின்டன் ஒருமுறை மத்திய கிழக்கில் இஸ்ரேல் நியாயத்தின் கலங்கரை விளக்கு என்று வர்ணித்தார். இவர்கள் சில உண்மைகளைக் கண்டுகொள்வதில்லை. 1948இல் எழுதப்பட்ட அரசியல் சாசனம் 12 அடிப்படை சட்டங்களின் (Basic Law) அடிப்படை யில் எழுதப்பட்டது. இதன்படி இஸ்ரேல் குடிமக்கள் எல்லோருக்கும் மதம், பால், இனம் என்ற எந்தவிதப் பாகுபாடுமின்றி சம உரிமைகள் வழங்கப்படும் என்று வரையறுக்கப்பட்டிருந்தது. ஆனால் 1992இல் க்னெசட் இந்த சம உரிமைகளை அரசியல் சாசனத்திலிருந்து அகற்றி விட்டது. க்னெசட்டில் இருக்கும் இஸ்ரேலிய அரபு உறுப்பினர்கள் – இப்போது 11 பேர் இருக்கிறார்கள் – அந்த சம உரிமைகளை மறுபடியும் கொண்டுவர எவ்வளவோ முயன்றும் முடியவில்லை.

பாலஸ்தீன-இஸ்ரேல் பிரச்சினையை நடுநிலையாக இருந்து கையாண்டதாக அமெரிக்கா கூறிக்கொண்டாலும் 1948இல் இஸ்ரேல் நாடு உருவானதிலிருந்து அமெரிக்கா இஸ்ரேலுக்கு சாதகமாகவே நடந்து கொண்டிருக்கிறது. பாலஸ்தீனப் பிரச்சினையைத் தீர்ப்பதாகக் கூறிக் கொண்டு பேச்சுவார்த்தைகள் நடத்த ஏற்பாடுகள் செய்த போதெல்லாம் பிரச்சினையைத் தீர்ப்பதற்குப் பதில் மேலும் கடினமானதாகவே ஆக்கியிருக்கிறது. இது ட்ரூமன் காலத்திலிருந்து இப்போதைய அமெரிக்க ஜனாதிபதி ஒபாமா காலம் வரை தொடர்ந்து வந்திருக்கிறது. அமெரிக்காவிலிருக்கும் அமெரிக்க யூதர்கள் அமெரிக்க அரசுக்குக் கொடுக்கும் நிர்ப்பந்தம் இதற்கு ஒரு முக்கிய காரணம் என்று சொல்லலாம். இந்தப் பிரச்சினைக்குத் தீர்வு காணவேண்டும் என்று அமெரிக்கா உண்மையிலேயே நினைத்திருந்தால் வேறு விதமான வழிகளைக் கையாண்டு எப்போதோ தீர்வு கண்டிருக்கலாம். இஸ்ரேலியர்கள் இப்போதைய வெஸ்ட் பேங்க், காஸா, கிழக்கு ஜெருசலேம் உள்பட பாலஸ்தீனம் முழுவதும் யூதர்கள் நாடாக இருக்க வேண்டும் என்று நினைக்கும்போது பாலஸ்தீனர்களுக்கு எப்படி நியாயம் கிடைக்கும்?

அமெரிக்கா எப்படி, எப்போது இந்த அளவிற்கு இஸ்ரேலின் நெருங்கிய நண்பனானது என்பதைப் பார்ப்போம்.

உறவின் வரலாறு

பேல்ஃபர் அறிக்கை 1917இல் வெளியானபோது அமெரிக்கா அதை ஆதரித்தாலும் அதன்பிறகு அதை அவ்வளவாகக் கண்டுகொள்ள வில்லை. அப்போது அமெரிக்க ஜனாதிபதியாக இருந்த உட்ரோ வில்சன் பேல்ஃபர் அறிக்கையை ஆதரித்ததுகூட அவருடைய நண்பரும் உச்சநீதிமன்ற நீதிபதியுமான ஒரு யூதரின் செல்வாக்கினால்தான் என்கிறார்கள். பாலஸ்தீனம், பிரிட்டனுக்குப் பதில் அமெரிக்காவின் நியமனத்தின் கீழ் இருக்கலாம் (American mandate) என்ற ஒரு பிரேரணை அறிவிக்கப்பட்டபோது அமெரிக்கா அதில் ஆர்வம் காட்டவில்லை. பிறகு பிரான்சும் பிரிட்டனும் பாலஸ்தீனத்தை ஆளும் பொறுப்பைத் தங்களுக்குள் பங்கு போட்டுக்கொண்டன. 1921இல் உட்ரோ வில்சன் பாலஸ்தீன மக்களின் விருப்பத்தை அறிந்துவர ஒரு குழுவை அனுப்பினார். பாலஸ்தீனர்கள் சுயாட்சி விரும்புவதாக அறிந்த பிறகு அதைத்தான் அவரும் ஆதரித்தார்.

1933இல் ஜெர்மனியில் ஹிட்லர் பதவிக்கு வந்தவுடனேயே யூதர்கள் மேல் காட்டிய வெறுப்பை உணர்ந்த பல யூதர்கள் அங்கிருந்து வெளியேறினர். 1939 மே மாதம் 907 யூதர்களை ஏற்றிக்கொண்டு ஜெர்மனியின் ஹேம்பர்க் நகரிலிருந்து கியுபாவை நோக்கிக் கிளம்பிய செயின்ட் லூயிஸ் என்னும் கப்பல் கியுபாவை அடைந்தபோது கியுபா அரசு அவர்களை நாட்டிற்குள் அனுமதிக்கவில்லை. அவர்களுக்கு ஏற்கனவே கொடுத்திருந்த விசாவையும் ரத்துசெய்துவிட்டது. அந்தக் கப்பலின் கேப்டன் பின் அமெரிக்க மாநிலமான ஃப்ளோரிடா வுக்குக் கப்பலை ஓட்டிச் சென்றார். அமெரிக்க அரசும் அவர்களை அனுமதிக்கவில்லை. அதன்பிறகு கனடாவிற்குச் சென்றபோதும் அங்கும் அவர்களுக்கு அனுமதி கிடைக்கவில்லை. அதனால் திருப்பி ஐரோப்பவிற்குச் சென்று அந்தக் கப்பலில் இருந்த யூதர்கள் பிரிட்டன், பிரான்சு, நெதர்லாந்து ஆகிய நாடுகளில் தஞ்சம் புகுந்தனர். அந்த நாடுகளில் சில இடங்களை ஹிட்லர் பிடித்தபோது அவர்களில் பலர் பின்னால் நாஜிகளால் கொல்லப்பட்டனர்.

ரூஸ்வெல்ட் காலத்தில் யூத வெறுப்பு

1932-1945 வரை அமெரிக்க ஜனாதிபதியாக இருந்த ப்ராங்ளின் ரூஸ்வெல்ட் காலத்தில் நாஜிக்களின் பிடியிலிருந்து யூதர்களை விடுவிக்க அமெரிக்க அரசும் ஜனாதிபதியும் இன்னும் முயற்சிகள் எடுத்திருந்தால் ஹிட்லர் யூதர்களைக் கொன்று குவித்ததை சீக்கிரமே நிறுத்தியிருக் கலாம் என்று சில வரலாற்று ஆராய்ச்சியாளர்கள் கூறுகிறார்கள். ஆனால் இன்னும் சிலர் இதற்கு மேல் ரூஸ்வெல்டால் எதுவும் செய்திருக்க

முடியாது என்கிறார்கள். அப்போது அமெரிக்க அரசு ஏற்கனவே அமெரிக்காவில் குடியேறியிருந்த ஒவ்வொரு இனத்திலிருந்தும் இத்தனை பேர்தான் அமெரிக்காவுக்குக் குடியேற முடியும் என்று விதி வகுத்திருந்தது. (இந்த விதியை ஜனாதிபதி ஜான்ஸன் மாற்றிய பிறகு ஒவ்வொரு நாட்டிலிருந்தும் இத்தனை பேர் குடியேறலாம் என்பது புதிய விதி ஆனது.) பழைய விதியின்படி 1933-1940 வரை 1,05,000 யூதர்கள் அமெரிக்காவிற்குக் குடிபெயர்ந்திருந்தனர். யூதர்களுக்குரிய கோட்டா ஏற்கனவே நிரம்பியிருந்ததால் புதிதாக யூதர்கள் குடியேற அனுமதிக்கப்படவில்லை. இது அப்போது பாலஸ்தீனத்தில் (அப்போது இஸ்ரேல் என்ற நாடு உருவாகியிருக்கவில்லை) குடியேறியிருந்த 55,000 யூதர்களைவிட இரண்டு மடங்கு அதிகம். மேலும் அமெரிக்க மக்களில் 42 சதவிகிதம் பேர் யூதர்களுடைய கஷ்டங்களுக்கு யூதர்களின் குணாதிசயங்களே காரணம் என்று நினைத்ததால் யூதர்கள் அமெரிக்காவில் குடியேறுவதை எதிர்த்தனர். அமெரிக்கப் பாராளுமன்ற உறுப்பினர்களில் பலரும் யூத வெறுப்பாளர்களாக (anti-Semites) இருந்தனர். அமெரிக்கப் பத்திரிகைகளும் யூதர்களுக்குச் சாதகமாக இல்லை என்கிறார்கள். (யூதர்களின் பத்திரிகையான *நியூ யார்க் டைம்ஸ்* யூத இனப் படுகொலை பற்றிச் சரியாக செய்திகளை வெளியிடவில்லையாம். யூதப் படுகொலை பற்றிய முக்கிய செய்திகளை ஒரு மூலையில் வெளியிடுவார்களாம். இந்தச் செய்திகளுக்கு முக்கியத்துவம் கொடுத்தால் அவர்கள் அமெரிக்காவிற்கு விசுவாசமாக இல்லை என்று அமெரிக்க அரசு நினைக்கலாம் என்று பயந்திருக்கலாம் என்பது ஒரு சாரார் கருத்து.) ரூஸ்வெல்டின் ஆலோசகர்களும் முன்னுக்குப் பின் முரணான ஆலோசனைகளை அவருக்கு வழங்கி வந்தார்கள். 1941இல் பதினைந்து சதவிகிதத்திற்கு மேல் யூத மாணவர்களைச் சேர்த்துக் கொள்ளக் கூடாது என்ற ஹார்வேர்ட் பல்கலைக் கழகத்தின் முடிவுக்கு ரூஸ்வெல்ட்டும் காரணம் என்கிறார்கள். இந்தக் காரணங்களினால் ரூஸ்வெல்ட் காலத்தில் யூதர்களுக்கு ஆதரவு இல்லை எனலாம்.

அரேபியர்களுக்கும் ஆதரவு

சவூதி அரேபியாவின் எண்ணெய் வளத்தையும் மத்திய கிழக்கில் அது அமைந்திருக்கும் இடத்தையும் பயன்படுத்திக்கொள்ள அமெரிக்கா திட்டம் போட்டது. 1945இல் இரண்டாவது உலகப் போரில் வெற்றி பெற்ற நாடுகளான இங்கிலாந்து, பிரான்ஸ், ரஷ்யா ஆகிய நாடுகளின் தலைவர்கள் யால்டாவில் (Yalta) சந்தித்துக்கொண்டபோது அதில் கலந்துகொண்டுவிட்டு வாஷிங்டனுக்குத் திரும்பும் வழியில் அமெரிக்க ஜனாதிபதி ஃப்ராங்ளின் ரூஸ்வெல்ட் சவூதி அரேபியாவின் அரசரையும் சந்தித்துவிட்டுச் சென்றார். 1933-லேயே சவூதி

அரேபியாவின் எண்ணெய் வளத்தைக் கண்டுபிடிப்பதில் அமெரிக்கா சவூதி அரேபியாவிற்கு உதவி வந்தது. அப்போதிலிருந்து எண்ணெய் வளம் மிகுந்த சவூதி அரேபியாவுடன் அமெரிக்கா நெருங்கிய உறவு வைத்துக்கொண்டிருந்தது.

யால்டாவிலிருந்து நாடு திரும்பும் வழியில் ரூஸ்வெல்ட் சவூதி அரசரைச் சந்தித்தபோதே சவூதி அரசர் ரூஸ்வெல்டிடம் பாலஸ்தீனம் பற்றியும் அரேபியர்கள் பற்றியும் கூறியிருக்கிறார். அதற்குப் பிறகு ரூஸ்வெல்ட் சவூதி அரசருக்கு எழுதிய கடிதத்தில் பாலஸ்தீன அரேபியர் களுக்கு எதிராக அமெரிக்கா எதுவும் செய்யாது என்றும் அரேபியர் களையும் யூதர்களையும் கலந்து ஆலோசிக்காமல் அமெரிக்கா எந்த முடிவும் எடுக்காது என்றும் வாக்களித்திருக்கிறார். ஆனால் அவருக்குப் பின் வந்த ஜனாதிபதிகள் அவருடைய வாக்குறுதியைக் காப்பாற்ற வில்லை. சவூதி அரேபியாவுக்கு எண்ணெய் வளத்தைக் கையாள்வதில் உதவுவதற்கும் இராணுவ பலம் அதிகம் இல்லாத சவூதி அரேபியாவை அதன் எதிரிகளிடமிருந்து காப்பாற்றுவதற்கும் அமெரிக்காவின் உதவி தேவைப்பட்டதால் சவூதி அரேபியாவால் அமெரிக்காவின் பாலஸ்தீனக் கொள்கையைத் தட்டிக் கேட்க முடியவில்லை.

பிரிவினைக்கு ட்ரூமனின் பயம்

1944 இல் நான்காவது முறையாக ஜனாதிபதியாகத் தேர்ந்தெடுக்கப் பட்டு *1945* இல் பதவியேற்ற ரூஸ்வெல்ட் *1945* ஏப்ரலில் இறந்த பிறகு அவருடைய துணை ஜனாதிபதியான ட்ரூமன் ஜனாதிபதியாகப் பதவி ஏற்றார். இரண்டாவது உலகப் போரும் முடிவுக்கு வந்தது. போரின் போது நேச நாடுகளான பிரிட்டன், பிரான்ஸ், ரஷ்யா, அமெரிக்கா ஆகியவற்றிடையே நிலவி வந்த நட்பும் மாறத் தொடங்கியது. சோவியத் யூனியன் ஒரு அணியாகவும் பிரிட்டன், அமெரிக்கா, பிரான்ஸ் இன்னொரு அணியாகவும் உருப்பெற்றன. கொஞ்சம் கொஞ்சமாக சோவியத் யூனியன் இந்த நாடுகளின் எதிரி ஆனது.

1947 நவம்பரில் பாலஸ்தீனத்தைப் பிரிக்க ஐநா திட்டமிட்டபோது யூதர்களுக்கும் அரேபியர்களுக்கும் இடையே பலத்த மோதல்கள் ஏற்பட்டன. பிரிட்டன் பாலஸ்தீனத்தை விட்டு வெளியேறிய பிறகு இந்த மோதல்கள் பெரிய போராக வெடிக்கலாம் என்றும் அமெரிக்கா யூதர்களை ஆதரித்தால் சோவியத் யூனியன் அரபு நாடுகளுக்கு ஆதரவு கொடுக்கும் சாக்கில் மத்திய கிழக்கில் நுழையலாம் என்றும் பயந்து பாலஸ்தீனத்தைப் பிரிப்பதற்குப் பதிலாக ஐநா அதன் அறங்காவலராக (trusteeship) இருந்து கண்காணிக்க வேண்டும் என்று அமெரிக்கா விரும்பியது.

பிரிவினைக்கு ஆதரவு

அமெரிக்காவின் ஆதரவு கிடைக்காததால் யூதர்கள் இனி தங்கள் படைபலத்தின் மூலம்தான் வெற்றி தேடிக்கொள்ள வேண்டும் என்று முடிவுசெய்து ஐநாவால் தங்களுக்குக் கொடுக்கப்பட்ட பல இடங் களை ஹகானாவின் மூலம் தங்கள் அதிகாரத்திற்குள் கொண்டு வந்தனர். இதற்கு ஹகானாவின் இரு தீவிரவாதப் பிரிவுகள் உதவின. இந்த இரண்டு பிரிவுகளுக்கும் அமெரிக்க யூதர்களிடமிருந்து நிறையப் பணம் வந்துகொண்டிருந்தது. ஐநா பாலஸ்தீனத்தின் அறங்காவலராக விளங்க வேண்டும் என்ற எண்ணத்தை விட்டுவிடும்படியும் பிரிவினையை ஆதரிக்கும்படியும் யூதர்கள் அமெரிக்காவை நிர்ப்பந்திக்க ஆரம்பித்தனர். சோவியத் யூனியனும் அறங்காவலர் யோசனையை ஆதரிக்கவில்லை. ஆதலால் அமெரிக்காவும் அந்த எண்ணத்தைக் கைவிட்டுவிட்டுப் பாலஸ்தீனத்தில் ஐநாவின் பிரிவினைத் திட்டத்தை ஆதரித்து அங்கு அமைதி நிலவுவதில் கவனம் செலுத்தத் தொடங்கியது. ஐநாவின் பிரிவினைத் திட்டத்திற்கு அமெரிக்காவின் வாக்கு இல்லாமல் இருந்திருந்தால் ஐநாவின் பாலஸ்தீனப் பிரிவினைத் திட்டம் செயல் படுத்தப்பட்டிருக்குமா என்பது சந்தேகமே.

பாலஸ்தீனத்தை இரண்டாகப் பிரித்து தங்களுக்கென்று நாடு கிடைத்துவிட்டாலும் அரேபியர்களைப் பாலஸ்தீனத்திலிருந்து வெளியேற்றி பாலஸ்தீனம் முழுவதும் யூத நாடாக மாற வேண்டும் என்பதில் ஹகானாவின் இரண்டு தீவிரவாதப் பிரிவுகளும் தீவிரமாக இருந்தன.

1948 மே மாதம் 15ஆம் தேதி பிரிட்டன் பாலஸ்தீனத்தை விட்டு வெளியேறுவதாக அறிவித்ததை அடுத்து மே 14ஆம் தேதியே பென்-குரியன் இஸ்ரேல் நாடு உருவாகிவிட்டதாக அறிவித்தார். அமெரிக்க ஜனாதிபதி ட்ரூமனும் அதன்பிறகு அரை மணி நேரத்திலேயே – அவருடைய வெளியுறவு மந்திரியின் அறிவுரைக்கு எதிராகவே – அமெரிக்கா இஸ்ரேலை அங்கீகரிப்பதாக அறிக்கை வெளியிட்டார். (இவருக்கும் யூத நண்பர்கள் நிறையப் பேர் இருந்தனர்.) இதற்கு முக்கிய காரணம் அந்த ஆண்டு வரப்போகும் ஜனாதிபதித் தேர்தலில் வெற்றிபெறுவதற்கு அவருக்கு யூதர்களின் வாக்குகள் தேவைப் பட்டன. அவரைப் பார்க்க வந்திருந்த அரபு நாடுகளின் தலைவர்களை ட்ரூமன் சந்தித்துப் பேசியபோது அவர்களிடம், 'நீங்கள் என்னை மன்னிக்க வேண்டும். எனக்கு இப்போது அமெரிக்கா வாழ் யூதர்களின் வாக்குகள் தேவைப்படுகின்றன' என்றாராம். அவருடைய வாக்கு வங்கியைப் பலப்படுத்தும் அளவிற்கு அரேபியர்களின் எண்ணிக்கை அமெரிக்காவில் அப்போது இல்லை.

அமெரிக்கா இஸ்ரேலை 1948இல் ஆதரித்ததற்கு அமெரிக்காவில் வாழ்ந்துவந்த யூதர்களின் நிர்ப்பந்தம் ஒரு முக்கிய காரணம். இன்னொரு காரணம் சோவியத் யூனியன் மத்திய கிழக்கில் நுழைந்து கம்யூனிசத் தாக்கம் அங்கு ஏற்படுவதற்கு முன்பே அதைத் தடுத்துவிட வேண்டும் என்று ட்ரூமன் விரும்பினார். மத்திய கிழக்கு நாடுகளில் பலவற்றில் எண்ணெய் வளம் அதிகமாக இருந்ததும் இன்னொரு காரணம். எண்ணெய் வளத்தின் முக்கியத்துவம் தெரிய வந்ததால் அங்கு தனக்கு ஒரு நேச நாடு (ally) வேண்டுமென்று அமெரிக்கா நினைத்தது.

எச்சரிக்கையான உறவு

அமெரிக்கா வாழ் யூதர்கள் மட்டுமின்றி அமெரிக்காவும் இஸ்ரேலுக்குப் பல விதங்களில் உதவத் தொடங்கியது. இருந்தாலும் ட்ரூமன் காலத்திலும் இவருக்குப் பிறகு 1952இல் அமெரிக்க ஜனாதிபதியாகப் பதவி ஏற்ற ஐஸன்ஹோவர் காலத்திலும் இஸ்ரேலோடு நெருங்கிய உறவு கொள்வதில் இந்த இரு ஜனாதிபதிகளும் எச்சரிக்கையாகவே இருந்தனர். இஸ்ரேலோடு நெருங்கிய உறவு கொண்டு அரபு நாடுகளைப் பகைத்துக்கொண்டால் சோவியத் யூனியன் மத்திய கிழக்கில் நுழைந்துவிடும் சாத்தியம் இருப்பதை உணர்ந்தே இருந்தனர். அதனால் அரபுநாடுகளோடும் இஸ்ரேலோடும் உறவு வைத்துக்கொள்வதில் நடுநிலைமையையே கடைப்பிடித்தனர். இஸ்ரேலுக்கு சிறிய அளவிலேயே பொருளாதார உதவி அளித்தனர்; இராணுவ உதவியும் குறிப்பிடத் தகுந்தாற்போல் இல்லை. இஸ்ரேலின் பாதுகாப்பிற்கு எந்த வித உத்தரவாதமும் அளிக்கவில்லை என்பதோடு அமெரிக்காவிடமிருந்து ஆயுதங்கள் வாங்க இஸ்ரேல் முயன்றபோது அது மறுக்கப்பட்டது.

அப்போது இஸ்ரேலுக்கும் அமெரிக்காவிற்கும் நிறைய கருத்து வேறுபாடுகள் இருந்தன. 1953இல் இஸ்ரேல் ஜோர்டான் நதியிலிருந்து தண்ணீரை எடுக்க ஒரு கால்வாயைக் கட்ட முயன்றபோது ஐநா அதைத் தடுத்தது. இஸ்ரேல் ஐநாவின் ஆணையைச் சட்டைசெய்யவில்லை. ஆனால் அமெரிக்காவின் வெளியுறவு மந்திரி அமெரிக்கா இஸ்ரேலுக்குக் கொடுக்கும் உதவியை நிறுத்தப்போவதாக அறிவித்ததும் இஸ்ரேல் உடனே அடிபணிந்தது.

முன் ஓர் அத்தியாயத்தில் கூறியபடி 1956இல் பிரான்சும் பிரிட்டனும் எகிப்தை வம்புக்கிழுக்க இஸ்ரேலைத் தூண்டியபோது ஏற்பட்ட போரில் இஸ்ரேல் பிடித்துக்கொண்ட இடங்களைத் திருப்பிக் கொடுப்பதில் இஸ்ரேல் முரண்டு பிடித்தது. அப்போது அமெரிக்கா இஸ்ரேலுக்கு உதவியை நிறுத்திவிடுவதாக எச்சரித்ததும் இஸ்ரேல் வழிக்கு வந்தது. ஆயினும் பிடித்துக்கொண்ட இடங்களைத் திருப்பிக்

கொடுப்பதற்கு இஸ்ரேல் சில நிபந்தனைகளை விதித்தது. இஸ்ரேலின் பாதுகாப்புக்கு எகிப்து உத்தரவாதம் அளிக்க வேண்டும் என்பது அந்த நிபந்தனைகளில் ஒன்று. அமெரிக்காவிலும் இஸ்ரேல் தனக்கு ஆதரவு தேடியதால் ஐஸன்ஹோவருக்குப் பாராளுமன்ற உறுப்பினர்களிடையே ஆதரவு குறைந்து, அவர் தான் எடுத்த முடிவு சரிதான் என்று தொலைக்காட்சியில் மக்களுக்கு எடுத்துக் கூற வேண்டியதாயிற்று.

உறவில் சாதகமான மாற்றம்

1950களின் கடைசியில் இதெல்லாம் கொஞ்சம் கொஞ்சமாக மாறத் தொடங்கியது. 1956 போருக்கு முன் பிரான்சோடும் பிரிட்டனோடும் நடந்த பேச்சுவார்த்தையில் பென்-குரியன் ஜோர்டானைப் பிரித்து ஈராக்கிற்கும் இஸ்ரேலுக்கும் கொடுத்துவிடும்படியும், லெபனானில் ஒரு பகுதியை இஸ்ரேலுக்குக் கொடுத்துவிடும்படியும், திரன் ஜலசந்தியின் நிர்வாகத்தில் இஸ்ரேலுக்கும் அதிகாரம் வேண்டுமென்றும் தைரியமாகக் கேட்டிருக்கிறார்!

இஸ்ரேலுக்குப் பரிந்து பேசும் கழகங்கள்

1961இல் ஜனாதிபதியாகப் பதவியேற்ற கென்னடி காலத்தில் அமெரிக்க-இஸ்ரேல் உறவு பலம் பெறத் தொடங்கியது. இதற்குள் அமெரிக்காவின் இஸ்ரேல் நலன் காக்கும் கழகம் (American Israel Public Affairs Committee) ஏற்படுத்தப்பட்டு அது இஸ்ரேலின் நலனுக்காக அமெரிக்க அரசிடமும் பொதுமக்களிடமும் அங்கு வாழ் யூதர்களிடமும் ஆதரவு தேட அமைக்கப்பட்டிருந்தது. இது இஸ்ரேலுக்காக அமெரிக்காவில் தரகு வேலை பார்ப்பதில் முதன்மையாக விளங்குகிறது. இதை ஐப்பெக் (AIPAC) என்று சுருக்கமாக அழைக்கிறார்கள். ஏடிஎல் (ADL - Anti-Deformation League) என்ற அமைப்பும் ஐப்பெக்கும் அமெரிக்காவில் முக்கியமான யூத அமைப்புகள். அமெரிக்க அரசிலும் பொதுமக்களிடமும் இவற்றின் தாக்கம் மிகவும் அதிகம்.

இருபதாம் நூற்றாண்டின் தொடக்கத்தில் ஆரம்பிக்கப்பட்ட ஏடிஎல், அமெரிக்க யூதக் கமிட்டி (American Jewish Committee), அமெரிக்க யூதர்களின் கழகம் (American Jewish Congress), யூத அமைப்புகளின் கவுன்சில் (Council of Jewish Federations) ஆகியவை பரந்த மனப்பான்மை (liberal) கொண்டதாகத்தான் இருந்தன. அமெரிக்கக் கருப்பர்களுக்கு மற்ற அமெரிக்கக் குடிமக்களுக்குச் சமமான குடிமையுரிமைகள் வழங்கப்பட வேண்டும் என்று கருப்பர்களோடு சேர்ந்து போராடின. பெண்களின் உரிமைகளுக்காகவும் போராடின. 1953இல் ஆரம்பிக்கப்பட்ட ஐப்பெக் அப்போது பெரிதாக எதுவும் செய்யவில்லை. பரந்த

மனப்பான்மை கொண்டு விளங்கிய கழகங்கள் 1967 போருக்குப் பிறகு மாற ஆரம்பித்தன. 1967இல் எகிப்து, சிரியா, ஈராக், ஜோர்டான் ஆகிய நாடுகள் இஸ்ரேலைத் தாக்கியதும் இவை இஸ்ரேலுக்கு மிகுந்த அளவில் ஆதரவு கொடுக்க முன்வந்தன. நிறையப் பணம் திரட்டி இஸ்ரேலுக்கு அனுப்பின. நியூயார்க்கில் பதினைந்தே நிமிடங்களில் பதினைந்து மில்லியன், அதாவது ஒன்றரைக் கோடி டாலர், திரட்டி இஸ்ரேலுக்கு அனுப்பிவைத்தன. இஸ்ரேலுக்கு அமெரிக்க யூதர்களின் ஆதரவு பெருகிய போது உலகம் முழுவதிலும் இஸ்ரேலுக்கு எதிர்ப்பு கிளம்பியது. சோவியத் யூனியனும் இஸ்ரேலோடு தன் உறவைத் துண்டித்துக்கொண்டது.

அமெரிக்காவிலும் அமெரிக்கக் கருப்பர்கள் இஸ்ரேலை விமர்சிக்கத் தொடங்கினர். அமெரிக்க யூதர்கள் இதையெல்லாம் யூத எதிர்ப் பாகக் கண்டனர். இரண்டாவது உலகப் போரின்போது யூதர்களுக்கு இழைக்கப்பட்ட கொடுமைகள் உலகின் கண்களிலிருந்து கொஞ்சம் கொஞ்சமாக மறைந்துபோய் யூதர்களின் அடையாளமாக விளங்கிய இஸ்ரேல் பலம் பெறத் தொடங்கியதும் அதை உலக நாடுகள் விமர்சிக்கத் தொடங்கின என்பதே உண்மை. ஆனால் அதை யூத எதிர்ப்பாக நினைத்து அமெரிக்க யூதர்களின் கழகங்கள் பரந்த மனப்பான்மையி லிருந்து விலகி இஸ்ரேலை அதி தீவிரமாக ஆதரிக்கத் தொடங்கின. அமெரிக்காவின் மத்திய கிழக்குக் கொள்கைகளிலும் தலையிடத் தொடங்கின. மத்திய கிழக்கில் இப்போது அமெரிக்காவின் வெளி நாட்டுக் கொள்கையை நிர்ணயிப்பது இவைதான்.

1962இல் அமெரிக்காவிற்கு வருகை தந்த இஸ்ரேல் வெளியுறவு அமைச்சர் கோல்டா மேயரிடம் ஜனாதிபதி கென்னடி, 'இஸ்ரேலோடு அமெரிக்கா விசேஷ உறவு கொண்டுள்ளது. யாராவது இஸ்ரேலைத் தாக்கினால் உடனேயே அமெரிக்கா உதவிக்கு வந்துவிடும்' என்று உறுதிமொழி அளித்தார். 1963இல் முதல் முறையாக அமெரிக்கா இஸ்ரேலுக்கு சக்தி வாய்ந்த போர் விமானங்களைத் தாக்கும் ஏவுகணை களை (antiaircraft missiles) விற்றது. அப்போது எகிப்திற்கு உதவிவந்த சோவியத் யூனியனின் தாக்கத்தை மத்திய கிழக்கில் கட்டுப்படுத்த இது உதவும் என்று அமெரிக்கா நினைத்தது. மேலும் இந்த உதவியால் அணுஆயுதங்கள் தயாரிக்க வேண்டும் என்ற இஸ்ரேலின் விருப்பம் மட்டுப்படும் என்றும் அமெரிக்கா எடுக்கும் சமாதான நடவடிக்கை களில் இஸ்ரேல் ஒத்துழைக்கும் என்றும் அமெரிக்கா நினைத்தது.

இராணுவ உதவி

எல்லாவற்றிற்கும்மேலாகத் தேர்தலில் யூதர்களின் வாக்குகளும் அவர் களின் பண உதவியும் கென்னடிக்குத் தேவைப்பட்டன. 1964இல்

இன்னும் 200 போர் டாங்கிகளையும் (battle tanks) அமெரிக்கா இஸ்ரேலுக்கு விற்றது. இது அரபு நாடுகளுக்குத் தெரியாமல் இருப் பதற்காக இந்த டாங்கிகள் மேற்கு ஜெர்மனிக்கு அனுப்பப்பட்டுப் பிறகு அங்கிருந்து இஸ்ரேலை வந்தடைந்தன. இருப்பினும் பெரிய அளவில் அமெரிக்கா இஸ்ரேலுக்கு உதவியது 1967இல் நடந்த ஆறு நாள் போருக்குப் பிறகு தான். 1949-லிருந்து 1965 வரை இஸ்ரேலுக்கு அமெரிக்கா கொடுத்தது ஆண்டிற்கு 6.3கோடி டாலர்கள். இது 1966-1970 வரை 10.2 கோடி டாலராக உயர்ந்தது. 1971இல் 63.5 கோடி டாலராக உயர்ந்த இந்த உதவியில் 85 சதவிகிதம் இராணுவத் தளவாடங்கள் வாங்குவதற்கு. 1973இல் நடந்த யாம் கிப்பூர் (Yom Kippur) போருக்குப் பிறகு இது நான்கு மடங்காகியது. 1976இல் அமெரிக்கா வெளிநாடு களுக்குச் செய்த உதவியில் இஸ்ரேல் முதல் இடம் வகித்தது; அது இன்று வரை தொடர்கிறது. அமெரிக்காவின் இந்த உதவியை இஸ்ரேல் மானியமாக இல்லாமல் கடனாகப் பெற விரும்பியது. மானியமாகப் பெற்றால் அந்தப் பணத்தை இஸ்ரேல் எப்படிச் செலவழிக்கிறது என்பதைக் கண்காணிக்க அமெரிக்க இராணுவம் ஒரு குழுவை இஸ்ரேலுக்கு அனுப்ப வேண்டியிருந் திருக்கும். அதைத் தவிர்க்க முதலில் பணத்தைக் கடனாகப் பெற்றுப் பின் அதைத் தள்ளுபடி செய்துகொண்டது.

பண உதவி

தற்போது இஸ்ரேல் அமெரிக்காவிடமிருந்து ஆண்டிற்கு 300 கோடி டாலர் உதவி பெறுகிறது. இஸ்ரேலுக்குக் கொடுக்கும் இந்தப் பணம் மட்டும் அமெரிக்க அரசின், அயல் நாட்டிற்குச் செல்லும் உதவியை கண்காணிக்கும் குழுவின் பார்வைக்குச் செல்லவேண்டியதில்லை. நேரடியாக அமெரிக்காவின் நிதித் துறையிலிருந்து இஸ்ரேல் அதைப் பெற்றுக்கொள்கிறது. அதை எப்படிச் செலவழிக்கிறது என்ற கணக்கை யும் இஸ்ரேல் காட்ட வேண்டியதில்லை. எந்த நாட்டிற்கும் அமெரிக்கா இராணுவ உதவி செய்யும்போது அந்தப் பணத்தை அமெரிக்காவில் செய்யும் இராணுவத் தளவாடங்களை வாங்குவதற்குத்தான் பயன் படுத்த முடியும். இஸ்ரேல் மட்டும் இதற்கு விதிவிலக்கு. இராணுவத் தளவாடங்கள் வாங்க அமெரிக்காவிடமிருந்து இஸ்ரேல் பெறும் பணத்தைக் கொண்டு இஸ்ரேலிலேயே இராணுவத் தளவாடங்கள் செய்துகொள்ள முடியும். இதனால் இஸ்ரேலில் வேலைவாய்ப்பு கூடுகிறது. ஆனால் அதே சமயம் அமெரிக்காவில் செய்யும் ஆயுதங் களை இஸ்ரேல் வாங்காததன் மூலம் அமெரிக்காவில் நிறையப் பேருக்கு வேலைவாய்ப்புக் கிடைக்காமல் போகிறது.

இஸ்ரேலோடு மோதாமல் இருக்க எகிப்திற்கும் ஜோர்டானுக்கும் அமெரிக்கா செய்யும் பண உதவி அமெரிக்கா இஸ்ரேலுக்குக் கொடுக்கும் 300 கோடி டாலரில் அடக்கம் இல்லை. இஸ்ரேல் மற்ற நாடுகளைத் தாக்குவதற்கு அமெரிக்கா உதவுவதோடு மற்ற நாடுகள் இஸ்ரேலைத் தாக்காமல் இருப்பதற்கும் அமெரிக்கா உதவிக்கொண்டிருக்கிறது. (1978இல் இஸ்ரேல்-எகிப்து சமாதான ஒப்பந்தம் ஏற்பட்ட பிறகு அமெரிக்கா தொடர்ந்து எகிப்திற்குப் பண உதவி செய்து வருகிறது. 1994இல் ஜோர்டான் இஸ்ரேலோடு சமாதான ஒப்பந்தம் செய்து கொண்ட பிறகு அமெரிக்கா ஜோர்டானுக்கும் பண உதவி செய்து வருகிறது.)

இப்போது இஸ்ரேல் அமெரிக்காவிடமிருந்து பெறும் 300 கோடி டாலர் உதவி அமெரிக்கா அயல் நாடுகளுக்கு உதவும் தொகையில் 6 சதவிகிதம். இது இஸ்ரேல் குடிமக்கள் ஒவ்வொருவருக்கும் அமெரிக்கா ஆண்டிற்கு 500 டாலர் கொடுப்பதற்குச் சமம். அமெரிக்காவிட மிருந்து உதவி பெறும் நாடுகளில் இரண்டாவதாக விளங்கும் எகிப்தின் குடிமக்களுக்கு ஆண்டிற்கு 20 டாலர் மட்டுமே கிடைக்கிறது. பாகிஸ்தான், ஹெய்த்தி போன்ற வசதியற்ற நாடுகளுக்கு ஐந்து டாலர் மட்டுமே கிடைக்கிறது. அமெரிக்காவிடமிருந்து உதவி பெறும் மற்ற நாடுகளுக்கும் இஸ்ரேலுக்கும் இன்னொரு பெரிய வித்தியாசம், நிதி ஆண்டின் ஆரம்பத்திலேயே இஸ்ரேல் அந்த ஆண்டுக்குரிய முழுத் தொகையையும் பெற்றுக் கொள்கிறது. அவ்வப்போது செலவழித்தது போக மீதிப் பணத்தைச் சேமிப்பதன் மூலம் அதற்குரிய வட்டியும் கணிசமாக இஸ்ரேலுக்குக் கிடைக்கிறது. இப்படி முதலிலேயே கொடுப்பதால் பட்ஜெட் பற்றாக்குறையால் அமெரிக்காவுக்குக் கூடுதல் செலவு ஏற்படுகிறது. மற்ற நாடுகள் பல தவணைகளில் அமெரிக்க உதவியைப் பெற்றுக்கொள்கின்றன.

அமெரிக்காவில் வரி செலுத்துபவர்களுக்கு அமெரிக்கத் தன்னார்வத் தொண்டு நிறுவனங்களுக்கு நன்கொடை அளித்தால் அதற்கு வரிச் சலுகை உண்டு. ஆனால் வெளிநாட்டு நிறுவனங்களுக்கு நன்கொடை அளித்தால் அதற்கு வரிச் சலுகை இல்லை. ஆனால் இஸ்ரேல் மட்டும் இதற்கு விதிவிலக்கு. இஸ்ரேல் நிறுவனங்களுக்கு நன்கொடை அளித்தால் அதற்கு வரிச்சலுகை பெறலாம். அமெரிக்கா வாழ் கோடீஸ்வர யூதர்கள் பல லட்சக்கணக்கான டாலர்களை இஸ்ரேலுக்கு நன்கொடையாக வழங்குகிறார்கள். இந்தப் பணத்திற்கு வரிச்சலுகை கிடைக்கிறது.

நீண்ட கால உதவி ஒப்பந்தம்

2007இல் அப்போதைய ஜனாதிபதி புஷ் இஸ்ரேலோடு பத்து

ஆண்டு ஒப்பந்தம் செய்துகொண்டார். அதன்படி 2018 வரை இஸ்ரேல் அமெரிக்காவிடமிருந்து 3000 கோடி டாலர் உதவி பெறும். இதில் பெரும் பங்கு இஸ்ரேலின் இராணுவச் செலவினங்களுக்கு. 2013இல் இஸ்ரேலுக்கு வருகை தந்த ஒபாமா 2018-க்குப் பிறகும் இஸ்ரேலுக்கு அமெரிக்க உதவி தொடரும் என்று வாக்களித்துவிட்டு வந்திருக்கிறார். இஸ்ரேல்-பாலஸ்தீனப் பிரச்சினையில் அமெரிக்க மக்களில் 55 சதவிகிதம் இஸ்ரேலின் பக்கமாம்; 9 சதவிகிதம்தான் பாலஸ்தீனர்களின் பக்கமாம். அமெரிக்கா இஸ்ரேலுக்குச் செய்து வரும் உதவி போதும் என்று 41 சதவிகித அமெரிக்க மக்கள் நினைக் கிறார்களாம்; 21 சதவிகிதம் இது போதாது என்று நினைக்கிறார்களாம்; 22 சதவிகிதம் அதிகம் என்று நினைக்கிறார்களாம். அமெரிக்காவில் உள்ள சில இடதுசாரி அறிவுஜீவிகளைத் தவிர அமெரிக்காவுக்கும் இஸ்ரேலுக்கும் உள்ள உறவு பற்றி அமெரிக்க மக்களுக்கு சரியாகத் தெரியாது. இது ஏன் என்றால் இஸ்ரேலை ஆதரிக்கும் அமெரிக்கர்கள் இஸ்ரேலின் தவறுகளை மூடிமறைப்பதோடு இஸ்ரேலுக்குச் சாதகமான செய்திகளைப் பெரிதுபடுத்தி அமெரிக்கர்களின் மனதை மாற்றுகிறார்கள். சொல்லப்போனால் இஸ்ரேலை விமர்சிப்பவர்கள், இஸ்ரேலிடம் குற்றம் காண்பவர்கள், இஸ்ரேலைக் குறை கூறுபவர்கள் அமெரிக்காவில் இருப்பவர்களைவிட இஸ்ரேலில்தான் அதிகம் என்கிறார்கள். இது இப்போது கொஞ்சம் மாறி வருகிறது என்கிறார்கள் சிலர்.

ஐநாவில் ஆதரவு

1972-லிருந்து 2006 வரை ஐநா பாதுகாப்புச் சபையில் இஸ்ரேலுக்கு எதிராகக் கொண்டுவந்த 42 தீர்மானங்களை அமெரிக்கா வீட்டோ செய்திருக்கிறது. அமெரிக்கா செய்த மொத்த வீட்டோக்களில் இது பாதிக்கு மேல். இஸ்ரேலுக்கு எதிரான சில தீர்மானங்களை ஐநாவின் பாதுகாப்புச் சபைக்கு வராமலேயே அமெரிக்கா பார்த்துக் கொண்டி ருக்கிறது. இஸ்ரேலை அமெரிக்கா ஆதரிக்கும்போது அதோடு சேர்ந்து வாக்களிக்கும் நாடுகள் ஆஸ்திரேலியா, மார்ஷல் தீவுகள், மைக்ரொனேஷியா மற்றும் பாலார். ஆஸ்திரேலியா தவிர மற்ற எந்த நாட்டையும் உலக வரைபடத்தில் தேட வேண்டும். இந்த நாடுகள் எல்லாம் அமெரிக்காவின் ஆதரவில் வாழ்ந்து வருபவை. அமெரிக்கா சொன்ன சொல்லைத் தட்ட முடியாதவை.

அமெரிக்கக் காங்கிரஸில் இஸ்ரேல் லாபி

மற்ற நாடுகளிலிருந்து அமெரிக்காவில் குடியேறி அமெரிக்காவில் குடியுரிமை பெற்றிருக்கும் பல அமெரிக்கர்கள் முன்னால் தங்கள்

தாய்நாடாக விளங்கிய நாடுகளோடு பல விதங்களில் தொடர்பு கொண்டிருப்பார்கள். அமெரிக்கா அந்த நாடுகள் பற்றிய விஷயங் களில் ஏதாவது முடிவெடுக்கும்போது தங்கள் கருத்தை அமெரிக்க அரசிடம் தெரிவிக்க முயல்வார்கள். ஆனால் அமெரிக்கக் குடிமக்களாக இருந்துகொண்டு இன்னொரு அயல்நாட்டோடு தொடர்பு வைத்துக் கொள்வதிலும் அந்த நாட்டின் நலன்களில் ஈடுபாடும் அக்கறையும் காட்டுவதிலும் அமெரிக்காவில் வாழும் யூதர்களுக்கு இணை யாரும் இல்லை. இவர்கள் இஸ்ரேலை ஆதரிக்கும் வேட்பாளர்களுக்குத் தேர்தலில் வாக்களிப்பதோடு வேட்பாளர்களுக்குத் தேர்தல் நன்கொடை வழங்குகிறார்கள்; அரசியல்வாதிகளுக்குக் கடிதங்கள் எழுதுகிறார்கள்; இஸ்ரேலை ஆதரித்துப் பத்திரிகைகளில் எழுது கிறார்கள்; இஸ்ரேலுக்காக அமெரிக்காவில் தரகு வேலைபார்க்கும் நிறுவனங்கள் நிதி உதவிக்காக இவர்களை அணுகுகின்றன; இவர்களும் அந்த நிறுவனங்களுக்குத் தாராளமாக நிதி உதவி அளிக்கிறார்கள். இஸ்ரேலின் நலன்களில் முழு அக்கறை செலுத்தும் இந்த அமெரிக்கா வாழ் யூதர்கள் அனைவரும் ஸியோனிஸம் தோன்றிய புதிதில் அதற்கு இப்போது கொடுக்கும் அளவு ஆதரவு கொடுக்கவில்லை. ஆனால் கொஞ்சம் கொஞ்சமாக அதிகரிக்க ஆரம்பித்த இந்த ஆதரவு ஹிட்லர் யூதர்களுக்கு இழைத்த கொடுமைகளுக்குப் பிறகு மிக வேகமாக அதிகரித்தது. அதன் பிறகு இஸ்ரேலுக்காக நன்கொடை திரட்டுவதிலும் அமெரிக்க அரசிடம் இஸ்ரேலுக்காகத் தரகு வேலை பார்ப்பதிலும் அமெரிக்கா வாழ் யூதர்கள் தீவிரமாகச் செயல்பட்டனர். இவர்களின் தாக்கம் அமெரிக்கா மத்திய கிழக்கில் எடுக்கும் எல்லா வெளியுறவுக் கொள்கைகளிலும் முக்கிய பங்கு வகிக்கிறது. ஏற்கனவே சொல்லியபடி அமெரிக்காவில் யூதர்கள் எண்பது கழகங்களை நிறுவியிருக்கிறார்கள். இந்தக் கழகங்களின் தலைவர்கள் எல்லாம் ஒன்றுகூடி இஸ்ரேலின் நலன்களுக்குப் பாடுபடவும் இஸ்ரேல்-அமெரிக்க உறவை வலுப் படுத்தவும் திட்டங்கள் தீட்டுகிறார்கள். இந்தக் கழகங்களை ஒன்று படுத்தவும் முயல்கிறார்கள்.

*1951*இல் நிறுவப்பட்டு மூன்றாவது முறையாகப் பெயர் மாற்றம் செய்யப்பட்ட ஐப்பெக் போன்ற யூதக் கழகங்கள் இப்போது அனுப விக்கும் செல்வாக்கும் அமெரிக்க அரசியலில் அவர்களின் தாக்கமும் திடீரென்று வந்தவை அல்ல. ஸியோனிஸம் தோன்றிய காலத்திலும் இஸ்ரேல் நாடு உருவாக்கப்பட்ட போதும் அமெரிக்க யூதர்கள் அமெரிக்க அரசில் அங்கம் வகிக்கும் அதிகாரிகளிடமும் குறிப்பாக ஜனாதிபதிகளிடமும் இஸ்ரேல் சார்பில் தரகு வேலை பார்த்தபோது வெளிப்படையாக அல்லாமல் திரைமறைவாகத்தான் (இரகசிய

மாக) செய்துவந்தார்கள். இதற்கு முக்கிய காரணங்கள் அப்போது அமெரிக்காவில் நிலவிவந்த யூத எதிர்ப்பும் அமெரிக்கக் குடியுரிமை பெற்ற அமெரிக்க யூதர்கள் இஸ்ரேலுக்கு விசுவாசமாக நடந்துகொள் கிறார்கள் என்ற பழி தங்களுக்கு ஏற்பட்டுவிடுமோ என்ற யூதர்களின் பயமும்தான். அதனால் தனிப்பட்ட முறையில் அமெரிக்கப் பாராளு மன்ற உறுப்பினர்களிடம் தங்கள் தாக்கத்தை ஏற்படுத்தினார்கள்.

ஜனாதிபதிகளின் ஆலோசகர்கள்

அமெரிக்கப் பாராளுமன்ற உறுப்பினர்களிடம் அமெரிக்க யூதர்கள் கொண்டிருந்த செல்வாக்கும் அதனால் அவர்களிடம் ஏற்படுத்திய தாக்கமும் கென்னடி, ஜான்ஸன் காலத்தில் அதி வேகமாக வளர்ந்தன. இந்த இரு ஜனாதிபதிகளின் நெருங்கிய ஆலோசனையாளர்கள், நன்கொடையாளர்கள், நண்பர்கள் ஆகியோரில் நிறையப் பேர் யூதர்கள். 1965 வரை அமெரிக்க யூதர்களின் நடவடிக்கைகள் மறைமுக மாகத்தான் நடந்துவந்தன. 1967இல் இஸ்ரேல் அரபு நாடுகளுக் கிடையே நடந்த போருக்குப் பிறகு அமெரிக்க யூதக் கழகங்களின் வளர்ச்சி பெரிய அளவில் ஏற்பட்டது. அவற்றின் உறுப்பினர்களின் எண்ணிக்கை பெருமளவில் அதிகரித்தது; செல்வம் பெருமடங்கு பெருகியது; அவர்களின் தாக்கமும் அதிகரித்தது. 1948-49இல் நடந்த போரில் (இதை இஸ்ரேல் தன் சுதந்திரத்திற்காகப் புரிந்த போர் என்று கூறிக்கொள்கிறது) இஸ்ரேல் பெற்ற வெற்றி இஸ்ரேலால் தன்னைக் காத்துக்கொள்ள முடியும் என்ற நம்பிக்கையை யூதர்கள் மனத்தில் விதைத்தது. அது வரை அமெரிக்காவில் நிலவிவந்த யூத எதிர்ப்பைக் கண்டு பயந்திருந்த அமெரிக்க யூதர்கள், இஸ்ரேலின் வெற்றியும் அதனால் அது நிலை பெற்றதும் யூதர்களுக்கென்று ஒரு அடையாள மாக இஸ்ரேல் விளங்குகிறது என்று எண்ணத் தொடங்கினர். அப்படிப் பட்ட இஸ்ரேலை மேலும் உறுதிப்படுத்த வேண்டும் என்ற எண்ணமும் அமெரிக்க யூதர்களிடையே வலுப்பெற ஆரம்பித்தது. இஸ்ரேலின் மேல் இருந்த இந்த அக்கறை அமெரிக்க யூதர்களின் மற்ற எல்லா விஷயங்களையும் பின்னுக்குத் தள்ளியது. இஸ்ரேலை வலுப்பெறச் செய்யும் காரியங்களில் அமெரிக்க யூதர்கள் இறங்கினர்.

ஐப்பெக் செல்வாக்கின் வளர்ச்சி

தனிப்பட்ட அமெரிக்க யூதர்களிடமிருந்து கிடைக்கும் உதவியை விட அமெரிக்க அரசு செய்யும் நிதி உதவி அதிகமான பிறகு அந்த உதவியின் அளவை அப்படியே வைத்துக்கொள்வதற்கும் அதை அதிகரிப்பதற்கும் அமெரிக்காவின் அரசியல் ஆதரவு இஸ்ரேலுக்குக் கிடைப்பதற்கும்

பல நடவடிக்கைகளில் அமெரிக்க யூதர்கள் ஈடுபட ஆரம்பித்தனர். ஐபெக்கும் யூதக் குழுக்களின் தலைவர்கள் அடங்கிய கழகமும் ஆயிரத்துத் தொள்ளாயிரத்து எழுபதுகளிலும் எண்பதுகளிலும் பலம் பெறத் தொடங்கின. சிறு கழகமாக இருந்த ஐப்பெக் 150 ஊழியர்கள் அடங்கிய கழகமாக வளர்ந்தது. 1973இல் தனிப்பட்டவர்களிடமிருந்து இதற்குக் கிடைத்த நன்கொடை மூன்று லட்சம் டாலர்கள். இப்போது அதுவே ஆறு கோடியாக வளர்ந்திருக்கிறது. ஐபெக்கின் நிதிநிலைமை வெகுவாக முன்னேறியதும் ஐபெக்கும் மற்ற யூதக் கழகங்களும் வெளிப்படையாக இஸ்ரேலுக்கு உதவும் வழிகளில் இறங்கத் தொடங்கின. மனிதநேய முறையில் அமெரிக்கா இஸ்ரேலுக்கு உதவ வேண்டும் என்று கூறுவதற்குப் பதில் அமெரிக்கா இஸ்ரேலுக்கு உதவுவதால் கிடைக்கும் பரஸ்பர நன்மைகள் பற்றியும் அமெரிக்கா விற்கும் இஸ்ரேலுக்கும் இடையிலான பொதுவான நன்னெறி சார்ந்த கோட்பாடுகள் (moral values) பற்றியும் பேசத் தொடங்கின. பணபலத்தோடு அமெரிக்காவில் தேர்தல் பிரச்சார நிதிக்கு வழங்கும் சட்டத்தில் ஏற்பட்ட மாற்றங்களாலும் ஐப்பெக் இஸ்ரேலுக்குச் சாதகமாக இருக்கும் தேர்தல் வேட்பாளர்களுக்கு நிறைய நிதிஉதவி செய்ய முடிந்தது. வாஷிங்டனில் அதிக அதிகாரம் படைத்த கழகமாக ஐப்பெக் மாறியது.

அமெரிக்காவில் இருக்கும் அமெரிக்க யூதக் கழகங்களிடையே வேற்றுமைகள் இருந்தாலும் இஸ்ரேலுக்கு அமெரிக்கா உதவ வேண்டும் என்பதில் இவற்றுக்கிடையே முரண்பாடுகள் இல்லை. இஸ்ரேல் அதிகாரிகள் அமெரிக்காவிற்கு வருகை தரும்போதெல்லாம் இந்தக் கழகத் தலைவர்களைச் சந்தித்து இஸ்ரேல் எடுக்கும் அரசியல் முடிவு களுக்கு அமெரிக்காவிடம் ஆதரவு தேடுமாறு கோருவார்கள்.

அமெரிக்க யூதர்கள் மூலம் இஸ்ரேல் அமெரிக்காவின் உதவியையும் ஆதரவையும் தேடுகிறது. 1952இல் தனக்குரிய உதவித் தொகையை அதிகரித்துக் கொண்டதோடு அமெரிக்க வெளியுறவுத் துறையும் பென்டகனும் எகிப்திற்கு உதவ முற்பட்டபோது அதை முறியடிக்கவும் செய்தது. அமெரிக்காவில் இருக்கும் இஸ்ரேல் தூதர் மூலமும் அமெரிக்கா எடுக்கும் முடிவுகளில் தாக்கம் ஏற்படுத்த முயலுகிறது. இஸ்ரேலுக்கும் பாலஸ்தீனர்களுக்கும் இடையில் நடக்கும் எல்லாப் பேச்சுவார்த்தைகளிலும் அமெரிக்கா இஸ்ரேலுக்குச் சாதகமாகவே இருக்கும். 2003இல் அமெரிக்கா இஸ்ரேல்-பாலஸ்தீன அமைதிக்குத் திட்டம் தீட்டியபோது அமெரிக்க யூதக் கழகம் இஸ்ரேல் அரசிடம் 'இந்தத் திட்டத்தில் உங்களுக்கு ஏதாவது ஆட்சேபம் இருந்தால் கூறுங்கள். அது நடக்கவிடாமல் நாங்கள் பார்த்துக்கொள்கிறோம்'

என்று கூறியதாம். சில அமெரிக்க யூதர்கள் பாலஸ்தீனர்களுக்குத் தனி நாடு அமைத்துக் கொடுத்து அவர்களோடு சமாதானமாகப் போக வேண்டும் என்று யோசனை கூறும்போதெல்லாம் அவர்களை இஸ்ரேலுக்கு எதிரானவர்கள் என்று கூறி அவர்களின் குரல் எடுபடாமல் செய்துவிடுகிறார்கள். இப்போது ஐப்பெக் போன்ற கழகங்கள் வலதுசாரிகளாக மாறி வருகின்றன. இவர்கள் செய்யும் பிரச்சாரத்தால் அமெரிக்க மக்கள் இஸ்ரேலின் ஆதரவாளர்களாக இருக்கிறார்கள். எந்தவித நிபந்தனையும் இன்றி அமெரிக்கா இஸ்ரேலுக்குச் செய்து வரும் உதவிகள் பற்றி இவர்கள் எந்தக் கேள்வியும் கேட்பதில்லை.

போருக்கு உதவி

2006இல் இஸ்ரேல் லெபனான் மீது தொடுத்த போரில் யூதர்களின் இந்தக் கழகங்களுக்கு (Israeli lobby) மிகுந்த பங்கு உண்டு. சண்டை நடந்த 34 நாட்களிலும் உலக நாடுகள் இஸ்ரேலைக் கண்டித்தபோது அமெரிக்கா இஸ்ரேலுக்கு ஆதரவு கொடுக்குமாறு இவை பார்த்துக் கொண்டன. லெபனானில் நிலைபெற்றிருந்த ஹிஸ்புல்லாஹ் இஸ்ரேலின் வடக்கு எல்லையில் நுழைந்து சில இஸ்ரேலிய இராணுவ வீரர்களைக் கடத்திக் கொண்டுபோய்க் கொன்றுவிட்டது. இதற்குப் பழிவாங்கும் விதமாக இஸ்ரேல் லெபனானுக்குள் நுழைந்து சாதாரண குடிமக்கள், குழந்தைகள் உட்பட 1100-க்கும் மேற்பட்டவர் களைக் கொன்றது. உயிர்ச் சேதத்தோடு இஸ்ரேல் லெபனானில் கட்டடங்கள், சாலைகள், தொழிற்சாலைகள், நீர்நிலையங்கள், விமான நிலையங்கள், அடுக்குமாடிக் கட்டடங்கள், அலுவலகக் கட்டடங்கள் ஆகியவற்றைத் தகர்த்தெறிந்ததன் மூலம் லெபனானில் நிறைய பொருள் சேதங்களையும் உண்டாக்கியது. இந்தப் போரை ஆரம்பத்திலேயே நிறுத்த வேண்டும் என்று நினைத்த அமெரிக்கச் சட்டமன்ற உறுப்பினர்களையும் ஐப்பெக் திசைதிருப்பி இஸ்ரேலுக்கு ஆதரவு கொடுக்கும்படி செய்தது. அமெரிக்கக் கீழவையின் உறுப்பினர் களில் 410 பேர் இந்தப் போருக்கு அங்கீகாரம் அளித்தனர். எட்டுப் பேரே எதிராக வாக்களித்தனர். ஐப்பெக் தன் தரகர்களை அனுப்பி இவர்களின் மனதை மாற்றியது. இந்தப் போரில் இஸ்ரேல் இவ்வளவு அரக்கத்தனமாக நடந்து கொண்டிருக்கத் தேவையில்லை என்று போருக்குப் பிறகு இஸ்ரேல் அரசு உச்சநீதிமன்ற நீதிபதியின் தலைமையில் நியமித்த விசாரணைக் குழு கூறியது. இப்படிக் கொடூரங்கள் நடந்த இந்தப் போருக்கு அமெரிக்கா முழு ஆதரவும் கொடுத்தது. அதற்கு மூலாதாரமாக இருந்தது யூதக் கழகங்கள்தான். இதனால் அமெரிக்காவுக்கு மத்திய கிழக்கில் எதிர்ப்பு இன்னும் அதிகரித்தது.

ஒரே வெளியுறவுக் கொள்கை

அமெரிக்க யூதக் கழகங்கள் அமெரிக்க அரசியலில் அதிக ஆதிக்கம் செலுத்துகின்றன. இதனால் அமெரிக்காவின் மத்திய கிழக்குக் கொள்கையும் இஸ்ரேலுக்குச் சாதகமாக அமைகிறது. இதனால் உலகின் பல நாடுகளிடமும் அரபு, முஸ்லிம் நாடுகளிடையேயும் அமெரிக்காவின் செல்வாக்கு குறைவதோடு எதிர்ப்பும் அதிகரித்திருக்கிறது. அமெரிக்கத் தலைவர்களால் இஸ்ரேலைத் தட்டிக்கேட்க முடியாமல் இருப்பதால் பாலஸ்தீன-இஸ்ரேல் பிரச்சினையும் தீராமல் இருக்கிறது. இதனால் முஸ்லிம்களின் கோபம் அதிகமாகி அவர்களின் தீவிரவாதமும் வளர்கிறது. இஸ்ரேலின் அணு ஆயுதத் திட்டங்களைத் தடுத்து நிறுத்தாததோடு இஸ்ரேல் செய்யும் மனித உரிமை மீறல்களையும் அமெரிக்கா கண்டு கொள்வதில்லை. இதனால் அமெரிக்கா அரபு, முஸ்லிம் நாடுகளில் அரசியல் சீர்திருத்தங்களைக் கொண்டுவர முயலும்போது அவை அமெரிக்காவின் உண்மையான நிலைப்பாடில்லை என்ற எண்ணத்தைத் தோற்றுவிக்கிறது.

ஒரு சார்பான மத்தியஸ்தம்

இஸ்ரேல்-பாலஸ்தீன சமரசப் பேச்சுவார்த்தையில் அமெரிக்கா எப்போதுமே இஸ்ரேலுக்குச் சாதகமாகத்தான் நடந்துகொள்கிறது. 1948இல் ஐநா போட்ட 194 எண் தீர்மானத்தில் உள்ள, 1948இல் நடந்த போரில் பாலஸ்தீனத்தை விட்டு வெளியேறிய பாலஸ்தீனர்களுக்கு மறுபடியும் அவர்களின் இடங்களுக்குத் திரும்பும் உரிமை இருக்கிறது என்ற விதியை மட்டும் அமெரிக்கா ஒப்புக்கொண்டிருக்கிறது. அதையும் 1992இல் விட்டுவிட்டது. அவர்களின் இந்த மனித உரிமைகளை மட்டும் ஏற்றுக்கொண்ட அமெரிக்கா அவர்களுக்குத் தனி நாடு வேண்டும் என்ற அவர்களின் தேசிய, அரசியல் உரிமைகளை ஏற்றுக்கொள்ளவில்லை. 1967 போருக்குப் பிறகு ஐநா பாதுகாப்புச் சபை போட்ட தீர்மானம் 242 இஸ்ரேலின் உதவியோடு அமெரிக்க அதிகாரிகள் தயாரித்தது. இதிலும் போரில் ஆக்கிரமித்த இடங்களில் (வெஸ்ட் பேங்க், காஸா, கிழக்கு ஜெருசலேம்) இஸ்ரேலுக்கு உரிமை இல்லையென்று கூறப்பட்டிருந்ததே அன்றி பாலஸ்தீனர்கள் பற்றி எந்தத் தகவலும் இல்லை. 1975இல் நிக்ஸனின் வெளியுறவு மந்திரியாக இருந்த கிஸிஞ்சர் இஸ்ரேலோடு இரகசிய ஒப்பந்தம் ஒன்று செய்துகொண்டார். அதன்படி பீஎல்ஓவோடு பேச்சுவார்த்தை நடத்த பீஎல்ஓ இஸ்ரேலை அங்கீகரிக்க வேண்டும் என்றும் ஐநா தீர்மானங்கள் 242, 338 ஆகிய இரண்டையும் ஒப்புக்கொள்ள வேண்டும் என்றும் அமெரிக்கா பீஎல்ஓவுக்கு நிபந்தனை விதித்தது. (அப்போது பீஎல்ஓ

இஸ்ரேலை அங்கீகரிக்கவில்லை.) அதே சமயம் இஸ்ரேலுக்கு எந்த நிபந்தனையும் விதிக்கவில்லை. தீர்மானம்338, தீர்மானம் 242-ஐச் செயலாக்குவதற்காகப் போடப்பட்டது. ஆனால் 242இல் பாலஸ்தீனர்களின் அரசியல் உரிமைகள் பற்றி எதுவும் இல்லை. நிக்ஸன் கிஸிஞ்சரிடம், 'இப்போது அப்போது என்று சமாதானப் பேச்சு வார்த்தைகளை நீட்டிக்கொண்டே போங்கள். பாலஸ்தீனர்களுக்கு ஒருபோதும் சுயாட்சி கிடைக்கப் போவதில்லை' என்று கூறினாராம்.

1970இல் எகிப்து அதிபர் நாசர் இறந்த பிறகு பதவிக்கு வந்த சதாத் பாலஸ்தீனர்களின் உரிமைகள் பற்றிய உடன்பாட்டையும் எகிப்திற்கும் இஸ்ரேலுக்கும் இடையில் நடந்த சமாதான ஒப்பந்தத்தோடு சேர்த்தார். பாலஸ்தீனர்களின் உரிமைகள் பற்றி அவர் எடுத்த முயற்சிகளுக்கு இஸ்ரேல் முக்கியத்துவம் கொடுக்கவில்லை. 1977இல் பதவிக்கு வந்த அமெரிக்க ஜனாதிபதி கார்ட்டர் இஸ்ரேல்-அரபு சமாதான பேச்சு வார்த்தைகளில் எல்லாத் தரப்புகளையும் சேர்க்க வேண்டும் என்றார். ஆனால் எளிதில் தீர்க்க முடியாத பாலஸ்தீனப் பிரச்சினையைச் சேர்த்துக் கொண்டு அதனால் எகிப்து-இஸ்ரேல் சமாதான உடன்படிக்கை தாமதமாவதை சதாத் விரும்பவில்லை. இவருடைய பிரதிநிதிகளும் இஸ்ரேல் பிரதம மந்திரி பெகினின் பிரதிநிதிகளும் மொரோக்கோவில் நடத்திய பேச்சுவார்த்தைக்குப் பிறகு சதாத் தடாலடியாக ஜெருசலேமுக்கு விஜயம் செய்தார். இதன் விளைவாக இஸ்ரேல்-எகிப்து சமாதானப் பேச்சுவார்த்தைகள் அமெரிக்காவின் மத்தியஸ்தத்தோடு கேம்ப் டேவிட்டில் தொடங்கின. இந்தப் பேச்சுவார்த்தைகள் எகிப்து-இஸ்ரேலைப் பொறுத்தவரை முக்கியமானவை என்றாலும் எளிதாகத் தீர்க்க முடியாததாக இருந்த இஸ்ரேல்-பாலஸ்தீனப் பிரச்சினை மேலும் சிக்கலானது. லெபனானிலும் பாலஸ்தீனத்திலும் வன்முறை உண்டாக வழிகோலியது. 1978இல் பாலஸ்தீனர்களுக்குத் தன்னாட்சி (autonomy) கொடுக்க நடந்த பேச்சுவார்த்தைகளில் அமெரிக்க, இஸ்ரேல், எகிப்து பிரதிநிதிகளோடு பாலஸ்தீனப் பிரதிநிதிகளைச் சேர்த்துக்கொள்ள வில்லை. இதற்கு அமெரிக்காவே காரணம். 1979இல் நடந்த பாலஸ்தீன சுயாட்சி தொடர்பான பேச்சுவார்த்தைகளிலும் அமெரிக்கப் பிரதிநிதி இஸ்ரேல் பிரதிநிதியிடம் 'இப்போதைக்குப் பாலஸ்தீனர்களைச் சேர்த்துக்கொள்ள வேண்டாம்' என்றாராம். 1977இல் பீஎல்ஓவும் மற்ற அரபு நாடுகளும் சோவியத் யூனியனின் உதவியோடு பல நாடுகள் கலந்துகொள்ளும் ஒரு மாநாட்டை கார்ட்டர் கூட்டுவார் என்று எதிர்பார்த்து மிகவும் சந்தோஷப் பட்டார்களாம். ஆனால் இஸ்ரேலின் நிர்ப்பந்தத்தால் கார்ட்டர் அந்தத் திட்டத்திலிருந்து பின்வாங்கினாராம்.

இரு நாடுகளும் ஒரே குரலில் பேச்சு

கார்ட்டருக்குப் பிறகு பதவியேற்ற ரீகன் இஸ்ரேலின் தீவிர ஆதரவாளர். இவருடைய அரசில் இருந்த இரண்டு பெரிய அதிகாரிகள் இஸ்ரேலின் தீவிர ஆதரவாளர்கள் மட்டுமல்ல, சோவியத் யூனியனுக்கு எதிரானவர்கள். இவர்கள் இருவரும் அமெரிக்காவும் இஸ்ரேலும் நெருங்கி வருவதற்கு மிகவும் துணை நின்றவர்கள். இவர்கள் இருவரைப் பொறுத்தவரை நான்காவது ஜெனிவா மாநாட்டின் விதிகளின் படி இஸ்ரேல் ஆக்கிரமித்திருக்கும் வெஸ்ட் பேங்கும் காஸாவும் இஸ்ரேலால் ஆக்கிரமிக்கப்பட்டவை அல்ல. ஏனெனில் இப்போதைய வெஸ்ட் பேங்க் பைபிள் காலத்தில் ஜுடேயா, சமாரியா என்று அழைக்கப்பட்ட இடம். அவை யூதர்களுக்குச் சொந்தமானவை. இதனால் ரீகனும் வெஸ்ட்பேங்கையும் காஸாவையும் இஸ்ரேல் ஆக்கிரமித்திருப்பதாகக் கருதவில்லை.

பெகின் ஒருபோதும் பாலஸ்தீனர்களுக்கு சுயாட்சி உரிமை வழங்கப் போவதில்லை என்று முடிவு செய்திருந்தார். அவரைப் பொறுத்தவரை அவர்களுக்குக் கொடுக்கப் போவதாக அறிவித்த தன்னாட்சியும் ஐந்து ஆண்டுகளுக்குத்தான். அதுவும் பாலஸ்தீனத் தலைவர்களுக்கு வழங்கப்பட்ட உரிமை பாலஸ்தீன மக்களைக் கண்காணிப்பதற்கு மட்டும்தான். அந்த இடத்தை ஆளும் உரிமை இஸ்ரேலுக்கே. இதை அமெரிக்காவும் முழுவதுமாக ஆதரித்தது. ஆனால் வார்த்தை ஜாலங்களால் பாலஸ்தீனர்களுக்குச் சுயாட்சி கொடுப்பதாகக் கூறிவந்தது. இஸ்ரேல்-பாலஸ்தீன உடன்பாட்டின் எந்த நகலையும் இஸ்ரேலின் சம்மதத்தோடேயே அமெரிக்கா எழுதுமாம்; சில சமயங்களில் இஸ்ரேல் எழுதிக் கொடுத்து அதை அமெரிக்கா அப்படியே எடுத்துக் கொள்வதும் உண்டு. ரீகனுக்குப் பிறகு பதவியேற்ற முதல் புஷ்ஷும் அவருடைய வெளியுறவு மந்திரியும் ஏதோ செய்ய முயன்றார்கள். ஆனால் அவர்களுடைய பதவிக் காலம் அதற்குள் முடிந்துவிட்டது.

ஆதரவின் தீவிரம் அதிகரிப்பு

புஷ்ஷுக்குப் பிறகு பதவியேற்ற கிளின்டன் முழுக்க முழுக்க இஸ்ரேல் அனுதாபி. 1993இல் எழுதப்பட்ட ஆஸ்லோ ஒப்பந்தத்தில் இஸ்ரேலுக்குச் சாதகமாகத்தான் இருந்தார். இவருக்கு நிறைய இஸ்ரேல் நண்பர்கள்; இவருடைய தேர்தலுக்கு நிதி வழங்கியவர்கள் யூதர்கள். அவருக்குப் பிறகு பதவியேற்ற இரண்டாவது புஷ் பற்றிக் கேட்கவே வேண்டாம். ரீகன் காலத்தில் பாலஸ்தீனர்களுக்குரிய இடங்களில் இஸ்ரேல் அமைத்த குடியிருப்புகள் சட்டத்திற்குப் புறம்பாகக் கட்டப் பட்டவை என்பதற்குப் பதிலாக அமைதிக்கான பேச்சுவார்த்தைக்குத்

தடங்கலாக இருப்பவை என்று பிரகடனப்படுத்தப்பட்டது. இரண்டாவது புஷ் அதையும் மிஞ்சி அவற்றைக் குடியிருப்புகள் என்று சொல்வதற்குப் பதிலாக அவை 'ஏற்கனவே இருக்கும் இஸ்ரேலியர்கள் அதிகமாக வசிக்கும் இடங்கள்' என்று கூற ஆரம்பித்தார். 1967 போருக்கு முன் போட்ட பச்சைக் கோட்டிற்கு (Green Line) உள்ளே இஸ்ரேல் பின்வாங்க வேண்டும் என்ற அமெரிக்காவின் அன்று வரை இருந்த நிலைப்பாட்டையும் மாற்றினார். இவருடைய ஆலோசகர் களும் அமைச்சரவையில் முக்கிய பதவி வகித்தவர்களும் வலதுசாரிகள்; இஸ்ரேலில் ஆட்சி செய்துவந்த பிற்போக்கு யூத இனவாதிகளின் (Revisionist Zionists) கொள்கையைத் தீவிரமாக ஆதரிப்பவர்கள்.

பாலஸ்தீனர்களின் நன்மை இரண்டாம் பட்சம்

மேலும் புஷ்ஷுக்கு தேசிய பாதுகாப்பு ஆலோசகராகவும் வெளியுறவு மந்திரியாகவும் பணியாற்றிய கண்டலீஸா ரைஸ் பாலஸ்தீனர்களின் மேல் எந்த அக்கறையும் இல்லாதவர். 2006இல் இஸ்ரேல் லெபனானில் அரக்கத்தனமாகப் போரிட்டபோது அதை நிறுத்த எந்தவித முயற்சியும் எடுக்கவில்லை. 2008இல் நடந்த பாலஸ்தீன சமாதானப் பேச்சு வார்த்தையில் அமெரிக்கா உண்மையான நடுநிலையாளராக நடந்து கொள்ள வேண்டும் என்றார். நடுநிலையாளராக நடந்துகொள்ளாதது மட்டுமல்ல, அமெரிக்கா இஸ்ரேலுக்குச் சாதகமாகவும் நடந்துகொள் கிறது. இதைத்தான் அமெரிக்கா நடுநிலையாளராக (honest broker) இருப்பதற்குப் பதில் இஸ்ரேலின் வழக்கறிஞர் (Israel's Attorney) போல் நடந்துகொள்கிறது என்கிறார்கள். பாலஸ்தீனர்களோடு நடந்த பேச்சுவார்த்தைகளில் இஸ்ரேலுக்கு நிறைய விட்டுக்கொடுக்கும்படி கேட்டுக்கொண்டார். 1948-49 போருக்குப் பிறகு ஏழரை லட்சம் பாலஸ்தீனர்கள் பாலஸ்தீனத்தை விட்டுச் சென்றதற்கு இஸ்ரேல் எந்த விதத்திலும் காரணம் இல்லையென்றும், 'உலகத்தில் எத்தனையோ பேருக்கு எத்தனையோ கஷ்டங்கள் ஏற்படுகின்றன என்றும் அதை யெல்லாம் யோசித்துக் கொண்டிருக்காமல் இனி வருவதைப் பற்றிச் சிந்திக்க வேண்டும்' என்றும் அறிவுரை கூறினார்.

இந்தச் சூழ்நிலையில் புஷ்ஷுக்குப் பிறகு பதவியேற்ற ஒபாமாவாலும் பாலஸ்தீனர்களுக்கு நியாயம் கிடைக்கப் பெரிதாக ஒன்றும் செய்ய முடியவில்லை. இதற்குப் பல காரணங்கள். தேர்தல் நிதிக்குத் தனிப் பட்ட நன்கொடையாளர்களிடமிருந்து பணம் பெறப் போவதில்லை என்று சூளுரைத்த ஒபாமா கடைசியில் பலரிடமிருந்து நன்கொடை பெற்றார். அதில் பலர் யூதர்கள். இவர் பதவிக்கு வந்த இரண்டு மாதங்களிலேயே பிற்போக்கு யூத இனவாதத்தை (Revisionist Zionism)

தன் தந்தையிடமிருந்து நன்றாகவே கற்றுத்தேர்ந்த நெதன்யாஹு இஸ்ரேல் பிரதம மந்திரியானார். அமெரிக்காவை இஸ்ரேலின் பக்கம் திருப்புவதில் இவரது தாக்கம் முழு வீச்சில் இருந்தது.

2010இல் அமெரிக்காவில் நடந்த இடைத்தேர்தலில் (அமெரிக்காவில் மேலவை உறுப்பினர்கள் ஆறு ஆண்டுகளுக்கு ஒருமுறை தேர்தலில் நின்று வெற்றிபெற வேண்டும். கீழவை உறுப்பினர்கள் இரண்டு ஆண்டு களுக்கு ஒருமுறை தேர்தலில் நின்று வெற்றிபெற வேண்டும். இதனால் அமெரிக்காவில் இரண்டு ஆண்டுகளுக்கு ஒருமுறை பாராளுமன்றத் தேர்தல் நடந்துகொண்டிருக்கும். ஜனாதிபதித் தேர்தல் நான்கு ஆண்டுகளுக்கு ஒருமுறை நடக்கும். ஜனாதிபதித் தேர்தல் நடக்காத ஆண்டுகளில் நடக்கும் தேர்தல்களை இடைத் தேர்தல் என்கிறார்கள். (இந்தியாவில் போல் ஓர் உறுப்பினர் இறந்து அவருக்குப் பதில் இன்னொருவரைத் தேர்ந்தெடுக்க நடத்தப்படும் தேர்தல் அல்ல.) குடியரசுக் கட்சி உறுப்பினர்கள் நிறையப் பேர் தேர்ந்தெடுக்கப்பட்டு அக்கட்சிக்குப் பெரும்பான்மை கிடைத்தது. இவர்களில் பெரும்பாலோர் இஸ்ரேல் அனுதாபிகள்.

சவூதி அரேபியா போன்ற நாடுகள் பாலஸ்தீனர்களுக்காக வாதாடுவதை முற்றிலும் நிறுத்திவிட்டன. இதற்கு மேல் பீஎல்ஓவின் பிரிவுகளுக்குள் பிளவுகள் ஏற்பட்டு அதுவும் ஒபாமாவின் பலத்தைக் குறைத்தன. எல்லாவற்றுக்கும் மேலாக நெதன்யாஹு அமெரிக்கா வுக்கு வரும்போதெல்லாம் ஈரானால் இஸ்ரேலுக்கு விளையக் கூடிய ஆபத்து பற்றிப் பேசி ஒபாமாவின் கவனத்தைத் திருப்பினார். இத்தனை காரணங்கள் இருந்தாலும் ஒபாமா பாலஸ்தீனர்களுக்காக சமாதானப் பேச்சுவார்த்தைகளில் சாதகமாக நடந்துகொண்டிருக்கலாம். ஆனாலும் அவரால் அது முடியவில்லை. அமெரிக்க யூதத் தரகுக் குழுவின் தாக்கம் அவ்வளவு!

தோல்வியுற்ற பேச்சுவார்த்தை

இருந்தாலும் பாலஸ்தீன-இஸ்ரேல் பிரச்சினைக்கு முடிவு காண அமெரிக்கா தொடர்ந்து முயன்று வருகிறது. அமெரிக்க ஜனாதிபதி களும் வெளியுறவுத் துறை அமைச்சர்களும் பாலஸ்தீன-இஸ்ரேல் பிரச்சினையைத் தீர்த்துவைத்த பெருமை தங்களுக்குக் கிடைத்து வரலாற்றில் தங்கள் பெயர் நிலைக்க வேண்டும் என்று விரும்பு கிறார்கள். அதனால் எப்படியாவது சமாதானம் ஏற்பட்டுவிட வேண்டும் என்று நினைக்கிறார்கள். இந்தப் பிரச்சினையின் மூல காரணம் என்ன என்பதைப் பற்றியெல்லாம் யோசிக்காமல் பாலஸ்தீனர்களுக்கு நிபந்தனை விதிப்பதிலேயே குறியாக இருக்கிறார்கள்.

ஒபாமாவின் இரண்டாவது பதவிக் காலத்தில் வெளியுறவு அமைச்சர் கெர்ரி சமாதான முயற்சியில் தீவிரமாக இறங்கினார். 2014 ஏப்ரலில் எப்படியாவது தீர்வு காண வேண்டும் என்று இஸ்ரேலையும் பாலஸ்தீனத்தையும் பேச்சுவார்த்தையில் ஈடுபடவைத்தார். இது தோல்வியில் முடிந்தது. பேச்சுவார்த்தை நடத்துவதற்குப் போட்ட நிபந்தனைகளை இரு தரப்பாரும் சரிவர நிறைவேற்றவில்லை என்பது வெளியே சொன்ன காரணம். இஸ்ரேல் சிறைப்பிடித்திருந்த பாலஸ்தீனர் களை இஸ்ரேல் முதலில் சொன்ன எண்ணிக்கை அளவில் விடுவிக்க வில்லை; பாலஸ்தீனம் ஐநா சார்ந்த உலக நிறுவனங்களில் உறுப்பினராக மனுப் போட்டது. இதற்கு எதிர்ப்புத் தெரிவித்த இஸ்ரேல் கிழக்கு ஜெருசலேமில் புதிய குடியிருப்புகள் கட்டப் போவதாக அறிவித்தது. இந்த இழுபறியில் கெடு முடிந்துவிட்டது. அதன் பிறகு ஃபதாவும் ஹமாஸும் இணைந்து ஐக்கிய பாலஸ்தீன அரசு அமைக்க முடிவு செய்தன. இஸ்ரேலை ஒழிக்க வேண்டும் என்ற கொள்கையுள்ள ஹமாஸ் அங்கம் வகிக்கும் அரசோடு பேச்சுவார்த்தை நடத்த முடியாது என்று இஸ்ரேல் சொல்லிவிட்டது. அமெரிக்கா இப்போதைக்கு ஐக்கிய பாலஸ்தீன அரசைக் கண்காணிப்போம் என்று சொல்லி இருக்கிறது.

புதிய தலைமுறையினரிடம் யூத ஆதரவுப் பிரச்சாரம்

அமெரிக்காவில் வாழும் யூத இளந்தலைமுறையினரில் பலர் யூதர் அல்லாதாரோடு திருமணம் புரிந்துகொண்டிருக்கிறார்கள். அமெரிக்காவை ஒரு melting pot என்பார்கள். அமெரிக்காவில் குடியேறியிருக்கும் பல இனத்தவர்கள் ஒன்றாகக் கலந்துவிடுகிறார்கள். அமெரிக்காவின் தன்மை அப்படி. யூத இனமும் இதற்கு விதிவிலக்கல்ல. சில யூதர் களாவது கலப்புத் திருமணம் செய்துகொள்ளுகிறார்கள். இது பழைய தலைமுறை யூதர்களுக்குப் பிடிக்கவில்லை. அமெரிக்காவில் வாழும் யூதர்கள் பலர் மற்ற இன, மொழி மக்களோடு கலப்புத் திருமணம் செய்துகொண்டிருப்பதையும் யூதரல்லாதவர்களோடு ஒன்றிணைந்து கொண்டிருப்பதையும் (assimilation) பற்றிச் சமீபத்தில் நியூயார்க் நகரில் நடந்த ஒரு விழாவில் பேசிய யூத மதத் தலைவர் ஒருவர், அவர்கள் தங்களின் உயர்ந்த இடத்திலிருந்து அதல பாதாளத்தில் விழுந்துவிட்ட வர்கள் என்று சாடியிருக்கிறார். மேலும் இந்தத் தலைமுறையினர் யூத இனப் படுகொலை பற்றி மறந்துவிடலாம் என்று இவர்கள் பயப்படுகிறார்கள். அமெரிக்காவில் நிறைய நகரங்களில் யூத இனப் படுகொலைக் கண்காட்சியகங்கள் இருக்கின்றன. இவற்றை இளம் தலைமுறையினருக்கு நினைவூட்டிக் கொண்டிருக்கவும் அமெரிக்கப் பல்கலைக்கழக மாணவர்களுக்கு இஸ்ரேல் பற்றிய விவரங்களை

எடுத்துரைக்கவும் இஸ்ரேல் அரசு அடிக்கடி அமெரிக்கப் பல்கலைக் கழகங்களுக்கு இஸ்ரேல் குழுவை அனுப்பிவைக்கிறது. அமெரிக்கப் பல்கலைக்கழகங்களில் யூத மதத் தலைவர் ஹில்லல் பெயரில் சங்கங்கள் இருக்கின்றன. இவற்றின் ஆதரவில் இஸ்ரேல் குழுக்கள் கூட்டம் நடத்தி இஸ்ரேல் பற்றி எல்லோருக்கும் ஏற்புடைய விபரங்களைக் கூறச் செய்கிறார்கள். ஒரு முறை பதாயின் இனத்தைச் (இந்த இனத்தவர் களுக்கு இஸ்ரேல் அரசு நிறையக் கொடுமைகள் புரிந்திருக்கிறது) சேர்ந்த ஒருவரை அழைத்து வந்து இஸ்ரேலால் அவர் அடைந்த நன்மைகள் பற்றிக் கூறச் செய்தனர். (இந்தியாவில் பாரதீய ஜனதாக் கட்சியைச் சேர்ந்த தலைவர்கள் ஒரு முஸ்லிமை அழைத்துவந்து தங்கள் கட்சிக்கு அவரைப் போன்றவர்கள் ஆதரவு தருவதாகக் கூறினார்கள் என்பதை இது எங்களுக்கு நினைவூட்டியது.) பல்கலை மாணவர்களை இலவசமாக இஸ்ரேலுக்குக் கூட்டிச் சென்று அங்கு இரண்டு வாரங்கள் தங்க வைத்து இஸ்ரேல் பற்றி இவர்களுக்கு நல்லெண்ணம் ஏற்பட வழிவகுக்கிறார்கள்.

அமெரிக்காவிலும் 'அமெரிக்க உடனடி அமைதி' (Americans for Peace Now) என்ற அமைப்பு இயங்கி வருகிறது. ஹில்லல் சங்கத்தின் சிகாகோ கிளை 'அமெரிக்க உடனடி அமைதி'யை இஸ்ரேல்-பாலஸ்தீனப் பிரச்சினை பற்றி விவாதிக்க ஒரு கூட்டத்தை சமீபத்தில் நடத்தக் கூறியது. அந்தக் கூட்டத்தில் ஒரு இஸ்ரேலியரும் ஒரு பாலஸ்தீனரும் கலந்துகொண்டனர். இருவருமே பல ஆண்டுகளாக நடந்துவரும் பிரச்சினைக்கு உடனடியாகத் தீர்வு காணப்பட்டு அங்கு அமைதி நிலவ வேண்டும் என்பதை வற்புறுத்திக் கூறினர். வெஸ்ட் பேங்கில் இஸ்ரேல் கட்டியிருக்கும் குடியிருப்புகளை என்ன செய்வது என்று கூட்டத்தில் ஒருவர் கேட்ட கேள்விக்கு இஸ்ரேலியர் ஏதோ சொல்லி மழுப்பினார். பாலஸ்தீன மாணவர் ஒருவர் 'பாலஸ்தீனத்தை விட்டுச் சென்ற அகதிகள் திரும்பி வருவதற்கு என்ன செய்ய வேண்டும்'? என்று கேட்டதற்கு 'இனி அதெல்லாம் முடியாது. இஸ்ரேலிலும் பாலஸ்தீனத்திலும் இப்போதுள்ள நிலைமை அப்படியே தொடர வேண்டும்' என்றார். நியாயமோ இல்லையோ எப்படியாவது மத்திய கிழக்கின் இந்தப் பகுதிக்கு அமைதி வரவேண்டும் என்று இவர்களைப் போன்றவர்கள் நினைக்கிறார்கள்.

யூத எதிர்ப்பும் அரேபியர்களுக்கு ஆதரவின்மையும்

இப்போதும் அமெரிக்காவில் யூதர்களுக்கு எதிரானவர்கள் இருக் கிறார்கள். 2014 ஏப்ரல் மாதம் 15ஆம் தேதிய *நியூ யார்க் டைம்ஸ்* பத்திரிகையில் வந்த கட்டுரையின்படி 2013இல் ஏடிஎல் என்ற

யூதக் கழகத்தின் சார்பில் எடுக்கப்பட்ட புள்ளிவிவரங்களின்படி 14 சதவிகிதம் அமெரிக்கர்கள் யூதர்களுக்கு அமெரிக்க அரசியலில் அதீதமான அதிகாரம் இருக்கிறது, 15 சதவிகிதம் யூதர்கள் கீழ்த்தரமான நடவடிக்கைகளில் ஈடுபடுபவர்கள் என்றார்களாம். 30 சதவிகிதம் பேர் அமெரிக்க யூதர்கள் அமெரிக்காவைவிட இஸ்ரேலுக்கு விசுவாசமாக நடந்துகொள்கிறார்கள் என்றார்களாம். அமெரிக்கா இஸ்ரேலுக்குச் செய்து வரும் உதவி போதும் என்று 41 சதவிகித அமெரிக்க மக்கள் நினைக்கிறார்களாம்; 21 சதவிகிதம் இது போதாது என்று நினைக்கிறார்களாம்; 22 சதவிகிதம் அதிகம் என்று நினைக்கிறார்களாம். இருப்பினும், இஸ்ரேல்-பாலஸ்தீனப் பிரச்சினையில் அமெரிக்க மக்களில் 55 சதவிகிதம் இஸ்ரேலின் பக்கமாம்; 9 சதவிகிதம்தான் பாலஸ்தீனர்களின் பக்கமாம்.

புறக்கணிப்பு எண்ணங்கள்

பாலஸ்தீனர்கள் இஸ்ரேல் தங்களுக்கு இழைக்கும் கொடுமைகளை உலகிற்குத் தெரியப்படுத்தி இஸ்ரேல் தங்களுக்கு நியாயம் வழங்க அதை வற்புறுத்த, புறக்கணித்தல், முதலீட்டைக் குறைத்தல், தடுப்பு நடவடிக்கைகளைச் செயல்படுத்துதல் ஆகிய மூன்று வழிகளையும் பின்பற்றுமாறு உலக நாடுகளைக் கேட்டுக்கொள்ளும் ஓர் இயக்கத்தை 2005இல் ஆரம்பித்தார்கள். அதை Boycott, Divestment and Sanctions (BDS) என்று அழைக்கிறார்கள். 2007இல் அது பாலஸ்தீன சமூகத்தால் (Palestine Civil Society) அங்கீகரிக்கப்பட்டு பாலஸ்தீன பிடிஎஸ் தேசிய கமிட்டி (Palestinian BDS National Committee - BNC) என்று அழைக்கப் படுகிறது.

பாலஸ்தீனத்தில் நடந்த போர்களில் ஏற்பட்ட கொடுமை களுக்குப் பயந்தும் இஸ்ரேலால் பலவந்தமாக வெளியேற்றப்பட்டும் பாலஸ்தீனத்தை விட்டு வெளியேறி பக்கத்து அரபு நாடுகளில் அகதிகளாக வாழ்ந்துவரும் பாலஸ்தீனர்கள் தங்கள் சொந்த இடங் களுக்குத் திரும்புவதற்கும் இஸ்ரேல் ஆக்கிரமித்திருக்கும் காஸா, வெஸ்ட் பேங்க் ஆகிய இடங்களில் வசிக்கும் பாலஸ்தீனர்களுக்கு எல்லா மனித உரிமைகளும் வழங்குவதற்கும் இஸ்ரேலிலேயே வாழ்ந்துவரும் பாலஸ்தீன அரேபியர்களுக்கு மற்றக் குடிமக்களுக்குச் சமமான குடிமையுரிமைகள் வழங்குவதற்கும் இஸ்ரேலை வற்புறுத்த இந்த பி.டி.எஸ். உலக நாடுகளின் ஒத்துழைப்பைக் கோருகிறது. 1967 போருக்குப் பிறகு இஸ்ரேல் அகில உலகச் சட்டத்திற்குப் புறம்பாக ஆக்கிரமித்துள்ள பகுதிகளிலிருந்து ஆக்கிரமிப்பை அகற்றிக் கொள்ளவும் இஸ்ரேல் நாட்டிலேயே வாழும் பாலஸ்தீனர்களுக்கு

முழு குடிமையுரிமைகள் வழங்கவும் பாலஸ்தீனத்திற்கு வெளியே சென்று அகதிகளாக வாழும் பாலஸ்தீனர்களுக்குத் தங்கள் சொந்த இடங்களுக்குத் திரும்பும் உரிமையை வழங்குவதற்கும் இஸ்ரேலை வற்புறுத்துவதற்கு உலக நாடுகள் இஸ்ரேலிலும் இஸ்ரேலோடு சம்பந்தப்பட்ட மற்ற கம்பெனிகளாலும் தயாரிக்கப்பட்ட பொருள்களை புறக்கணிக்குமாறும் இஸ்ரேலின் வங்கிகளில் முதலீடு செய்திருக்கும் பணத்தை குறைக்குமாறும் இஸ்ரேலின் மீது தடுப்பு நடவடிக்கைகள் எடுக்குமாறும் உலக நாடுகளைக் கேட்டுக்கொள்கிறது.

இந்த வேண்டுகோளுக்கு இணங்கி நெதர்லாந்து தன் அரசு ஊழியர்களின் ஓய்வூதியப் பணத்தை இஸ்ரேல் வங்கிகளில் முதலீடு செய்திருந்ததை இப்போது நீக்கிக்கொண்டிருக்கிறது. இன்னும் சில அகில உலக நிறுவனங்கள் இஸ்ரேலைப் புறக்கணிக்க ஆரம்பித்திருக்கின்றன.

2014 ஜூன் மாதம் 21ஆம் தேதிய செய்திக் குறிப்பின்படி அமெரிக்க பிரஸ்பிடேரியன் (Presbyterians) கிறிஸ்தவர்கள் இஸ்ரேல் வெஸ்ட் பேங்கிலும் கிழக்கு ஜெருசலேமிலும் குடியிருப்புகளைக் கட்ட உதவும் கம்பெனிகளில் முதலீடு செய்வதில்லை என்று முடிவெடுத்திருக்கிறார்கள். இரண்டு ஆண்டுகளுக்கு முன் இரண்டு ஓட்டுக்கள் வித்தியாசத்தில் இந்தத் தீர்மானம் தோற்றுப் போனது. இப்போது ஏழு வாக்குகள் வித்தியாசத்தில் வென்றிருக்கிறது.

இந்த பிடிஎஸ் இயக்கத்தின் விளைவுகளை முறியடிக்க ஒரு பணக்கார அமெரிக்க யூதர் லண்டனில் இரகசியமாக ஒரு மாநாட்டைக் கூட்டினார். அதில் அவர் பேசியதாவது: 'பிடிஎஸ்ஸின் முயற்சிகளை முறியடிக்க எங்களிடம் நிறைய வளங்கள் இருக்கின்றன. கூரிய அறிவும் செயல்திறனும் இருக்கின்றன. எல்லாவற்றுக்கும் மேலாக எடுத்த காரியத்தை வெற்றியாக முடிக்கும் மன உறுதியும் இருக்கிறது.' இவைதான் யூதர்களின் பலம். தங்களுக்குச் சொந்தமே இல்லாத இடத்திற்கு வந்து அங்கு ஏற்கனவே வாழ்ந்துவந்த மக்களில் பலரை வெளியே தள்ளிவிட்டுத் தங்களுக்கென்று ஒரு நாட்டை ஏற்படுத்திக் கொண்டார்கள். இதில் இவர்களுக்குத் துணை நின்றது மேலே கூறிய இவர்களது குணங்கள்தான். 1919லேயே வெயிஸ்மேன், 'இப்போது பாலஸ்தீனத்தில் இருப்பவர்களில் 90 சதவிகிதம் அரேபியர்கள், 10 சதவிகிதம் யூதர்கள் என்பது உண்மைதான். ஆனால் யூதர்கள் பாலஸ்தீனர்களைப் போல் பத்து மடங்கு கூரிய அறிவுள்ளவர்கள். இது ஒன்றே போதும் அவர்கள் நாட்டை எங்களுக்கு விட்டுவிட்டுப் போவதற்கு' என்றாராம்.

இந்த பிடிஎஸ் அமெரிக்கப் பல்கலைக்கழகங்கள் இஸ்ரேலோடு எந்தவிதத் தொடர்பும் வைத்துக்கொள்ளக் கூடாது என்று விதி வகுத்திருக்கிறது. ஆனால் அமெரிக்கப் பல்கலைக்கழகங்களில் பணி புரியும் பேராசிரியர்கள் இதை எதிர்க்கிறார்கள்.

இஸ்ரேலைப் பற்றிய உலக அபிப்பிராயம் எப்படி இருந்தாலும் அமெரிக்காவுக்கு இஸ்ரேலின் சில கொள்கைகள் பற்றி மாறுபட்ட கருத்துக்கள் இருந்தாலும் அமெரிக்கா இஸ்ரேலுக்குத் தன் ஆதரவைக் குறைக்கும் சாத்தியம் இப்போதைக்கு இருப்பதாகத் தெரியவில்லை.

தொகுப்பு

அமெரிக்க-இஸ்ரேல் உறவு உறுதியானது; ஒருதலைப்பட்சமானது. ஃப்ராங்ளின் ரூஸ்வெல்ட் காலத்தில் அமெரிக்காவில் இருந்த எதிர்ப்பு, அவருக்குப் பின்னால் வந்த அமெரிக்க ஜனாதிபதிகளின் காலத்தில் கொஞ்சம் கொஞ்சமாக மறைந்தது. அமெரிக்காவில் குடியேறிய யூதர்களின் சாதுர்யத்தாலும் நிறுவன பலத்தாலும் பணபலத்தாலும் யூத ஆதரவாக மாறியது. 1967இல் நடந்த பாலஸ்தீனப் போரில் இஸ்ரேல் வென்ற பிறகு அமெரிக்கா இஸ்ரேலை அதிகமாக ஆதரிக்கத் தொடங்கியது. இஸ்ரேலுக்கு அமெரிக்காவின் ஆயுத, பொருளாதார, இராஜதந்திர ஆதரவும் அதிகரித்துக்கொண்டே போயிற்று.

யூதர்களின் தயவில்லாமல் அமெரிக்க அரசியலில் யாரும் வெற்றி பெற முடியாது. இஸ்ரேலை விமர்சிப்பவர்கள் யாரும் அமெரிக்க ஜனாதிபதியாகவோ காங்கிரஸ் உறுப்பினராகவோ வர முடியாது. இது ஒபாமாவின் வெற்றிக்கும் பொருந்தும். அமெரிக்க-இஸ்ரேலின் இந்த உறவு இப்போதைக்கு மாறப் போவதில்லை. பாலஸ்தீனர்களுக்கு நியாயம் கிடைக்கப் போவதில்லை.

9

யாசர் அரஃபாத் – ஒரு போராளி

சிறு வயது வாழ்க்கை

யாசர் அரஃபாத் 1929 அக்டோபர் 27ஆம் தேதி ஜெருசலேமில் பிறந்தார். அங்கு அப்போது முஃப்தியாக இருந்த ஹஜ் அல் ஹுஸைனி குடும்பத்தோடு தூரத்து உறவு கொண்டவர். அரஃபாத்தின் தந்தை ஒரு வணிகர். இவர் பல ஆண்டுகள் எகிப்தில் வாழ்ந்துவிட்டு 1940 வாக்கில் பாலஸ்தீனத்திற்குத் திரும்பினார். அரஃபாத் காஸாவில் வளர்ந்தார். அவருடைய தாய் இறந்த பிறகு அவரது தந்தை மறுமணம் செய்து கொண்டு இவரை ஜெருசலேமிற்கு அனுப்பிவைத்தார். ஜெருசலேமில் உறவினர் ஒருவரோடு வாழ்ந்து வந்த அரஃபாத், 1948-49இல் நடந்த அரபு-இஸ்ரேல் போருக்குப் பிறகு பல பாலஸ்தீனர்களைப் போல் அகதியாகக் காஸாவிற்குத் திரும்பினார். அப்படி ஓடி வந்த அகதிகள் தங்கள் சொந்த வீடுகளுக்குத் திரும்புவதற்கு ஏதுவாக ஐநா கொண்டு வந்த தீர்மானங்கள் எதுவும் அவர்கள் தங்கள் சொந்த இடங்களுக்குத் திரும்ப உதவவில்லை. உதவும் என்று எதிர்பார்த்துக் காத்திருந்தவர்களில் அரஃபாத்தும் ஒருவர். லட்சக்கணக்கானவர்கள் இன்னும் காத்திருக்கிறார்கள். பிறகு எகிப்தில் தன்னுடைய பொறியியல் படிப்பைத் தொடர்ந்தார். பதின்மராக இருக்கும்போதே அவர் பாலஸ்தீன மாணவர்கள் இயக்கத்தில் இருந்திருந்தாலும் அரசியலில் முழுவதுமாக ஈடுபட்டது கெய்ரோவில் படித்துக்கொண்டிருக்கும் போதுதான். 1952இல் அவர் பாலஸ்தீன மாணவர் கூட்டமைப்பின் தலைவராகத் தேர்ந்தெடுக்கப்பட்டார். இவர் இஸ்லாம் மதத்தில் மிகுந்த பற்றுடையவர்; ஆனால் மதவாதி அல்ல. மக்காவிற்குப் பக்கத்தில் உள்ள அரஃபாத் என்னும் மலையின் பெயரைத் தன் புனைபெயராக வைத்துக்கொண்டார். இவருடைய இன்னொரு பெயரான அபு அம்மர் முஹம்மது நபிகளின் உதவியாளர் ஒருவரின் பெயராகும். இவரிடமும் இவருடைய நண்பர்களிடமும் பல வேறு அரசியல், பொருளாதாரக் கருத்தாக்கங்கள் உண்டு. அரஃபாத்

1952இலேயே செக்கோஸ்லேவேகியாவில் கம்யூனிஸ்ட்கள் நடத்திய உலக மாணவர் மாநாட்டில் அழைப்பின் பேரில் கலந்துகொண்டார்.

விடுதலைப் போராட்ட எண்ணம்

படிப்பை முடித்துவிட்டு எகிப்தின் இராணுவத்தில் வெடிமருந்து நிபுணராகப் பயிற்சி பெற்றார் அரஃபாத். சில காலம் எகிப்தில் வேலை பார்த்தபோது அங்கு அரசியலில் பங்குபெற்றதற்காக நாட்டிலிருந்து வெளியேற்றப்பட்டார். அதன் பிறகு ஆயிரக்கணக்கான பாலஸ்தீனர் களைப் போல் இவரும் குவைத்திற்குச் சென்று குவைத் அரசில் பணியாற்றிவிட்டுப் பின் சொந்தமாகக் கட்டடத் தொழிலை ஆரம்பித்தார். 1958இல் இவரும் இவருடைய இரண்டு நண்பர்களும் (அபூ லியாத், கலீல் அல்-வாஸிர் – இரண்டாமவருக்கு அபூ ஜிஹாத் என்ற பெயரும் உண்டு; இருவரும் கெய்ரோ பல்கலைக்கழகத்தில் கல்வி கற்றவர்கள்) குவைத்தில் வாழ்ந்துவந்த பாலஸ்தீனர்களை ஒன்று சேர்த்து ஒரு பாலஸ்தீன தேசிய இயக்கத்தைத் தொடங்கினர். ஃபிலஸ்டினுனா (Filastinuna) - இதற்கு 'எங்கள் பாலஸ்தீனம்' என்று அர்த்தம் - என்ற பத்திரிகையை அதே ஆண்டு (1958) பெய்ரூத்தில் தொடங்கினர். 1959 அக்டோபரில் குவைத்தில் தன்னுடைய மூன்று நண்பர்களுடன் (அபூ லியாத், அபூ ஜிஹாத், ஃபாரூக் கத்தூமி) சேர்ந்து ஃபதா (Fatah) என்ற இயக்கத்தைத் தொடங்கினார். பல சொற் களின் முதல் எழுத்தைக் கொண்டு அமைந்த இந்தச் சொல்லுக்கு அரபு மொழியில் பாலஸ்தீன விடுதலை இயக்கம் என்று பொருள். இவரோடு ஃபதாவை ஆரம்பிக்க உதவிய ஐந்து நண்பர்களும் – மேலே குறிப்பிடுள்ள மூன்று பேரோடு காலித், ஹனி அல் ஹஸன் என்ற இரண்டு பேரும் – அரஃபாத்தோடு முப்பது ஆண்டுகள் இருந்து ஃபதாவை ஓர் இயக்கமாகத் தொடர்ந்து வளர்த்தார்கள்.

1962இல் அல்ஜீரியாவுக்கு விஜயம் செய்த அரஃபாத் அங்கு விடுதலைக்காகப் போராடியவர்கள் கொரில்லா போர் முறையைக் கையாளுவதைக் கண்டு ஃபதாவும் பாலஸ்தீனத்தைப் பெற அந்த முறையைக் கையாள வேண்டும் என்று முடிவுசெய்தார். 1963, 1964இல் முறையே ஜோர்டானிலும் சிரியாவிலும் ஃபதா உறுப்பினர் களுக்குப் போர்ப் பயிற்சி முகாம்கள் தொடங்கினார். 1965இல் ஆயுதம் தாங்கிய போராட்டத்தை இஸ்ரேலுக்கு எதிராகத் துவக்கினார்.

பாலஸ்தீன விடுதலை இயக்கம்

இதற்கு முன்னால் அரபு நாடுகளின் அரசியல் செயல்பாடுகளைச் சுருக்கமாகப் பார்ப்போம். பிரிட்டன் பாலஸ்தீனத்தை விட்டு

வெளியேறியவுடனேயே இஸ்ரேல் சுதந்திரப் பிரகடனம் செய்து கொண்டது. மறுநாளே அரபு நாடுகள் பாலஸ்தீனத்தில் பாலஸ்தீனர்களுக்குக் கொடுக்கப்பட்ட பகுதிக்குள் நுழைந்து இஸ்ரேலைத் தாக்க முயன்றன. இப்படி ஆரம்பிக்கப்பட்ட **1948-49** போரில் எகிப்து காஸாவைப் பிடித்துக்கொண்ட பின் அந்தப் பகுதி எகிப்தின் ஆதிக்கத்தின் கீழ் வந்தது. வெஸ்ட் பேங்கைப் பிடித்துக்கொண்ட ஜோர்டான் அதைத் தன் நாட்டின் ஒரு பகுதி போல் நடத்தியது. இந்த நாடுகளின் போட்டி நாடான ஈராக்கின் அதிபர் காஸிம் (Qassim) **1959**இல் 'பாலஸ்தீன மக்களை வஞ்சித்தது இஸ்ரேல் மட்டுமல்ல, ஜோர்டானும் எகிப்தும்தான். இந்த மூன்று நாடுகளிடமிருந்தும் பாலஸ்தீனர்கள் தங்கள் நாட்டை மீட்க வேண்டும்' என்று கூறினார். 'ஜோர்டானின் கீழ் இருக்கும் வெஸ்ட் பேங்கையும் எகிப்தின் கீழ் இருக்கும் காஸாவையும் இணைத்துப் பாலஸ்தீன அரசு உருவாக வேண்டும்' என்றும் அவர் யோசனை கூறினார். இதற்குப் பதில் அளிக்கும் முகமாக எகிப்து அதிபராக இருந்த நாசர், 'அரபு நாடுகள் பாலஸ்தீன விடுதலைக் கழகத்தை (Palestine Liberation Organization – இந்தக் கழகத்தை பீஎல்ஓ என்று குறிப்பிடுவோம்) உருவாக்கி ஒரு பாலஸ்தீன சேனையையும் ஏற்படுத்தி, இஸ்ரேல் எடுத்துக்கொண்ட பாலஸ்தீன இடங்களையும் பிடித்துப் பாலஸ்தீனத்தை அரபு நாடாக ஆக்குவோம்' என்றார். பாலஸ்தீனத்திலிருந்து யூதர்களை விரட்டிவிட்டு பாலஸ்தீன நாட்டை உருவாக்குவோம் என்று நாசர் கூறினாலும் அரபு நாடுகளின் உள்ளெண்ணம் வேறாக இருந்தது. கிழக்கு ஜெருசலேமில் உள்ள இன்டெர்கான்டினென்டல் ஓட்டலில் ஷுகாய்ரி – இவர் நாசரால் தேர்ந்தெடுக்கப்பட்டவர் – தலைமையில் பீஎல்ஓ ஏற்படுத்தப்பட்டது.

ஷுகாய்ரியின் தலைமையிலான பீஎல்ஓ பாலஸ்தீனர்களின் பிரதிநிதி தான்தான் என்று செயல்பட்டபோது இராணுவ, அரசியல் உத்திகள் மூலம் தனிப் பாலஸ்தீனத்தை உருவாக்கலாம் என்று அரஃபாத் நினைத்தார். யூதர்கள் பாலஸ்தீனத்தில் குடியேறியிருப்பது தற்காலிகமானதென்றும் அந்த இடத்திற்கு அவர்களுக்கு எந்த உரிமையும் இல்லை என்றும் அல்லாஹ்வின் உதவியால் பாலஸ்தீனர்கள் பாலஸ்தீனத்தை யூதர்களிடமிருந்து திரும்பப் பெறுவர் என்றும் சூளுரைத்தார். பாலஸ்தீனத்தை மீட்ட பிறகு எல்லா அரபு நாடுகளும் ஒன்று சேர்ந்து ஒரே நாடாக உருவாகி தங்களுடைய எல்லாக் குறிக்கோள்களையும் அடைவர் என்றும் கூறினார். சீனாவில் மாசேதுங், தென் அமெரிக்காவில் சே குவேரா போன்றோர் கொரில்லா போர் முறையைக் கையாள்வதில் தவறில்லை என்று பிரச்சாரம் செய்ததைக் கண்டு, அரஃபாத் துரோகம் இழைக்கப்பட்ட பாலஸ்தீனர்கள் தங்கள்

நாட்டை மீட்க எந்த முறையைக் கையாண்டாலும் அது தவறில்லை என்று நினைத்தார்.

அரபு நாடுகளின் தலைமை

பாலஸ்தீனர்கள் எகிப்து அதிபர் நாசரின் தலைமையில் அரபு நாடுகள் ஒன்றுகூடி பாலஸ்தீனத்தை விடுவிக்கும் என்று நம்பிக்கொண்டி ருந்தனர். சுமார் இருபது ஆண்டுகளாக – 1948-1967 – பாலஸ்தீனர்கள் அரபு நாடுகளின் அதிபர்கள் கையில் பாலஸ்தீனத்தை விடுவிக்கும் பொறுப்பை விட்டுவைத்திருந்தனர். ஆனால் அரபு நாடுகளான எகிப்தும் ஜோர்டானும் பாலஸ்தீனர்களின் நன்மைக்காகப் பாடுபடு வதாகக் கூறிக்கொண்டு தங்கள் நலன்களைப் பெருக்கிக்கொண்டி ருந்தன. 1948-49போருக்குப் பிறகு ஜெருசலேமின் முஃப்தி ஹஜ் அமீன் அல் ஹுஸைனி (Hajj Amin al-Husseini) காஸாவிற்குக் குடிபெயர்ந்து அங்கிருந்து பாலஸ்தீனத்தை யூதர்களிடமிருந்து விடுவிக்க முயற்சி களைச் செய்துகொண்டிருந்தார். ஆனால் 1950இல் ஜோர்டான் அதிபர் அப்துல்லாஹ், பாலஸ்தீனத்தில் பிரபலமாக விளங்கிய சில தலைவர்களை ஒன்று கூட்டி வெஸ்ட் பேங்கை ஜோர்டானோடு இணைத்துக் கொள்ளும்படி கூறச் செய்து அப்படியே வெஸ்ட் பேங்கை ஜோர்டானோடு இணைத்தும் கொண்டார். 1948-49 போருக்குப் பிறகு அகதிகளாக ஜோர்டானுக்குச் சென்ற பாலஸ்தீனர்களுக்கு ஜோர்டான் நாட்டுக் குடியுரிமையைக் கொடுத்து ஒரு வகையாக அப்துல்லாஹ் அவர்களைத் திருப்திப்படுத்திக்கொண்டிருந்தார். அதே சமயம் காஸா எகிப்தின் கீழ் இருந்தது. முதலில் எல்லா அரபு நாடுகளும் ஒன்று சேர்ந்து ஒரே அரபு நாட்டை உருவாக்கி, இஸ்ரேலை ஒழித்துவிட்டுப் பின் பாலஸ்தீனம் அரபு நாட்டின் ஒரு பகுதியாக விளங்கும் என்று பிரச்சாரம் செய்யப்பட்டதால் பாலஸ்தீனர்களும் தங்களுக்கென்று ஓர் அடையாளத்தை (Palestinian identity) உருவாக்கிக்கொள்ள வில்லை. இதனால்தான் வெஸ்ட் பேங்கிலும் காஸாவிலும் சுய ஆட்சி உரிமை கோராமல் இருந்தனர். ஷுகாய்ரியின் தலைமையில் இருந்த பீஎல்ஓவும் அரஃபாத் தலைமையில் இருந்த ஃபதாவும் அரபு நாடுகள் இஸ்ரேலை ஒழித்துவிட்டுப் பாலஸ்தீனத்தை விட்டுச் சென்ற அகதிகள் திரும்புவதற்கு வழிவகுக்கும் என்றும் பின் பாலஸ்தீனத்தை உருவாக்கும் என்றும் நம்பின. ஷுகாய்ரி அரபு நாடுகள் இதைச் செய்யும் என்று நம்பினார்; அரஃபாத் பாலஸ்தீன கொரில்லா போர் முறையின் மூலம்தான் இதைச் சாதிக்க முடியும் என்று நினைத்தார். ஆனால் காலப்போக்கில் ஒன்றிணைந்த அரபு நாடோ இஸ்லாம் நாடோ உருவாவதற்குப் பதில் முதலில் தனிப் பாலஸ்தீன நாடு உருவாக

வேண்டும் என்று அரஃபாத் விரும்பினார். பாலஸ்தீன விடுதலையில் பாலஸ்தீனர்கள் முன்னணியில் இருக்க வேண்டும் என்றும் பாலஸ்தீன விடுதலைக்குப் பிறகே அரபு நாடுகள் ஒன்றுசேர வேண்டும் என்றும் பாலஸ்தீனர்கள் அரபு நாடுகளின் பகடைக் காய்களாக இனிமேலும் இருக்கக் கூடாது என்றும் வெளியிலிருந்து வந்து ஆக்கிரமித்துக் கொண்ட (இஸ்ரேல்) நாட்டிற்கும் பாலஸ்தீனர்களுக்கும் இடையே யான இந்தப் போராட்டம் அகில உலக அளவில் எல்லோருடைய கவனத்தையும் கவர வேண்டும் என்றும் பிரச்சாரம் செய்தார். இஸ்ரேலின் ஆயுத வலிமையையும் உறுதியையும் குறைத்து மதிப்பிட்டு விட்டதும் அரபு நாடுகளின் ஆயுத வலிமையை அதிகமாக மதிப்பிட்டதும் அரஃபாத் செய்த தவறுகள். இந்தத் தவறுகள் ஃபதாவையும் அரஃபாத்தையும் பல காலம் வாட்டின.

பாலஸ்தீன அகதிகள்

1948-49 போருக்குப் பிறகு பாலஸ்தீனர்கள் ஜோர்டான் (பத்து லட்சம்), லெபனான் (4 லட்சம்), குவைத் (3.2 லட்சம்), சிரியா (2.5 லட்சம்), சவூதி அரேபியா (ஒரு லட்சம்), ஈராக் (1.2 லட்சம்), எகிப்து (60,000), ஒருங்கிணைந்த அரபு எமிரேட்டுகள் (United Arab Emirates) (40,000), கத்தார் (20,000), லிபியா (15,000), ஓமன் (5,000) ஆகிய நாடுகளில் அகதிகளாகத் தஞ்சம் புகுந்தனர். அந்தந்த நாடுகளில் அகதிகள் முகாம்கள் அமைக்கப்பட்டன. இந்த அகதிகள் முகாமிலிருந்தும் மாணவக் குழுக்களிலிருந்தும் ஃபதா புது உறுப்பினர்களைத் திரட்டியது. குவைத்தில் இருந்த பணக்காரப் பாலஸ்தீனர்கள் ஃபதாவிற்கு நிதிஉதவி அளித்தனர். தென் அமெரிக்காவுக்கும் வட அமெரிக்காவுக்கும் குடிபெயர்ந்த சில பாலஸ்தீனர்களும் அங்கிருந்து பணம் அனுப்பிக்கொண்டிருந்தனர்.

ஃபதா தோற்றம்

அரபு தேசியவாதத்திற்கு – அரபு நாடுகள் எல்லாம் ஒன்றாக வேண்டும் என்ற கொள்கைக்கு – ஃபதா முழு ஆதரவு கொடுக்காததால் எகிப்தும் ஜோர்டானும் ஃபதாவோடு ஒத்துழைக்கவில்லை. அதனால் அரஃபாத் சிரியாவிலிருந்து தன்னுடைய கொரில்லா போரை ஆரம்பித்து இஸ்ரேலைத் தாக்கினார். ஆனால் ஃபதா போராளிகள் முதல் முதலில் வீசிய குண்டே சரியாக வெடிக்கவில்லை. வெஸ்ட் பேங்கிலிருந்தும் இஸ்ரேலைத் தாக்கிய ஃபதா போராளிகளைத் தடுத்து நிறுத்தும்படி இஸ்ரேல் ஜோர்டானுக்கு நெருக்கடி ஏற்படுத்தியது. இஸ்ரேலுக்குள் மூன்று இராணுவ வீரர்கள் கொல்லப்பட்டதை அடுத்து இஸ்ரேல்

வெஸ்ட் பேங்கிலுள்ள சாமு (Samu) என்ற ஊரைத் தாக்கி அங்குள்ள வீடுகளைக் கொளுத்தியது. இதில் நிறைய பொதுமக்கள் உயிர் இழந்தனர். ஜோர்டான் அரசரிடம் தங்களுக்கு ஆயுதங்கள் கொடுக்கும்படி பாலஸ்தீனர்கள் கேட்டுக்கொண்டனர்; அவரோ இஸ்ரேல் கேட்டுக் கொண்டதற்கிணங்க பாலஸ்தீன வீரர்களைத் தன் வீரர்களின் மூலம் தடுத்து நிறுத்தினார். ஜோர்டான் எப்போதுமே இப்படி இரட்டை வேடம் போட்டுக்கொண்டிருந்தது.

பாலஸ்தீனத்தில் (இஸ்ரேல் நாட்டைப் பாலஸ்தீனர்கள் அங்கீகரிக்கவில்லையாதலால் இப்போதைய இஸ்ரேல், வெஸ்ட்பேங்க், காஸா ஆகிய மூன்று இடங்களும் சேர்ந்து பாலஸ்தீனம் என்று பீஎல்ஓவாலும் ஃபதாவாலும் அழைக்கப்பட்டது.) குடியேறிய யூதர்கள் தாங்கள் வந்த வழியே திரும்பிப் போய்விடுவார்கள் என்று ஷுகாய்ரி சொல்லிக் கொண்டிருந்ததற்கு நேர்மாறாக, யூதர்கள் பாலஸ்தீனத்தை விட்டுப் போவதற்குப் பதிலாக இஸ்ரேல், பாலஸ்தீனத்தில் மிஞ்சியிருந்த இடங்களான வெஸ்ட் பேங்கையும், எகிப்தின் அதிகாரத்தில் இருந்த காஸாவையும், எகிப்தின் சினாய் தீபகற்பத்தையும் 1967இல் நடந்த போரில் பிடித்துக்கொண்டது. அது வரை அரபு நாடுகளின் படைகள் இஸ்ரேலை அழித்துவிடும் என்று நம்பிக்கொண்டிருந்த பாலஸ்தீனர்கள் நம்பிக்கை இழந்தனர். அமெரிக்காவின் பலத்தோடு இயங்கும் இஸ்ரேலை அரபு நாடுகளின் பழைய ஆயுதங்களால் அழிக்க முடியாது என்றும் கொரில்லா போர் முறையின் மூலம்தான் அது சாத்தியம் என்றும் எண்ண ஆரம்பித்தனர். அல்ஜீரியாவில் சுதந்திரப் போராட்ட வீரர்களின் தாக்குதலுக்கு ஈடுகொடுக்க முடியாமல் பிரான்ஸ் அல்ஜீரியாவை விட்டு வாபஸ் வாங்கியதைப் போல பாலஸ்தீனர்களின் கொரில்லா முறைத் தாக்குதலால் யூதர்கள் பாலஸ்தீனத்தை விட்டு வெளியேறிவிடுவார்கள் என்று தப்புக் கணக்குப் போட்டார் அரஃபாத். அமெரிக்கா தலையிட்டு யூதர்களைப் பாலஸ்தீனத்தை விட்டு வெளியேறும்படி கூறும் என்று அரஃபாத் நினைத்ததும் ஒரு தவறு.

1967 போருக்குப் பிறகு

1967இல் நடந்த அரபு மாநாட்டில் எகிப்து, சிரியா, ஈராக் நாட்டு அதிபர்கள் இஸ்ரேலிடம் சமரசம் பேசப் போவதில்லை என்று முடிவு செய்தனர். '1967 போரில் பிடித்த வெஸ்ட் பேங்கையும் காஸாவையும் விட்டு வெளியேறினாலும் அரேபியர்கள் ஒருபோதும் இஸ்ரேலோடு சமாதானமாக வாழப் போவதில்லை. யூதர்களே, நீங்கள் எங்கிருந்து வந்தீர்களோ அந்த நாடுகளுக்குத் திரும்பிச் செல்லுங்கள். அகதிகளாகப் பாலஸ்தீனத்தை விட்டுச் சென்ற பாலஸ்தீனர்கள் அவர்களுடைய

சொந்த இடங்களுக்குத் திரும்பினால்தான் பாலஸ்தீனம் அமைதி யும் திட நிலையும் வாய்ந்த இடமாகத் திகழும். சிலுவைப் போராளிகள் போல் நீங்களும் பல போராட்டங்களுக்குப் பிறகு பாலஸ்தீனத்தை விட்டு வெளியேற வேண்டியிருக்கும்' என்று ஷுகாய்ரி எச்சரித்தார்.

1967 போருக்குப் பிறகு ஐநாவின் பாதுகாப்புச் சபை 242 என்ற எண்ணிட்ட தீர்மானத்தை நிறைவேற்றியது. இஸ்ரேல் 1967 போரில் ஆக்கிரமித்த இடங்களை விட்டுவிட வேண்டும் என்றும் பாலஸ்தீனத்தை விட்டு அகதிகளாகச் சென்றவர்களுக்கு ஒரு நியாய மான தீர்வு காணப்பட வேண்டும் என்றும் அதில் கூறப்பட்டிருந்தது. ஐநா தீர்மானத்தை ஃபதா ஒப்புக்கொள்ளவில்லை. 'ஆக்கிரமித் துள்ள இடங்கள் என்றால் 1967இல் பிடித்த இடங்கள் மட்டுமல்ல; பாலஸ்தீனம் முழுவதும்தான். அதனால் யூதர்கள் பாலஸ்தீனத்தை விட்டே வெளியேற வேண்டும்' என்றும் வாதிட்டது. மேலும் 'வெஸ்ட் பேங்கையும் காஸாவையும் விட்டு இஸ்ரேல் வெளியேறினால் அந்த இடங்கள் பாலஸ்தீனர்களுக்குக் கிடைக்கப் போவதில்லை. ஜோர்டானும் எகிப்தும் அவற்றை எடுத்துக்கொள்ளும். பாலஸ்தீனர் களுக்குச் சுதந்திரம் கிடைக்கப் போவதில்லை' என்றும் ஃபதா வாதாடியது. 1967 ஆகஸ்டில் டமாஸ்கஸில் கூடிய அரபு மாநாட்டில் ஃபதா தொடர்ந்து போரிட முடிவு செய்தது. இஸ்ரேல் இராணுவத் தையும் குடிமக்களையும் ஃபதா கொரில்லா முறையில் தாக்கியது. ஃபதாவின் இந்தச் செயல்கள் பாலஸ்தீனர்களின் மனதில் தெம்பைக் கொடுத்தன. இஸ்ரேலை எப்படிச் சமாளிக்க வேண்டும் என்பதை அரபு நாடுகளுக்கு ஃபதா எடுத்துக் காட்டியது. அரபு நாடுகள் இஸ்ரேலோடு எந்தவித உடன்பாடும் ஏற்படுத்திக்கொள்ளக் கூடாது என்பது ஃபதாவின் திட்டம்.

அரஃபாத்தின் பிரச்சினைகள்

வெஸ்ட் பேங்கில் வசித்த பொதுமக்களில் பலரும் குறிப்பாக தொழிலாளர்களும் விவசாயிகளும் சமூகத்தின் மேல் மட்டத்தில் இருந்தவர்களும் தங்கள் சொந்த நலனில் இருந்த அக்கறையால் அரஃபாத்தின் ஃபதாவை அவ்வளவாகக் கண்டுகொள்ளவில்லை. அவர் களுக்கு அரபு தேசியவாதத்தில் இருந்த நம்பிக்கைகூட பாலஸ்தீன விடுதலையில் இல்லை. பாலஸ்தீனத்தில் பிடித்துக்கொண்ட இடங் களில் இஸ்ரேல் நிரந்தரமாகத் தங்கிவிடும் என்று யாரும் நினைக்க வில்லை. அப்போதைக்கு வெஸ்ட் பேங்க் இஸ்ரேலின் ஆதிக்கத்தில் இருந்ததால் தங்கள் சொத்துக்களையும் சமூக அந்தஸ்தையும் பாதுகாத்துக்கொள்ள அவர்கள் அங்குள்ள இஸ்ரேல் அதிகாரிகளோடு

ஒத்துப்போய்க்கொண்டிருந்தனர். மேலும் 1948-க்கு முன்பு யூதர்களோடு இருந்த தொடர்பையும் புதுப்பித்துக்கொண்டனர். இஸ்ரேல்-ஜோர்டான் ஒப்பந்தத்தின் மூலம் வெஸ்ட் பேங்க் விளைபொருள்கள் ஜோர்டானுக்கு அனுப்பிவைக்கப்பட்டன. இஸ்ரேல் அதிகாரிகள், வெஸ்ட் பேங்கில் இருந்த சில பாலஸ்தீனப் பெரிய புள்ளிகளை ஜோர்டான் அதிபரிடம் பேச்சுவார்த்தைக்காக அனுப்பினர்.

அரஃபாத் மாறுவேடமணிந்து மக்களின் மனநிலையை அறிய முயன்றார். பாலஸ்தீன உளவாளிகள் சிலர் இஸ்ரேலுக்கு அரஃபாத் பற்றித் தகவல் கொடுத்துக்கொண்டிருந்ததால் வெஸ்ட் பேங்கை விட்டு அரஃபாத் ஜோர்டானுக்குத் திரும்பினார். இதற்குப் பிறகு அவருடைய செய்கைகளில் பெரிய மாற்றம் ஏற்பட்டது. இஸ்ரேலைக் கையாள்வதற்கு அரசியல் வழிமுறைகளைவிட இராணுவ முறைகளே சிறந்தவை என்று ஃபதா நினைத்தது. இஸ்ரேலைப் பல விதங்களில் தாக்க அரஃபாத் முடிவு செய்தார். தினமும் இஸ்ரேல் மீது ஏதாவது ஒரு முறையில் தாக்குதல் நடத்தினார். ஃபதா, இஸ்ரேல் பாலஸ்தீனர்களைப் பலவிதமாகத் துன்புறுத்துவதாகவும் குற்றம் சுமத்தியது.

இஸ்ரேலின் பொதுமக்களும் இராணுவ வீரர்களும் இறப்பதற்கு ஃபதா காரணமாக இருந்தாலும் இஸ்ரேலைப் பலவீனப்படுத்த முடியவில்லை. இஸ்ரேல், தாக்குதல்களில் ஈடுபட்டவர்களைக் கடுமையாகத் தண்டித்தாலும் அதில் ஈடுபடாதவர்களுக்கு வாழ்க்கை சுமுகமாகப் போக உதவியது. மேல் மட்டத்தில் இருந்தவர்கள் தொழில் செய்து நிறையப் பணம் சம்பாதித்தார்கள்; தொழிலாளிகளும் விவசாயிகளும் இஸ்ரேலில் வேலைபார்ப்பதன் மூலம் நிறைய வருமானம் பெற்றனர். இதனால் பாலஸ்தீனத்திற்கு வெளியே – ஜோர்டானில் – இருந்து தன் போராட்டத்தை அரஃபாத் நடத்தினார். ஃபதா நடத்திய எல்லாத் தாக்குதல்களையும் முறியடிக்க முடியவில்லை என்றாலும் அதன் தலைவர்கள் பலரை இஸ்ரேல் கொன்றது. ஒரு முறை ஜோர்டான் எல்லை அருகே இஸ்ரேல் வீரர்களுக்கும் பாலஸ்தீனர்களுக்கும் இடையே நடந்த மோதலில் இஸ்ரேலிய வீரர்கள் 21 பேர் கொல்லப்பட்டனர். இதற்குப் பிறகு அரஃபாத்தின் செல்வாக்கு ஓங்கியது. 1968இல் பீஎல்ஓவுக்கு நடந்த தேர்தலில் பீஎல்ஓவின் அங்கமாகியிருந்த ஃபதா பெரும்பான்மையான இடங்களை வென்றது. இதையடுத்து அரஃபாத் பீஎல்ஓவின் சேர்மன் ஆனார். அதன் பிறகு எல்லோராலும் ஒப்புக்கொள்ளப்பட்ட தலைவர் ஆனார்.

அரஃபாத்தின் போராட்டக் கொள்கை

அரஃபாத்திற்கென்று தனியான அரசியல் தத்துவங்கள் எதுவும் இல்லை.

பாலஸ்தீனத்தை இஸ்ரேலிடமிருந்து – எந்த வழியினாலும் சரி – விடுவிப்பதுதான் அவருடைய ஒரே குறிக்கோள். மேற்கத்திய நாடுகள் இவரை நம்பத் தகுந்தவர் அல்ல என்று ஒதுக்கி வைத்தன. ஆனால் நாளடைவில் இவர் சாதாரண மனிதர்களின் நண்பர் ஆனார். 1968இல் திருத்தி எழுதப்பட்ட பாலஸ்தீன சார்ட்டரில் 'பாலஸ்தீனத்தில் வாழ்பவர்கள் எல்லோரும் – அங்கேயே வெகுகாலமாக, ஸியோனிஸ யூதர்கள் பாலஸ்தீனத்தைப் படையெடுக்கும் முன்பே வாழ்ந்துகொண்டிருக்கும் சில யூதர்களைத் தவிர – அரேபியர்களே. அதனால் இஸ்ரேலில் வாழும் பெரும்பான்மை யூதர்களுக்குப் பாலஸ்தீனத்தில் வாழும் உரிமை இல்லை. ஸியோனிஸம் என்பது யூத தேசிய இனவாதம் என்பதைவிட பிற நாடுகளைக் கைப்பற்றும், மதவெறி கொண்ட, காலனிய ஆதிக்கம் கொண்ட இயக்கம் என்றுதான் சொல்ல வேண்டும். யூதர்கள் தங்கள் தீவிர ஆசைகளை நிறைவேற்றிக்கொள்ள அரபு நாடுகளின் மத்தியில் ஒரு இடத்தைத் தேர்ந்தெடுத்திருக்கிறார்கள். இது அரேபியர்களின் விடுதலையையும் ஒற்றுமையையும் முன்னேற்றத்தையும் குலைக்கும் நடவடிக்கையாகும். ஐரோப்பிய காலனிய ஆதிக்கம் ஒழிந்தது போல் இதுவும் ஒழிக்கப்படும்' என்று குறிப்பிடப்பட்டிருந்தது. இந்தச் சார்ட்டர் ஐநாவின் 1947ஆம் ஆண்டின், பாலஸ்தீனத்தை இரண்டாகப் பிரிக்கும் திட்டத்தை ஒத்துக்கொள்ளவில்லை. பாலஸ்தீனத்திற்குள் யூதர்கள் வருவதைத் தடுக்க வேண்டும் என்றும் அதில் குறிப்பிடப்பட்டிருந்தது. பாலஸ்தீனர்களிடையே ஒற்றுமை நிலவ வேண்டும் என்பதையும் சார்ட்டர் வலியுறுத்தியது. இஸ்ரேல் பாலஸ்தீனத்தை விட்டு முழுவதுமாக வெளியேறிய பிறகுதான் பாலஸ்தீனின் அரசியல், பொருளாதாரக் கொள்கைகள், சமூக அமைப்பு எப்படி அமைய வேண்டும் என்பதை முடிவு செய்யவேண்டும் என்றும் சார்ட்டர் வலியுறுத்தியது.

பீஎல்ஓதான் அரபு நாடுகளின் பாதுகாப்பாளன் என்றும், சிரியா, லெபனான், எகிப்து, ஜோர்டான் ஆகிய நாடுகளின் இடங்களைப் பிடித்துக்கொண்டதன் மூலம் இஸ்ரேல் இந்த நாடுகளின் எதிரி என்றும், பாலஸ்தீனத்தைப் பிடித்துக்கொண்டது இஸ்ரேலிய ஆக்கிரமிப்பின் முதல் படி என்றும் 1967இல் நடத்திய போர் அரபு நாடுகளுக்கெதிரான முதல் அடாவடிச் செயல் என்றும் அரபு நாடுகள் இதில் தலையிட்டது பாலஸ்தீன மக்களுக்காக மட்டுமின்றி எல்லா அரபு நாடுகளையும் பாதுகாத்துக்கொள்ளவும் செய்த காரியம் என்றும் பீஎல்ஓவின் தலைவர்களும் நாசரும் கூறினர். 1967 போர் இஸ்ரேலை ஒழிக்க வேண்டும் என்ற அரபு நாடுகளின் சவாலுக்கு ஒரு பரீட்சையாக அமைந்தது. அதில் அரபு நாடுகள் தோல்வியுற்றன. இதற்குப் பிறகு

அரபு நாடுகள் பாலஸ்தீனத்தை விடுவிக்கத் தங்களுக்கு உதவும் என்ற நம்பிக்கை பாலஸ்தீனர்களுக்குப் போய்விட்டது. கொரில்லா போர் முறை மூலம்தான் இதைச் சாதிக்க முடியும் என்று ஃபதா நினைத்தது. அரஃபாத் இராணுவ சீருடை அணியத் துவங்கினார். எங்கு போனாலும் துப்பாக்கியையாவது பிஸ்டலையாவது தூக்கிச் சென்றார். அரபு நாடுகளின் தலைவர்கள் இஸ்ரேலுடன் சமாதானப் பேச்சுவார்த்தை யில் ஈடுபடுவதை அவர் ஆதரிக்கத் தயாராயில்லை. உயிரைப் பணயமாக வைத்து அவர் செய்த துணிகரச் செயல்கள் மக்கள் மத்தியில் அவருக்கு மதிப்பைக் கொடுத்தன. 1964இல் ஷுகாய்ரி எழுதிய பீஎல்ஓ சார்ட்டரின் இலக்கும் 1968இல் அரஃபாத் திருத்தி எழுதிய சார்ட்டரின் இலக்கும் ஒன்றுதான். ஆனால் முந்தையதில் அரபு நாடுகளின் போராட்டங்களில் பீஎல்ஓ ஓர் அங்கம் என்று குறிப்பிட்டிருந்தது. பிந்தையதில் பீஎல்ஓ, பாலஸ்தீன விடுதலைப் போராட்டத்தில் முன்னணியில் இருக்கும் ஒரு சுதந்திர அமைப்பு என்று குறிப்பிட்டிருந்தது. இந்தச் சார்ட்டரில் பாலஸ்தீனம் முழுவதும் பாலஸ்தீனர்களுக்கே என்றும் இஸ்ரேலோடு எந்த வித சமாதான ஒப்பந்தமும் ஏற்படுத்தக்கூடாது என்றும் இஸ்ரேலின் பக்கத்து நாடாக பாலஸ்தீனம் என்றும் அமைதியோடு வாழ முடியாது என்றும் கூறப் பட்டிருந்தது. 1967 போரின் பின்விளைவுகளை நீக்கப் பாடுபடு வதோடு இஸ்ரேலை ஒழிப்பதுதான் பீஎல்ஓவின் முக்கிய நோக்கம் என்றும் அந்த இலக்கை அடைய எத்தனை தியாகங்கள் செய்யவும் எத்தனை நாட்கள் காத்திருக்கவும் தயாராக இருப்பதாகவும் சார்ட்டரில் கூறப்பட்டிருந்தது.

பாலஸ்தீன தேசியம் உதயம்

ஆயிரத்துத் தொள்ளாயிரத்து அறுபதுகளின் முடிவில், ஃபதா அரபு தேசியவாதத்திலிருந்து தனித்துப் பாலஸ்தீன தேசியவாதத்தை உயிர்ப்பித்திருந்தது; இஸ்ரேலோடு போர் புரியத் தன் திட்டம் ஒன்றைத் தீட்டியது; பீஎல்ஓவை ஃபதா தன் ஆளுகைக்குள் கொண்டுவந்தது. சிரியா, ஈராக், எகிப்து ஆகிய நாடுகள் தங்கள் இடங்களிலிருந்து பீஎல்ஓ இஸ்ரேலைத் தாக்குவதைத் தடை செய்து லெபனானையும் ஜோர்டானையும் பீஎல்ஓ இஸ்ரேலைத் தாக்குவதற்கு உதவுமாறு வற்புறுத்தின. லெபனானிலும் ஜோர்டானிலும் பீஎல்ஓவின் படை நிலைபெற்றிருந்தது. பீஎல்ஓ இஸ்ரேலைத் தாக்கினால் இஸ்ரேல் திருப்பித் தங்களைத் தாக்கும் என்பதால் இந்த இரு நாடுகளுக்கும் இந்தத் திட்டம் பிடிக்கவில்லை. இருப்பினும் அந்த நாடுகளுக்கு வேறு வழி தெரியவில்லை. பீஎல்ஓவின் படை இந்த இரு நாடுகளின் படை களைவிட வலிமை வாய்ந்ததாக இருந்தது. மேலும் லெபனானின்

முஸ்லிம்களும் ஜோர்டானில் தஞ்சம் புகுந்த பாலஸ்தீனர்களும் இரு நாடுகளிலும் இருந்த இடதுசாரிகளும் தீவிரவாத தேசியவாதிகளும் பீஎல்ஓவை ஆதரித்தனர். ஃபதாவைப் பொறுத்தவரை, ஃபதா தான் இஸ்ரேலை எதிர்க்கும் திட்டத்தின் தலைமை; பாலஸ்தீனர்கள் அதன் முன்னணியில் இருப்பவர்கள்; அரபு நாடுகளில் வாழ்பவர்கள் அதற்கு ஆதரவு அளிப்பவர்கள். அரஃபாத் இப்படித் திட்டம் தீட்டினாலும் அவரால் எல்லாப் பாலஸ்தீனர்களையும் ஒன்றுதிரட்ட முடியவில்லை; அரபு நாடுகளின் ஆதரவையும் பெற முடியவில்லை; அரஃபாத் வன்முறைச் செயல்களை மட்டுமே கையாள நினைத்ததால் மேலை நாடுகளின் பகைமையையும் சம்பாதித்துக்கொண்டார்.

ஃபதாவுக்குப் போட்டிப் பிரிவுகள்

அரஃபாத்தால் வெஸ்ட் பேங்கிலும் காஸாவிலும் வாழும் பாலஸ்தீனர்களை ஒன்று கூட்டி இஸ்ரேலுக்கு எதிராக ஒரு பெரிய இயக்கமாகத் திரட்ட முடியவில்லை. வன்செயல்களை இஸ்ரேல் மீதும் இஸ்ரேல் நாட்டின் குடிமக்கள் மீதும் தீவிரப்படுத்தினால் இஸ்ரேல் சமுதாயம் உடைந்துவிடும் என்றும் இந்த வன்முறைச் செயல்களுக்குப் பயந்து கொண்டு யூதர்கள் பாலஸ்தீனத்தை விட்டே வெளியேறி விடுவார்கள் என்றும் 1968இல் கூடிய பாலஸ்தீன தேசிய கவுன்சில் முடிவெடுத்தது. அரஃபாத் பழைய பாலஸ்தீனத்தில் குடியிருக்கும் எல்லா யூதர்களும் அங்கு ஏற்கனவே வாழ்ந்துவந்த அரேபியர்களுக்குத் துரோகம் இழைத்திருக்கிறார்கள், அதனால் யூத சமூகத்தின், குடிமக்கள் உட்பட, எந்தப் பிரிவைத் தாக்கினாலும் அது தார்மிகத்திற்கு எதிரான செயல் அல்ல என்றார்.

பீஎல்ஓவின் மற்றப் பிரிவுகளான பிஎஃப்எல்பி (PFLP), டிஎஃப்எல்பி (DFLP) ஆகியவை ஃபதாவிற்குப் போட்டியாகப் பாலஸ்தீனத்தில் செயல்பட்டன. சில அரபு நாடுகள் பாலஸ்தீனர்களின் நன்மைக்காகப் பாடுபடுவதாகக் கூறிக்கொண்டாலும் அவை உண்மையில் அப்படிச் செய்யவில்லை என்று பிஎஃப்எல்பி கூறிவந்தது. மேலும் வெஸ்ட் பேங்கில் உள்ள செல்வந்தர்கள், வணிகர்கள் இஸ்ரேலோடு சமாதான ஒப்பந்தம் செய்துகொண்டு இஸ்ரேல் ஆக்கிரமித்திருக்கும் பகுதிகளில் பாலஸ்தீன நாட்டை உருவாக்கிக்கொள்ளலாம் என்றும் பயந்தது. (அப்போது பாலஸ்தீனம் முழுவதும் பாலஸ்தீனர்களுக்கு வேண்டும் என்று பீஎல்ஓவின் எல்லா அங்கங்களும் நினைத்தன.) ஆனால் அரஃபாத்தோ எல்லா அரபு நாடுகளின் ஆதரவையும் பெற்றுக்கொள்ள வேண்டும் என்றார். சில அரபு நாடுகள் ஃபதாவை விட்டுவிட்டு மேலே குறிப்பிட்ட பீஎல்ஓவின் இரண்டு அங்கங்களையும் ஆதரித்து விடுமோ

என்று அரஃபாத் பயந்தார். அல்லது சில அரபு நாடுகள் இஸ்ரேலோடு சமாதானம் செய்துகொள்வதில் அமெரிக்காவின் மத்தியஸ்தத்தை ஏற்றுக்கொண்டு விடுமோ என்றும் பயந்தார். அவர் பயந்தது மாதிரியே எகிப்து 1970இல் இஸ்ரேலோடு அமெரிக்காவின் தலையீட்டினால் ஏற்பட்ட போர் நிறுத்தத்தில் கையெழுத்திட்டது. அதை எகிப்தில் உள்ள ஃபதா வானொலியில் விமர்சித்தபோது நாசர் அந்த வானொலியையே மூடிவிட்டார். இஸ்ரேலோடு அரபு நாடுகள் செய்துகொள்ளும் எந்த விதமான சமாதான உடன்படிக்கையும் முழுப் பாலஸ்தீனத்தையும் மீட்பதற்குத் தடையாக இருக்கும் என்று அரஃபாத் எண்ணினார்.

ஆயுதம் தாங்கிய போராட்டம்

லெபனானிலிருந்து பீஎல்ஓ இஸ்ரேலைத் தாக்குவதற்கு வேறு வழியில்லாமல் லெபனான் ஒத்துக்கொண்டது. ஆனால் ஜோர்டானில் நிலைமை வேறாக இருந்தது. ஜோர்டான் அரசருக்கு வெஸ்ட்பேங்கை ஜோர்டானோடு சேர்த்துக்கொள்ள ஆசை. அதனால் அவருடைய இராணுவத்தினர் பீஎல்ஓவோடு போரில் கலந்துகொள்ளத் தயாராயினர். ஜோர்டான் அமெரிக்காவோடும் இஸ்ரேலோடும் இரகசிய ஒப்பந்தம் வைத்திருந்தது. அதன்படி தேவைப்பட்டால் இந்த இரண்டு நாடுகளும் ஜோர்டானுக்கு உதவியிருக்கும். ஆனாலும் கடைசியில் பீஎல்ஓவின் படை ஜோர்டானிலிருந்து வெளியேற்றப்பட்டது. ஜோர்டான் வெஸ்ட் பேங்க் தனக்குச் சேர வேண்டியது என்று கூறியது. பீஎல்ஓவோ ஜோர்டான் பாலஸ்தீனத்தின் ஒரு பகுதி என்று கூறத் தொடங்கியது.

இதற்குப் பிறகு நான்கு ஆண்டுகள் பீஎல்ஓ மத்திய கிழக்கிற்கு வெளியேயும் வன்முறைச் செயல்களில் இறங்கியது. ஜோர்டான் பிரதம மந்திரியைக் கொலைசெய்தது. பல விமானங்களைக் கடத்தியது. 1972இல் கொடுத்த ஒரு பேட்டியில் அரஃபாத் ‘இஸ்ரேலை ஒழிப்பது தான் எங்களின் இலக்கு’ என்று கூறினார். இஸ்ரேலின் படைபலத்தைக் குறைத்து மதிப்பிட்டதன் மூலமும் தங்கள் இலக்கை எப்படியும் அடைந்துவிடுவோம் என்று விடாப்பிடியாக நினைத்ததன் மூலமும் பீஎல்ஓ இன்னும் சில தோல்விகளைச் சந்தித்தது.

ஜோர்டானிலிருந்து வெளியேற்றப்பட்ட பீஎல்ஓ அடுத்ததாக லெபனானில் தன் முகாமை (Base) அமைத்துக்கொண்டது. அங்கு ஒன்றரை லட்சம் பாலஸ்தீன அகதிகள் வாழ்ந்துவந்தனர். இவர்களுக்காக பீஎல்ஓ மருத்துவ நிலையங்கள், பள்ளிகள், அநாதை ஆசிரமங்கள், காவல்துறை, நீதித்துறை, இவர்களுக்கு உதவுவதற்கு ஒரு நிதியமைப்பு ஆகியவற்றை அமைத்தது. இராணுவத் தளங்களை அமைத்து அதில்

பல அகதிகளுக்கு இராணுவப் பயிற்சி அளித்தது. லெபனானிலிருந்து இஸ்ரேலைத் தாக்குவதற்குத் தயாரானது. இதற்கிடையில் நடந்த சில சம்பவங்கள், அரபு நாடுகள் பாலஸ்தீனத்தை பீஎல்ஓவுக்காகப் பெற்றுக் கொடுக்கும் என்ற நம்பிக்கை போவதற்குக் காரணமாக அமைந்தன. அதோடு பீஎல்ஓவை கலந்துகொள்ளாமல் அவை இஸ்ரேலோடு சமரசம் செய்துகொண்டு ஆதாயம் தேடிக்கொள்ளுமோ என்ற பயமும் பீஎல்ஓவுக்கு உண்டானது. குறிப்பாக, ஜோர்டான் அரசர் வெஸ்ட் பேங்கில் சில நன்மைகளைப் பெற இஸ்ரேலோடு சமாதானம் செய்துகொள்ளலாம் என்றும் இதற்கு வெஸ்ட் பேங்கில் வாழும் சில பாலஸ்தீன அரசியல்வாதிகள் – வெஸ்ட் பேங்கில் செல்வாக்கு உடையவர்கள் – உதவலாம் என்றும் பீஎல்ஓ பயந்தது.

1973இல் சிரியாவும் எகிப்தும் இஸ்ரேல் மீது திடீர்த் தாக்குதல் நடத்தின. ஆனால் இஸ்ரேல் இந்த நாடுகளை வென்றது. அதன் பிறகு இஸ்ரேலோடு நடந்த பேச்சுவார்த்தைகளில் சிரியாவும் எகிப்தும் பீஎல்ஓவைக் கலந்தாலோசிக்கவில்லை. இது பீஎல்ஓவுக்கு எதிரான சதியாக பீஎல்ஓவுக்குத் தோன்றியது. பீஎல்ஓ நினைப்பது சரியானால் இஸ்ரேல் வெஸ்ட் பேங்கை ஜோர்டானுக்குக் கொடுத்துவிடும்; தங்கள் நாடுகளில் பிடித்த இடங்களை இஸ்ரேல் விட்டுக் கொடுப்பதற்காக இஸ்ரேலோடு சமாதானம் செய்துகொண்டு எகிப்தும் சிரியாவும் இஸ்ரேலை ஒழிக்க வேண்டும் என்ற எண்ணத்தையே விட்டுவிடும் என்றும், அப்படி நடக்கும் பட்சத்தில் பீஎல்ஓவுக்கு எதுவும் கிடைக்காது என்றும் அரஃபாத் பயந்தார். அதனால் 1974இல் பாலஸ்தீன தேசிய கவுன்சிலைக் கூட்டி பாலஸ்தீன அத்தாரிட்டி என்ற அமைப்பை உருவாக்க வேண்டும் என்றும் அதன் பிறகு அதன் மூலம் இஸ்ரேலை ஒழிக்க வேண்டும் என்றும் கூறினார். பாலஸ்தீன அத்தாரிட்டியின் முதல் கடமை அரபு நாடுகளை ஒன்றுசேர்க்க வேண்டும் என்றும் அதன் பிறகு பாலஸ்தீனத்தை விடுவிக்கப் பாடுபட வேண்டும் என்றும் கூறினார்.

அரஃபாத்தின் பீஎல்ஓவுக்கு அரபு அங்கீகாரம்

1974இல் நடந்த அரபு உச்சமாநாட்டில் பீஎல்ஓ பாலஸ்தீனத்தின் பிரதிநிதியாக ஒப்புக்கொள்ளப்பட்டது. 1974 நவம்பரில் அரஃபாத் ஐநா பொதுச் சபையில் ஒருங்கிணைந்த அரபு பாலஸ்தீன் பற்றிப் பேசினார். அதன் பிறகு பீஎல்ஓ ஐநாவின் பார்வையாளராக (observer) அங்கீகாரம் பெற்றது. அதிலிருந்து ஓர் ஆண்டில் பீஎல்ஓ சார்ட்டரின் இலக்குகளில் ஒன்றான ஸியோனிஸத்தை இன ஒதுக்கல் (racist) இயக்கமாகக் கருத வேண்டும் என்ற தீர்மானம் ஐநா பொதுச் சபையில் நிறைவேறியது. 1975இல் பீஎல்ஓ கூட்டுச் சேரா நாடுகளின் இயக்கத்தில் அங்கம்

பெற்றது; 1976இல் அரபு லீகில் உறுப்பினராகச் சேர்ந்தது. இஸ்ரேலோடு இராஜ தந்திர உறவு (diplomatic relationship) வைத்துக் கொள்ளாத பல வளர்ந்து வரும் நாடுகள் பீஎல்ஓவை அங்கீகரித்தன. ஸ்பெயின் 1985இல் அதை அங்கீகரித்தது.

இஸ்ரேல் 1967 போரில் பிடித்த இடங்களிலிருந்து வெளியேற வேண்டும் என்பது போன்ற நிபந்தனைகளை வலியுறுத்தும் ஐநா தீர்மானம் 242-ஐ அங்கீகரிக்கும்படி 1976இல் சதாத் பீஎல்ஓவைக் கேட்டுக்கொண்டார். இஸ்ரேல் என்ற நாடு உருவாகி இருப்பதை அந்தத் தீர்மானம் அங்கீகரிப்பதால் பீஎல்ஓ அதை ஒப்புக்கொள்ள வில்லை. இருப்பினும் சதாத் அமெரிக்காவுக்குச் சென்று இஸ்ரேலோடு சமாதான ஒப்பந்தம் செய்துகொண்டார். இதை அறிந்து அதிர்ச்சியுற்ற அரஃபாத் இந்த ஒப்பந்தத்தால் அமெரிக்காவின் நலன்கள் மத்திய கிழக்கில் பாதிக்கப்படும் என்றார்.

வளர்ந்து வரும் நாடுகளோடும் மேற்கு ஐரோப்பிய நாடுகளோடும் பீஎல்ஓ உறவு வைத்துக்கொண்டாலும் அமெரிக்கா அதன் வன்முறைச் செயல்களுக்காக அதைத் தள்ளியே வைத்திருந்தது. ஆனாலும் எமிரேட் நாடுகளிலிருந்தும் சவூதி அரேபியாவிடமிருந்தும் பீஎல்ஓவுக்குப் பண உதவி வந்துகொண்டிருந்தது. சோவியத் யூனியனிடமிருந்தும் வட கொரியா, சீனா, மேற்கு ஐரோப்பிய நாடுகளிடமிருந்தும் ஆயுத உதவி கிடைத்துக் கொண்டிருந்தது. ஃபதா அதிகாரிகள் சிலர் பயிற்சிக்காக சோவியத் யூனியனுக்கு அனுப்பப்பட்டனர்.

அரஃபாத்தின் சிறு வெற்றி

தொடர்ந்து இஸ்ரேலை அங்கீகரிப்பதில்லை என்று அரஃபாத் கூறிக் கொண்டிருந்தார். 1979இல் ஈரானில் இஸ்லாமியப் புரட்சி ஏற்படும் வரை ஷா பதவியில் இருந்தார். அவர் அமெரிக்காவின் கைப்பாவை. அதனால் இஸ்ரேலுக்கும் நண்பன். ஆனால் இஸ்லாமியப் புரட்சி ஏற்பட்ட பிறகு நிலைமை தலைகீழாயிற்று. அதுவரை இஸ்ரேலின் நண்பனாக இருந்த ஈரான் இஸ்ரேலின் எதிரியாயிற்று. நாட்டிற்கு வெளியே இருந்துகொண்டு ஈரானில் இஸ்லாமியப் புரட்சியை ஏற்படுத்தித் தலைமைப் பீடத்திற்கு வந்த குமைனியைப் பார்த்த பிறகு தானும் இஸ்ரேலிலிருந்து யூதர்களை விரட்டிவிடலாம் என்று அரஃபாத் நினைத்தார். ஷா ஈரானை விட்டு ஓடிய சில நாட்களிலேயே அரஃபாத் ஈரான் அழைப்பின் பேரில் ஈரானுக்குச் சென்றார். அங்கு அவருக்கு நல்ல வரவேற்பு கிடைத்தது. ஈரானில் ஏற்பட்ட புதிய அரசு அரஃபாத்துக்கு பீஎல்ஓவின் ஒரு கிளையைத் தொடங்க இஸ்ரேலின்

பழைய தூதரக இடத்தைக் கொடுத்தது. இருபது ஆண்டுகள் போரிட்ட பிறகு அரஃபாத்துக்கு ஒரு வெற்றி அடையாளமாக இஸ்ரேலின் ஒரு நிலப்பகுதி (அது ஈரானில் இருந்தாலும்) கிடைத்தது என்று இந்தச் சம்பவத்தைக் கூறலாம்.

லெபனானில் தொடர்ந்து தன் படைகளை அமைத்துக்கொண்டு அரஃபாத் இஸ்ரேலைத் தாக்கி வந்தார். இந்தத் தாக்குதல்களால் இஸ்ரேலியர்களுக்குப் பெரிய உயிர்ச் சேதம் விளையவில்லை என்றாலும் இஸ்ரேலியர்களின் மனதில் பயத்தை உண்டாக்கியது. பலர் தங்கள் இடங்களை விட்டு ஓடினர். இஸ்ரேல்-லெபனான் எல்லையில் நிலவிய பதற்றத்தைக் குறைத்து அந்தப் பகுதி முழுவதும் அமைதி நிலவ சவூதி அரேபியா ஒரு திட்டத்தை அரபு நாடுகளின் வெளியுறவு மந்திரிகள் மாநாட்டில் முன்மொழிந்தது. இஸ்ரேல் 1967 போரில் ஆக்கிரமித்த இடங்களை விட்டுப் பின்வாங்க வேண்டும் என்றும் அந்த இடங்கள் சில மாதங்கள் ஐநாவின் பார்வையில் இருக்குமென்றும் அதன் பிறகு சுதந்திர பாலஸ்தீன நாடாக விளங்கும் என்பதும் அந்தத் திட்டத்தின் அம்சங்கள். ஆனால் இஸ்ரேலை அங்கீகரிக்கும் எந்தத் திட்டத்தையும் ஏற்றுக்கொள்ளப் போவதில்லை என்று பீஎல்ஓவும் சிரியா, லிபியா, தென் யேமென், ஈராக் போன்ற அரபு நாடுகளும் முடிவுசெய்தன.

லெபனானிலிருந்து முகாம் மாற்றம்

எப்படியாவது அரஃபாத்தையும் அவருடைய போராளிகளையும் லெபனானிலிருந்து வெளியேற்றுவதற்கு இஸ்ரேல் முயற்சி செய்து கொண்டு வந்தது. 1982இல் இஸ்ரேல் கிறிஸ்தவரான பஷீர் கெமெய்ல் (Bashir Gemeyel) என்பவரை லெபனான் பிரதம மந்திரியாக்கி அவரோடு சமாதான ஒப்பந்தம் செய்துகொள்ள நினைத்தது. இஸ்ரேல் செய்த பல தந்திரங்களால் அவர் தேர்ந்தெடுக்கப்பட்டார். ஆனால் பதவி ஏற்குமுன் அவர் கொலை செய்யப்பட்டார். அவருடைய கொலைக்கு அரஃபாத்தான் காரணம் என்று நினைத்த அவரது கட்சியினர் பீஎல்ஓவின் இடங்களைத் தாக்க முற்பட்டனர். லெபனானில் இருந்த பாலஸ்தீன அகதி முகாம்களைத் தாக்கிச் சாதாரணக் குடிமக்கள் பலரைக் கொன்றனர். ஸப்ரா, ஷடில்லா என்ற இடங்களில் இருந்த பாலஸ்தீன அகதி முகாம்களில் இருந்த அப்பாவிக் குடிமக்களைச் சித்திரவதை செய்து கொல்வதற்கு இஸ்ரேல் துருப்புகள் அவர்களுக்கு உதவின. அமெரிக்கத் தலையீட்டால் போர்நிறுத்த ஒப்பந்தம் ஏற்பட்டு அரஃபாத் அங்கிருந்து வெளியேற ஒப்புக்கொண்டார். அவரும் அவருடைய ஆட்களும் துனிஷியாவுக்கு இடம்பெயர்ந்தனர்.

லெபனான் போரில் அரபு நாடுகள் பீஎல்ஓவுக்கு எந்த வித உதவியும் செய்யவில்லை. பாலஸ்தீனர்கள் தனித்துவிடப்பட்டனர். பீஎல்ஓ போராளிகளுக்குப் போராட்டம் நடத்த எந்த அரபு நாடும் இடம் கொடுக்கவில்லை. ஃபதாவில் தன் தலைமையைத் தக்கவைத்துக் கொள்ளவும் பீஎல்ஓவில் ஃபதாவின் அதிகாரத்தைத் தொடர்ந்து நிலைநாட்டிக்கொள்ளவும் பாலஸ்தீனர்களை அரபு நாட்டுச் சிந்தனை களிலிருந்து விலக்கிச் சுதந்திரமாக வைத்துக்கொள்ளவும் அரஃபாத் மிகவும் பாடுபட்டார். பாலஸ்தீனர்கள் கொடுத்த ஆதரவால் அரஃபாத்தும் பீஎல்ஓவும் தொடர்ந்து நீடிக்க முடிந்தது. தங்களுக்குள் ஒற்றுமை இல்லாவிட்டால் தங்களுடைய சுதந்திர பாலஸ்தீனக் கனவு நிறைவேறாமலே போய்விடலாம் என்பதைப் பாலஸ்தீனர்கள் நன்கு உணர்ந்திருந்தனர்; அதே சமயம் இஸ்ரேலை அங்கீகரிக்கப் போவதில்லை என்ற தங்களுடைய இலக்கிலும் எந்த வித மாற்றமும் செய்ய அவர்களுக்குப் பிடிக்கவில்லை.

1982இல் அமெரிக்க ஜனாதிபதி ரீகன் ஒரு திட்டத்தைக் கூறினார். வெஸ்ட் பேங்கும் காஸாவும் (இஸ்ரேலின் ஆக்கிரமிப்பிலிருந்து விடுபட்டு) ஜோர்டானோடு ஒரு கூட்டமைப்பாக இணைய வேண்டும் என்பதும் அப்போதுதான் அமைதி ஏற்படும் என்பதும் அத்திட்டத்தின் கூறுகள். ஐந்து ஆண்டு கால அவகாசத்தில் இந்தத் திட்டம் நிறை வேற்றப்பட வேண்டும் என்பதும் இந்தத் திட்டத்தின் அம்சம். ஆனால் பீஎல்ஓ இதற்கு ஒப்புக்கொள்ளவில்லை. ஜோர்டானோடு இணைந்தால் ஜோர்டான் அரசர் மறுபடி பாலஸ்தீனர்கள்மேல் அதிகாரம் செலுத்துவார் என்றும் பாலஸ்தீனத்திலேயே வசிக்கும் செல்வாக்குள்ள பாலஸ்தீனர்கள் ஜோர்டானோடு இணைய வேண்டும் என்ற திட்டத்தைத் தூக்கி எறிந்துவிட்டு இஸ்ரேலின் கீழோ ஜோர்டானின் கீழோ இரண்டாம் தரக் குடிமக்களாக வாழ்வதை விரும்பலாம் என்றும் பயந்தார். மேலும் பாலஸ்தீனம் முழுவதையும் திரும்பப் பெற வேண்டும் என்ற இலக்கு வெஸ்ட் பேங்கும் காஸாவும் மட்டும் கிடைப்பதன் மூலம் நிறைவேறாது என்று பீஎல்ஓ நினைத்தது. சுதந்திர பாலஸ்தீன நாடு அமைவது எப்போதும் இஸ்ரேலுக்குப் பிடிக்கவில்லையாதலால் இஸ்ரேலும் இந்தத் திட்டத்தை ஏற்றுக்கொள்ளவில்லை.

அரஃபாத்துக்கு கட்சிக்குள் எதிர்ப்பு

இதற்கிடையில் ஃபதாவுக்குள்ளேயே அரஃபாத்திற்கு எதிர்ப்பு கிளம்பியது. அவர் ஃபதாவிலும் பீஎல்ஓவிலும் யாரையும் கலந்து ஆலோசிக்காமல் தன்னிச்சையாகச் செயல்படுகிறார் என்ற குற்றமும் அவர் மேல் சுமத்தப்பட்டது. ஈரானுக்கும் ஈராக்கிற்கும் இடையே

நடந்த போரினால் அரபு நாடுகளின் கவனம் அங்கு திரும்பியதால் அரபு நாடுகள் பீஎல்ஓவை மேலும் புறக்கணித்தன. சிரியாவின் அதிபர் ஆஸாத்தும் அரஃபாத்திற்கு எதிராகத் திரும்பினார். 1978இல் நடந்த இஸ்ரேல்-எகிப்து சமாதான உடன்படிக்கை, 1982 லெபனான் போர், 1983இல் பீஎல்ஓவில் ஏற்பட்ட பிளவுகள் ஆகியவற்றால் பீஎல்ஓ அரபு நாடுகளின் நட்பை இழந்ததோடு தன் நடவடிக்கைகளை நடத்துவதற்கு வேண்டிய முகாமையும் இழந்தது. பீஎல்ஓ மூன்றாகப் பிளவுபட்டது: அரஃபாத்தின் தலைமையில் இயங்கிய ஒன்று; அவரை எதிர்த்த ஃபதா போராளிகள் அடங்கிய குழு ஒன்று; ஈராக்கின் ஆதரவோடு சிரியாவுக்கு எதிராக இயங்கிய குழு ஒன்று.

அரஃபாத்தின் போர்ச் சிந்தனை மாற்றம்

இஸ்ரேலைத் தாக்குவதற்கு இஸ்ரேலின் எல்லையில் உள்ள எந்த வொரு அரபு நாடும் பீஎல்ஓவுக்கு முகாம் கொடுக்க முன்வராததால் அரஃபாத் தன்னுடைய வழிமுறைகளைப் பற்றி மறுபடி யோசிக்க ஆரம்பித்தார். வன்முறையைக் கையாண்டு இஸ்ரேலை அழிப்பதை விட ராஜதந்திரத்தின் மூலம்தான் தான் நினைத்த காரியத்தைச் சாதிக்க முடியும் என்று எண்ண ஆரம்பித்தார். 1984இல் இஸ்ரேல் பிரதம மந்திரி பீஎல்ஓவைக் கலந்துகொள்ளாமலே ஜோர்டானோடு பேச்சுவார்த்தை மூலம் பாலஸ்தீனப் பிரச்சினைக்குத் தீர்வு காண முயன்றபோது வேறு வழியில்லாமல் அரஃபாத் ஜோர்டான் அதிபரின் உதவியை நாடினார். 1984இல் நடந்த பாலஸ்தீன தேசியக் கவுன்சிலில் (Palestine National Council) ஜோர்டான் அதிபர் பாலஸ்தீனம் ஜோர்டானோடு சேர்ந்து இஸ்ரேலோடு சமாதானம் பேச வேண்டும் என்று கூறியதோடு இஸ்ரேலை அங்கீகரிக்கும் அவசியத்தையும் எடுத்துக் கூறினார். சமாதானப் பேச்சுவார்த்தைகளைத் தள்ளிப் போட்டுக்கொண்டே போவதால் இஸ்ரேல்தான் அதிக பலம்பெறும் என்றும் அறிவுறுத்தினார். தொடர்ந்து பீஎல்ஓ வன்முறையைக் கைவிட வேண்டும் என்றும் அமெரிக்கா ஏற்பாடு செய்யும் சமாதான ஏற்பாடு களில் அமெரிக்கா விதிக்கும் நிபந்தனைகளோடு கலந்துகொள்ள வேண்டும் என்றும் பீஎல்ஓவுக்கு அறிவுரை வழங்கினார். இஸ்ரேலுக்கு அருகில் – அதாவது வெஸ்ட் பேங்கில் – வசித்துவந்த பாலஸ்தீனர்கள் இஸ்ரேலின் பலத்தை நன்றாக உணர்ந்திருந்ததாலும் பீஎல்ஓவின் இஸ்ரேலை ஒழிக்கும் முயற்சி மிகவும் பலவீனப்பட்டுப் போயிருப்பதை உணர்ந்திருந்ததாலும் இஸ்ரேலில் இருக்கும் டெல் அவிவையும் ஹைபாவையும் பிடிப்பதற்குப் பதில் வெஸ்ட் பேங்கில் இருக்கும் நெப்லஸையும் ஹெப்ரானையும் விடுவிப்பதில் பீஎல்ஓ அக்கறை செலுத்த வேண்டும் என்று விரும்பினர். பீஎல்ஓவுக்குப் பல திசைகளிலும்

எதிர்ப்புக் கிளம்பியது. 'இருபது ஆண்டு போராட்டத்திற்குப் பிறகு பாலஸ்தீனர்களுக்கு ஓர் அடையாளத்தை உண்டாக்கி உலக நாடு களின் கவனத்தை அதன் மேல் திருப்பி இருக்கிறோம். இதைத் தவிர வேறு என்ன சாதித்திருக்கிறோம்?' என்று பீஎல்ஓ உறுப்பினர்களே கேட்கும் அளவுக்கு பீஎல்ஓவுக்கு நெருக்கடி ஏற்பட்டது. சிரியா, ஈராக், லிபியா ஆகிய நாடுகள் பீஎல்ஓவை அரஃபாத்திடமிருந்து அபகரிக்கத் திட்டம் போட்டன. அமெரிக்கா அரஃபாத்தைப் பயங்கரவாதி என்று பட்டம் சூட்டி பீஎல்ஓ இல்லாமலேயே ஜோர்டான் குழுவோடும் பீஎல்ஓ உறுப்பினர்கள் அல்லாத பாலஸ்தீனர்களோடும் சமரசம் பேச முயன்றது.

பாலஸ்தீனர்களின் முதல் எழுச்சி

1987 டிசம்பர் மாதம் 9ஆம் தேதி காஸாவில் பாலஸ்தீன தொழிலாளர் களை ஏற்றிச்சென்ற வேனோடு இஸ்ரேல் லாரி ஒன்று மோதியதில் நான்கு பாலஸ்தீனர்கள் கொல்லப்பட்டனர். இந்தச் சம்பவம் வெஸ்ட் பேங்கிலும் காஸாவிலும் இஸ்ரேலின் ஆக்கிரமிப்பின் கீழ் வாழ்ந்து வந்த பாலஸ்தீனர்களிடம் ஓர் எழுச்சியைத் தோற்றுவித்தது. இதை இன்திஃபதா (Intifada) என்கிறார்கள். அரேபிய மொழியில் இதன் பொருள் எழுச்சி என்பதாம். இருபது ஆண்டுகளாக இஸ்ரேலில் வேலை செய்து சில பாலஸ்தீனர்களின் வாழ்க்கைத் தரம் உயர்ந்திருந்ததால் தங்களின் சுதந்திரம் பற்றி அவ்வளவாக யோசிக்காமல் இருந்த பாலஸ்தீனர்களும் மேலே குறிப்பிட்ட நிகழ்ச்சியால் இஸ்ரேலை எதிர்க்கத் துணிந்தனர். அரசு வேலைகளைப் புறக்கணித்தனர்; வேலை நிறுத்தம் செய்தனர். இஸ்ரேலின் பேருந்துகள், கார்கள்மீது கல்லெறிந் தனர். ஆனால் பதிலுக்கு இஸ்ரேல் பலத்த ஆயுதங்களால் பாலஸ்தீனர் களைத் தாக்கியது. இதில் கலந்துகொண்டவர்களில் பெரும்பாலோர் இளைஞர்கள். அப்போதைய இஸ்ரேல் பாதுகாப்பு மந்திரி போராட்டத்தில் கலந்துகொள்பவர்களின் எலும்புகளை அடித்து நொறுக்குங்கள் என்றாராம். இஸ்ரேல் காவலர்கள் மிருகத்தனமாக நடந்துகொண்டதைப் பார்த்த உலக நாடுகளுக்குப் பாலஸ்தீனர்கள் மீது பச்சாதாபம் ஏற்பட்டது. இது பின்னால் ஆஸ்லோ ஒப்பந்தத்திற்கு வழிகோலியது. இந்தப் போராட்டத்தின் மூலம் இஸ்ரேலை வெஸ்ட் பேங்கிலிருந்தும் காஸாவிலிருந்தும் வெளியேற்ற முடியாது என்று பாலஸ்தீனர்களில் ஒரு சாராரும், வெளியேற்ற முடியும் என்று இன்னொரு சாராரும் நினைத்தனர். இஸ்ரேலியர்களில் ஒரு சாரார் ஆக்கிரமித்த பகுதிகளைத் திருப்பிக் கொடுக்க வேண்டும் என்றும், இன்னொரு சாரார் இஸ்ரேலின் பாதுகாப்புக்காக அவற்றை வைத்துக் கொள்ள வேண்டும் என்றும் நினைத்தனர்.

இந்த எழுச்சியைப் பயன்படுத்தி இஸ்ரேலை வழிக்குக் கொண்டு வரலாம் என்று அரஃபாத் நினைத்தார். இது மக்களின் எழுச்சி, ஆயுதம் இல்லாத எழுச்சி, இதன் மூலம் இஸ்ரேல் ஆக்கிரமித்த இடங்களை விட்டுப் போய்விடும் என்று நினைத்தார். ஆனால் அங்கேயே வாழ்ந்து கொண்டிருந்த, சமூகத்தின் மேல்மட்டத்தில் இருந்தவர்கள் எப்படியாவது இந்தப் போராட்டத்தைச் சீக்கிரமே முடிவுக்குக் கொண்டுவர விரும்பினர். எழுச்சி இஸ்ரேலை வெளியேற்றுவதற்கு உதவவில்லையாதலால் பாலஸ்தீனத்தில் வாழ்ந்துவந்த பாலஸ்தீனர்கள் பேச்சுவார்த்தைகள் மூலம் சீக்கிரமே ஒரு முடிவைத் தேட பீஎல்ஓ தலைவர்களைக் கேட்டுக்கொண்டனர்.

சோவியத் யூனியனின் தலைவராக இருந்த கோர்ப்பச்சேவும் அங்கு சில மாற்றங்களைக் கொண்டுவந்ததைப் போல் பீஎல்ஓவையும் அதனுடைய நிலைப்பாட்டை மாற்றிக்கொண்டு இஸ்ரேலை அங்கீகரிக்கும்படி கோரினார். துனீஸில் அரஃபாத்தைச் சந்தித்த சோவியத் யூனியன் தூதுவர் அரஃபாத்திடம் அவருடைய கொள்கைகளில் நெகிழ்ச்சியைக் கடைப்பிடிக்கும்படி அறிவுரை கூறினார். இஸ்ரேலை அங்கீகரிக்கும்படியும் வன்முறையைக் கைவிடும்படியும் பிரிட்டனும் பிரான்சும் பீஎல்ஓவைக் கேட்டுக்கொண்டன. அது வரை நடந்திருந்த நிகழ்ச்சிகளை அறிந்த எல்லோரும் இஸ்ரேலைப் பாலஸ்தீனத்திலிருந்து வெளியேற்றுவது கஷ்டம் என்பதை உணர்ந்தனர். நூற்றுக்கணக்கான பாலஸ்தீனர்கள் இஸ்ரேலால் கொல்லப்பட்டபோது அரபு நாடுகளும் எந்தவித உதவியும் செய்யவில்லை. ஜோர்டான் அரசரும் வெஸ்ட் பேங்கோடு இருந்த தொடர்பைத் துண்டித்துக்கொண்டார். அதுவரை எப்படியாவது வெஸ்ட் பேங்கை ஜோர்டானோடு சேர்த்துக்கொள்ள வேண்டும் என்று இஸ்ரேலோடு சமரசம் பேச முயன்று வந்தவர் இப்போது வெஸ்ட் பேங்கோடு தொடர்பைத் துண்டித்துக்கொண்டால் பீஎல்ஓ தன்னிடம் உதவி கேட்க வரும் என்று கணக்குப் போட்டார். இஸ்ரேலை அங்கீகரித்து வன்முறையைக் கைவிட்டால் சமாதானப் பேச்சுக்களில் ஈடுபடுவதாக அமெரிக்கா கூறியது.

அமெரிக்க நிர்ப்பந்தங்கள்

எல்லாவற்றுக்கும் மேலாக வெஸ்ட் பேங்க், காஸாவில் வசிக்கும் பாலஸ்தீனர்களே பீஎல்ஓ தன் குறிக்கோளை மாற்றிக்கொள்ள வேண்டும் என்று விரும்பினர். நடைமுறை விளைவுகள் (results) இருக்க வேண்டும் என்பதில் அவர்கள் குறியாக இருந்தனர். 1988 நவம்பரில் அல்ஜீரியாவின் தலைநகர் அல்ஜியர்ஸில் கூடிய பாலஸ்தீன தேசிய கவுன்சிலில் பீஎல்ஓவின் உறுப்பினர்களின் ஒற்றுமையைக்

குலைக்காமல் இருப்பதாகவும் அதே சமயம் அமெரிக்காவின் நிபந்தனை களை ஏற்றுக்கொள்வதாகவும் உறுதி அளிக்கும் தீர்மானத்தை பீஎல்ஓ தயாரித்தது. இஸ்ரேலை அங்கீகரிக்காததை வெளிப்படையாகச் சொல்லாமலும், ஐநா தீர்மானம் 242-ஐ நிறைய மாற்றங்களோடு ஒப்புக்கொண்டும் தங்கள் சொல் விளையாட்டால் பொருள் மயக்கம் தரும் (ambiguous) அறிக்கையைத் தயாரித்தனர். ஆனால் அமெரிக்கா வுக்கு இது போதவில்லை. அமெரிக்கா விதித்த நிபந்தனைகளை அரஃபாத் ஏற்றுக்கொள்ளவதற்கு அமெரிக்கா இரகசியமாக முயன்றது. அதில் ஓரளவு வெற்றியும் பெற்றது. ஆனால் பீஎல்ஓ தலைவர் களைச் சமாளிப்பது அரஃபாத்திற்கு எளிதாக இல்லை. அரஃபாத்தும் பீஎல்ஓ உறுப்பினர்களின் கோரிக்கைகளுக்கு ஏற்ப தன் வாக்குறுதி களை மாற்றிக்கொள்ள வேண்டியதாயிற்று. இஸ்ரேல் ஒரேயடியாக பீஎல்ஓவோடு பேச மறுத்ததால் வெஸ்ட் பேங்க், காஸாவில் வாழும் பாலஸ்தீனர்களிடையே தேர்தல் நடத்தி அவர்களோடு இஸ்ரேல் பேச்சுவார்த்தை நடத்தலாம் என்ற யோசனையும் கைவிடப்பட்டது. அமெரிக்காவின் நண்பனான எகிப்து அதிபர் முபாரக் தலையிட்டு அமெரிக்க-பீஎல்ஓ பேச்சுவார்த்தை நடப்பதற்கு முயன்றார். பீஎல்ஓவின் வன்முறைச் செயல்களும் அதற்கு இஸ்ரேல் பதிலடி கொடுப்பதும் தொடர்ந்தன. பாலஸ்தீன எழுச்சியால் இஸ்ரேல்-பாலஸ்தீனப் பிரச்சினை யில் பெரிய மாற்றம் எதுவும் நிகழவில்லை.

அரபு நாடுகளின் நலன்கள் வேறு

தங்கள் நலன்களைக் காத்துக்கொள்வதிலேயே கவனம் செலுத்திய அரபு நாடுகள் பாலஸ்தீனப் பிரச்சினையில் ஆர்வத்தோடு கலந்து கொள்ளவில்லை. மேலும் அவற்றுக்குள்ளும் ஒற்றுமை குறைந்து வந்தது. சவூதி அரேபியா அமெரிக்காவோடு சேர்ந்துகொண்டு தன்னைப் பாதுகாத்துக்கொள்ள முயன்றது. சிரியா அரஃபாத்தின் எதிரியானது. லெபனானிலிருந்தும் பீஎல்ஓ வெளியேற்றப்பட்டது. 1978 எகிப்து-இஸ்ரேல் சமாதான ஒப்பந்தத்திற்குப் பிறகு எகிப்தும் இஸ்ரேலோடு சமாதான உடன்படிக்கை செய்துகொள்ளும்படி பீஎல்ஓவை வற்புறுத்தியது. ஜோர்டான் எப்போதுமே வெஸ்ட் பேங்க்கை தன்னோடு இணைத்துக்கொள்வதில் பல வகையில் முயன்றது. எல்லா அரபு நாடுகளும் பீஎல்ஓவிற்கு ஆதரவு அளிப்பதைக் குறைத்துவிட்டதால் அரஃபாத் ஈராக் பக்கம் திரும்பினார். ஈராக் குவைத்தை முற்றுகை இட்டதை அரஃபாத் ஆதரித்தார். இதைக் கண்டு அதிர்ந்த அரபு நாடுகள் பீஎல்ஓவுக்கு நிதியுதவி வழங்குவதை நிறுத்தின. எண்ணெய் வளம் மிகுந்த நாடுகளிடமிருந்து வெஸ்ட் பேங்க் மருத்துவ மனைகளுக்கும் பள்ளிகளுக்கும் கிடைத்த பல லட்சக்கணக்கான

டாலர்கள் வரவு துண்டிக்கப்பட்டது. வளைகுடாப் போருக்குப் பிறகு குவைத்திலிருந்த பாலஸ்தீனர்கள் பலருக்கும் வேலை போய்விட்டதால் அவர்களால் தங்கள் குடும்பங்களுக்குப் பணம் அனுப்ப முடியவில்லை.

எகிப்து, ஜோர்டான், ஈராக், சிரியா ஆகிய அரபு நாடுகள் அவ்வப் போது நிலவிய சந்தர்ப்பங்களுக்குத் தகுந்தவாறு அரஃபாத்தின் நண்பனாகவோ எதிரியாகவோ விளங்கின. பீஎல்ஓவின் விஷயங் களில் தலையிடுவதையும் பாலஸ்தீனர்களின் நலன்களைக் காப்பதி லிருந்து தங்களை விடுவித்துக்கொள்வதையும் மாறி மாறிச் செய்து கொண்டிருந்தன. பீஎல்ஓவின் பல அங்கங்களுக்குள்ளும் ஒற்றுமை இல்லை. மேலும் அரஃபாத்தின் செல்வாக்கும் அவர்களிடம் குறைந்து கொண்டு வந்தது. 1988 ஏப்ரலில் அவருடைய நெருங்கிய நண்பரும் கூட்டாளியுமான அபூ ஜிஹாத் இஸ்ரேலால் கொல்லப் பட்டார். 1991 ஜனவரியில் இன்னொரு நண்பரும் கொல்லப்பட்டார். அரபு நாடுகளிடமிருந்து நிதியுதவி குறைந்ததால் அரஃபாத்திற்கு நெருக்கடி அதிகரித்தது.

பல இடங்களில் வாழ்ந்துவந்த பாலஸ்தீனர்களுக்குள்ளும் – பாலஸ்தீனர்களில் மூன்றில் ஒரு பங்கு வெஸ்ட் பேங்க், காஸாவிலும் மூன்றில் ஒரு பங்கு ஜோர்டானிலும் மூன்றில் ஒரு பங்கு இஸ்ரேலிலும் மற்ற அரபு நாடுகளிலும் வசித்துவந்தனர் – ஒற்றுமை இல்லை. வெஸ்ட் பேங்கிலும் காஸாவிலும் மட்டும் பாலஸ்தீன நாட்டை உருவாக்கு வதில் இஸ்ரேலிலும் மற்ற அரபு நாடுகளிலும் வாழ்ந்துவந்தவர்களுக்கு அவ்வளவு ஆர்வம் இல்லை. ஏனெனில் இவர்கள் 1948-49 போரில் இழந்த தங்கள் இடங்களுக்குத் திரும்பிப் போவதில் தீவிரமாக இருந்தனர். இஸ்ரேலை ஒழிப்பதன் மூலம்தான் அது சாத்தியம். அதனால் அவர்கள் அதற்கான தீவிரமான வழிகளைக் கடைப்பிடிப் பதிலேயே ஆர்வம் காட்டினர். அதே சமயம் வெஸ்ட் பேங்க், காஸாவில் வசித்து வந்தவர்களுக்கு இஸ்ரேலோடு தினமும் பொருளா தாரத் தொடர்பு இருந்து வந்ததால் அவர்கள் மிதவாதத்தைக் கடைப் பிடிக்க விரும்பினர். வெஸ்ட் பேங்க், காஸாவோடு அமெரிக்கா, இஸ்ரேல், ஜோர்டான் நேரடியாகப் பேச்சுவார்த்தை நடத்த முயன்று பீஎல்ஓவைப் புறக்கணித்ததை நினைவுகூர்ந்த அரஃபாத் தன்னுடைய தலைமைக்கு முக்கியத்துவம் குறைந்துவிடலாம் என்று நினைத்தார். ஃபதாவுக்குள்ளேயே பல கருத்தாக்கங்கள் (ideologies) கொண்ட குழுக்கள் இருந்தன. பீஎல்ஓவுக்குள் பல பிளவுகள் இருந்தன. பல இடங்களில் வாழ்ந்த பாலஸ்தீனர்களுக்குள் வித்தியாசமான அணுகு முறைகள் இருந்தன. இவை எல்லாவற்றையும் ஒன்றாக இணைத்து வைத்திருப்பது அரஃபாத்திற்குப் பெரிய சவாலாக இருந்தது. இருபது

ஆண்டுகளுக்கு மேல் இஸ்ரேலின் ஆக்கிரமிப்பில் இருந்த வெஸ்ட் பேங்க், காஸாவாசிகள் பொறுமை இழந்தனர். தங்களுக்குள்ளேயே ஒரு தலைமையை ஏற்படுத்திக்கொண்டு செயல்பட ஆரம்பிக்கலாம் என்றும் பீஎல்ஓ தன் வழிமுறைகளை மாற்றிக்கொண்டாலொழிய பீஎல்ஓவுக்கு வேறு தலைமை ஏற்படலாம் என்றும் 1991இல் வெஸ்ட் பேங்க்கின் மக்கள் ஆதரவைப் பெற்ற பத்திரிகை ஒன்று கருத்துத் தெரிவித்தது. அத்துடன் வளைகுடா போருக்குப் பிறகு அரபு நாடுகள் பீஎல்ஓ இல்லாமலேயே இஸ்ரேலோடு பேச்சுவார்த்தை ஆரம்பிக்கலாம் என்ற சாத்தியக்கூறும் 1991இல் வெஸ்ட் பேங்க்/காஸா குழு இஸ்ரேலோடு சமாதானம் பேசுவதற்கு அரஃபாத் இசைந்ததற்குத் தூண்டு கோலாக விளங்கியது.

சமாதானப் பேச்சுகளில் அரஃபாத்

ஹமாஸ், இஸ்லாமிக் ஜிஹாத் (Islamic Jihad) போன்ற தீவிர வாதக் கட்சிகள் தோன்றித் தாங்களும் பீஎல்ஓவில் சேரும் எண்ணத்தில் பாலஸ்தீன தேசிய கவுன்சிலில் 40 இடங்களைக் கேட்டு அரஃபாத்திடம் பேரம் பேசின. அரஃபாத் அதற்கு ஒப்புக்கொள்ளவில்லை. வெஸ்ட் பேங்க், காஸா பகுதியில் வாழ்ந்த பாலஸ்தீனர்கள் தனக்கு விசுவாசமாக நடந்துகொண்டாலும் சமாதானப் பேச்சுவார்த்தையை வெகு நாட்கள் தள்ளிவைப்பது உசிதமல்ல என்று அரஃபாத் நினைத்தார். நாற்பது ஆண்டுகளுக்கு மேல் இஸ்ரேல் தொடர்ந்து நிலைத்திருப்பதும் சுமார் இருபத்தைந்து ஆண்டுகளாக பீஎல்ஓ போராடியும் 1987இல் பாலஸ்தீனர்களின் 'எழுச்சி' தோன்றியும் எந்தப் பயனும் விளையாமல் இருப்பதும் எதிர்காலத்தைப் பற்றி அரஃபாத்தை வித்தியாசமாகச் சிந்திக்க வைத்தன. வன்முறைகள் மூலம் பீஎல்ஓவின் இலக்கை அடைய முடியாது என்பதால் இராஜ தந்திரத்தைக் கடைப்பிடிப்பதே வழி என்பதை அரஃபாத் உணர ஆரம்பித்தார்.

அப்போது இஸ்ரேல் பிரதம மந்திரியாக இருந்த இட்சாக் ரபீனும் பாலஸ்தீனர்களுக்கு சில இடங்களைக் கொடுத்தாவது இஸ்ரேலுக்குப் பாதுகாப்பு கிடைத்தால் சரி என்று நினைத்தார். இதே ரபீன்தான் 1967இல் பாதுகாப்பு மந்திரியாக இருந்தபோது வெஸ்ட் பேங்க், காஸாவை வென்று இஸ்ரேலோடு இணைத்துக்கொண்டவர். அரஃபாத்தும் தன் வழிமுறைகளை மாற்றிக்கொண்டிருந்ததால், இஸ்ரேலுக்கும் பீஎல்ஓவுக்கும் இடையே பல இரகசியப் பேச்சுவார்த்தைகளுக்குப் பிறகு 1993இல் ஆஸ்லோ ஒப்பந்தம் ஏற்பட்டது. 1996இல் நடந்த தேர்தலுக்குப் பிறகு அரஃபாத் பாலஸ்தீன அத்தாரிட்டியின் தலைவ ராகத் தேர்ந்தெடுக்கப்பட்டார். இஸ்ரேலை பீஎல்ஓ அங்கீகரித்ததால்

ஹமாஸூம் மற்ற எதிர்க்கட்சிகளும் தேர்தலில் போட்டியிடவில்லை. (ஹமாஸ் இப்போதும் இஸ்ரேலை அங்கீகரிக்கவில்லை.)

அதே ஆண்டு இஸ்ரேல் பிரதம மந்திரியாகத் தேர்ந்தெடுக்கப் பட்ட நெதன்யாஹூ தற்கொலைப் போராளிகளின் செயல்களைக் காரணம் காட்டி ஆஸ்லோ ஒப்பந்தத்தில் ஒப்புக்கொண்டவற்றைச் சரிவர நிறைவேற்றவில்லை. அதனால் ஆஸ்லோ ஒப்பந்தம் முறிந்தது. ஆனாலும் அரஃபாத் தொடர்ந்து இஸ்ரேலோடு சமாதானம் பேச முன்வந்தார். 2000இல் அப்போது பிரதமராக இருந்த எஹூட் பராக்கோடு அமெரிக்காவுக்குச் சென்று சமாதானம் பேசினார். இருந்தும் உடன்பாடு எதுவும் ஏற்படவில்லை. ஜெருசலேம் பற்றியும் அகதிகள் தங்கள் இடங்களுக்குத் திரும்புவது பற்றியும் பராக்காலும் அரஃபாத்தாலும் எந்த முடிவுக்கும் வர முடியவில்லை. பேச்சு முறிந்த தற்குக் கிளின்டன் அரஃபாத்தைத்தான் குறை கூறினார்.

அரஃபாத்தின் முடிவு

2000இல் ஏற்பட்ட இரண்டாவது பாலஸ்தீன எழுச்சியில் நிறைய வன்முறைச் செயல்கள் நடந்ததால் அவற்றுக்குக் காரணம் அரஃபாத் என்று கூறி ரமல்லாவில் உள்ள பீஎல்ஓ அலுவலகத்தின் வளாகத்தை விட்டு இஸ்ரேல் அரசு அவரை வெளியில் வரவிடவில்லை. உடல்நலம் பாதிக்கப்பட்டு அரஃபாத் பாரீஸூக்கு மருத்துவ சிகிச்சைக்காக 2004இல் கூட்டிச் செல்லப்பட்டார். அங்கேயே இறந்துவிட்டார். அவர் விஷம் வைத்துக் கொல்லப்பட்டிருக்கலாம் என்று அவர் மனைவி சந்தேகப்பட்டதால் (சில ஆண்டுகளுக்கு முன் அரஃபாத் திருமணம் செய்துகொண்டிருந்தார்) ரமல்லாவில் புதைக்கப்பட்ட அவர் உடலைத் தோண்டி எடுத்து பாரீஸில் விசாரணை நடத்தினார்கள். இந்த விசாரணையில் ஓர் உறுதியான முடிவுக்கு வர முடியவில்லை.

முழுப் பாலஸ்தீனமும் வேண்டும் என்று போராடிய அரஃபாத், அளவில் குறைந்த பாலஸ்தீனத்தையாவது ஏற்றுக்கொள்ளத் தயாரான அரஃபாத், கடைசியில் ஒரு சுதந்திரமான பாலஸ்தீனத்தைப் பார்க்கா மலேயே இறந்துவிட்டார்.

தொகுப்பு

யாசர் அரஃபாத் 1948-1949இல் நடந்த முதல் பாலஸ்தீனப் போரின் போது பதின்ம வயதுடையவர். ஜெருசலேமில் வளர்ந்தவர். போரின் விளைவால் ஜெருசலேமிலிருந்து அகதிகளாக வெளியேறியவர் களில் இவரும் ஒருவர். அகதிகள் தங்கள் சொந்த இடங்களுக்குத்

திரும்புவதற்கு ஏதுவாக ஐநா பல தீர்மானங்களை நிறைவேற்றினாலும் யாரும் திரும்ப முடியவில்லை.

அரஃபாத் எகிப்தில் பொறியியல் படிப்பை முடித்துவிட்டு குவைத்தில் சொந்தத் தொழில் தொடங்கினார். அப்போது தன் நண்பர்களுடன் சேர்ந்து குவைத்தில் வசித்துவந்த பாலஸ்தீன அகதிகளை ஒன்றுசேர்த்து, ஃபதா என்ற ஓர் அரசியல் இயக்கத்தைப் பாலஸ்தீன சுதந்திரத்திற்குப் போராட அமைத்தார். இது பின்னால் 1964இல் நாசர் தொடங்கிய பீஎல்ஓ-உடன் இணைந்தது. 1969இல் அரஃபாத் இதன் தலைவரானார்.

முழுப் பாலஸ்தீனமும் கிடைக்கும்வரை வன்முறைப் போராட்டம் தொடர வேண்டும் என்பதில் பிடிவாதமாக இருந்த அரஃபாத், பல சோதனைகளுக்கும் ஏமாற்றங்களுக்கும் உள்ளான பிறகு 1993இல் ஆஸ்லோ சமாதான ஒப்பந்தத்தில் கையெழுத்திட்டார். இதன் மூலம் காஸாவையும் வெஸ்ட் பேங்கில் சில இடங்களையும் சேர்த்துச் சிறிய பாலஸ்தீன நாடு உருவாவதற்கு ஒப்புக்கொண்டார். பின்னால் வெஸ்ட் பேங்க் முழுவதும் பாலஸ்தீனத்திற்குக் கிடைக்கும் என்று நம்பினார். ஆனால் இஸ்ரேல் இந்த ஒப்பந்தத்தைச் சரிவர செயல்படுத்தாததால் சிறிய பாலஸ்தீன நாடுகூட உருவாகவில்லை.

இஸ்ரேல் உருவாகும் முன் இருந்த முழுப் பாலஸ்தீனத்தின் சுதந்திரத்திற்காகப் போராடிய அரஃபாத், பின்னால் அதன் ஒரு பகுதியே பாலஸ்தீன நாடாக உருவாகும் என்ற நிதர்சனத்தை ஏற்றுக் கொண்டார். இறுதியில் சுதந்திரப் பாலஸ்தீன நாடு உருவாகாமலேயே உயிர் துறந்தார்.

10

வரலாற்று அநீதி

நூலின் சாரம்

அடிக்கடி வன்முறைகள் நிகழும் மத்திய கிழக்கில் யூதர்களுக்கும் அரேபியர்களுக்கும் இடையே நடக்கும் சச்சரவுகளுக்கு மூல காரணம் என்ன என்பதை முதலில் ஆராய வேண்டும். இரண்டு பேரும் இவற்றிற்குக் காரணம் என்றாலும் பாலஸ்தீனர்கள்தான் பயங்கர வாதிகள் என்பது போல் பரவலாக ஒரு கருத்து நிலவுகிறது. பாலஸ்தீனர் களுக்குச் சொந்தமான இடங்களை அவர்களின் சம்மதமில்லாமலும் வன்முறைகளாலும் யூதர்கள் பிடித்துக்கொண்டு இஸ்ரேல் நாட்டை உருவாக்கினர். அதன் பிறகும் அதற்கு முன்பும் இரு தரப்பிலும் நடந்த எல்லா வகைப் போராட்டங்களும் குற்றங்களும் அறமற்ற தீச்செயல் களும் இந்த அநீதியின் அடிப்படையில் அமைந்தவை என்பதை எடுத்துக்காட்டுவதும் இந்தப் பாலஸ்தீன-இஸ்ரேல் பிரச்சினைக்குக் காணப்படும் தீர்வு நியாயமான அறவழித் தீர்வாக (fair and moral solution) இருக்கவேண்டும் என்பதும் இந்தப் புத்தகத்தின் சாரம்.

பழைய கதை

மத்தியதரைக் கடலின் கிழக்குப் பகுதியில், அதாவது இப்போதைய இஸ்ரேலிலும் தனி நாடாக உருவாகும் என்று பாலஸ்தீனர்கள் நம்பிக் கொண்டிருக்கும் பாலஸ்தீனத்திலும், 3000 ஆண்டுகளுக்கு முன்னரே பல யூத இனங்கள் வாழ்ந்து வந்ததாகவும் இவர்கள் ஆபிரஹாம், அவர் மகன் ஐஸக், அவருடைய மகன் ஜேக்கப் ஆகியோரின் வழித் தோன்றல்கள் என்றும் யூதர்கள் தங்களைக் கூறிக்கொண்டனர். பைபிளின் பழைய ஏற்பாட்டில் கூறப்பட்டிருக்கும் புராணக் கதைகள் தவிர இதற்கு வரலாற்றுப் பூர்வமான ஆதாரங்கள் எதுவும் இல்லை. கி.மு. 1800-லேயே - அதாவது யூதர்கள் அங்கு நிலைபெறுவதற்கு 800 ஆண்டுகளுக்கு முன்பே - ஜெருசலேம் சிறந்த நகரமாக விளங்கிய தற்கு அகழ்வாராய்ச்சி ஆதாரங்கள் கிடைத்துள்ளன. கி.மு. பத்தாம்

நூற்றாண்டில் யூதர்கள் பாலஸ்தீனத்தில் நிலைபெற ஆரம்பித்தனர். டேவிட், சாலமன் என்ற இரு புகழ்பெற்ற அரசர்கள் இவர்கள் வழியில் வந்தவர்கள். ரோமானிய, கிரேக்க சமூகங்கள் பல கடவுள்களை யுடைய மதங்களைப் பின்பற்றி வந்தபோது இவர்கள் ஒரே கடவுளைக் கொண்ட மதத்தைப் பின்பற்றி வந்தனர். என்றாவது ஒரு நாள் தங்கள் கடவுளின் தூதர் ஒருவர் வந்து தங்களைக் கடவுளிடம் அழைத்துச் செல்வார் என்று எண்ணிக் கொண்டிருந்தனர்.

இவர்கள் அடிக்கடி பக்கத்து நாடுகளில் ஆண்டுவந்த அரசர்களால் அடிமைப்படுத்தப்பட்டனர். கி.மு.750இல் அசீரியர்களாலும், கி.மு. 612இல் பாபிலோனியர்களாலும், கி.மு.538இல் பெர்ஷியர்களாலும், கி. மு. 333இல் கிரேக்கர்களாலும் தங்கள் சுதந்திரத்தை இழந்தனர். அதற்குப் பிறகு வந்த ரோமானியர்கள் ஆட்சியில் கி.பி. 132இல் இவர்கள் ரோமானிய அரசரை எதிர்த்ததால் ஜெருசலேமை விட்டு வெளியேறும் நிர்ப்பந்தத்திற்கு உள்ளாயினர். இதற்கிடையில் இவர்களில் ஒருவராக இயேசு கிறிஸ்து பிறந்து அப்போதைய சமூகத்தில் – குறிப்பாக ஜெருசலேமில் உள்ள யூதக் கோயிலில் – நடந்து வந்த அநீதிகளையும் ஊழல்களையும் ஒழிக்கப் பாடுபட்டார். யூதர்களில் ஒரு சாரார் இயேசுவை ஏற்றுக்கொண்டு அவருடைய கொள்கைகளைப் பின்பற்றத் தொடங்கினர். அவர்கள் கிறிஸ்தவர்கள் என்று பின்னால் அழைக்கப் பட்டனர். ஆனால் சமூகத்தின் மேல்மட்டத்தில் இருந்த யூதர்கள், இயேசுவின் கொள்கைகளால் தங்கள் நலன்களுக்குப் பங்கம் விளையும் என்று பயந்து அவரை ஒழித்துவிடத் தீர்மானித்து ரோமானிய அரசனின் உதவியோடு அவரைச் சிலுவையில் அறைந்து கொன்றனர். குற்றம் புரியும் சமூக விரோதிகளைச் சிலுவையில் அறைந்து அப்படியே அவர் களை இறக்கவிடுவதுதான் அப்போதைய வழக்கம். இப்படித்தான் அவர்களுக்கு மரண தண்டனை வழங்கினார்கள். சமூக சீர்திருத்த வாதியான இயேசு தன் சொந்த சமூகத்தாலேயே சமூக விரோதியாகக் கருதப்பட்டு மரண தண்டனைக்குள்ளானார். கிறிஸ்துவின் சீடர்களும் தண்டிக்கப்பட்டனர். அப்போதைக்கு அவர்களால் வெளிப்படை யாகக் கிறிஸ்தவ மதத்தைப் பின்பற்ற முடியவில்லை.

பாலஸ்தீனத்திலிருந்து புலம்பெயர்தல்

கி.பி. 66இல் ரோமானிய அரசனை எதிர்த்துக் கிளர்ச்சி செய்த யூதர்கள் பலர் உயிர் இழந்தனர்; பலர் அடிமைகளாக விற்கப்பட்டனர்; பலர் ஜெருசலேமிலிருந்து வெளியேறினர்; வெளியேற்றப்பட்டனர். மறுபடி யும் இஸ்ரேலில் மிஞ்சியிருந்த யூதர்கள் கி.பி. 132இல் ரோமானிய அரசனை எதிர்த்துக் கிளர்ச்சி செய்தனர். இதிலும் யூதர்கள் பலர்

உயிரிழந்தனர். அதன் பிறகு யூதர்கள் முழுவதுமாக ஜெருசலேமை விட்டு வெளியேறினர். மத்தியதரைக் கடலைச் சுற்றியிருந்த நாடுகள் உட்பட உலகின் பலநாடுகளிலும் தஞ்சம் புகுந்தனர். கி.பி. 4ஆம் நூற்றாண்டில் கான்ஸ்டான்டின் என்னும் ரோமானிய அரசன் கிறிஸ்தவனான பிறகு ஜெருசலேம் நகரம் மறு வாழ்வு பெற்று கிறிஸ்தவ நகரமாக விளங்கத் தொடங்கியது. இந்த அரசனின் காலத்தில் யூதர்கள் ஜெருசலேமில் குடியேற அனுமதிக்கப்படவில்லை என்றாலும், இடிக்கப்படாமல் மிஞ்சியிருந்த யூதர்களின் மிகச் சிறந்த புண்ணிய தலமாகக் கருதப்பட்ட இரண்டாவது கோயிலின் வெளிச் சுவரைச் சென்று பார்க்க அனுமதிக்கப்பட்டனர்.

முஸ்லிம்களோடு தொடர்பு

ஏழாம் நூற்றாண்டில் முஹம்மது நபி இஸ்லாம் மதத்தைத் தோற்றுவித்தார். இந்த மதத்தைப் பின்பற்றிய அரசர்கள் ரோமானியர்களை வென்று பாலஸ்தீனத்தில் ஆட்சி நடத்தத் தொடங்கினர். இந்த இஸ்லாமிய மன்னர்கள் காலத்தில் யூதர்கள் ஜெருசலேமிற்குள் வருவதற்கு இருந்த தடை நீங்கி அவர்கள் ஜெருசலேமில் வசிக்க அனுமதிக்கப்பட்டனர். பதினோராம் நூற்றாண்டில் போப்பாக இருந்த போப் அர்பன் (Pope Urban II) கிறிஸ்தவர்கள் ஜெருசலேமிற்குச் சென்று தங்கள் மத சம்பந்தப்பட்ட இடங்களை வழிபட ஏதுவாக அங்கு ஆண்டுகொண்டிருந்த அரசர்களோடு சண்டை புரிந்து ஜெருசலேமைக் கைப்பற்ற சிலுவைப் போராளிகளை அனுப்பினார். அவர்கள் முஸ்லிம் அரசர்களை வென்ற பிறகு சுமார் இருநூறு ஆண்டுகள் கிறிஸ்தவர்களின் கையில் ஜெருசலேம் இருந்தது. அப்போது யூதர்கள் அங்கிருந்து வெளியேற்றப்பட்டனர்; பல யூதர்கள் கொல்லப்பட்டனர்; பலர் அடிமைகளாக விற்கப்பட்டனர். அதன் பிறகு இரு நூற்றாண்டுகள் இப்பகுதி எகிப்தை ஆண்ட மம்லூக் அரச பரம்பரை வசம் இருந்தது. 1517இல் துருக்கியை ஆண்ட ஓட்டோமான் அரசர்கள் பாலஸ்தீனத்தைப் பிடித்துக்கொண்டனர். முதல் உலகப் போரில் ஓட்டோமான் அரசு வீழ்ச்சி அடையும் வரை பாலஸ்தீனம் அவர்கள் ஆளுகையில் இருந்தது. அப்போதும் யூதர்கள் அங்கு வசிக்க அனுமதிக்கப்பட்டனர்.

புலம்பெயர்ந்த இடங்களில் யூத வெறுப்பு

யூதர்கள் குடியேறிய இடங்களில் தாங்கள் உயர்ந்த இனத்தைச் சேர்ந்தவர்கள் என்ற எண்ணத்தில் ஆங்காங்கே இருந்த மக்களோடு சேராமல் தனித்தே வாழ்ந்திருக்கிறார்கள். தங்கள் இனத்தின் தனித்துவத்தைக் காத்துக்கொள்வது இவர்களின் குறிக்கோளாக இருந்திருக்கிறது.

அமெரிக்காவில் வாழும் யூதர்கள் பலர் மற்ற இன, மொழி மக்களோடு கலப்புத் திருமணம் செய்துகொண்டிருப்பதையும் யூதரல்லாதவர்களோடு ஒன்றிணைந்து கொண்டிருப்பதையும் (assimilation) பற்றிச் சமீபத்தில் பேசிய யூத மதத் தலைவர் ஒருவர், அவர்களைக் கண்டித்துப் பேசியிருக்கிறார். இந்த இருபத்தோராம் நூற்றாண்டில், அதுவும் குடியேறுபவர்கள் எல்லாம் ஒன்றிணையும் melting pot ஆன அமெரிக்காவில் இப்படி மதத் தலைவர் ஒருவர் பேசியிருக்கிறார் என்றால் பல நூற்றாண்டுகளுக்கு முன் எப்படி இருந்திருப்பார்கள் என்று ஊகித்துக்கொள்ளலாம்.

மேலும் இவர்கள் செய்துவந்த வட்டிக்குப் பணம் கொடுக்கும் தொழிலாலும் இவர்கள் மீது மற்றவர்களுக்கு நட்புரிமை ஏற்படவில்லை. பணம் பண்ணுவதையே வாழ்க்கையின் முக்கிய குறிக்கோளாக யூதர்கள் கருதியிருக்க வேண்டும். யூத இனத்தைச் சேர்ந்த கார்ல் மார்க்ஸே 'யூதர்களின் உலகக் கடவுள் (worldly god) பணம்தான்' என்று கூறியிருக்கிறார். அதிக வட்டிக்குப் பணம் கொடுத்த யூதர்களை அவர்களில் ஒருவரான இயேசுவே கண்டித்திருக்கிறார்.

யூதர்களுக்குச் சொந்த நாடு

யூதர்கள் குடியேறியிருந்த நாடுகளில் இருந்த கிறிஸ்தவர்கள், இயேசுவை வஞ்சித்துக் கொன்றவர்கள் யூதர்கள் என்று எண்ணி இவர்களின் மீது மிகுந்த வன்மம் பாராட்டினர். ஸ்பெயின் முஸ்லிம் மன்னர்களின்கீழ் இருந்தபோது யூதர்கள் எந்த விதப் பாதிப்புக்கும் ஆளாகவில்லை. ஆனால் சிலுவைப் போராளிகள் ஸ்பெயினில் நுழைந்ததும் யூதர்களைப் பலவாறாகத் துன்புறுத்தினர். இப்படிக் கிறிஸ்தவர்கள் இவர்களிடம் பகைமை பாராட்டியதால், தங்களுக்கென்று ஒரு நாடு இருந்தால் அங்கு சுதந்திரமாக எந்த விதப் பிரச்சினையுமின்றி இருக்கலாம் என்ற எண்ணம் பல நாடுகளிலும் இருந்த யூதர்களிடம் உண்டானது. தங்களுக்கென்று ஒரு நாடு வேண்டும் என்று நினைத்ததோடல்லாமல் அந்த நாடு ஒரு காலத்தில் தங்கள் முன்னோர்கள் வாழ்ந்துவந்த, தங்கள் புண்ணிய பூமி என்று அவர்கள் கருதிய, பாலஸ்தீனமாக இருக்க வேண்டும் என்றும் நினைத்தனர். இந்த எண்ணம் ஓர் இயக்கமாக மாறியது. இதற்குப் பெயர் ஸியோனிஸம் (Zionism). இந்த இயக்கத்தைத் தோற்றுவித்த யூத இனவாதிகளில் முக்கியமானவர் ஹெர்ஸல். இவர் பாலஸ்தீனத்தில் எப்படி யூதர்களைக் குடியேற்றலாம் என்பது பற்றித் தீவிரமாக யோசித்ததோடு அது பற்றிய செயல்களிலும் இறங்க ஆரம்பித்தார். பாலஸ்தீனத்திற்குச் சென்று அங்குள்ள நிலவரம் பற்றி அறிய இரண்டு யூத மதத் தலைவர்களை

அங்கு அனுப்பினார். அங்கு சென்று வந்தவர்கள் 'பெண் அழகாக இருக்கிறாள். ஆனால் வேறொருவனுக்கு மணமுடிக்கப்பட்டிருக் கிறாள்' என்று தகவல் கொடுத்தார்களாம். வேறொருவனுக்கு மணமுடிக்கப்பட்டிருக்கும் பெண்ணை மறந்துவிட வேண்டுமல்லவா? ஆனால் ஹெர்ஸல் அப்படிச் செய்யவில்லை. அங்கு இப்போது மற்ற இனத்தவர்கள் வாழ்ந்துகொண்டிருக்கிறார்கள் என்பதை - அதாவது பெண் வேறொருவனுக்கு மணமுடிக்கப்பட்டிருக் கிறாள் என்பதை - முற்றிலும் புறக்கணித்துவிட்டு 'ஆட்கள் இல்லாத இடத்தை நாடு வேண்டித் தவிக்கும் மக்களுக்குக் கொடுக்கலாம்' (land without people for a people without a land) என்று தனக்குத்தானே சமாதானம் செய்துகொண்டு யூதர்களைப் பாலஸ்தீனத்தில் குடியேற்று வதைத் தீவிரமாகச் செயல்படுத்த ஆரம்பித்தார். அப்படிப்பட்ட செயல்களில் இறங்கும்போது, இலக்குதான் முக்கியம் என்றும் அந்த இலக்கை முடிவு செய்தவன் அதை அடையும் வழியையும் முடிவு செய்யலாம் (he who desires the end desires the means) என்றும் கூறினார். இது காந்திஜியின் கொள்கைக்கு நேர்மாறானது. 'நியாயமான இலக்கை அடையும் வழியும் நியாயமானதாக இருக்க வேண்டும்' (The means should justify the end) என்பது காந்திஜியின் கொள்கை. ஹெர்ஸல் இறந்து 26 ஆண்டுகளுக்குப் பிறகு வெளியிடப்பட்ட அவருடைய நாட்குறிப்பில் 'யூதர்கள் இராணுவ பலத்தின் மூலம் தாங்கள் விரும்பும் பாலஸ்தீனத்தை அடைய வேண்டும்' என்று குறிப்பிட்டிருக்கிறார். இதை ஒருபோதும் அவர் வெளியில் கூறியதில்லை.

பாலஸ்தீனத்தில் யூதர் குடியேற்றம்

1891இல் ஏழு லட்சம் அரேபியர்கள் வாழ்ந்த பாலஸ்தீனத்தில் யூதர்களைக் குடியமர்த்தத் துவங்கியதுதான் பாலஸ்தீன-இஸ்ரேல் பிரச்சினைக்கு மூல காரணம்.

யூதர்களைப் பாலஸ்தீனத்திற்குள் குடியேற்றுவதில் முனைந்து செயல்பட்ட ஹெர்ஸலின் இறப்பிற்குப் பின்பும் பல நாடுகளில் வாழ்ந்து வந்த யூதர்கள் பாலஸ்தீனத்திற்குள் குடியேறுவது தொடர்ந்தது. அது வரை பாலஸ்தீன அரேபியர்களோடு சுமுகமாக வாழ்ந்துவந்த, முதலிலிருந்தே பாலஸ்தீனத்தில் தங்கிவிட்ட அல்லது வரலாற்று இடைக் காலத்தில் ஸ்பெயின் போன்ற நாடுகளிலிருந்து பாலஸ்தீனத்திற்குக் குடிபெயர்ந்த, யூதர்களும் வெளியிலிருந்து பாலஸ்தீனத்திற்குள் அதிக அளவில் யூதர்கள் புதிதாக வருவதை விரும்பவில்லை. வெளியிலிருந்து வந்த யூதர்கள் தாங்கள் கொண்டுவந்த தொழில்நுட்பம், செல்வம் ஆகியவற்றின் பலத்தால் பாலஸ்தீனத்தில் பல நிலங்களை வாங்கிப்

போட்டு நவீன முறையில் விவசாயம் செய்தனர்; தொழிற்சாலைகள் ஆரம்பித்தனர். பாலஸ்தீனம் வளமடையத் தொடங்கியதால் அங்கு குடியேறிய யூதர்களோடு பாலஸ்தீன அரேபியர்களும் நன்மை அடைந்தாலும், யூதர்கள் அதிக அளவில் பாலஸ்தீனத்தில் குடியேறியதும் அவர்களின் எண்ணிக்கை அதிகரித்துக்கொண்டே போனதும் அரேபியர்களின் கோபத்தையும் பயத்தையும் அதிகரித்தன. முதலாம் உலகப் போருக்குப் பிறகு ஓட்டோமான் பேரரசு வீழ்ந்து, அது பல நாடுகளாகப் பிரிக்கப்பட்டு, அதன் ஒரு பகுதியாக விளங்கிய பாலஸ்தீனம் பிரிட்டனின் மேற்பார்வையில் வருவதற்கு முன்பே யூதர்கள் பிரிட்டனிடம் பாலஸ்தீனத்தில் தங்களுக்கு ஒரு தனி நாடு வேண்டும் என்று கேட்கத் தொடங்கி அதில் வெற்றியும் பெற்றனர். **1917**இல் பிரிட்டன் யூதர்களுக்குக் கொடுத்த பேல்ஃபர் வாக்குறுதி அங்கு வாழ்ந்துவரும் பாலஸ்தீனர்களைக் கலந்தாலோசிக்காமலே கொடுத்ததாகும். பல நூற்றாண்டுகளாக அங்கு பாலஸ்தீன அரேபியர்கள் (பாலஸ்தீன முஸ்லிம் அரேபியர்களும் பாலஸ்தீன கிறிஸ்தவ அரேபியர்களும்) வாழ்ந்துகொண்டிருக்கிறார்கள் என்ற உண்மையைப் புறக்கணித்து விட்டும் இரண்டாயிரம் ஆண்டுகளுக்கு முன் தாங்கள் வாழ்ந்த தங்களின் புண்ணிய பூமி என்று பாலஸ்தீனத்திற்குச் சொந்தம் கொண்டாடிக்கொண்டும் பல யூதர்கள் வெளியிலிருந்து பாலஸ்தீனத்திற்குள் வந்தவண்ணமிருந்தனர்.

பாலஸ்தீனத்திற்குள் நிறைய யூதர்கள் வந்ததால் அங்கேயே காலம் காலமாக வாழ்ந்துவந்த அரேபியர்கள் தங்கள் நிலங்களை இழந்தனர்; தங்கள் வாழ்வாதாரத்தை இழந்தனர். யூத உருவாக்க நிதியிலிருந்து வாங்கப்பட்ட இந்த நிலங்கள் எப்போதுமே யூதர்களுக்குச் சொந்தமாக இருக்கும் என்றும் அவை அரேபியர்களுக்குத் திரும்ப விற்கப்பட மாட்டாது என்றும் விதிகளை யூதர்கள் வகுத்துக்கொண்டனர். தங்கள் இன்னல்களுக்குக் காரணமான யூதர்களை அரேபியர்கள் தாக்க ஆரம்பித்தனர். மேலும் மேலும் யூதர்கள் பாலஸ்தீனத்திற்குள் வருவதைத் தடுக்க முயன்றனர். ஆனால் பல நாடுகளிலும் வாழ்ந்த, குறிப்பாக அமெரிக்காவில் வாழ்ந்த பணக்கார யூதர்கள் கொடுத்த பணபலத்தாலும் ஆள் பலத்தாலும் பாலஸ்தீனத்தில் யூதர்கள் தங்களை நிலைநிறுத்திக்கொள்வதில் தொடர்ந்து வெற்றிபெற்றனர். தங்களைத் தாக்கிய அரேபியர்களைத் திருப்பித் தாக்கினர். அவர்களிடமிருந்து தங்களையும் தங்கள் உடைமைகளையும் காப்பாற்றிக்கொள்ள ஒரு படையையும் அமைத்துக்கொண்டனர். **1948**இல் பாலஸ்தீனத்தின் ஒரு பகுதியில் இஸ்ரேல் உருவாகும் வரை அரேபியர்கள்தான் அங்கு பெரும்பான்மையராக இருந்தனர். இருப்பினும் யூதர்கள் அளவு

அவர்களுக்குப் பணபலமோ ஆள் பலமோ இல்லாததால் யூதர்களிட மிருந்து தங்கள் நிலங்களைக் காப்பாற்றிக்கொள்ளவோ யூதர்கள் பாலஸ்தீனத்திற்குள் வருவதைத் தடைசெய்யவோ அவர்களால் முடியவில்லை.

படுகொலைக்கு ஆளான யூதர்கள்மீது இரக்கம்

இரண்டாவது உலகப் போரில் ஹிட்லர் ஜெர்மனியில் இருந்த அறுபது லட்சம் யூதர்களைக் கொன்று குவித்ததும் யூதர்களுக்குத் தனிநாடு வேண்டும் என்ற கோரிக்கை வலுவடைய வழிகோலியது. யூதர்களின் மேல் ஏன் இந்த அளவிற்கு ஹிட்லருக்குக் கோபம் இருந்தது என்பதற்குப் பல காரணங்களை ஆராய்ச்சியாளர்கள் கூறுகிறார்கள். எந்த ஆராய்ச்சி யிலும் உண்மையான காரணம் எது என்று வெளிவரவில்லை. ஜெர்மனி யிலும் யூதர்களுக்கு எதிராக இருந்தவர்கள் கிறிஸ்தவர்கள்தான். அப்போதிருந்த கிறிஸ்தவ போப்பும் கத்தோலிக்க மதத்தைச் சேர்ந்த ஹிட்லர் செய்த அட்டூழியங்களைக் கண்டிக்கவில்லை.

அரேபியர் நிலங்களை யூதர்கள் ஆக்கிரமித்தல்

யூதர்கள் வெளியிலிருந்து வந்து பாலஸ்தீனத்தில் குடியேறக் குடியேற யூதர்களுக்கும் அரேபியர்களுக்கும் இடையில் நிறையப் பூசல்கள் ஏற்பட ஆரம்பித்தன. இந்தப் பூசல்களைக் கையாளுவதில் உள்ள சிரமத்தை எண்ணியும், இனி பாலஸ்தீனம் தன் மேற்பார்வையில் இருப்பதால் தனக்கு நன்மை எதுவும் இல்லை என்பதையும் உணர்ந்த பிரிட்டன் பாலஸ்தீனத்தை விட்டுத் தான் வெளியேறுவதாக ஐநாவிடம் தெரிவித்தது. ஐநா பல முறை தன் பிரதிநிதிகளை அனுப்பி அங்குள்ள நிலைமையை அறிந்துவரச் செய்தது. 1947இல் பாலஸ்தீனத்தை இரண்டாகப் பிரித்து ஒரு பகுதியை யூதர்களுக்கும் இன்னொரு பகுதியை அரேபியர்களுக்கும் (இவர்களில் அரேபியக் கிறிஸ்தவர்களும் உண்டு) கொடுப்பது என்று ஐநா முடிவுசெய்தது. ஐநாவின் முடிவை யூதர்கள் ஏற்றுக்கொண்டாலும் பென்-குரியன் போன்ற தலைவர்கள் தங்களுக்குக் கொடுக்கப்பட்ட இடத்தைத் தளமாக வைத்துக்கொண்டு பின்னால் பாலஸ்தீனம் முழுவதையும் பிடித்துக்கொள்ளலாம் என்று இரகசியத் திட்டம் வைத்திருந்தனர். யூதர்களின் குடிப்படையான ஹகானாவின் தீவிரவாதப் பிரிவுகளில் ஒன்றான இர்குனின் தலைவரான பெகின் போன்றவர்கள் தங்களுடைய இடமான பாலஸ்தீனத்தைப் பிரிப்பது நியாயத்திற்குப் புறம்பானது என்றும் ஜெருசலேம் எப்போதும் யூதர்களின் கையில்தான் இருக்குமென்றும் சூளுரைத்தனர். பிரிட்டன் பாலஸ்தீனத்தை விட்டு வெளியேறுவதற்கு முன்பே பாலஸ்தீனத்தில்

இருந்த டைபீரியஸ், ஹைஃபா, யாஃபா, அக்ரே, ஸஃபாட் போன்ற பல அரேபியர்களின் ஊர்களைத் தங்கள் படைபலத்தால் பிடித்துக் கொண்டனர். 750 அரேபியர்கள் வாழ்ந்த டேர் யாசினில் நூறுக்கும் மேற்பட்டவர்களைக் கொன்றுவிட்டு மீதியுள்ளவர்களைப் பாலஸ்தீனத்தை விட்டே வெளியே துரத்தினர்.

1940இலேயே பாலஸ்தீன உருவாக்க நிதிக்குத் தலைவராக இருந்தவர், 'அரேபியர்களுக்குச் சொந்தமான நிலங்களை வாங்கிப் போடுவது மட்டும் போதாது. அவர்களைப் பக்கத்து அரபு நாடுகளுக்கு அனுப்பு வதன் மூலம்தான் யூத நாட்டைப் பாலஸ்தீனத்தில் அமைக்க முடியும்' என்று கூறியிருக்கிறார். முதலிலிருந்தே பாலஸ்தீனத்தை யூதர்களுக்கு மட்டுமே உரிய நாடாக மாற்ற வேண்டும் என்பது யூதர்களின் குறிக்கோளாக இருந்தது. அரேபியர்களின் கிராமங்களை அழிப்பதன் மூலம் அரேபியர்களை பாலஸ்தீனத்தை விட்டே விரட்ட வேண்டும் என்று 1948இல் இஸ்ரேல் உருவானவுடனேயே இஸ்ரேல் தலைவர்கள் திட்டமிட்டனர். யூதர்களின் வன்முறைகளால்தான் பாலஸ்தீனர்கள் பாலஸ்தீனத்தை விட்டு அகதிகளாக வெளியே சென்றனர் என்று இஸ்ரேல் ஒருபோதும் ஒப்புக்கொள்ளவில்லை. ஐநாவும் பல தடவை அகதிகளுக்குத் தங்கள் சொந்த இடங்களுக்குச் செல்லும் உரிமை இருக்கிறது என்று தீர்மானம் போட்டும் இஸ்ரேல் எந்த வகையிலும் ஒத்துழைக்கவில்லை. அகதிகள் முகாமை ஐநா அமைக்கும் வரை இந்தப் பாலஸ்தீனர்கள் பல கஷ்டங்களுக்கு உள்ளாயினர். யூதர்களுக்கு ஐநாவால் ஒதுக்கப்பட்ட எந்த இடத்தையும் பாலஸ்தீனர்கள் ஆக்கிர மித்துக்கொள்ளவில்லை என்பதையும் இங்கு குறிப்பிடவேண்டும்.

பாலஸ்தீனர்களின் எதிர்ப்பு

பாலஸ்தீனம் முழுவதும் தங்களுக்கு மட்டுமே உரியது என்று நினைத்துக்கொண்டிருந்த பாலஸ்தீனர்களோ இந்தப் பிரிவினையை ஏற்றுக்கொள்ளாமல் எதிர்த்துப் போராடுவது என்று முடிவுசெய்தனர். அதனால் இன்று வரை பாலஸ்தீனம் என்ற நாடு உருவாகாமலேயே இருக்கிறது. ஆனால் யூதர்களோ அப்போதைக்குத் தாங்கள் கேட்டதற்கு மேலேயே அதிக இடம் ஐநா மூலம் கிடைத்துவிட்டதால் உடனேயே தங்களுக்குக் கொடுக்கப்பட்ட இடத்தை இஸ்ரேல் என்ற தனிநாடாகப் பிரகடனப்படுத்திக் கொண்டனர். அரபு லீக் பாலஸ்தீனத்திற்குள் சென்று பாலஸ்தீன இடங்களைக் காப்பாற்றும்படி அரபு நாடு களைக் கோரியது. இதற்கு மறுநாளே பாலஸ்தீனத்தைச் சுற்றியிருந்த ஜோர்டான், சிரியா, லெபனான், எகிப்து ஆகிய அரபு நாடுகள் இஸ்ரேலின் மீது படையெடுத்தன. போரில் அரபு நாடுகள் தோற்றுப்

போயின. அத்தனை அரபுநாடுகளின் படைபலத்தைவிட இஸ்ரேலின் படை மிகுந்த பலமுள்ளதாக இருந்ததால் இஸ்ரேல் போரில் வென்றதோடு பாலஸ்தீனர்களுக்கு ஐநாவால் கொடுக்கப்பட்ட இடங்களில் சில வற்றையும் பிடித்துக்கொண்டது. இப்படிப் பாலஸ்தீனர்களுக்குச் சொந்தமான இடங்களை ஆக்கிரமித்துக்கொண்டதோடு அந்த இடங் களில் யூதர்களைக் குடியேற்றவும் செய்தது. இஸ்ரேல் நாட்டிற்குள்ளேயே இருக்கும் அரேபியர்களையும் இரண்டாம் தரக் குடிமக்களாக நடத்து கிறது. பாலஸ்தீனத்தில் பல நூற்றாண்டுகளாக வாழ்ந்து வந்த அரேபியர் களை அங்கு தொடர்ந்து இருக்கவிடுவதே தன்னுடைய தாராள மனப்பான்மையினால்தான் என்பது போல் இஸ்ரேல் நடந்துகொள்ள ஆரம்பித்தது. பாலஸ்தீனத்தில் இஸ்ரேலுக்குத் தனி நாடு உருவாக்கிக் கொடுப்பதாக பிரிட்டன் ஒப்புக்கொண்டபோது அங்கு ஏற்கனவே வசித்துவரும் அரேபியர்களுக்கு எந்த விதக் கஷ்டமும் விளைவிக்கக் கூடாது என்ற நிபந்தனையைப் போட்டிருந்தது. அதையெல்லாம் இஸ்ரேல் இப்போது கடைப்பிடிக்கவில்லை.

தொடர்ந்த வன்முறைப் பூசல்கள்

இஸ்ரேலுக்கும் அரபு நாடுகளுக்கும் இடையே தொடர்ந்து பூசல்கள் ஏற்பட்டன. **1956**இலும் **1967**இலும் அரபு நாடுகளை வலுக்கட்டாய மாகச் சண்டைக்கு இழுத்துப் போர்புரிந்து ஐநாவால் பாலஸ்தீனர் களுக்குக் கொடுக்கப்பட்ட இடங்களில் மேலும் சில பகுதிகளை இஸ்ரேல் பிடித்துக்கொண்டது. ஜோர்டானின் கீழ் இருந்த கிழக்கு ஜெருசலேமில் உள்ள புராதன நகரம், வெஸ்ட் பேங்கின் பல இடங்கள் ஆகியவற்றையும் எகிப்தின்கீழ் இருந்த காஸாவையும் எகிப்தின் சினாயையும் இஸ்ரேல் தன்வசம் ஆக்கிக்கொண்டது. இஸ்ரேல் அங்கும் யூதர்களைக் குடியேற்றுவதைத் தொடர்ந்தது. ஜெனிவா ஒப்பந்தப்படி போரில் வென்ற நாடுகள் அது ஆக்கிர மித்திருக்கும் எதிரி நாட்டின் பகுதிகளில் அங்கு ஏற்கனவே வாழ்ந்து கொண்டிருப்பவர்களை எந்தவித இடமாற்றத்திற்கும் உட்படுத்தக் கூடாது; தங்கள் நாட்டிலிருந்து யாரையும் அங்கு குடியமர்த்தவும் கூடாது. இந்த விதிகளையெல்லாம் இஸ்ரேல் பின்பற்றவில்லை. இப்படிக் குடியேற்றப்பட்டவர்கள் அங்கு வசிக்கும் பாலஸ்தீனர் களுக்கும் நிறையத் தொல்லைகள் கொடுத்து வந்தார்கள்; வருகிறார்கள். இவர்கள் ஒருமுறை பதாயின் இனத்தைச் சேர்ந்த ஆடு மேய்க்கும் இனத்தவரின் ஆடுகளுக்கு விஷம் வைத்து அவற்றைக் கொன்றனர். இஸ்ரேல் அரசும் இஸ்ரேல் ஆக்கிரமித்த இடங்களில் குடியேற்றப்பட்ட யூதர்களும் (இப்படிக் குடியேற்றப்பட்ட யூதர்களில் பலர் **1960**க்குப்

பிறகு உலகின் பல நாடுகளிலிருந்து இஸ்ரேலில் குடியேறியவர்கள்) அங்கேயே காலம் காலமாக வாழ்ந்து வந்த பாலஸ்தீனர்களுக்குப் பல தடைகள் விதித்தனர். ஒவ்வொரு போருக்குப் பின்னும் பாலஸ்தீனர்கள் தங்கள் இடங்களை விட்டு அகதிகளாக வெளியேறினர். 1967 போரில் இஸ்ரேல் பிடித்த இடங்களைத் திருப்பிக் கொடுக்க வேண்டும் என்று ஐநா தீர்மானம் போட்டாலும் அதைப் பின்பற்ற நடவடிக்கை எடுக்கவில்லை. இஸ்ரேலும் பின்பற்றவில்லை.

1973இல் இஸ்ரேலிடமிருந்த சினாய் தீபகற்பத்தை மீட்க எகிப்து இஸ்ரேல் மீது திடீரென்று போர் தொடுத்த போதும் இஸ்ரேலுக்கே வெற்றி கிடைத்தது. 1967 போருக்குப் பிறகு அமெரிக்கா முன்பிருந்ததை விட அதிக அளவில் இஸ்ரேலுக்கு உதவி செய்ய ஆரம்பித்திருந்தது. அமெரிக்காவில் வாழும் அமெரிக்க யூதர்கள் அமெரிக்க அரசுக்குக் கொடுத்த நிர்ப்பந்தத்தாலும் அவர்களே இஸ்ரேலுக்கு உதவியதாலும் அமெரிக்காவின் பணபலமும் ஆயுத பலமும் இஸ்ரேலுக்குக் கிடைத்தன. அதனால் அரபு நாடுகளோடு புரிந்த எல்லாப் போர்களிலும் இஸ்ரேலே வென்றது. பாலஸ்தீனத்தில் வாழ்ந்த பாலஸ்தீனர்களுக்குச் சுயாட்சி கொடுக்கும் எண்ணம் கிடப்பில் போடப்பட்டது.

பாலஸ்தீன விடுதலை இயக்கம்

1964இல் பாலஸ்தீன விடுதலை இயக்கம் தோற்றுவிக்கப்பட்டது. 1969இல் யாசர் அரஃபாத் அதன் தலைவரானார். பாலஸ்தீனம் முழுவதும் தங்களுக்கே என்று யூதர்கள் இரகசியமாகத் திட்டமிட்டு அதில் ஒரு பகுதியை இஸ்ரேல் என்ற நாடாக உருவாக்கிக் கொண்டும் அரேபியர்களுக்குக் கொடுக்கப்பட்ட மீதிப் பாலஸ்தீனத்திலும் போர்கள் மூலம் பல இடங்களைப் பிடித்துக்கொண்டும் அங்கிருந்த பாலஸ்தீனர் களைப் பல இன்னல்களுக்கு ஆளாக்கிக்கொண்டும் இருந்தபோது, பாலஸ்தீனம் முழுவதையும் ஒரே பாலஸ்தீன நாடாக உருவாக்கியே தீருவது என்று பாலஸ்தீன விடுதலை இயக்கம் (பீஎல்ஓ) போராடிக் கொண்டிருந்தது. இஸ்ரேலுக்கு எதிராக பீஎல்ஓ சில வன்முறைகளில் ஈடுபட்டது. இஸ்ரேலின் குடிமக்களைத் தினசரி தாக்குவதன் மூலம் யூதர்களை இஸ்ரேலிலிருந்தே விரட்டிவிடலாம் என்று அரஃபாத் தப்புக் கணக்குப் போட்டார். முதலில் இஸ்ரேலின் பக்கத்து நாடான ஜோர்டானிலிருந்து இஸ்ரேலியர்களைத் தாக்கினார். இஸ்ரேல் கொடுத்த நிர்ப்பந்தத்தால் ஜோர்டான் அதிபர் பீஎல்ஓவை ஜோர்டானி லிருந்து வெளியேற்றினார். ஜோர்டானிலிருந்து லெபனானுக்குத் தன் முகாமை மாற்றிக்கொண்ட அரஃபாத் லெபனானிலிருந்து இஸ்ரேலைத் தாக்குவதைத் தொடர்ந்தார். மத்திய கிழக்கில் மிகுந்த ஆயுத பலம்

பெற்றிருந்த ஒரே நாடான இஸ்ரேல் பீஎல்ஓவின் தாக்குதலைச் சமாளித்துக் கொண்டதோடு பீஎல்ஓ தலைவர்கள் பலரையும் கொன்றது. 1982இல் இஸ்ரேல் இராணுவம் லெபனானுக்குள் புகுந்து அங்கு பாலஸ்தீனத்திலிருந்து அகதிகளாக வந்தவர்களுக்கு அமைக்கப் பட்டிருந்த முகாம்களில் தங்கியிருந்த அப்பாவி மக்களை லெபனானின் கிறிஸ்தவ அமைப்பு ஒன்று ஈவிரக்கமில்லாமல் கொல்வதற்குத் துணை புரிந்தது. அங்கிருந்து பீஎல்ஓவையும் விரட்டியடித்தது. ஆக்கிரமித்துக் கொண்ட பகுதிகளில் பாலஸ்தீனர்களுக்கு இஸ்ரேல் இழைத்த அநீதிகளை அரஃபாத் தட்டிக் கேட்டபோது அவரைத் தீவிரவாதி என்று இஸ்ரேல் கூறியது.

அரஃபாத்தின் போராட்ட வழி

எகிப்தில் நாசருக்குப் பிறகு பதவியேற்ற சதாத் இஸ்ரேலோடு சமாதான மாகப் போகும் அவசியத்தை உணர்ந்து அமெரிக்காவின் தலை யீட்டோடு 1979இல் இஸ்ரேலோடு சமாதானம் செய்துகொண்டார். இந்தச் சமாதான ஒப்பந்தத்தோடு பாலஸ்தீனர்களுக்குச் சுயாட்சி கொடுக்கும் ஒப்பந்தத்தையும் சதாத் சேர்க்க முயன்றும் இஸ்ரேல் ஒத்துழைக்காததால் பாலஸ்தீன சுயாட்சி அப்போது கிடப்பில் போடப் பட்டது. அந்த உடன்படிக்கைக்குப் பிறகு அமெரிக்காவின் டாலர்கள் எகிப்திற்கு வந்துகொண்டிருந்ததால் இஸ்ரேலுக்கும் எகிப்திற்கும் இடையே அமைதி நிலவியது.

1979 இஸ்ரேல்-எகிப்து சமாதான ஒப்பந்தம், 1982 லெபனான் போர், 1983இல் பீஎல்ஓவில் ஏற்பட்ட பிளவுகள் ஆகியவை அரஃபாத்தின் வழிமுறைகளில் மாற்றம் ஏற்படுத்தின. சோவியத் யூனியன் பலம் இழந்துகொண்டிருந்ததும் அவருடைய மனமாற்றத்திற்கு இன்னொரு காரணம். இஸ்ரேலை வன்செயல்கள் மூலம் அடிபணியவைக்கலாம் என்று நினைத்ததை மாற்றி இராஜதந்திரத்தின் மூலம்தான் பாலஸ்தீன சுயாட்சியைப் பெற வேண்டும் என்று முடிவுசெய்தார். 1988இல் முதல் முதலாக இஸ்ரேல் நாட்டை அங்கீகரிப்பதைப் பற்றி யோசிக்க ஆரம்பித்தார்.

சமரசப் பேச்சு

1992இல் பிரதமர் பதவியேற்ற இட்சாக் ரபீன் பாலஸ்தீனர்களோடு சமரசம் பேச முன்வந்தார். அதுவரை இஸ்ரேல் நாடு இருப்பதையே ஒப்புக்கொள்ளாத பாலஸ்தீன விடுதலை இயக்கத்தைச் சேர்ந்த யாசர் அரஃபாத், இட்சாக் ரபீனின் சமரச ஒப்பந்தத்திற்கு ஒப்புக் கொண்டார். இவர்களுக்கிடையே 1993இல் ஏற்பட்ட ஒப்பந்தத்தில்

யூதர்களுக்கென்று இஸ்ரேல் என்ற தனி நாடு இருப்பதை பாலஸ்தீன விடுதலை இயக்கம் ஒப்புக்கொள்வதென்றும் 1947இல் ஐநாவால் பாலஸ்தீனர்களுக்குக் கொடுக்கப்பட்ட இடத்தில் ஐந்து ஆண்டுகளில் பாலஸ்தீன நாடு உருவாகும் என்றும் அறிவிக்கப்பட்டது. அது வரை இந்த இடங்கள் பாலஸ்தீன அத்தாரிட்டி என்னும் அமைப்பின் கீழ் செயல்படும் என்றும் ஒப்புக்கொள்ளப்பட்டது. இதற்கு ஆஸ்லோ ஒப்பந்தம் என்று பெயர். 1995இல் ரபீன் இதை எதிர்த்த ஒரு யூத வெறியனால் கொலைசெய்யப்பட்ட பிறகு அதற்குப் பின் பதவிக்கு வந்த நெதன்யாஹூ ஆஸ்லோ ஒப்பந்தத்தைச் சரியாகப் பின்பற்றவில்லை. இவர் ஆஸ்லோ ஒப்பந்தத்தை முதலிலிருந்தே எதிர்த்தவர்; அதை எதிர்த்து நடந்த எதிர்ப்புப் போராட்டங்களில் கலந்துகொண்டவர்.

இஸ்ரேல் அரசோடு சமாதானமாகப் பேச்சுவார்த்தை நடத்திப் பயனில்லை என்று நினைத்த பாலஸ்தீன விடுதலை இயக்கத்தைச் சேர்ந்த சிலர் யாசர் அரஃபாத்தின் ஃபதா (Fatah) கட்சியிலிருந்து பிரிந்து தனிக் கட்சிகள் ஆரம்பித்தனர். ஹமாஸ் (Hamas) என்னும் கட்சியைச் சேர்ந்தவர்கள் 1967இல் இஸ்ரேல் எகிப்திடமிருந்து பிடித்திருந்த காஸா பகுதியை இஸ்ரேல் 2005இல் திருப்பிக் கொடுத்த பிறகு அங்கு தேர்தலில் வென்று ஆட்சி செய்யத் தொடங்கினர்.

அரேபியர்களின் இன்னல்கள்

இஸ்ரேலின் கொள்கைகளால் அதிருப்தி அடைந்த பாலஸ்தீன இளைஞர்கள் தற்கொலைப் போராளிகளாக இஸ்ரேலுக்குள் சென்று யூதர்களைக் கொன்றனர். யாசர் அரஃபாத் பாலஸ்தீன இளைஞர்களை இந்த வன்செயலிலிருந்து தடுக்கவில்லை என்று கூறி 2002இல் அப்போது இஸ்ரேல் பிரதமராகயிருந்த ஆரியல் ஷரோன் பாலஸ்தீன இளைஞர்கள் இஸ்ரேல் பகுதிக்குள் வருவதைத் தடுக்கப் பெரிய தடுப்புச் சுவரை எழுப்ப ஆரம்பித்தார். இந்தச் சுவர் 1947இல் பாலஸ்தீனர்களுக்கு ஐநா கொடுத்த வெஸ்ட் பேங்கில் இஸ்ரேல் போரில் ஆக்கிரமித்த இடங்களை உள்ளடக்கி எழுப்பப்பட்டது. (சுவர் இன்னும் முற்றுப் பெறாமல் தொடர்ந்துகொண்டிருக்கிறது.) இந்தச் சுவர் எழுப்பியதன் மூலம் பாலஸ்தீனர்கள் மிகுந்த துன்பத்துக்குள்ளாகின்றனர். பலருடைய விளைநிலங்கள் சுவருக்கு மறுபக்கம் இருப்பதால் அவர்கள் சுவரைச் சுற்றிக்கொண்டு இஸ்ரேலின் சோதனைச் சாவடிகள் வழியாகத்தான் தங்கள் விளைநிலங்களுக்கோ வேலைபார்க்கும் இடத்திற்கோ வர வேண்டியிருக்கிறது. இப்படி வருவதற்கு இஸ்ரேல் அவர்களுக்குக் கொடுத்திருக்கும் அடையாள அட்டையைச் சோதனைச் சாவடியில்

காட்ட வேண்டும். ஆண்டாண்டு காலமாக வாழ்ந்துவந்திருக்கும் தங்கள் சொந்த இடத்திலேயே பாலஸ்தீன அரேபியர்கள் இரண்டாம் தரக் குடிமக்களாக நடத்தப்படுகின்றனர்.

பாலஸ்தீன அத்தாரிட்டி

2004இல் யாசர் அரஃபாத் பாரீஸில் உடல்நலத்திற்காகச் சிகிச்சை பெற்று வரும்போது இறந்துவிட்டார். இவருக்குப் பிறகு ஃபதாவின் பொறுப்பை முஹம்மது அப்பாஸ் என்பவர் ஏற்றார். இவர் மிதவாதி. எப்படியாவது பாலஸ்தீன நாட்டை உருவாக்கிவிடலாம் என்று நம்பிக்கொண்டிருக்கிறார்.

ஆஸ்லோ ஒப்பந்தத்திற்குப் பிறகு பாலஸ்தீன அத்தாரிட்டி உருவாக்கப்பட்டு பாலஸ்தீனர்களுக்குக் கொடுக்கப்பட்ட சில இடங்களை நிர்வகித்து வருகிறது. ஆட்டைக் கடித்து, மாட்டைக் கடித்து, மனிதனைக் கடித்த கதையாக இஸ்ரேல் பாலஸ்தீனர்களுக்கு வெஸ்ட் பேங்கில் கொடுக்கப்பட்ட இடங்களிலும் நிறைய இடங்களைப் பிடித்துக்கொண்டு சில இடங்களை மட்டும் பாலஸ்தீன அத்தாரிட்டி நிர்வகிக்கும்படி விட்டிருக்கிறது. இந்த இடங்களும் பாலஸ்தீன அத்தாரிட்டியின் நிர்வாகத்தில் இருக்கிறதே தவிர அதனுடைய ஆளுகையில் இல்லை. அவ்வப்போது வெஸ்ட் பேங்கில் பாலஸ்தீனர்களுக்குச் சேர வேண்டிய பல மில்லியன் டாலர் வரிப் பணத்தை பாலஸ்தீன அத்தாரிட்டியிடம் கொடுக்காமல் இஸ்ரேல் அரசு இழுத்தடிக்கிறது. இஸ்ரேலுக்கு அமெரிக்காவில் வாழ்ந்துவரும் யூதர்களிடமிருந்தும் அமெரிக்காவிடமிருந்தும் நிறையப் பணம் வந்து கொண்டிருக்கிறது. ஆனால் பாலஸ்தீனர்களுக்கு அப்படியில்லை. 1945இல் அரபு நாடுகள் பல ஒன்றுசேர்ந்து அமைத்த அரபு லீக் (Arab league) பாலஸ்தீனத்திற்கு பண உதவி செய்துகொண்டிருந்தது (முதலில் இதில் ஜோர்டான், சவூதி அரேபியா, சிரியா, லெபனான், ஈராக், எகிப்து ஆகிய நாடுகள் இருந்தன. பின்னால் பல நாடுகள் சேர்ந்துகொண்டன. இப்போது அதில் உள்ள நாடுகளின் எண்ணிக்கை 22). இப்போது அது வெகுவாகக் குறைந்துவிட்டது. இதனால் பாலஸ்தீன அத்தாரிட்டியின் கீழ் இருக்கும் இடங்களில் பணப் பற்றாக்குறை இருப்பதால் அதன் கீழ் பணிபுரிபவர்களுக்கு ஊதியம் கொடுப்பதற்கே அது திணறுகிறது.

இஸ்ரேலுக்கு அமெரிக்க ஆதரவு

அமெரிக்காவிலுள்ள பணபலமுள்ள பல யூதர்களின் வற்புறுத்தலாலும் செல்வாக்காலும் அமெரிக்கா இஸ்ரேலின் முழு நண்பனாகவும் ஆதரவாளனாகவும் விளங்குகிறது. அமெரிக்காவிடமிருந்து இஸ்ரேலுக்கு

தினமும் பத்து லட்சம் டாலர் உதவிப் பணம் கிடைப்பதாகக் கூறுகிறார்கள். 2011இல் ஐநாவின் யுனெஸ்கோ நிறுவனத்தில் பாலஸ்தீனம் உறுப்பினர் ஆனது. இதை இஸ்ரேலுடன் சேர்ந்து அமெரிக்காவும் எதிர்த்தது. இதனால் கோபமடைந்த அமெரிக்கா யுனெஸ்கோவுக்குக் கொடுக்கும் தன் பங்குப் பணத்தைக் கொடுக்க மறுத்தது.

பாலஸ்தீனத்தை நாடாக அங்கீகரிக்க எதிர்ப்புகள்

பின்னால் தனிநாடாகி ஐநாவில் நிரந்தர இடத்தைப் பிடிப்பதற்கு முன், இப்போது ஐநா பொதுச் சபையில் 2012 நவம்பர் மாதம் உறுப்பினர் அந்தஸ்து அல்லாத பார்வையாளராக (non-member observer) பாலஸ் தீனம் ஆகியிருக்கிறது. இது அமெரிக்காவிற்கும் இஸ்ரேலுக்கும் கொஞ்சமும் பிடிக்கவில்லை. கோபத்தில் அமெரிக்கா பாலஸ்தீன அத்தாரிட்டிக்குக் கொடுத்துவந்த உதவித்தொகையை நிறுத்திவிட்டது. அதனால் அன்றாடத் தேவைகளைப் பூர்த்திசெய்யவே பாலஸ்தீன அத்தாரிட்டி திணறுகிறது. இப்படி ஐநாவின் பொதுச் சபையில் பாலஸ்தீன அத்தாரிட்டிக்கு, 'வாக்கெடுப்பில் பங்கேற்றுக்கொள்ள முடியாத உறுப்பினர்' பதவி கிடைத்திருப்பதால் இஸ்ரேலுக்குச் சில பின்விளைவுகள் ஏற்படலாம். பாலஸ்தீன அத்தாரிட்டி அகில உலக நீதிமன்றத்தில் ஐநாவால் பாலஸ்தீனத்திற்குக் கொடுக்கப்பட்ட இடங்களில் குடியிருப்புகளை அமைப்பதை எதிர்த்து இஸ்ரேல் மீது வழக்குத் தொடுக்கலாம் என்பது அவற்றில் ஒன்று.

இப்படிப்பட்ட பின்விளைவுகளுக்குப் பயந்து அமெரிக்காவின் ஐநா பிரதிநிதி 'நாளை எழுந்ததும் பாலஸ்தீனர்களின் வாழ்க்கையில் எந்தவித முன்னேற்றமும் இருக்கப் போவதில்லை. அமைதிக்கான பேச்சு வார்த்தைகளில்தான் இன்னும் தாமதம் ஏற்படப் போகிறது' என்று ஏளனமாகக் கூறியிருக்கிறார். அமெரிக்காவின் இரு அரசியல் கட்சிகளும் கூட்டாகப் பாலஸ்தீனத்தின் புதிய அந்தஸ்தை எதிர்க் கின்றன. பாலஸ்தீனம் இஸ்ரேலுக்கு எதிராக அகில உலக கிரிமினல் நீதிமன்றத்தில் வழக்குத் தொடர்ந்தால் பாலஸ்தீன் அத்தாரிட்டிக்குக் கொடுக்கும் நிதியை நிறுத்திவிடுவதாகவும் இஸ்ரேலுடன் சமாதானப் பேச்சுவார்த்தையில் கலந்துகொள்ளாவிட்டால் பாலஸ்தீன அத்தாரிட்டி யின் வாஷிங்டன் அலுவலகத்தை மூடிவிடப் போவதாகவும் அமெரிக்கா எச்சரித்திருக்கிறது.

அரசியலில் ஈடுபடாத இஸ்ரேல் அரேபியர்கள்

2013 ஜனவரி 22ஆம் தேதி இஸ்ரேலில் பாராளுமன்றத் தேர்தல் நடந்தது. எட்டு மில்லியன் மக்கள்தொகை கொண்ட இஸ்ரேலில் 20

சதவிகிதம்பேர் (1.5 மில்லியன்) அரேபியர்கள். இவர்களில் பலர் தேர்தலில் வாக்களிப்பதில்லை. இதற்குப் பல காரணங்கள் உள்ளன. 2008இல் நடந்த தேர்தலில் 53% வாக்களித்தனர். இந்தத் தேர்தலில் இன்னும் இது குறைவாக இருக்கும் என்று எதிர்பார்த்தனர். ஆனால் 56% வாக்களித்தார்கள். 'யூதர்கள் அளவு (64%) அரேபியர்கள் வாக்களித்தால் இருபதுக்கும் மேலான இடங்களைப் பெறலாம். இப்போது வாக்களிப்பவர்களில் இன்னும் 50%அதிகரித்தால் நெதன் யாஹூ அரசு அமைக்க முடியாது' என்று முன்னாள் பாராளுமன்ற உறுப்பினரும் மந்திரியுமான கேலப் மஜாட்லே (Ghaleb Majadleh) கூறி யிருக்கிறார். நிறைய அரேபியர்கள் வாக்களித்தால் நாடு (இஸ்ரேல்) ஜனநாயகத்தையும், எல்லோருக்கும் சமஉரிமை கொடுப்பதையும் மதிக்கிறது என்பது புலனாகும் என்கிறார்கள் இஸ்ரேல் தலைவர்கள். அரபு அரசியல்வாதிகள் அவர்கள் சமூகத்தைச் சேர்ந்தவர்களுக்கு சமமான வேலைவாய்ப்புகள், கல்வி வசதிகள், முனிசிபல் சேவைகள் இல்லை என்கிறார்கள். அரேபிய கட்சிகளுக்குள்ளும் ஒற்றுமை இல்லை என்கிறார்கள். சில அரேபியர்களுக்குத் தேர்தலில் அக்கறையில்லை; இவர்களுக்கு ராமன் ஆண்டால் என்ன, ராவணன் ஆண்டால் என்ன என்ற மனப்போக்கு. சிலருக்குத் தேர்தலில் நம்பிக்கை இல்லை. வாக்களிப்பதால் தங்கள் நிலையில் எந்தவித முன்னேற்றமும் ஏற்படப் போவதில்லை; ஏனெனில் இஸ்ரேல் தங்களுடைய நாடு இல்லை என்று நினைக்கிறார்கள். ஒரு ஜனநாயகம் என்று இஸ்ரேல் தன்னைக் கூறிக் கொண்டாலும் அரேபியர்களைச் சரியாக நடத்துவதில்லையாதலால் வாக்களித்துப் பயன் இல்லை என்று இவர்கள் நினைக்கிறார்கள். வேறு சிலர் என்னதான் தாங்கள் சரியாக நடத்தப்படாவிட்டாலும் – வேலைவாய்ப்பு, கல்வி வசதி, முனிசிபல் சேவைகள் இல்லை யென்றாலும் – யூதர்களைப் போல் தங்களுக்கும் வாக்குரிமை இருப்பதால் அதைப் பயன்படுத்த வேண்டும் என்று நினைக்கிறார்கள். இஸ்ரேலின் பாகுபாட்டுக் கொள்கைகளைத் தட்டிக்கேட்க யாராவது வேண்டுமல்லவா, அதனால் நான் வாக்களிக்கப் போகிறேன் என்கிறார் இன்னொரு அரேபியர். மூன்று அரேபியர் கட்சிகள் – ஒன்று மத அடிப்படையில், இன்னொன்று கம்யூனிஸ்ட், இன்னொன்று தேசியக் கட்சி – இருக்கின்றன. புதிதாக இன்னொன்று 2013 தேர்தலில் சேர்ந்திருக்கிறது. இஸ்ரேல் தான் ஒரு ஜனநாயக நாடு என்று பறை சாற்றிக்கொண்டாலும், அரேபியர்களுக்கு அதில் இடம் இல்லை.

நியாயம் பார்ப்பதில்லை

2013 மார்ச் மாதம் அமெரிக்க ஜனாதிபதி ஒபாமா இஸ்ரேலுக்கும் பாலஸ்தீனத்திற்கும் விஜயம் செய்தார். அரசியல் தலைவர்களோடு

பேசுவதை விட இளம் தலைமுறையினரோடு பேசி அவர்கள் மனதை மாற்ற முயற்சி மேற்கொண்டார். இஸ்ரேல் பாராளுமன்றத்தில் பேசுவதற்குப் பதிலாக ஜெருசலேமில் உள்ள மாநாட்டு அரங்கம் ஒன்றில் 2000 பேர் அடங்கிய கூட்டத்தில் இளம் தலைமுறையினருக்கு அறைகூவல் விடுத்தார். 'பாலஸ்தீனர்களின் இடத்தில் உங்களை வைத்துப் பாருங்கள். அவர்கள் கண்கள் மூலம் அவர்களுடைய உலகைப் பாருங்கள். பாலஸ்தீனக் குழந்தைகளுக்கும் உங்களைப் போல் சொந்த நாட்டில் சுதந்திரமாக வளரும் உரிமை இருக்கிறதல்லவா?' என்று பேசினார். ஆனாலும் இஸ்ரேல் அமைத்துவரும் குடியிருப்புகளைப் பற்றி எங்கும் குறிப்பிடவில்லை. முஹம்மது அப்பாஸை ரமல்லாவில் சந்தித்தபோது மறுபடி சமாதான உடன்பாட்டிற்குரிய பேச்சுவார்த்தை களில் எந்தவித நிபந்தனையுமின்றி கலந்துகொள்ளுமாறு வற்புறுத்தினார்.

அமெரிக்க ஜனாதிபதி இப்படிப் பேசி இஸ்ரேல் தலைவர்களை நியாயமாக நடந்துகொள்ளச் செய்ய முடியுமா என்று தெரியவில்லை. பாலஸ்தீனர்களின் இடங்களில் அமைக்கப்பட்டிருக்கும் குடியிருப்பு களில் வசித்துவரும் இஸ்ரேலியர்களை எப்படி அங்கிருந்து வெளி யேற்றுவது? இதற்கெல்லாம் தீர்வு ஏற்பட்டாலும் தீர்வு காண முடியாத இன்னொரு பிரச்சினை இருக்கிறது. இஸ்ரேல் அரசு நிர்மாணித்து வரும் பெரிய மதில் சுவரால் பாலஸ்தீனர்களுக்குக் கொடுக்கப்பட்ட இடங்கள் இப்போது தொடர்ச்சியாக இல்லை. இப்படித் தொடர்ச்சி யாக இல்லாத இடங்களை வைத்துக்கொண்டு எப்படி பாலஸ்தீன நாட்டை உருவாக்குவது? இடம்பெயர்ந்த அகதிகளின் சந்ததிகள் பாலஸ்தீனத்திற்குக் குடிபெயர இடம் வேண்டும். இது எப்படிச் சாத்தியம்?

முடிவுக்கு வர முடியாத தீர்வுகள்

இஸ்ரேல், பாலஸ்தீனம் என்ற இரு நாடுகளாக இல்லாமல் பாலஸ்தீனம் முழுவதும் ஒரே நாடாக உருவாவதையும் யூதர்கள் விரும்பவில்லை. அவர்களுடைய நாடு ஒரு யூத நாடாகத்தான் இருக்க வேண்டுமாம். மேலும் அப்படி ஒரே நாடு உருவாகும் பட்சத்தில் பாலஸ்தீனர்கள் பெரும்பான்மையினர் ஆகிவிடுவார்கள். தங்களுக்கே தங்களுக்கென்று ஒரு யூத நாடு வேண்டும் என்று கேட்பவர்கள் இதை எப்படி ஏற்பார்கள்? இத்தகைய காரணங்களினால் இஸ்ரேல்-பாலஸ்தீனப் பிரச்சினை தீர்க்க முடியாத பிரச்சினையாகிவிட்டிருக்கிறது.

யூதர்-முஸ்லிம் பகை புதிது

மேலே குறிப்பிட்டுள்ள வரலாற்று நிகழ்வுகளை வைத்துப் பார்த்தால்

கிறிஸ்தவர்கள்தான் யூதர்களைப் பல இன்னல்களுக்கு உள்ளாக்கி இருக்கிறார்கள் என்பதும் யூதர்கள் பாலஸ்தீனத்திற்குள் அங்கு வாழ்ந்து வந்த அரேபியர்களின் சம்மதம் இல்லாமலேயே குடியேறியதும் பின் அவர்கள் இடத்திலேயே தங்களுக்கென்று இஸ்ரேல் நாட்டை உருவாக்கிக்கொண்டதும்தான் முஸ்லிம்களுக்கும் யூதர்களுக்கும் பகைமை ஏற்படக் காரணமாக இருந்தன என்பதும் நன்றாகப் புலனாகும். பாலஸ்தீன-இஸ்ரேல் பிரச்சினையைப் பற்றி இப்போது பேசுபவர்கள் இந்த உண்மையை மறந்துவிடுகிறார்கள். அது மட்டு மல்ல, முஸ்லிம்கள்தான் தீவிரவாதிகள் போலவும் அவர்களால்தான் யூதர்களுக்குத் தீங்கு விளைவது போலவும் யூதர்களுக்கும் முஸ்லிம் களுக்கும் இடையே உள்ள பகை பல நூற்றாண்டுகளாக இருப்பது போலவும் ஓர் எண்ணத்தை உருவாக்கியிருக்கிறார்கள்.

தொடரும் அநீதி

'பாலைவனத்தை (பாலஸ்தீனத்தை) நாங்கள் செழிக்க வைத்திருக் கிறோம் (We made the desert bloom). அதை அரேபியர்களும் சேர்ந்து தானே அனுபவிக்கிறார்கள்' என்று தங்கள் 'தாராள மனப்பான்மை' குறித்துப் பேசும் யூதர்கள் தாங்கள் பாலஸ்தீன அரேபியர்களுக்கு இழைத்த கொடுமைகள் பற்றி நினைப்பதோ பேசுவதோ இல்லை. யூத மத தத்துவஞானி ஹில்லல் என்பவரிடம் ஒரு சாதாரண மனிதர் சென்று, 'நான் ஒற்றைக் காலில் நின்றிருப்பேன். நான் காலைக் கீழே போடுவதற்குள் தோராவின் சாராம்சத்தைக் கூற வேண்டும்' என்றாராம் (தோரா (Torah) என்பது யூதர்களின் வேதப் புத்தகம்). அதற்கு ஹில்லல், 'மற்றவர்கள் உனக்கு எதைச் செய்யக்கூடாது என்று நினைக்கிறாயோ அதை நீ மற்றவர்களுக்குச் செய்யாதே. அதுதான் தோராவின் முழு சாராம்சம். மற்றவை எல்லாம் விளக்கவுரை தான்' என்றாராம். 'உன்னைப்போல் பிறரை நேசி' என்னும் யூத மதத்தின் அடிப்படைப் போதனையையே இஸ்ரேல் பின்பற்றவில்லை. தங்களுக்கு வரலாற்றில் அநீதி இழைக்கப்பட்டதாகச் சொல்லிக் கொள்பவர்கள் இப்போது பாலஸ்தீனர்களுக்கு அதே மாதிரி அநீதி இழைத்துக்கொண்டிருக்கிறார்கள். எப்போதோ தாங்கள் வாழ்ந்த இடங்கள் என்று பாலஸ்தீனர்கள் வாழ்ந்துகொண்டிருந்த இடங்களைப் பிடித்துக் கொண்டு அவர்களை எத்தனை துன்பத்திற்கு ஆளாக்கி யிருக்கிறார்கள்? ஆளாக்கிக்கொண்டிருக்கிறார்கள்? இப்போதும் எதையாவது சாக்காக வைத்துக்கொண்டு உதிரியாக இருக்கும் இடங்களைக்கூட பாலஸ்தீனர்களுக்குக் கொடுக்க இஸ்ரேல் விரும்ப வில்லை.

தடுப்புச் சுவர்.

இஸ்ரேலில் ஆண், பெண் உட்பட எல்லோருக்கும் ஒரு குறிப்பிட்ட வயது வரை கட்டாய இராணுவ சேவை உண்டு. இஸ்ரேல் ஆக்கிரமித்திருக்கும் இடங்களில் வாழும் பாலஸ்தீனர்களை நடத்தும் விதத்தை எதிர்த்து சில இஸ்ரேலிய யூத இளைஞர்களே இராணுவ சேவை செய்ய மறுத்திருக்கிறார்கள். இவர்களை இஸ்ரேல் அரசு சிறையில் வைத்திருக்கிறது. சிறையில் அவர்களை நடத்தியதைப் பார்த்து, 'என்னையே இப்படி நடத்துபவர்கள் இஸ்ரேலின் ஆக்கிரமிப்பில் இருக்கும் வெஸ்ட் பேங்கில் சிறையில் இருப்பவர்களை எப்படி நடத்துவார்கள்?' என்று கேட்கிறான் அவர்களில் ஒருவன். இஸ்ரேல் ஆக்கிரமித்திருக்கும் இடங்களில் பாலஸ்தீனர்கள் யார் மீது சந்தேகம் வந்தாலும் காவல்துறையினர் அவர்களைக் கைதுசெய்து சிறையில் அடைக்கிறார்கள். அங்கு அவர்களைப் பல வழிகளில் துன்புறுத்துகிறார்கள்.

2011இல் ஒபாமா பாலஸ்தீன-இஸ்ரேல் பிரச்சினைக்குத் தீர்வு காண்பதற்கு இஸ்ரேல் 1967இல் பிடித்த இடங்களை விட்டுவிட்டு அதற்கு முந்தைய எல்லைகளுக்குப் போக வேண்டும் என்று கூறினார். இப்போது அதையெல்லாம் மறந்துவிட்டார் போல் தெரிகிறது. ஒரு

முறை நெதன்யாஹு அமெரிக்காவுக்கு வந்தபோது எப்படி அமெரிக்கா ஈரானைத் தாக்கி இஸ்ரேலைப் பாதுகாக்க வேண்டும் என்று பேசினாரேயொழிய பாலஸ்தீன-இஸ்ரேல் பிரச்சினைக்குத் தீர்வு காண்பது பற்றி இருவரும் பேசவேயில்லை. இப்போது வெளியுறவு மந்திரி கெர்ரிக்கு இந்தப் பிரச்சினையைக் கையாளுவதற்கு முழு சுதந்திரமும் கொடுத்துவிட்டது போல் தெரிகிறது.

சுமார் நானூறு ஆண்டுகளுக்கு முன் அமெரிக்கக் கண்டத்திலிருந்த பழங்குடி மக்களைக் கிட்டத்தட்ட முழுவதுமாக அழித்துவிட்டுத் தன்னை நிலைநிறுத்திக்கொண்ட அமெரிக்காவுக்கு, யூதர்கள் பாலஸ்தீனத்தில் வாழ்ந்த அரேபியர்களின் இடங்களைப் பிடித்துக்கொண்டு இஸ்ரேலை நிறுவிக்கொண்டது பெரிய தவறாகப்படவில்லை போலும்.

நூறு ஆண்டுகளுக்கு மேலாக நடந்துவரும் பாலஸ்தீன-இஸ்ரேல் பிரச்சினைக்குத் தீர்வு காணப்பட வேண்டும் என்று இஸ்ரேலியர்கள், பாலஸ்தீனர்கள், அமெரிக்கர்கள், இன்னும் பலர் விரும்புகிறார்கள். இந்தத் தீர்வு எப்படி இருக்க வேண்டும் என்பதில்தான் எல்லோருக்கும் ஏகமனதான உடன்பாடு இல்லை. தீர்வு காணப்பட்டு மத்திய கிழக்கில் அமைதி நிலவ வேண்டும் என்பது முக்கியம்தான். ஆனால் அதைவிட முக்கியமானது அந்தத் தீர்வு நியாயமான தீர்வாக இருக்க வேண்டும் என்பதுதான். நியாயமான தீர்வால்தான் அமைதியை ஏற்படுத்த முடியும்.

11

தேய்ந்துவரும் நம்பிக்கை

இஸ்ரேலின் மூர்க்கத் தாக்குதல்

2014ஆம் ஆண்டு வெளிவந்த இந்தப் புத்தகத்தின் முதல் பதிப்பில் பாலஸ்தீன-இஸ்ரேல் பிரச்சினை ஒரு தொடர்கதை என்றும் நியாய மான தீர்வு காணப்பட்டு பிரச்சினை முடிவுக்கு வந்தால் எல்லோரும் மகிழ்ச்சி அடையலாம் என்றும் எழுதியிருந்தேன். மேலும் இந்தப் பிரச்சினைக்கு ஒரு தீர்வு காணப்பட்டாலும் அது நியாயமான தீர்வாக இருக்க வேண்டும் என்றும் எழுதியிருந்தேன். இப்போது தீர்வு ஏற்படுமா என்பதே கேள்விக்குறியாக இருக்கிறது. அதற்குப் பிறகு இஸ்ரேல், பாலஸ்தீனம், அமெரிக்கா ஆகிய நாடுகளில் முக்கியமான மாற்றங்கள் ஏற்பட்டன.

அதே வருடம் ஜூன் மாதம் 12ஆம் தேதி பாலஸ்தீன-இஸ்ரேல் போர் வரலாற்றில் ஒரு முக்கிய சம்பவம் நிகழ்ந்தது. இஸ்ரேலுக்கும் பாலஸ்தீனர்களுக்கும் இடையே அமெரிக்க முயற்சியால் நடத்தப்பட்ட பேச்சுவார்த்தைகள் ஏப்ரலில் தோல்வியில் முடிந்தன. இதனால் மிகவும் ஏமாற்றமும் கோபமும் அடைந்த பாலஸ்தீனர்கள் இருவர் அந்த நாளில் வெஸ்ட் பேங்கில் மூன்று இஸ்ரேலிய பதின்ம வயதினர்களை (இருவருக்கு பதினாறு வயது; ஒருவனுக்குப் பத்தொன்பது) கடத்திக் கொண்டுபோய் கொலைசெய்து அவர்களுடைய உடல்களை ஹெப்ரானுக்கு வடகிழக்கில் உள்ள ஓர் இடத்தில் பாறைகளுக்கு அடியில் புதைத்தனர். இவர்கள் இருவரும் ஹமாஸ் கட்சியைச் சேர்ந்த பாலஸ்தீனர்கள். தங்களுடைய சுதந்திர பாலஸ்தீனம் என்ற கனவு பலிக்காமல் தீர்வுக்குரிய எந்த அறிகுறியும் தெரியாமல் பிரச்சினை தொடர்ந்துகொண்டே போவதால் சில பாலஸ்தீனர்கள் இம்மாதிரி யான பாதகச் செயல்களில் ஈடுபட்டனர். ராணுவ பலமும் ஆள் பலமும் மிகுந்த இஸ்ரேல் அரசு அவர்களைச் சும்மா விடுமா?

முதலிலிருந்தே நெதன்யாஹு யூத இளைஞர்கள் கடத்தப்பட்டு கொலைசெய்யப்பட்டது ஹமாஸைச் சேர்ந்தவர்களால்தான் என்று எந்தவித ஆதாரமும் இல்லாமல் கூறிவந்தார். ஜூன் 30ஆம் தேதி கொலைசெய்யப்பட்ட யூதப்பையன்களின் உடல்கள் கண்டுபிடிக்கப் பட்ட பிறகு அவர் கூட்டிய மந்திரிசபையின் அவசர காலக் கூட்டம் முடிவதற்கு முன்னாலேயே 'யூதர்களின் நாடு' என்ற தீவிர வலதுசாரிக் கட்சியைச் சேர்ந்த நஃப்தாலி பென்னெட் இது பேச்சுவார்த்தைக்குரிய தருணம் அல்ல, உடனேயே காரியத்தில் இறங்க வேண்டும்' என்றார். நெதன்யாஹுவின் லிக்யூட் கட்சியைச் சேர்ந்த இஸ்ரேலி கார்ட்ஸ் என்பவரும் ஹமாஸுக்குத் தாங்கள் சரியான பாடம் கற்பிக்க வேண்டும் என்றார்.

இஸ்ரேலின் ராணுவம் உடனேயே காரியத்தில் இறங்கியது. ரமல்லாவிற்கு அருகில் இருந்த அகதிகள் முகாமை நானூறு சிப்பாய்கள் சூழ்ந்துகொண்டு அங்கு அதிரடிச் சோதனைகள் நடத்தினர். சிறுவன் ஒருவன் சிப்பாய்களின்மேல் ஒரு கல்லை எறிந்ததாகக் கூறி அவனைச் சுட்டதில் அவன் இறந்துபோனான். ஹமாஸோடு சம்பந்தப் பட்டவர்கள் என்று அவர்கள் சந்தேகித்த பலரைக் கைதுசெய்தனர். மூன்று லட்சம் பாலஸ்தீனர்கள் ஊரடங்கு சட்டத்திற்குக் கீழ் கொண்டு வரப்பட்டனர். ஆறு லட்சம் பேர்களின் நடமாட்டம் முடக்கப் பட்டது. இஸ்ரேலுக்கு வேலைக்குச் சென்றுகொண்டிருந்த இருபதாயிரம் பேர் அங்கு போவதற்குத் தடை விதிக்கப்பட்டது. அதனால் அவர்கள் தங்கள் வாழ்வாதாரத்தை இழந்தனர். கிழக்கு ஜெருசலேமில் வாழ்ந்து வந்த, ஹமாஸ் கட்சியைச் சேர்ந்த பாலஸ்தீனர்கள் வேலைபார்த்த அறக் கட்டளை நிறுவனங்களை இஸ்ரேல் மூடியது. வெஸ்ட் பேங்கிலும் ஹமாஸ் கட்சியைச் சேர்ந்தவர்கள் நடத்திய அறக்கட்டளை நிறுவனங்கள் மூடப்பட்டன. இதோடு பல நிறுவனங்களில் இருந்த கணினிகள், இரும்புப் பெட்டிகளில் இருந்த பணம், காசோலைகள் ஆகியவை பறிமுதல் செய்யப்பட்டன.

இஸ்ரேலின் ராணுவம் செய்த இந்தக் கொடுமைகளால் ராணுவத் தினருக்கும் பாலஸ்தீனர்களுக்கும் இடையே மோதல் ஏற்பட்டது. பாலஸ்தீனர்கள் வீடுகளில் செய்யும் குண்டுகளை வீசியபோது இஸ்ரேல் ராணுவம் அவர்கள்மீது துப்பாக்கியால் சுட்டது. எப்போதுமே இப்படித்தான். பாலஸ்தீனர்கள் கற்களை வீசினால் இஸ்ரேல் ராணுவம் துப்பாக்கியால் சுடும். இஸ்ரேல் ராணுவம் செய்த திடீர் சோதனை களில் பல வீடுகள் சேதமடைந்தன; பல கட்டடங்கள் தரைமட்ட மாகின. பெத்லஹேமில் உள்ள அனாதைச் சிறுவர்களுக்கான ஒரு பெரிய அனாதை ஆசிரமம் சூறையாடப்பட்டது. ராணுவத்தின்

கட்டளைக்கு அடிபணிய மறுத்தவர்களைச் சரமாரியாகச் சுட்டனர். பலரைக் கைதுசெய்தனர். மூன்று யூத இளைஞர்கள் கடத்தப்பட்டுக் கொலைசெய்யப்பட்டதற்காக நூற்றுக்கணக்கான பாலஸ்தீனர்கள் தாக்கப்பட்டதற்கு எதிர்ப்பு தெரிவித்து பாலஸ்தீன அத்தாரிட்டி ஐநாவின் பாதுகாப்புச் சபையில் முறையிட்டது. இதற்கு எந்தவிதப் பலனும் கிடைக்கவில்லை.

வெஸ்ட் பேங்கில் ஆரம்பித்த வன்முறை காஸாவிற்கும் பரவியது. காஸாவில் இருந்த ஹமாஸ் கட்சியைச் சேர்ந்தவர்கள் இஸ்ரேல் மீது ராக்கெட்டுகளை ஏவினால் இஸ்ரேல் அவர்கள்மீது குண்டுகளைப் பொழிந்தது. ஐம்பது நாட்கள் நடந்த இந்தப் போரில் இரண்டா யிரத்திற்கும் மேற்பட்ட பாலஸ்தீனர்கள் கொல்லப்பட்டனர்; இவர் களில் பெரும்பாலோர் குடிமக்கள். கொல்லப்பட்ட 67 இஸ்ரேலியர் களில் இரண்டு மூன்று குடிமக்களைத் தவிர மற்ற எல்லோரும் போர்வீரர்கள். காஸாவின் ஒரு பகுதி தரைமட்டமாகியது. இதைத் தொடர்ந்து ஜெருசலேமில் நடந்த வன்முறைச் சம்பவங்களால் அங்கு பதட்ட நிலை ஏற்பட்டது. இரண்டாவது பாலஸ்தீன எழுச்சிக்குப் பிறகு ஏற்பட்ட மிகப்பெரிய வன்முறை இது என்று சொல்லலாம்.

2015 ஜனவரியில் இந்தக் கொலைகளைச் செய்த ஹுஸம் ஹவாஸ்மே (Hussam Qawasmeh) காஸாவில் வசிக்கும் தன் சகோதரனின் உதவியோடு இந்தக் கொலைகளைச் செய்ததாக ஒப்புக்கொண்டான். அவன் மேல் மூன்று கொலைக் குற்றங்கள் சுமத்தப்பட்டு மூன்று ஆயுள்தண்டனைகள் வழங்கப்பட்டன.

பாலஸ்தீனத்தின் எதிர்வினை

2014 டிசம்பரில் ஐநா பாதுகாப்புச் சபையில் தனிப் பாலஸ்தீன நாடு அமைக்க இஸ்ரேல் ஒரு காலக்கெடு கொடுக்கவேண்டும் என்றும், கொஞ்சம் கொஞ்சமாக இஸ்ரேலின் படைவீரர்களை வெஸ்ட் பேங்கிலிருந்து 2017ஆம் ஆண்டின் இறுதிக்குள் வெளியேற்ற வேண்டும் என்றும் கோரி ஒரு தீர்மானத்தைக் கொண்டுவர பாலஸ்தீன அத்தாரிட்டியின் தலைவர் அப்பாஸ் முயற்சி செய்தார். 15 அங்கத்தினர்கள் உள்ள சபையில் எட்டு நாடுகளே அதை ஆதரித்து ஓட்டுப் போட்டன. பாலஸ்தீனர்களுக்கு ஒரு தனிநாடு வேண்டும் என்னும் கொள்கையை ஆதரிக்கும் அமெரிக்காகூட இந்தத் தீர்மானத்தை எதிர்த்தது. பிரான்ஸ் ஆதரித்து ஓட்டுப் போட்டாலும் அதிலுள்ள சில அம்சங்களை ஆதரிக்கவில்லை. தனது தீர்மானம் தோற்றுப்போனதால் அப்பாஸ் ஐநாவின் ஓர் அங்கமான உலக

நீதிமன்றத்தில் சேருவதற்கு முடிவெடுத்தார். இதனால் ஏற்படக்கூடிய விளைவுகளை அவர் அறிந்திருந்தாலும், 'எங்கள் விளைநிலங்களை எடுத்துக்கொண்டார்கள்; எங்கள் நாட்டை எடுத்துக்கொண்டார்கள்; ஐநாவின் பாதுகாப்புச் சபை எங்களைக் கைவிட்டுவிட்டது; நாங்கள் எங்கே போய் முறையிடுவோம்' என்றார்.

உடனேயே அமெரிக்கப் பாராளுமன்றத்தின் இரு அவைகளும் பாலஸ்தீன அத்தாரிட்டிக்குக் கொடுத்துவரும் **40** கோடி டாலர்கள் மானியத்தை நிறுத்தப் போவதாகப் பயமுறுத்தின. இஸ்ரேல் அரசும் பாலஸ்தீன அத்தாரிட்டிக்குக் கொடுத்துவந்த, பாலஸ்தீனர்களுக்குச் சேர வேண்டிய பல லட்சம் டாலர் வரிப்பணத்தைக் கொடுக்க மறுக்கலாம் என்ற நிலை ஏற்பட்டது. மேலும் வழக்கத்தைவிடத் தீவிரமாகக் குடியிருப்புகளை அதிக அளவில் வெஸ்ட் பேங்கில் அமைக்கலாம் என்ற சாத்தியக் கூறும் ஏற்பட்டது. மேலும் வன்முறைக் கொள்கைகள் கொண்ட ஹமாஸை ஆதரிப்பதால் பாலஸ்தீன அத்தாரிடி மீதும் உலக நீதிமன்றம் நடவடிக்கை எடுக்கலாம் என்று பயமுறுத்தப்பட்டது. அனேகமாக நடுநிலை வகிக்கும் நியுயார்க் டைம்ஸ் போன்ற அமெரிக்கப் பத்திரிகைகூட அப்பாஸ் செய்யும் செயலால் இரு நாடுகளை உருவாக்கும் திட்டத்திற்குப் பங்கம் விளையுமே தவிர சமாதானப் பேச்சுக்கோ பாலஸ்தீன நாடு உருவாவதற்கோ அப்பாஸின் இந்த முயற்சி உதவப் போவதில்லை என்று தலையங்கம் எழுதியது. மேலும் **2015** மார்ச் மாதம் இஸ்ரேலில் நடக்கவிருந்த தேர்தல் முடிவைப் பார்த்த பிறகு அகில உலக நீதிமன்றத்தில் சேரும் யோசனையைப் பற்றிச் சிந்திக்கலாம் என்றும் அப்பாஸுக்கு அறிவுரை வழங்கியது. இஸ்ரேல் அரசியல்வாதிகளில் பலரும் பாலஸ்தீனர்களுக்குத் தனிநாடு கொடுப்பதை ஆதரிக்க வில்லை. **1995**இல் ஆஸ்லோ ஒப்பந்தம் உருவாகக் காரணமாகயிருந்த ரபீன் போன்றவர்கள்கூட இஸ்ரேலின் பாதுகாப்பைக் கருதி அப்படிப் பட்ட முயற்சிகளில் இறங்கினார்களேயொழிய பாலஸ்தீனர்கள் தங்களுக்கென்று தனி நாடு கேட்பதில் உள்ள நியாயத்தை உணர்ந்தோ அவர்களுடைய நலன்களில் அக்கறைகொண்டோ அப்படிப்பட்ட முயற்சிகளில் இறங்கவில்லை. பத்திரிகைகள் உட்பட எல்லோரும் இஸ்ரேல் எப்படி உருவாக்கப்பட்டது என்பதையோ பாலஸ்தீனர்கள் எவ்வளவு இன்னல்களுக்கு உட்படுத்தப்பட்டார்கள் என்பதையோ இப்போது மறந்துவிட்டார்கள். இப்போதைய இஸ்ரேல் என்ற நாடு ஐநாவின் உதவியால் பாலஸ்தீனர்களிடமிருந்து திருடப்பட்ட அல்லது பலாத்காரமாக வாங்கப்பட்ட நிலங்களினால் உருவான நாடு என்பதை மறந்துவிட்டார்கள். இஸ்ரேல் ஒருதலைப்பட்சமாகப் போடும்

நிபந்தனைகளுக்கு பாலஸ்தீனர்கள் எந்த எதிர்ப்பும் இல்லாமல் சம்மதிக்க வேண்டும் என்று அமெரிக்க யூதர்களும் தேர்தலில் ஜெயிக்க நினைக்கும் அமெரிக்க அரசியல்வாதிகளும் எதிர்பார்க்கிறார்கள். இவர்கள் காட்டும் இடங்களில் பாலஸ்தீனர்கள் கையெழுத்திட வில்லை என்றால் அவர்களைத் தீவிரவாதிகள் என்றும் வன்முறை யாளர்கள் என்றும் கூறிவிடுகிறார்கள்.

பல முனைகளிலிருந்தும் எதிர்ப்பு இருந்தும் 2015 ஜனவரியில் பாலஸ்தீன அத்தாரிட்டி உலக நீதிமன்றத்தில் அங்கத்தினராகச் சேர்ந்தது. அதன் பிறகு 90 நாட்கள் கழித்துத்தான் - அதாவது ஏப்ரல் ஒன்றிலிருந்துதான் - எந்த வழக்கையும் தொடுக்கலாம். ஆக்கிரமித்த இடங்களில் ஆக்கிரமிப்பு செய்த நாடு அங்கிருக்கும் மக்களை அங்கிருந்து இடமாற்றம் செய்வதோ தன் நாட்டு மக்களை அங்கு குடியேற்றுவதோ கூடாது என்று ஜெனிவா ஒப்பந்தம் கூறுகிறது. அதனால் இஸ்ரேல் யூதர்களை வெஸ்ட் பேங்கில் குடியேற்றுவதையும் காஸாவில் நடத்திய கொலைபாதகச் செயல்களையும் இரண்டு வழக்குகளாகத் தொடுக்க அப்பாஸ் முடிவுசெய்தார். அப்படி உலக நீதிமன்றத்தில் வழக்குத் தொடுத்தாலும் நீதிமன்றம் இஸ்ரேல்மீது நடவடிக்கை எடுக்கப் பல ஆண்டுகள் ஆகலாம் என்கிறார்கள். அப்பாஸுக்கு எண்பத்திரெண்டு வயது ஆகிறது. அவராலும் எத்தனை நாட்கள் இஸ்ரேல் செய்யும் அநியாயங்களைப் பற்றிப் பேச்சு வார்த்தைகள் நடத்திக்கொண்டிருக்க முடியும் என்று தெரியவில்லை. உலக நீதிமன்றத்தில் அங்கத்தினராகச் சேருவதற்கு அப்பாஸ் கையெழுத்திட்டவுடனேயே நெதன்யஹூ 'ஐநா பாதுகாப்புச் சபையில் பாலஸ்தீன அத்தாரிட்டி கொண்டுவந்த தீர்மானத்தை எப்படி முறியடித்தோமோ அதேபோல் இதையும் முறியடிப்போம்' என்று கர்ச்சித்தார்.

வலுவடையும் இஸ்ரேல் வலதுசாரிகள்

காஸாவுடன் ஐம்பது நாட்கள் நடந்த போரின் விளைவாக நெதன்யாஹுவிற்கு மக்களிடையே ஆதரவு குறைந்தது. இதைச் சரிக்கட்டவும் யூதர்களைத் திருப்திப்படுத்தவும் நெதன்யாஹு மசோதா ஒன்றைக் கொண்டுவந்தார். அதுவரை மதச்சார்பற்ற நாடாக இஸ்ரேல் இருக்கும் என்று கூறிவந்ததற்கு மாறாக இஸ்ரேல் யூத மத நாடாக இருக்கும் என்று கூறிய இந்த மசோதாவை அமைச்சரவையில் 14 பேர் ஆதரித்தனர். ஆறு பேர் எதிர்த்தனர். கூட்டணி ஆட்சியில் இருந்த இரண்டு கட்சிகளைச் சேர்ந்த நடுசாரித் தலைவர்கள் (Centrists) இருவர் நெதன்யாஹு அரசின் பாலஸ்தீனர்களை அதிகாரபூர்வமாக

இரண்டாம்தரக் குடிகளாக மாற்றும் இந்த மசோதாவையும் இஸ்ரேலில் வாழும் அரேபியகளுக்கு எதிரான பொருளாதாரக் கொள்கைகளையும் எதிர்த்தனர். இவர்களின் எதிர்ப்பை ஏற்றுக் கொள்ளாத நெதன்யாஹு அவர்களுடைய கட்சியை அரசிலிருந்து நீக்கினார். இதனால் அவருக்குப் பெரும்பான்மை போய்விட்டது. அதனால் 2013-இல் பதவிக்கு வந்த நெதன்யாஹு 2017 வரை இருக்க வேண்டிய அரசைக் கலைத்துவிட்டு 2015 மார்ச்சில் புதிய தேர்தலுக்கு உத்தரவிட்டார். தேர்தலுக்குச் சில நாட்களுக்கு முன்னால் வந்த கருத்துக்கணிப்பில் நெதன்யாஹுவிற்கு வெற்றி கிடைப்பது உறுதியல்ல என்று முடிவு வெளிவந்தது. உடனேயே நெதன்யாஹு தான் பாலஸ்தீனியர்களுக்குத் தனி நாடு கொடுக்கும் திட்டத்தைக் கைவிட்டுவிட்டதாகவும் தான் தேர்தலில் வென்றால் இஸ்ரேல் என்ற ஒரு நாடுதான் இருக்குமென்றும் கூறினார். இப்படிக் கடைசி நேரத்தில் தன் கொள்கையை மாற்றியதால் 2015இல் நடந்த தேர்தலில் வெற்றிபெற்று மறுபடி நெதன்யாஹு பிரதம மந்திரியானார். 120 அங்கத்தினர்கள் கொண்ட க்னெசட்டில் இவருடைய கூட்டணி அரசுக்கு 61 இடங்கள்தான் கிடைத்தன. ஆனாலும் மூன்றாவது முறையாக நெதன்யாஹு பிரதம மந்திரி ஆகும் வாய்ப்பைப் பெற்றார். 2009-லிருந்து 2017 வரை தொடர்ச்சியாக, மூன்றாவது முறையாக நெதன்யாஹு பிரதம மந்திரியாக இருக்கிறார்.. முதல்முறை 1996-1999 வரை பிரதம மந்திரியாக அவர் இருந்ததையும் சேர்த்தால் நெதன்யாஹு நான்கு முறை பிரதம மந்திரி பதவியை வகித்துள்ளார்.

இப்போது நெதன்யாஹுவின் மேல் சில ஊழல் குற்றச்சாட்டுகள் இருக்கின்றன. ஆனாலும் அவர் தன்னுடைய நிலையை மேம்படுத்திக் கொள்ளப் பார்க்கிறார். இவர் மீதுள்ள குற்றச்சாட்டுகள் நிரூபிக்கப்பட்டு இவர் பதவி இறங்கினாலும் இஸ்ரேலில் வலதுசாரிக் கட்சிகளின் ஆட்சிதான் தொடரும்.

இஸ்ரேல் அரேபியர்களின் உரிமை மறுப்பு

இஸ்ரேலில் வாழும் அரேபியர்களுக்கு அரசியல், பொருளாதார உரிமைகளை மறுத்துவந்த இஸ்ரேலிய அரசு இப்போது மத உரிமை களிலும் தலையிட விரும்புகிறது. 2016 நவம்பர் மாதம் திடீரென்று டெல் அவிவிற்கும் ஜெருசலேமிற்கும் இடையேயுள்ள பென் குரியன் விமானநிலையத்திற்கு அருகேயுள்ள லாட் என்னும் ஊரில் உள்ள மசூதி ஒன்றிலிருந்து காலை 4:45 மணிக்கு முஸ்லிம்களை தொழுகைக்கு எழுப்பும், ஒலிபெருக்கியிலிருந்து வரும் அறிவிப்பு அந்த ஊரில் வாழும் யூதர்களின் தூக்கத்தைக் கெடுப்பதாகச் சொல்லி இஸ்ரேல் அரசு அதை

நிறுத்துவதற்கு ஒரு சட்டம் கொண்டுவர முயற்சித்தது. இந்த ஊரில் உள்ள 73,000 பேரில் 33 சதவிகிதம் அரேபியர்கள். '1426 வருடங்களாக முஸ்லிம்களிடையே இந்த வழக்கம் இருந்து வருகிறது. யூதர்கள் தங்கள் ஓய்வு நாளை (Sabbath) அறிவிக்க ஒலிபெருக்கியைப் பயன்படுத்து கிறார்கள். கிறிஸ்தவக் கோயிலிருந்து மணியோசை கேட்கிறது. இவையெல்லாம் இருக்கும்போது மசூதி அறிவிப்பை மட்டும் தடைசெய்வானேன்' என்று கேட்கிறார் ஒரு முஸ்லிம். க்னெசட்டில் உள்ள அரேபிய அங்கத்தினர்களுக்குத் தலைவரான அஹமது டிபி, 'இது முஸ்லிம்களுக்கு எதிராக இயற்றப்படும் சட்டம். இது சட்டமானால் முஸ்லிம்கள் எல்லோரும் அதை எதிர்த்துப் போராட வேண்டும்' என்றார். ஆனால் இந்த மசோதா போதிய ஆதரவு இல்லாமல் தோற்றுப் போனது.

மோசமாகும் பிரச்சினை: குடியிருப்புகள்

இனி புதிய குடியிருப்புகளைக் கட்டப் போவதில்லை என்று அமெரிக்காவிற்கு வாக்குக் கொடுத்துவிட்டு அதைப் பின்பற்றாமல் குடியிருப்புகளைக் கட்டிக்கொண்டே போவது நெதன்யாஹூ செய்யும் காரியங்களில் ஒன்று. 2010இல் வெஸ்ட் பேங்கில் புதிய குடியிருப்புகளை அமைக்கப் போவதில்லை என்று கூறிய பிறகு நான்கு மாதங்களிலேயே கிழக்கு ஜெருசலேமில் 1,600 குடியிருப்புகளை அமைக்க ஜெருசலேம் நகர முனிசிபல் அதிகாரிகள் சம்மதம் கொடுத்தனர். அப்போதைய அமெரிக்கத் துணை ஜனாதிபதி பைடன் இஸ்ரேலுக்கு விஜயம் செய்தபோது இது நடந்தது அமெரிக்காவிற்கு மிகுந்த எரிச்சலைக் கொடுத்தது. ஒபாமா தன்னுடைய வெளியுறவு அமைச்ச ரான ஹிலரியிடம் நெதன்யாஹூவுக்கு அறிவுரை கூறுமாறு கூறினார். ஒபாமாவிற்கும் நெதன்யாஹூவிற்கும் குடியிருப்புகள் விஷயத்தில் எப்போதும் தகராறு இருந்துவந்தது. எப்போதும்போல் பாலஸ்தீன அத்தாரிட்டி தலைவர் அப்பாஸின் மேல் சமாதானப் பேச்சுவர்த்தை களுக்கு அவர் வரவில்லை என்று நெதன்யாஹூ பழியைப் போட்டார்.

இப்போது 2016 செப்டம்பரில் புதிய குடியிருப்புகள் அமைப்பது பற்றி நெதன்யாஹூ அறிவித்தார். அப்படி அறிவிக்க அவர் தேர்ந்தெடுத்த நேரம் அமெரிக்காவிற்கு எரிச்சலை மூட்டியது. மூன்று வாரங்களுக்கு முன்னால்தான் அமெரிக்கா இஸ்ரேலுக்கு அடுத்த பத்து வருடங்களில் 3800 கோடி டாலர் பெறுமான ஆயுத உதவி வழங்குவதாக வாக்குக் கொடுத்திருந்தது. மேலும் இஸ்ரேலுக்கும் பாலஸ்தீனர்களுக்கும் இடையே ஆஸ்லோ ஒப்பந்தம் ஏற்படக் காரணமாக இருந்தவர்களுள் ஒருவரும் இஸ்ரேலின் சரித்திரத்தில்

முக்கிய பங்கு வகித்தவருமான ஷிமன் பெரெஸ் இறந்ததையொட்டி அவருடைய இறுதிச் சடங்குகளில் கலந்துகொள்ள ஒபாமா இஸ்ரேலுக்கு இரண்டு நாட்களில் வருவதாக இருந்தார். இப்படிப் பட்ட நேரத்தில் நெதன்யாஹு புதிய குடியிருப்புகள் பற்றி அறிவிப்பது இஸ்ரேலுக்கும் பாலஸ்தீனர்களுக்கும் இடையே நடைபெறுவதாக இருந்த பேச்சு வார்த்தைகளுக்குப் பங்கம் விளைவிக்கலாம் என்று அமெரிக்கா நினைத்ததால் இஸ்ரேலுக்கு எச்சரிக்கை விடுத்தது.

பாலஸ்தீன அத்தாரிட்டியின் தலைநகரமான ரமல்லாவிற்கு அருகில் அமோனா என்னும் இடத்தில் பாலஸ்தீனர்களுக்குச் சொந்தமான இடங்களில் கட்டப்பட்ட குடியிருப்புகள் சட்டவிரோதமானவை என்று இஸ்ரேல் நீதிமன்றம் தீர்ப்பு அளித்தது. அதனால் குடியிருப்பு களைக் காலிசெய்யும்படி இஸ்ரேல் அரசு குடியேறிகளுக்கு ஆணை யிட்டது. ஆனால் அவர்கள் குடியிருப்புகளைக் காலி செய்யாததால் அவர்களைப் பலவந்தமாகக் காலிசெய்யும் நிர்ப்பந்தம் இஸ்ரேல் அரசுக்கு ஏற்பட்டது. அப்போது குடியேறிகளுக்கும் இஸ்ரேல் அரசின் காவலர்களுக்கும் இடையே தகராறு ஏற்பட்டது. அமோனாவில் இருந்த குடியேறிகளுக்கு அரசின்மேல் மிகுந்த கோபம் ஏற்பட்டது. அவர்களைச் சமாதானப்படுத்த வேறு ஓரிடத்தில் குடியிருப்புகள் அமைக்க இஸ்ரேல் அரசு முடிவு செய்ததால் ஓர் அவசர அறிவிப்பை இஸ்ரேல் வெளியிட்டது. வேறு சில குடியிருப்புகளுக்கும் இந்த நிலை ஏற்படலாம் என்பதால் சில குடியிருப்புகளைப் பின்னோக்கிச் சென்று சட்டபூர்வமாக்கியிருக்கிறது இஸ்ரேல் அரசு. ஆனால் அமோனா விஷயத்தில் அதையும் செய்யமுடியாது. ஏனெனில் அங்கு கட்டப் பட்டிருக்கும் குடியிருப்புகள் தனிப்பட்ட பாலஸ்தீனர்களின் நிலங்களில் கட்டப்பட்டவை. அமோனாவிலிருந்து வெளியேற்றப் பட்ட குடியேறிகளைக் குடியேற்ற அமைக்கப்பட்ட குடியிருப்புகள் புதியவை அல்ல என்றும் ஏற்கனவே இருந்த குடியிருப்புகளின் விரிவாக்கம் என்றும் இஸ்ரேல் அரசு கூறியது. இஸ்ரேல் அரசு அதிகாரி ஒருவர் பாலஸ்தீனர்களுக்கு ஒரு தனி நாடு அமைக்கும் திட்டத்தை இஸ்ரேல் கைவிடவில்லை என்று கூறினார். ஆனால் அப்படி அமைக்கும் நாடு ராணுவம் இல்லாத நாடாக (demilitarized Palestinian state) இருக்கும் என்றும் கூறினார். ராணுவம் இல்லாத நாடு உருவாவது ஒரு புறம் இருக்கட்டும். இஸ்ரேல் இப்போது கட்டத் திட்டமிட் டிருக்கும் குடியிருப்புகள் வெஸ்ட் பேங்கை இரண்டாகப் பிரிக் கின்றன. மேலும் அவை வெஸ்ட் பேங்கிற்கு மிகவும் உள்ளே இருப்பதால் இஸ்ரேலுக்குப் பக்கத்தில் இருப்பதைவிட ஜோர்டா னுக்குப் பக்கத்தில் இருக்கின்றன.

ஜெருசலேமிற்கு வடகிழக்கே இருக்கும் நாற்பதாயிரம் யூதக் குடியேறிகள் வாழும் மாலே அடுமிம் என்னும் பகுதியை இப்போது பல இஸ்ரேலியர்கள் ஜெருசலேமின் புறநகர்ப் பகுதி என்று நினைக்க ஆரம்பித்திருக்கிறார்கள். எந்த சமரசப் பேச்சிலும் மாலே அடுமிம் குடியிருப்பு இஸ்ரேலைச் சேர்ந்தது என்று குறிப்பிட வேண்டும் என்று நினைக்கிறார்கள். ஆனால் அது இஸ்ரேலுக்குக் கொடுக்கப்பட்டால் பாலஸ்தீனர்களிடையேயும் அரபு நாட்டுத் தலைவர்களிடையேயும் மிகுந்த எதிர்ப்பை உண்டுபண்ணும். ஏனெனில் இந்தக் குடியிருப்பு மிக முக்கியத்துவம்வாய்ந்த இடத்தில், வெஸ்ட் பேங்கின் வடக்கு-தெற்குப் பகுதிகளை இணைக்கிறது. இது வெஸ்ட் பேங்கையே துண்டுபோடு வதற்குச் சமமாகும். அதனால் பாலஸ்தீனர்கள் அதைத் தீவிரமாக எதிர்ப்பார்கள்; வன்முறை வெடிக்கலாம். ஜெருசலேமிற்கு வெளியே யுள்ள இடங்களையும் இஸ்ரேல் எடுத்துக்கொள்ளலாம் என்பதற்கு இது ஓர் அடையாளமாக அமையலாம். ஆனால் இதைப் பற்றி யெல்லாம் சிந்திக்காமல் ஜெருசலேமின் துணை மேயர் 'பச்சைக் கோட்டிற்கு' (1967 போருக்குப் பிறகு இஸ்ரேல் எடுத்துக்கொண்ட இடங்களை விடுத்து ஆஸ்லோ ஒப்பந்தம் போட்ட எல்லைக்கோடு) குறுக்கே குடியிருப்புகளை அமைக்கக் கூடாது என்ற தடைகள் எல்லாம் கடந்த காலத்தோடு - அதாவது ஒபாமா காலத்தோடு - முடிந்துவிட்டன என்று கூறினார். 'தான் ஜனாதிபதி ஆனவுடனேயே ஜெருசலேமிலும் குடியிருப்புகள் கட்டுவதைப் பற்றி எந்தக் கருத்து வேறுபாடும் இருக்கப் போவதில்லை என்று ட்ரம்ப் கூறியதைத்தான் நான் இப்போது செய்துகாட்டுகிறேன்' என்றார்.

ஒபாமா ஆட்சியின்போது குடியிருப்புகள் அமைப்பதில் தொய்வு ஏற்பட்டதால் ட்ரம்ப் ஜனாதிபதி ஆனவுடன் வேகமாக இஸ்ரேல் அரசு புதிய குடியிருப்புகளை வெஸ்ட் பேங்கில் கட்டத் திட்டமிட்டது. உலகத் தலைவர்களிடமிருந்து வந்த கண்டனங்களைச் சட்டை செய்யாமல் வெஸ்ட் பேங்கில் - பாலஸ்தீனர்கள் தங்களுடைய சுதந்திரத் தனி நாட்டின் பகுதியாக விளங்கப் போகும் இடங்கள் என்று நம்பிக்கொண்டிருந்த இடங்களில் - குடியிருப்புகளைக் கட்டும் திட்டத்தைத் தீவிரமாக இஸ்ரேல் அரசு அமல்படுத்தத் தொடங்கியது. மேலே சொன்னபடி அமோனா குடியிருப்புகளைச் சட்ட விரோத மாகக் கட்டப்பட்டவை என்று நீதிமன்றம் இடிக்கச் சொன்ன பிறகு அங்கிருந்த குடியேறிகளைப் பலாத்காரமாகக் காவலர்கள் வெளியேற்ற முயன்றுகொண்டிருந்தபோதே வெஸ்ட் பேங்கில் மூவாயிரம் புதிய குடியிருப்புகளைக் கட்டுவதை இஸ்ரேல் அரசு அங்கீகரித்தது. மேலும் தன்னுடைய அமைச்சரவையில் இருக்கும் தீவிர வலதுசாரிகளின்

கட்டாயத்தால் நெதன்யாஹு வெஸ்ட் பேங்கில் புதிய குடியிருப்பு களை அமைப்பதைத் தீவிரப்படுத்தப் போவதாக அறிவித்தார். அமோனாவிலிருந்து வெளியேற மறுத்த குடியேறிகளைப் பலவந்தமாக அங்கிருந்து வெளியேற்றியதற்குப் பிராயச்சித்தமாக புதிய குடியிருப்பு களை அறிவித்ததாக அரசு கூறியது. குடியேறிகளில் இளைஞர்கள் சிலர் 'ஒபாமா போய் ட்ரம்ப் வந்திருப்பது நமக்கு ஒரு நல்ல தருணம். அதை நன்றாக உபயோகித்துக்கொள்ள வேண்டும். நெதன்யாஹு பிப்ரவரி பதினைந்தாம் தேதி ட்ரம்பைச் சந்திக்கும் முன்னால் புதிய குடியிருப்பு களைக் கட்டுவதையும் பழையவற்றை விரிவுபடுத்துவதையும் வேகமாக முடிக்க வேண்டும்' என்றனர்.

ட்ரம்ப்பே குடியிருப்புகளை நிறுத்திவைக்குமாறு வாஷிங்டனுக்கு வந்திருந்த நெதன்யாஹுவிடம் கூறியிருந்தபோதும் நெதன்யஹூ அரசு பழைய குடியிருப்புகளை விரிவாக்கம் செய்வதோடு புதிய குடியிருப்பு களையும் அறிவிக்கிறது. இத்தனைக்கும் அமெரிக்க அரசு குடி யிருப்புகள் சமரசப் பேச்சுவார்த்தைக்குப் பங்கம் விளைவிக்காது என்றாலும், இருக்கும் குடியிருப்புகளை விரித்துக்கொண்டே போவதும் புதிய குடியிருப்புகளைக் கட்டுவதும் அமைதிக்கான தீர்வு ஏற்படுவதற்கு ஒருவேளைத் தடையாக இருக்கலாம் என்றுதான் கூறியது. அப்படியும் ட்ரம்ப்பின் யோசனைக்கே செவிமடுக்காமல் இஸ்ரேல் அரசு புதுக் குடியிருப்புகளை கட்டுவதில் தீவிரம் காட்டி வருகிறது. நெதன்யாஹுவின் கூட்டாட்சி அரசில் உள்ள வலதுசாரி களின் கை ஓங்கிக்கொண்டே போவதைத்தான் இது காட்டுகிறது. மேலும் கட்டப்படவிருக்கும் புதுக்குடியிருப்புகள் பாலஸ்தீன நாட்டிற்காக ஒதுக்கப்பட்ட வெஸ்ட் பேங்கை துண்டுபோடுவதாக அமையும் என்பதால் இந்த வலதுசாரிகளுக்கு பாலஸ்தீனர்களுக்குத் தனி நாடு உருவாக்கும் எண்ணமே இல்லை என்பது தெளிவாகிறது.

இஸ்ரேல் பாலஸ்தீனப் பிரச்சினைக்குத் தீர்வு காண ட்ரம்ப் நியமித்திருக்கும் ஒரு பிரதிநிதி ஜேஸன் க்ரீன்ப்லாட். இவர் ஜோர்டனில் நடைபெற்ற அரபு லீகின் மாநாட்டில் கலந்து கொண்டிருக் கிறார்; முஸ்லீம் நாடுகளான எகிப்து, சௌதி அரேபியா, எமிரேட்ஸ் ஆகிய நாடுகளின் வெளியுறவு அமைச்சர்களைச் சந்தித்திருக்கிறார்; நெதன்யாஹு, அப்பாஸ் ஆகியவர்களோடு இஸ்ரேல் மாணவர் களையும் அகதிகள் முகாமில் இருக்கும் பாலஸ்தீனர்களையும் சந்திதித்ருக்கிறார்; இவர்களோடு தான் எடுத்துக்கொண்ட படங்களை தன்னுடைய ட்விட்டர் பக்கத்தில் போட்டிருக்கிறார். ஜெருசலேமில் தான் சந்தித்த குடியேறிகளின் பிரதிநிதிகளை - அவர்களைக் குடியிருப்பு களில் சந்திப்பதற்குப் பதிலாக - ஜெருசலேமில் சந்தித்திருக்கிறார். இவர்

சில வருடங்கள் யூத மதத்தைப் பற்றிப் படிக்கும்போது வெஸ்ட் பேங்கில் தங்கியிருந்தாலும் பாலஸ்தீனர்கள் பற்றி அவருக்குச் சரியாகத் தெரியாது. அப்போது தோட்டவேலை செய்தவர்கள், கூலிவேலை செய்தவர்கள், கடைச் சொந்தக்காரர்கள் ஆகிய சில பாலஸ்தீனர்களோடு மட்டும்தான் இவருக்குப் பரிச்சயம் இருந்தது. பாலஸ்தீனர்கள் பற்றித் தன்னுடைய இணையதளப் பக்கத்தில் திட்டி எழுதியிருக்கிறார். பெரெஸ் இறந்தபோது தன்னுடைய கூட்டாளிகள் சிலர் எதிர்த்தும், அப்பாஸ் பெரெஸின் இறுதிச் சடங்கில் கலந்துகொண்டதை சிலாகித்துப் பேசியிருக்கிறார். இவரைப் போலவே, 'ட்ரம்ப் இஸ்ரேல்-பாலஸ்தீனப் பிரச்சினையைத் தீர்ப்பதற்கு நியமித்திருக்கும் அத்தனை பேரும் அந்தப் பிரச்சினையில் அனுபவம் இல்லாதவர்கள். அதைத் தீர்க்கும் பொறுப்பை எடுத்துக்கொண்ட பிறகுதான் கொஞ்சம் கொஞ்சமாகக் கற்றுவருகிறார்கள்' என்கிறார் எகிப்திற்கும் இஸ்ரேலுக்கும் அமெரிக்காவின் தூதராக இருந்தவர்.

மோசமாகும் பிரச்சினை: ஜெருசலேமின் நிலை

2016 செப்டம்பர் மாதம் பெரெஸின் இறுதிச் சடங்குகளில் கலந்து கொண்ட ஒபாமா தன்னுடைய இரங்கல் உரையை முடித்துவிட்டுக் கடைசியில் அந்த உரை எங்கு கொடுக்கப்பட்டது என்ற இடத்தில் முதலில் ஜெருசலேம், இஸ்ரேல் என்று இருந்ததை அடித்துவிட்டு ஜெருசலேம் என்று மட்டும் வைத்துக்கொண்டாராம். ஜெருசலேம் யாருக்கு என்று இன்னும் முடிவாகவில்லை என்பதைக் குறிக்க இப்படிச் செய்திருக்கிறார். ஆனால் அவருக்குப் பின்னால் வந்திருக்கும் ட்ரம்ப்பும் அவருடைய சகாக்களும் இந்தக் கொள்கையைப் பின்பற்றுவார்களா என்று தெரியவில்லை.

2016 அக்டோபர் மாதம் யுனெஸ்கோ ஜெருசலேம் நகரின் மீது யூதர்களுக்குப் பாரம்பரிய உரிமை இல்லை என்று கூறும் ஒரு தீர்மானத்தை நிறைவேற்றியது. இதைக் கண்டிக்கும் வகையில் அமெரிக்கக் குடியரசுக் கட்சி வேட்பாளர்களில் ஒருவராக இருந்த ட்ரம்ப் கீழ் வருமாறு கூறினார்: 'நான் ஜனாதிபதியானால் என்னுடைய ஆட்சிக் காலத்தில் ஜெருசலேம் இஸ்ரேலுக்கு மட்டும்தான் தலைநகர் என்ற அங்கீகாரத்தைப் பெறும். இஸ்ரேலுக்கும் ஜெருசலேமிற்கும் மூவாயிரம் ஆண்டுகளாக உள்ள தொடர்பை ஐநா கண்டு கொள்ளாமல் இருப்பது ஒருதலைப் பட்சமான முடிவாகும். ஐநாவில் உள்ள நாடுகளில் இஸ்ரேலுக்கு எதிராக இருக்கும் மனோபாவத்தைத் தான் இது காட்டுகிறது. அமெரிக்கப் பாராளுமன்றத்தின் இரு அவைகளும் ஜெருசலேம் இஸ்ரேலுக்குச் சொந்தம் என்பதை முழுமையாக

ஆதரிக்கின்றன'. நவம்பர் மாதம் நடந்த தேர்தலில் ட்ரம்ப் ஜனாதிபதி யாகத் தேர்ந்தெடுக்கப்பட்டதையடுத்து அமெரிக்காவில் இருக்கும் யூதமதத் தலைவர்கள் ட்ரம்ப் மேலே கூறியிருப்பதைச் சுட்டிக்காட்டி அவருக்கு வாழ்த்துத் தெரிவித்ததோடு இஸ்ரேலை ஆதரிக்கும் அமெரிக்கக் கொள்கை என்றும் மாறாமல் இருக்குமென்ற தங்கள் நம்பிக்கையையும் ஒருபக்க விளம்பரமாகப் பத்திரிகை ஒன்றில் வெளியிட்டனர்.

ட்ரம்ப் பதவியேற்ற பிறகு, **1967** போரில் அரேபியர்கள் பெரும்பான்மையராக உள்ள கிழக்கு ஜெருசலேமை இஸ்ரேல் பிடித்துக்கொண்டு தனது நாட்டின் ஒரு பகுதியாக ஆக்கிக்கொண்டதை அங்கீகரிக்கும் வகையில் அமெரிக்கா தன்னுடைய தூதரகத்தை டெல் அவிவிலிருந்து ஜெருசலேமிற்கு மாற்றும் தீர்மானத்தை உடனேயே வெளியிடும் என்று யூகித்து இஸ்ரேல் பத்திரிகைகளும் செய்திகள் வெளியிட்டன. ஆனால் பதவிக்கு வந்து இரண்டு நாட்களிலேயே இஸ்ரேல் பிரதமர் நெதன்யாஹுவைத் தொலைபேசியில் கூப்பிட்டுப் பேசிய ட்ரம்ப் அது பற்றி எதுவும் கூறவில்லை. நெதன்யாஹுவோடு பேசியது நன்றாக இருந்தது என்று ட்ரம்ப் கூறினாரேயொழிய தூதரகத்தை மாற்றுவது பற்றி எதுவும் கூறவில்லை. நெதன்யாஹுவும் ட்ரம்ப்புடனான உரையாடல் தெம்பு அளிப்பதாக இருந்ததாகவும் பாலஸ்தீனர்களோடு அமைதி காப்பது பற்றிப் பேசியதாகவும் கூறினார். தூதரக மாற்றம் பற்றி ட்ரம்ப் கூறியதாக அவரும் எதுவும் கூறவில்லை. தன்னைப்போல் ஒத்த கருத்துடைய ட்ரம்ப் அமெரிக்க ஜனாதிபதியாகப் பதவியேற்றிருப்பது ஒருவகையில் நெதன்யாஹு விற்கு சந்தோஷத்தைக் கொடுத்தாலும் அமெரிக்காவின் இஸ்ரேல் தூதராக ட்ரம்ப்பால் நியமிக்கப்பட்டிருக்கும் டேவிட் ஃப்ரீட்மேன் குடியிருப்புகளை அதிகரித்துக்கொண்டே போவதை ஆதரிப்பவர் என்பதாலும் தன்னுடைய அமைச்சரவையில் உள்ள தீவிர வலதுசாரி களைச் சமாளிப்பது கடினம் என்பதாலும் ஒருவித பயத்தையும் அவரிடம் தோற்றுவித்திருக்கிறது. அதனால், தான் ட்ரம்ப்போடு உரையாடக் கூடியவர் என்பதோடு வெஸ்ட் பேங்கிலும் கிழக்கு ஜெருசலேமிலும் குடியிருப்புகள் அமைப்பதை ஆதரிப்பவன் என்றும் தன்னுடைய அமைச்சரவையில் இருக்கும் வலதுசாரிகளுக்குக் காட்டிக்கொண்டார்.

கிழக்கு ஜெருசலேமில் குடியிருப்புகள் கட்டுவதை நிறுத்த வேண்டும் என்று முன்னால் ஒபாமா கூறியதை நெதன்யாஹு ஒருபோதும் ஒப்புக்கொள்ளவில்லை. ஒபாமாவால் தடுத்து நிறுத்தப் பட்ட குடியிருப்புகளை ஒபாமா பதவியைவிட்டு விலகியவுடனேயே

- அதாவது ட்ரம்ப் பதவியேற்ற இரண்டு நாட்களிலேயே - தொடருவதற்கு உத்தரவிட்டார். 566 புதிய குடியிருப்புகளை கட்டப்போவதாக ஜெருசலேம் நகராட்சி அறிவித்தது.

பதவியேற்ற இரண்டாவது நாளே ட்ரம்ப் நெதன்யாஹூவை தொலைபேசியில் அழைத்து இஸ்ரேலுக்கும் அமெரிக்காவுக்கும் இடையே நிலவி வரும் சிறப்பு உறவு பற்றியும் மத்திய கிழக்கில் அமைதி நிலவ வேண்டியதன் அவசியம் பற்றியும் விவாதித்தார். இஸ்ரேலுக்கும் பாலஸ்தீனர்களுக்கும் இடையே சமாதானம் உண்டாவதற்குரிய முயற்சிகள் பற்றியும் பேசியதாகக் குறிப்பிட்டார். தன் தேர்தல் பிரச்சாரத்தில் கூறியபடி அமெரிக்கத் தூதரகத்தை டெல் அவிவிலிருந்து ஜெருசலேமிற்கு மாற்றுவது பற்றி பத்திரிகை நிருபர்கள் கேட்டபோது ட்ரம்ப் அது பற்றிப் பதில் எதுவும் கூறவில்லை. ட்ரம்ப்பும் அவருடைய சகாக்களும் எப்படியும் தூதரகத்தை ஜெருசலேமிற்கு மாற்றும் எண்ணத்தில் எந்தவித மாறுதலும் இல்லை என்று உறுதியாகக் கூறினர். குறிப்பாக, ஒபாமா செய்த எல்லாக் காரியங்களுக்கும் எதிராகச் செய்ய வேண்டும் என்பது ட்ரம்ப்பின் குறிக்கோள். தூதரகத்தை மாற்றுவது அவற்றில் ஒன்று. அமெரிக்காவின் இரண்டு கட்சிகளைச் சேர்ந்த ஜனாதிபதி களுக்கும் மத்திய கிழக்கில் ஆலோசகராக இருந்த ஏரன் மில்லர் 'ட்ரம்ப் அரசு தூதரகத்தை மாற்றுவதில் தீவிரமாக இருக்கிறது. எப்போது, எப்படி என்பதைத்தான் இன்னும் முடிவு செய்யவில்லை' என்றார்.

இஸ்ரேலின் அரசு ஜெருசலேமில்தான் செயல்பட்டு வருகிறது. ஆனால் அமெரிக்கத் தூதரகம் வணிக நிலையங்கள் அதிகமாக இருக்கும் டெல் அவிவில் இருக்கிறது. இஸ்ரேலுக்கும் பாலஸ்தீனர் களுக்கும் இடையே சமாதானப் பேச்சுவார்த்தைகள் முடியும் முன்பே ஜெருசலேம் பற்றி முடிவு செய்தால் அது பேச்சுவார்த்தைகளைப் பாதிக்கலாம் என்பதால், அமெரிக்கா அதுபற்றிக் காரியத்தில் இறங்காமல் இருக்கிறது. பாலஸ்தீனர்களுக்குத் தனி நாடு அமைக்க வேண்டும் என்னும் கொள்கையை அமெரிக்கா பேருக்கு ஆதரிப்பதால் தூதரகத்தை மாற்றுவதைத் தள்ளிப் போட்டிருக்கிறது.

நெதன்யாஹூவோடு தொலைபேசியில் பேசியபோது ட்ரம்ப் இரு கட்சிகளுக்கும் இடையே நேரடிப் பேச்சுவார்த்தை நடக்க வேண்டியதன் அவசியத்தை நெதன்யாஹூவுக்கு வலியுறுத்தியதோடு அமெரிக்கா இஸ்ரேலுக்கு பேச்சுவார்த்தையில் முன்னேற்றம் காண உதவும் என்றும் கூறினார். தன்னுடைய மருமகன் ஜேரட் குஷ்னரை (இவர் ஒரு யூதர். ட்ரம்ப் தன்னுடைய முக்கிய ஆலோசகர்களில் ஒருவராக அவரை நியமித்துக்கொண்டார்.) இந்தக் காரியத்திற்கு நியமித்திருக்கிறார்.

தூதரகத்தை மாற்றுவதற்கு ட்ரம்ப் இப்போதைக்கு எந்த முடிவும் எடுக்கவில்லை. அமெரிக்காவின் இஸ்ரேல் தூதராக நியமிக்கப் பட்டிருக்கும் ஃப்ரீட்மேனுக்கு ஜெருசலேமில் ஒரு அப்பார்ட்மென்ட் இருப்பதால் அவர் அங்கு தங்கிக்கொண்டு ஜெருசலேமில் உள்ள துணைத் தூதரகத்தில் ஆலோசனைக் கூட்டங்களை நடத்தலாம் என்றும் அப்படிச் செய்வதால் ட்ரம்ப் கொடுத்த தேர்தல் வாக்குறுதியை நிறைவேற்றியதாகவும் ஆகும் என்றும் ட்ரம்ப் அரசு கணக்குப் போடுகிறது. 1995இல் தூதரகத்தை மாற்ற வேண்டும் என்று இயற்றப் பட்ட சட்டத்தை மறுபடி புதுப்பித்துக்கொள்ளலாம் என்பதும் ஒரு திட்டம்.

ஃப்ரீட்மேன் அமெரிக்கத் துணைத் தூதரகத்தில் இருந்துகொண்டு செயல்பட்டால் அது உலகில் உள்ள எல்லா யூதர்களையும் மகிழ் விக்கலாம். ஆனால் உலகத் தலைவர்கள் அமெரிக்காவின் இந்த முடிவு சமாதானப் பேச்சுவார்த்தையில் தாக்கத்தை ஏற்படுத்தலாம் என்று அஞ்சுகிறார்கள். தூதரக மாற்றம் சமாதானப் பேச்சு வார்த்தையில் எந்தவிதப் பாதிப்பும் ஏற்படுத்தாது என்பதை உலகிற்கு எடுத்துச் சொல்ல வேண்டியது அமெரிக்காவின் கடமை என்று அமெரிக்க அரசு அதிகாரிகள் நினைக்கிறார்கள்.

அமெரிக்க உறவு: ஒபாமா

பொதுவாக ஒபாமாவிற்கும் நெதன்யாஹுவிற்கும் ஒத்துப்போக வில்லை. பாலஸ்தீனர்களுக்கு நியாயம் கிடைக்கத் தன்னால் இயன்றதைச் செய்ய வேண்டும் என்று நினைத்த ஒபாமா ஜனாதிபதி பதவியை விட்டுப் போனபிறகு இஸ்ரேலுக்கு இருக்கும் சில தடைகள் நீக்கப்படலாம் என்று நெதன்யாஹு நினைத்தார். புதிதாக வந்திருக்கும் ட்ரம்ப் இஸ்ரேலின் நண்பர் என்று அவர் நினைப்பதால் தனக்கு வேண்டியவற்றைச் சாதித்துக்கொள்ளலாம் என்று நம்பினார். இவருடைய நம்பிக்கை சரியென்றால் பாலஸ்தீனர்களுக்கு நியாயம் கிடைக்கப் போவதில்லை.

பதவியில் இருக்கும்வரை ஒபாமாவினால் இஸ்ரேல்-பாலஸ்தீனப் பிரச்சினையில் பெரிதாக எதுவும் சாதிக்க முடியவில்லை. இஸ்ரேல் குடியிருப்புகள் கட்டுவதைத் தொடர்ந்துகொண்டே போவதை தடுத்து நிறுத்த முடியவில்லை. இதற்குப் பரிகாரமாக 2016 தேர்தல் முடிவுகள் வந்த பிறகு, ஆனால் தான் பதவியைவிட்டு விலகுமுன், ஏதாவது செய்துவிட்டுப் போக வேண்டும் என்று நினைத்தார். இதற்காக ரகசியத் திட்டம் ஒன்றைத் தயாரித்தார். 1967 போருக்குப் பிறகு இஸ்ரேல் தான்

ஆக்கிரமித்திருக்கும் கிழக்கு ஜெருசலேம், வெஸ்ட் பேங்க் பகுதிகளில் குடியிருப்புகளைத் தொடர்ந்து கட்டுவது, யூதர்களை அங்கு குடியேற்றுவது, அங்குள்ள நிலங்களை அபகரிப்பது, பாலஸ்தீனர்களை அவர்களுடைய இடங்களிலிருந்து வெளியேற்றுவது ஆகிய செயல்கள் ஜெனிவா ஒப்பந்த விதிகளின்படி சட்டவிரோதமானது என்ற ஒரு தீர்மானத்தை ஐநாவின் பாதுகாப்புச் சபையில் கொண்டுவர முடிவு செய்தார். முதலில் தீர்மானத்தின் வரைவை (draft) எகிப்து மூலம் பாதுகாப்புச் சபையில் முன்மொழிய ஏற்பாடு செய்தார். இந்த விஷயத்தைப் பற்றி எகிப்து அதிகாரிகளும் அமெரிக்க வெளியுறவு அமைச்சக அதிகாரிகளும் 2016 டிசம்பர் மாத ஆரம்பத்தில் வாஷிங்டனில் கூடிப் பேசியது இஸ்ரேலுக்குத் தெரியவர உடனே அமெரிக்க ஜனாதிபதியாகத் தேர்ந்தெடுக்கப்பட்டிருக்கும் ட்ரம்ப்பைக் கூப்பிட்டு இதைத் தவிர்க்குமாறு எகிப்திற்குக் கட்டளையிடும்படி இஸ்ரேல் கேட்டுக்கொண்டது. எகிப்து அதிபர் சிசியை ட்ரம்ப் கூப்பிட்டுப் பேசியதும் எகிப்து பின்வாங்கிவிட்டது. அதன் பிறகு மலேஷியா, நியூஸிலாந்து, வெனிஸுவேலா, செனெகல் ஆகிய நாடுகள் வரைவை முன்மொழிய முன்வந்தன. டிசம்பர் 23ஆம் தேதி இந்த வரைவு அறிமுகப்படுத்தப்பட்டு பாதுகாப்புச் சபை உறுப்பினர்களில் 14 நாடுகள் ஆதரிக்க அது தீர்மானம் ஆனது. வரைவின் பின்னால் இருந்த அமெரிக்கா வேண்டுமென்றே ஓட்டெடுப்பில் கலந்துகொள்ள வில்லை. இதே அமெரிக்கா 2009இல் இஸ்ரேலுக்கு எதிராக கொண்டு வரப்பட்ட இதைப் போன்ற ஒரு தீர்மானத்தை வீட்டோ செய்து முறியடித்தது. இப்போது ஒபாமாவின் முயற்சியால் ஐநா பாதுகாப்புச் சபை - அதாவது அதில் அங்கம் வகிக்கும் உலக நாடுகள் - முதல் முறையாக இஸ்ரேல் தர்மத்திற்குப் புறம்பாக செய்யும் காரியத்தை எதிர்த்தன.

இந்தத் தடவை தீர்மானம் வருவதற்கு முன்பே விக்கிலீக்ஸ் மூலம் இந்தச் செய்தி வெளியே கசிந்துவிட்டிருந்ததால் அக்டோபர் மாதமே ஒபாமாவைக் கண்டித்து அமெரிக்க ஸியோனிஸ சங்கம் நியுயார்க் டைம்ஸ் பத்திரிகையில் ஒரு பக்க விளம்பரம் கொடுத்திருந்தது. ஒபாமா இப்படிச் செய்தால் பாலஸ்தீனத்திற்கு அமெரிக்கா கொடுக்கும் பணத்தை நிறுத்தும்படி அமெரிக்கப் பாராளுமன்ற இரு சபைகளையும் கேட்டுக்கொண்டது. மேலும் இஸ்ரேல் எந்தெந்த இடங்களை விட்டுக் கொடுக்க வேண்டும் என்று கூறும் இந்தத் தீர்மானத்தால் இஸ்ரேல்-பாலஸ்தீன சமாதானப் பேச்சுவார்த்தைகளுக்குத் தடங்கல் ஏற்படும் என்றும் அப்படியே பாலஸ்தீன நாடு அமைக்கப்பட்டால் அது வன்முறையை வளர்க்கும் நாடாக இருக்கும் என்றும் கூறியது.

பக்கத்துப் பக்கத்து நாடுகள் தங்கள் எல்லைகளைத் தாங்களே முடிவு செய்ய வேண்டும் என்றும் மற்ற நாடுகள் அதில் தலையிடக்கூடாது என்றும் வேறு ஒரு சந்தர்ப்பத்தில் ஜனாதிபதி ஜான்ஸன் கூறியதைத் தங்களுக்குச் சாதகமாக இப்போது பயன்படுத்திக் கொண்டது. பாலஸ்தீன நாடு இன்னும் உருவாகவில்லை. அப்படி உருவாகும்போது அதன் எல்லைகள் எப்படி இருக்க வேண்டும் என்று குறிப்பிட ஐநாவிற்கு முழு உரிமையும் உண்டு என்று இஸ்ரேல் உணரவில்லை! இஸ்ரேல் தன்பாட்டுக்கு ஐநா பாலஸ்தீனர்களுக்கு ஒதுக்கிய நிலங் களைப் பல வழிகளில் அபகரித்துக்கொண்டு போகும், ஆனால் அதைத் தட்டிக் கேட்க ஐநா உட்பட யாருக்கும் அதிகாரம் இல்லை என்று இஸ்ரேல் கூறுவதில் நியாயம் இல்லை.

அமெரிக்க உறவு: ட்ரம்ப்

ஒபாமா காலம் முடிந்து புதிய ஜனாதிபதி ட்ரம்ப் காலம் ஆரம்பித்த பின் இஸ்ரேல்-பாலஸ்தீனப் பிரச்சினை எப்படி உருவெடுக்கிறது என்று பார்ப்போம். **2016** நவம்பர் மாதம் **8**ஆம் தேதி ட்ரம்ப் அமெரிக்க ஜனாதிபதியாகத் தேர்ந்தெடுக்கப்பட்டவுடனேயே இஸ்ரேலின் அரசில் உள்ள வலதுசாரிகள் பாலஸ்தீனர்களுக்குத் தனி நாடு அமைக்கும் திட்டத்தைக் குழி தோண்டிப் புதைத்துவிடலாம் என்று கனவுகாணத் தொடங்கினர். ட்ரம்ப் இஸ்ரேலின் நண்பர் என்றும் குடியிருப்புகளை அமைப்பதில் அவரின் ஆதரவு தங்களுக்கு இருக்கும் என்றும் நம்பினர். .

இப்போது நெதன்யாஹுவின் அமைச்சரவையில் இருக்கும் நஃப்தாலி பென்னெட், அவிக்தார் லிபெர்மேன் ஆகிய இருவரும் தீவிர வலதுசாரிகள். பென்னெட் பாலஸ்தீனர்களுக்குத் தனி நாடு அமைக்கப் பட வேண்டும் என்ற கோரிக்கை எழுந்த காலம் முடிந்துவிட்டது என்கிறார். லிபர்மேன் வெஸ்ட் பேங்கில் இருக்கும் குடியிருப்புகளை விரிவுபடுத்தும் திட்டத்தை அங்கீகரிக்கும்படி அமெரிக்காவின் ட்ரம்ப் அரசை வற்புறுத்த வேண்டும் என்கிறார். இவர்கள் இருவருடைய எண்ணத்திற்கும் ஆதரவு தருவதுபோல் ட்ரம்ப்பின் வெளிவிவகார ஆலோசகர் ஜெஸன் க்ரீன்ப்லாட் இஸ்ரேலின் வானொலியில் குடியிருப்புகள் சமரச பேச்சுவார்த்தைகளுக்குப் பங்கம் விளைவிக்கும் என்று ட்ரம்ப் நினைக்கவில்லை என்று கூறினார். இதையடுத்து ஒரு பத்திரிகைக்குக் கொடுத்த பேட்டியில் ட்ரம்ப் ‘மனிதகுலத்தின் நலனுக்காக இஸ்ரேலுக்கும் பாலஸ்தீனர்களுக்கும் இடையே சமாதானம் பிறக்க வழிவகுக்க வேண்டும். நான் இதற்கு இறுதி

முடிவைக் கண்டுபிடித்தே தீருவேன்' என்று கூறினார். ஆனால் அதற்குரிய எந்த முயற்சியையும் எடுப்பது மாதிரித் தெரியவில்லை.

ட்ரம்ப் அரசியல் அனுபவம் இல்லாதவர். வரலாறு தெரியாத ஒருவர் அமெரிக்க ஜனாதிபதியாகத் தேர்ந்தெடுக்கப்பட்டார் என்ற வரலாறு படைத்தவர். இவர் ஒரு வணிகர். வாணிபத்தில் தனக்கிருந்த அனுபவத்தைக்கொண்டு அமெரிக்கா போன்ற ஒரு வல்லரசை ஆள முடியும் என்று தப்புக் கணக்குப் போட்டவர். எந்தச் சிக்கலையும் தன்னால் எளிதாகத் தீர்த்துவிட முடியும் என்று நம்பிக்கொண்டிருப்பவர். ஒருமுறை ஒரு விஷயத்திற்கு 'சரி' என்பார்; இன்னொரு முறை அதே விஷயத்திற்கு 'இல்லை' என்பார். அதனால் இவரை 'ஆம்-இல்லை, இல்லை-ஆம் ஜனாதிபதி (yes & no, yes & no president) என்று பலர் விமர்சிக்கிறார்கள். இப்படிப்பட்ட ஒரு ஜனாதிபதியிடம் இஸ்ரேல்-பாலஸ்தீனப் பிரச்சினை என்ற பூச்செண்டு சிக்கியிருக்கிறது. அதை எப்படிக் கையாள்வார் என்பதைப் பொறுத்திருந்துதான் பார்க்க வேண்டும்.

ட்ரம்ப் இஸ்ரேலுக்கும் பாலஸ்தீனர்களுக்கும் இடையே அமைதி நிலவப் பாடுபடப் போகும் தன்னுடைய விருப்பத்தை அடிக்கடி சொல்லியிருக்கிறார். இவர் எடுக்கப் போகும் முடிவுதான் இறுதித் தீர்வு என்றும் சொல்லிவருகிறார். ஆனால் அதே சமயம் ஒரு நியாயமான தீர்வுக்குப் பங்கம் விளைவிக்கும் முறையிலும் பேசிவருகிறார். அமெரிக்கத் தூதரகத்தை டெல் அவிவிலிருந்து ஜெருசலேமிற்கு மாற்றப் போவதாகவும் கூறிவருகிறார். இஸ்ரேல் முழு ஜெருசலேமும் தன்னுடைய தலைநகர் என்று சொந்தம் கொண்டாடி வருகிறது. அரேபியர்கள் அதிகம் வாழும் கிழக்கு ஜெருசலேம் தங்களுடைய தலைநகரமாக விளங்கும் என்று பாலஸ்தீனர்கள் நம்பிக்கொண்டிருக்கிறார்கள். இஸ்ரேலுக்கும் பாலஸ்தீனர்களுக்கும் இடையேயுள்ள கருத்து வேற்றுமைகளில் முக்கியமானதாகக் கருதப்படும் ஜெருசலேம் பிரச்சினையை முதலில் எடுத்து அதற்குத் தீர்வு கண்டுவிட்டால் மற்றப் பிரச்சினைகளை எளிதாகத் தீர்த்துவிடலாம் என்று அரசியல் விமர்சகர்கள் கூறுகிறார்கள். யூதர்கள் அதிகமாக வாழும் மேற்கு ஜெருசலேம் இஸ்ரேலின் தலைநகரமாகவும் அரேபியர்கள் அதிகமாக வாழும் கிழக்கு ஜெருசலேம் பாலஸ்தீனர்களின் தலைநகரமாகவும் விளங்கலாம் என்றும் அமெரிக்கா இரண்டு இடங்களிலும் தன்னுடைய தூதரகங்களை அமைத்துக்கொள்ளலாம் என்றும் யோசனை கூறுகிறார்கள். ஆனால் வெஸ்ட் பேங்கில் - பாலஸ்தீனர்களுக்காக ஐநாவால் 1947இல் ஒதுக்கப்பட்ட இடங்களில் - 1967 போருக்குப் பிறகு இஸ்ரேல் ஜோர்டானிடமிருந்து பிடித்த இடங்களில்

தொடர்ந்து குடியிருப்புகளை அமைத்துவரும் இஸ்ரேல் கிழக்கு ஜெருசலேமை அவ்வளவு எளிதாக விட்டுக்கொடுக்குமா என்பது கேள்விக்குறி. பல ஜனாதிபதி வேட்பாளர்கள் தேர்தல் பிரச்சாரத்தின் போது அமெரிக்கத் தூதரகத்தை டெல் அவிவிலிருந்து ஜெருசலேமிற்கு மாற்றிவிடப் போவதாக வாக்குறுதி அளித்தாலும் இதுவரை யாரும் அதில் வெற்றி அடையவில்லை. அப்படி அனுபவம் மிக்க ஜனாதிபதிகளே செய்யமுடியாத காரியத்தை ட்ரம்பால் செய்ய முடியுமா என்று தெரியவில்லை. மேலும் ட்ரம்ப் பதவியேற்ற பிறகு அதைப் பற்றி எதுவுமே பேசவில்லை. அமெரிக்காவின் ஜனாதிபதியாக இருப்பது அப்படி ஒன்றும் எளிதல்ல என்று அவரே ஒப்புக் கொண்டிருக்கிறார். தூதரகத்தை மாற்றுவதும் அவ்வளவு எளிதல்ல என்பதையும் உணர்ந்துவிட்டாரோ என்னவோ. சுமார் எழுபது வருடங்களாக இருந்துவரும் இஸ்ரேல்-பாலஸ்தீனப் பிரச்சினையை இவர் தீர்த்து வைப்பார் என்று எப்படி நம்ப முடியும்?

ட்ரம்ப் பதவிக்கு வந்து இரண்டு நாட்களிலேயே இரு தரப்பும் தங்கள் திட்டங்களை வகுக்கத் தொடங்கின. மேலே குறிப்பிட்டிருப்பதுபோல் ட்ரம்ப் அமெரிக்க ஜனாதிபதியாகப் பதவியேற்றிருப்பது தங்கள் நலனுக்கு நல்லது என்று இஸ்ரேல் நினைத்துச் செயல்படுகிறது. பாலஸ்தீனர்களும் அரபு நாடுகளின் தலைவர்களும் அமெரிக்காவில் புதிதாகப் பதவி ஏற்றிருக்கும் அரசு எப்படிச் செயல்படப் போகிறது என்பதில் கவனம் செலுத்துவதோடு தங்கள் பங்கிற்கு அவர்கள் செய்யப் போகும் மாற்றங்களுக்கு எப்படி ஈடுகொடுக்க வேண்டும் என்பதிலும் கவனம் செலுத்தி வருகிறார்கள். பாலஸ்தீன அத்தாரிட்டி தலைவர் அப்பாஸ் ஜோர்டன் அதிபரைச் சந்தித்துப் பேசினார். அமெரிக்கா டெல் அவிவிலிருந்து தன் தூதரகத்தை மாற்றினால் தீவிர எதிர்ப்புத் தெரிவிக்க வேண்டும் என்ற தங்களின் முடிவை இருவரும் மறுபடி உறுதிப்படுத்தினர். அமெரிக்கா அப்படிச் செய்தால் வன்முறைகள் மறுபடி நிகழலாம். மேலும் பாலஸ்தீனர்களுக்குத் தனி நாடு அமைக்கப் பேச்சுவார்த்தைகளை தொடங்குவதற்கு முன் பாலஸ்தீனர்கள் இஸ்ரேல் நாட்டை அங்கீகரிக்க வேண்டும் என்று இஸ்ரேல் நிபந்தனை போட்டிருந்தது. அதற்கு பாலஸ்தீனர்கள் ஒப்புக்கொண்டனர். இப்போது அமெரிக்கா தூதரகத்தை மாற்றினால் இஸ்ரேலை அங்கீகரிக்கும் தங்கள் முடிவை மாற்றிக்கொள்ளலாம் என்பதால் தூதரகத்தை மாற்றும் எண்ணத்தைக் கைவிட்டுவிட்டு, பாலஸ்தீனர்களுக்கும் இஸ்ரேலியர்களுக்கும் இடையே அரசியல் தீர்வு காண்பதில் கவனம் செலுத்த வேண்டும் என்றும் அப்பாஸ் அமெரிக்க அரசைக் கேட்டுக்கொண்டார்.

பிப்ரவரி 15ஆம் தேதி நெதன்யாஹு ட்ரம்ப்பின் அழைப்பின் பேரில் வாஷிங்டனுக்கு வந்து ட்ரம்ப்பைச் சந்தித்தார். அவர்கள் இருவரும் சேர்ந்து பத்திரிகைகளுக்குக் கொடுத்த பேட்டியில் அமெரிக்கா இஸ்ரேலின் நல்ல நண்பன் என்றும் இஸ்ரேலுக்கு எல்லா வழிகளிலும் தான் உதவத் தயாராக இருப்பதாகவும் ட்ரம்ப் கூறினார். குடியிருப்புகள் பற்றி நிருபர்கள் கேட்டபோது அவர் நெதன்யாஹுவை நோக்கி 'குடியிருப்புகளை இப்போதைக்குக் கொஞ்சம் நிறுத்திவையுங்கள்' என்றார். நெதன்யாஹு வாஷிங்டன் வருவதற்குச் சில தினங்களுக்கு முன் இஸ்ரேல் பத்திரிகை ஒன்றிற்கு பேட்டி கொடுத்த ட்ரம்ப் 'குடியிருப்புகளுக்காக நிலங்களை எடுத்துக் கொண்டால் பாலஸ்தீனர்களுக்குக் கொடுக்கவேண்டிய நிலத்தில் கொஞ்சம் குறைந்துவிடுமல்லவா?' என்றார். ஜெருசலேமிற்கு தூதரகத்தை மாற்றுவது பற்றிக் கேட்கப்பட்டபோது அந்தப் பிரச்சினையைப் பற்றித் தீவிரமாக யோசித்து வருவதாகவும் சீக்கிரமே ஒரு நல்ல முடிவை எடுக்கப் போவதாகவும் கூறினார். இவை இரண்டையும் - இஸ்ரேல் குடியிருப்புகள் கட்டுவதை ஆதரிப்பதையும் தூதரகத்தை ஜெருசலேமிற்கு மாற்றுவதையும்-தேர்தல் பிரச்சாரத்தின் போது பதவியேற்றவுடனேயே செய்வதாகச் சொன்ன ட்ரம்ப்தான் நிருபர்கள் முன்னிலையில் 'இரு நாடுகள் - இஸ்ரேல் மற்றும் பாலஸ்தீனம் - உருவானாலும் சரி, ஒரே நாடாக இருந்தாலும் சரி, என்னைப் பொறுத்தவரையில் எனக்கு இரண்டும் ஒன்றுதான். இஸ்ரேலியர்களும் பாலஸ்தீனர்களும் இரு நாட்டுத் தீர்வு அல்லது ஒரு நாட்டுத் தீர்வு இரண்டில் எதை ஏற்றுக்கொண்டாலும் நான் அதை முழுமையாக ஏற்றுக்கொள்கிறேன்' என்றார். மேலும் எல்லோரும் நினைக்கிற மாதிரி அது பெரிய பிரச்சினை இல்லை என்று வேறு சொல்லிக்கொண்டார். பாலஸ்தீனர்களுக்குத் தனிநாடு வேண்டும் என்று இஸ்ரேல் ஒப்புக்கொண்டிருந்தால் இந்தப் பிரச்சினை எப்போதோ முடிந்திருக்குமே. அல்லது பாலஸ்தீனர்கள் தங்களுக்குத் தனி நாடு வேண்டாம் என்றும் தாங்கள் இரண்டாம்தரக் குடிமக்களாக இஸ்ரேலிலும் அகதிகளாக மற்ற அரபு நாடுகளிலும் வாழ்ந்துகொள்வதாகக் கூறியிருந்தாலும் பிரச்சினை முடிந்திருக்கும். இதில் அமெரிக்காவின் மத்தியஸ்தம் தேவையில்லையே. இந்தச் சாதாரண உண்மையைக்கூட புரிந்துகொள்ளாத ட்ரம்ப் எப்படி இதற்குத் தீர்வுகாணப் போகிறார்?

தன்னுடைய மருமகனையே (அவர் ஒரு யூதர்) தன்னுடைய விசேஷத் தூதுவராக இஸ்ரேலுக்கு அனுப்பியிருக்கும் ட்ரம்ப் இந்தப் பிரச்சினைக்கு அவர் சுலபமாகத் தீர்வு கண்டுவிடுவார் என்கிறார்.

மருமகன் ஜேரட் குஷ்னர் அரசியலில் எந்த அனுபவமும் இல்லாதவர். அரை நூற்றாண்டிற்கும் மேலாகத் தீர்க்கப்படாமல் இருக்கும் இஸ்ரேல்-பாலஸ்தீனப் பிரச்சினையை ஜேரட் குஷ்னர் தீர்த்து வைப்பார் என்று ட்ரம்ப் நினைப்பது அவருடைய அனுபவ மின்மையையே காட்டுகிறது. மேலும் இஸ்ரேலுக்கு அமெரிக்கத் தூதராக நியமிக்கப்பட்டிருக்கும் டேவிட் ஃப்ரீட்மேன் ஒரு யூதர். இஸ்ரேல் குடியிருப்புகளை ஆக்கிரமிக்கப்பட்ட வெஸ்ட் பேங்கில் கட்டுவதைத் தீவிரமாக ஆதரிப்பவர். குடியிருப்புகள் கட்டுவதற்கு நிதி திரட்டியவர். பாலஸ்தீனர்களுக்குத் தனிநாடு அமைப்பதைத் தீவிரமாக எதிர்ப்பவர். அமெரிக்கத் தூதரகத்தை ஜெருசலேமிற்கு மாற்றும் யோசனையில் முன்னணியில் இருப்பவர். இவரைத் தூதராக நியமித் திருப்பது எந்த வகையில் இஸ்ரேல்-பாலஸ்தீனப் பிரச்சினைக்குத் தீர்வுகாண உதவும்?

இஸ்ரேலின் புதிய துணிச்சல்

பாலஸ்தீனர்கள் 2005இல் இஸ்ரேல் தங்களுக்கு இழைக்கும் கொடுமை களை உலகிற்குத் தெரியப்படுத்த குடியிருப்புகளில் தயாரிக்கப்பட்ட சாமான்களைப் புறக்கணித்தல், இஸ்ரேல் கம்பெனிகளில் முதலீட்டைக் குறைத்தல், இஸ்ரேல் மீதான தடுப்பு நடவடிக்கைகளைச் செயல் படுத்துதல் ஆகிய மூன்று வழிகளையும் பின்பற்றுமாறு உலக நாடு களைக் கேட்டுக்கொள்ளும் ஓர் இயக்கத்தை (BDS) கொண்டு வந்தார்கள் அல்லவா. இப்போது இஸ்ரேல் அதை ஆதரிப்பவர்களை இஸ்ரேலுக்குள் அனுமதிப்பதில்லை என்று ஒரு சட்டம் இயற்றி யிருக்கிறது. இந்த மசோதாவை பாராளுமன்றத்தில் பிரேரணைசெய்த ஒரு அங்கத்தினர் 'இஸ்ரேல் இதுவரை ஒரு கன்னத்தில் அறைந்தவர் களுக்கு இன்னொரு கன்னத்தைக் காட்டிக்கொண்டிருக்கிறது. இதை இனி நிறுத்தப் போகிறது' என்றார். எப்படியிருக்கிறது கதை! இஸ்ரேல் பாலஸ்தீனர்களுக்கு இழைத்த கொடுமைகளையெல்லாம் மறந்து விட்டு மற்றவர்கள் தங்களுக்குக் கொடுமை இழைப்பதாகக் கூறும் இவர் போன்ற வலதுசாரிகளுக்கு ட்ரம்ப் ஜனாதிபதியாகியிருப்பது துணிச்சலைக் கொடுத்திருப்பதாகத் தெரிகிறது. இந்த மசோதாவை எதிர்த்த ஒரு அங்கத்தினர் இந்தச் சட்டத்தின் மூலம் இஸ்ரேல் தன்னைத்தானே உலகிலிருந்து தனிமைப்படுத்திக்கொண்டிருக்கிறது என்றார். 46 அங்கத்தினர்கள் இந்தச் சட்டத்திற்கு ஆதரவு தந்திருக் கிறார்கள்; 28 பேர் எதிர்த்து ஓட்டுப் போட்டிருக்கிறார்கள். அமெரிக்காவில் வாழும், இஸ்ரேலை ஆதரிக்கும் சில யூதர்களே இதை எதிர்க்கிறார்கள். 'நாங்கள் செய்யும் எல்லாக் காரியங்களையும்

ஆதரிப்பவர்கள் எங்கள் நண்பர்கள், அப்படி ஆதரிக்காதவர்கள் எங்கள் எதிரிகள்' என்று சொல்லாமல் சொல்கிறது இஸ்ரேல் அரசு.

பாலஸ்தீனத்தின் முயற்சி

2017 மே மாதம் மூன்றாம் தேதி ட்ரம்ப்பின் அழைப்பின் பேரில் அப்பாஸ் வாஷிங்டனுக்கு வருவதற்கு முன்பே அமெரிக்கப் பாராளுமன்ற உறுப்பினர்கள் இஸ்ரேலுக்கு எதிராக வன்முறைகளில் ஈடுபடும் பாலஸ்தீனர்களுக்கு எந்தப் பொருளாதார உதவியும் செய்யக்கூடாது என்று அப்பாஸிடம் வற்புறுத்தும்படி ட்ரம்ப்பைக் கேட்டுக் கொண்டனர். அப்பாஸ் அதற்கு இணங்கவில்லை என்றால் பாலஸ்தீனர் களுக்கு அமெரிக்கா கொடுக்கும் பண உதவியை நிறுத்திவிடப் போவதாக ஒரு மசோதாவையும் கொண்டுவந்திருக் கின்றனர். இப்படி ஒரு சட்டம் இயற்றினால் அப்பாஸும் மற்றப் பாலஸ்தீனத் தலைவர் களும் அமைதிக்கான பேச்சுவார்த்தைகளில் எவ்வளவு தூரம் சீரியஸாகக் கலந்துகொள்கிறார்கள் என்பது தெரிந்துவிடும் என்கிறார்கள் அமெரிக்க செனட்டர்கள். பாலஸ்தீனர்கள் வன்முறையைக் கடைப்பிடிக்கிறார்கள் என்றால் யூதர்கள் பாலஸ்தீனர் களின் நிலங்களை அபகரித்துக்கொண்டு அவர்களுக்குச் செய்த கொடுமைகளைத் தட்டிக் கேட்டுத் தங்களுக்கு நியாயம் கிடைப்ப தற்காகத்தான் அப்படி நடந்துகொள்கிறார்கள் என்பதை ஒருபோதும் அமெரிக்கர்கள் ஒப்புக்கொள்வதில்லை. இந்த வன்முறையை ஆங்கிலத்தில் 'derived violence' என்கிறார்கள். அதாவது, வன்முறையை எதிர்த்துப் பிறக்கும் வன்முறை. இந்த மசோதா அமெரிக்கப் பாராளுமன்றத்தில் தாக்கலானபோது இரண்டு கட்சிகளைச் சேர்ந்த அங்கத்தினர்களும் அதுபற்றி எந்த விவாதமும் நடத்தவில்லை என்று பாலஸ்தீனர்களுக்கும் இஸ்ரேலுக்கும் இடையே நடந்த பேச்சுவார்த்தை களில் பாலஸ்தீனர்களுக்கு ஆலோசகராக இருந்த ஒருவர் கூறுகிறார்.

திட்டமிட்டபடியே அப்பாஸ் வஷிங்டனுக்கு வந்து ட்ரம்ப்பைச் சந்தித்தார். தன்னைப் பற்றியும் தன் சாதனைகளைப் பற்றியும் பீற்றிக்கொள்வதில் ட்ரம்ப் மிகவும் வல்லவர். ரியல் எஸ்டேட் தொழிலதிபராக இருந்த தன்னால் எந்தப் பிரச்சினைக்கும் தீர்வு காண முடியும் என்று நினைக்கிறார். ஐம்பது வருஷங்களுக்கு மேலாக இருந்துவரும் இஸ்ரேல்-பாலஸ்தீனப் பிரச்சினையை இவருக்கு முன்னால் எத்தனையோ ஜனாதிபதிகள் தீர்த்துவைக்க முயன்று தோற்றுப் போயிருக்கிறார்கள் என்ற சரித்திர உண்மை வரலாறு தெரியாத ட்ரம்ப்பிற்கு எப்படித் தெரியும்? கடந்த 182 வருடங்களாக அமெரிக்கா சேர்த்துவைத்திருக்கும் 19 ட்ரில்லியன் டாலர்

(19,000,000,000,000) கடனைச் சீக்கிரமே தீர்த்துவிடுவேன் என்று கூறும் ட்ரம்ப்பைப் பற்றி என்ன சொல்ல? 'ஏதோ ரியல் எஸ்டேட் பிரச்சினைக்குத் தீர்வு காண்பதுபோல் இஸ்ரேல்-பாலஸ்தீனப் பிரச்சினைக்கும் தீர்வு கண்டுவிடலாம் என்பதுபோல் ட்ரம்ப் நினைக்கிறார். இந்தப் பிரச்சினை தீர்வு காண்பதற்குரிய எல்லை களையெல்லாம் கடந்துவிட்டது என்பதை ட்ரம்ப்பால் கற்பனைகூட செய்துபார்க்க முடியாது' என்று பல வருடங்கள் இஸ்ரேலியர்களையும் பாலஸ்தீனர்களையும் ஒன்றுசேர்க்கும் முயற்சியில் ஈடுபட்ட ஒருவர் கூறினார்.

அப்பாஸிடம் ட்ரம்ப் 'என்ன செய்ய வேண்டுமோ அதை நான் கண்டிப்பாகச் செய்கிறேன்' என்றார். மேலும் நெதன்யாஹூவிடம் பிப்ரவரி மாதம் கூறியது போலவே அப்பாஸிடமும் 'எந்தத் தீர்வு என்றாலும் எனக்குச் சம்மதமே. நீங்கள் இருவரும் சேர்ந்து எடுக்கும் முடிவை நான் ஏற்றுக்கொள்வேன்' என்றார். 'தீர்க்க முடியாத பிரச்சினையாக இஸ்ரேல்-பாலஸ்தீனப் பிரச்சினை பேசப்படுவதை நான் கேட்டிருக்கிறேன். கஷ்டப்பட்டு உழைத்து ஒரு தீர்வைக் கண்டுபிடித்துவிடுவோம்' என்றும் கூறினார். அப்பாஸ் அவர் பங்கிற்கு **1967** போருக்கு முன்பிருந்த நிலைக்கு இஸ்ரேல் போக வேண்டும் என்றும் கிழக்கு ஜெருசலேம் பாலஸ்தீனர்களின் தலைநகராக இருக்க வேண்டும் என்றும் பாலஸ்தீனத்தை விட்டுப்போன அகதிகள் திரும்புவதற்கு வழிவகுக்க வேண்டும் என்றும் ட்ரம்ப்பைக் கேட்டுக்கொண்டார். வன்முறையில் இறங்குபவர்களுடைய குடும்பங் களுக்குப் பண உதவி வழங்கக் கூடாது என்று பலர் முன்னிலையில் ட்ரம்ப் அப்பாஸிடம் கூறவில்லையென்றாலும் தனியாகப் பேசும் போது கூறியதாக வெள்ளை மாளிகை செய்தித் தொடர்பாளர் கூறினார்.

ஃபதா கட்சியிலிருந்து பிரிந்துசென்ற ஹமாஸ் **1988**இல் ஒரு சார்ட்டரை வெளியிட்டது. அதில் இஸ்ரேலை ஒழிப்பதே தன்னுடைய குறிக்கோளாகக் கூறியிருந்தது. மேலும் அதில் யூதர்களுக்கு எதிரான தங்கள் போராட்டத்தையும் குறிப்பிட்டிருந்தது. இப்போது - **2017** மார்ச் மாதம் - வெளியிட்ட புது சார்ட்டரில் யூதர்கள் என்பதற்காகவே தாங்கள் யூதர்களை வெறுக்கவில்லை என்றும் தங்கள் நிலங்களை எடுத்துக்கொண்ட யூதர்களைத்தான் தாங்கள் வெறுப்பதாகவும் கூறியிருக்கிறது. காஸாவின் தெற்குப் பகுதியை எகிப்து தன் கட்டுப் பாட்டிற்குள் வைத்திருக்கிறது. மற்ற எல்லைகள் இஸ்ரேலின் கட்டுப் பாட்டில் இருக்கின்றன. எகிப்துடனான உறவைப் புத்துப்பித்துக் கொள்ள புதிய சார்ட்டரில் ஹமாஸுக்கும் முஸ்லிம் சகோதரக் கட்சிக்கும் (Muslim Brotherhood) சம்பந்தம் இல்லை என்று கூறி

யிருக்கிறது. 1988 சார்ட்டரில்தான் முஸ்லிம் சகோதரக் கட்சியின் ஓர் அங்கம் என்று ஹமாஸ் கூறியிருந்தது. அப்பாஸுக்கு வயதாகி விட்டபடியால் பாலஸ்தீனர்களுக்கான தலைமைப் பொறுப்பை ஃப்தா கட்சியிடமிருந்து ஹமாஸ் எடுத்துக்கொள்ளப் பார்க்கிறது. இதுவரை ஹமாஸின் தலைவராக இருந்த மெஷல் பதவியிலிருந்து விலகுகிறார். இஸ்மாயில் ஹனியா என்பவர் புதிய தலைவர் பொறுப்பை ஏற்றிருக் கிறார். ஹமாஸ் தன்னுடைய புதிய முகத்தை உலகிற்குக் காட்டி னாலும் இஸ்ரேலோ, அமெரிக்காவோ மற்ற மேற்கத்திய நாடுகளோ ஹமாஸை அங்கீகரிப்பதாகத் தெரியவில்லை.

முடிவு

நூறு வருடங்களுக்கு முன்னால் - அதாவது நவம்பர் 1917இல் - பாலஸ்தீனத்தில் யூதர்களுக்கு வசிக்க ஓர் இடம் ஏற்பாடு செய்வதாக பிரிட்டன் வாக்குக் கொடுத்ததிலிருந்து அந்தப் பகுதியின் அமைதியே கெட்டுவிட்டது. வெளியிலிருந்து அங்கு குடியேறிய யூதர்களுக்கும் அங்கேயே பதினான்கு நூற்றாண்டுகளாக வாழ்ந்துவந்த பாலஸ்தீனர் களுக்கும் இடையே பூசல்கள் ஏற்பட்டன. அவை இன்றுவரை நின்றபாடில்லை. இந்தப் பூசல்களுக்கு முடிவுகட்டி அவர்கள் இருவருக்கும் இடையே சமாதானத்தை ஏற்படுத்த ஜனாதிபதிகளும் பிரதம மந்திரிகளும் அரசர்களும் விசேஷ தூதுவர்களும் பல தசாப்தங்களாக முயன்றுவந்தும் இன்றுவரை தீர்வு ஏற்படவில்லை. பிரச்சினை ஆரம்பித்த புதிதிலேயே இதற்குத் தீர்வு கண்டிருக்கலாம். இப்போது தீர்வு காணக்கூடிய சாத்தியத்தைக் கடந்து இந்தப் பிரச்சினை போய்விட்டிருக்கிறது. இதற்கான காரணங்களைப் பார்ப்போம்.

ஆஸ்லோ ஒப்பந்தம் உருவானதில் பங்கேற்றவரும் அமைதிக்கான நோபல் பரிசு பெற்றவருமான ஷிமன் பெரெஸே இந்தப் பிரச்சினை யைப் பற்றிக் கூறும்போது ‘ஒரு பிரச்சினைக்குத் தீர்வு இல்லை யென்றால் அது பிரச்சினையாக இல்லாமல் இருக்கலாம். ஆனால் அது ஓர் உண்மைநிலை. அதைத் தீர்க்க முயலுவதற்குப் பதில் காலப் போக்கில் அதை அனுசரித்துக்கொண்டு போக வேண்டும்’ என்று கூறியிருக்கிறார். யூதர்கள் பாலஸ்தீனர்களின் நிலங்களை எடுத்துக் கொண்டு அவர்களுக்கு அநீதி இழைத்ததை அவர்கள் ஏற்றுக்கொண்டு அனுசரித்துப் போக வேண்டும் என்றார். இப்போது நெதன்யாஹூவும் அதையேதான் கூறுகிறார். இஸ்ரேல் போடும் நிபந்தனைகள் பாலஸ்தீனர்கள் நியாயமான ஒன்றாக, ஏற்றுக்கொள்ளக் கூடியதாக இல்லை. இஸ்ரேல் அரசு வலதுசாரிகளின் அரசாக மாறிவருகிறது. பாலஸ்தீனர்களுக்கு ஒரு தனி நாடு உருவாக்கப்படும் என்பதைப் பற்றி

இவர்கள் பேசுவதேயில்லை. அமெரிக்காவின் ஜனாதிபதியாகப் பொறுப்பேற்றிருக்கும் ட்ரம்ப் என்ன செய்வார், எந்தப் பக்கம் சாய்வார் என்று சொல்வதற்கில்லை. இஸ்ரேல், அமெரிக்கா உட்பட பல நாடுகளால் தீவிரவாதக் கட்சி என்று அடையாளம் காட்டப் பட்டிருக்கும் ஹமாஸ் கட்சி பாலஸ்தீனர்களிடையே செல்வாக்குப் பெற்று பாலஸ்தீனர்களின் பிரதிநிதியாக முன்னேற்றம் பெற்றால் அமெரிக்காவோ இஸ்ரேலோ ஒருபோதும் ஹமாஸோடு பேச்சு வார்த்தையில் ஈடுபடப் போவதில்லை. வெஸ்ட் பேங்கையும் குடியிருப்புகள் மூலம் இஸ்ரேல் பல துண்டுகளாக்கியிருக்கிறது. இந்தத் துண்டுகளை இணைத்துப் பாலஸ்தீனத்தை உருவாக்குவது எளிதல்ல. 1936இல் பீல் திட்டத்தின்படி ஒரிஜினல் பாலஸ்தீனத்தின் 80 சதவிகிதம் பாலஸ்தீனர்களுக்குக் கிடைத்திருக்கும். 1947இல் ஐநா பாலஸ்தீனத் தைப் பிரித்தபோது அவர்களுக்கு 45 சதவிகிதம்தான் கிடைத்தது. அது இஸ்ரேல் அரபு நாடுகளோடு சண்டையிட்டு நிறைய இடங்களைப் பிடித்துக்கொண்ட பிறகு வெஸ்ட் பேங்கும் காஸாவும் சேர்ந்து 22 சதவிகிதம் ஆனது. அந்த 22 சதவிகித இடத்திலும் இஸ்ரேல் தன் நிர்வாகத்தில் வைத்திருக்கும் 60 சதவிகிதமும் இஸ்ரேலும் பாலஸ்தீன அத்தாரிட்டியும் சேர்ந்து தங்கள் அதிகாரத்தில் வைத்திருக்கும் 22 சதவிகிதமும் போக பாலஸ்தீன அத்தாரிட்டியின் நிர்வாகத்தில் இருப்பது ஒரிஜினல் பாலஸ்தீனத்தில் சுமார் 4 சதவிகிதம்தான். என்ன கொடுமை! அந்தச் சிறு பகுதியும் பாலஸ்தீன அத்தாரிட்டியின் நிர்வாகத்தில் இருக்கிறதே தவிர அவர்களின் ஆளுகையில் இல்லை.

பாலஸ்தீனர்களின் தனிநாட்டுக் கனவு கனவாகவே போய்விடும் அபாயம் இருப்பதை ஒப்புக்கொள்ள வேண்டிய தருணம் வந்து விட்டதுபோல் இருக்கிறது.

உசாத்துணை

ஆய்வு நூல்கள்

Ahron Bregman, 2002. *A History of Israel*

Ari Shavit, 2013. *My Promised Land: The Triumph and Tragedy of Israel.*

Barry Rubin, 1994. *Revolution until Victory?: The Politics and History of the PLO.*

Cheryl Rubenburg, 1983. *The Palestine Liberation Organization: Its Institutional Infrastructure.*

Colin Chapman, 2002. *Whose Promised Land?: The Continuing Crisis over Israel and Palestine.*

—. 2004. *Whose Holy City?: Jerusalem and the Israel-Palestinian Conflict.*

Dale Hanson Bourke, 2013. *The Israeli-Palestinian Conflict: Tough Questions, Direct Answers.*

Dan Cohn-Sherbok and Dawoud El-Alami, 2008. *The Palestine-Israeli Conflict.*

David Shulman, 2007. *DARK HOPE: Working for Peace in Israel and Palestine.*

Donna R. Divine, 1994. *Politics and Society in Ottoman Palestine: The Arab Struggle for Survival and Power.*

Edward W. Said, 1992. *The Question of Palestine.*

Elliott Abrams, 2013. *Tested by Zion: The Bush Administration and the Israeli-Palestinian Conflict.*

Gregory Harms with Todd M. Ferry, 2005. *The Palestine-Israel Conflict: A Basic Introduction.*

Hanson K.C. & Douglas E. Oakman, 1998. *Palestine in the Time of Jesus: Social Structures and Social Conflicts.*

Helena Cobban, 1984. *The Palestinian Organization.*

Ilan Pappe and Noam Chomsky, 2010. *Gaza in Crisis: Reflections on Israel's War against the Palestinians.*

Ilan Peppe, 2006. *The Ethnic Cleansing of Palestine.*

Jillian Becker, 1984. *The PLO: The Rise and Fall of the Palestine Liberation Organization.*

Jimmy Carter, 2006. *Palestine: Peace, not Apartheid.*

—. 2009. *We can have Peace in the Holy Land: A Plan that will Work.*

John B. Judis, 2014. *Genesis: Truman, American Jews and the Origins of the Arab/Israeli Conflict.*

John J. Mearsheimer and Stephen M. Walt, 2007. *The Israel Lobby and U.S. Foreign Policy.*

Khalil T. Azar, 2011. *The Foreign Policy and its Link to Terrorism in the Middle East.*

Ian Bickerton, 2012. *The Arab and Israel's Conflict: A Guide for the Perplexed.*

Mordechai Gazit, 2002. *Israeli Diplomacy and the Quest for Peace.*

Neil Caplan, 2010. *The Israel-Palestine Conflict: Contested Histories.*

Noam Chomsky, 1983. *The Fateful Triangle: U.S., Israel and Palestine.*

Paul Findley, 1993. *Deliberate Deceptions: Facing the Facts about the U.S.-Israel Relationship.*

Paul Mendes-Flohr, 1983/2005. *A Land of Two Peoples: Martin Buber on Jews and Arabs.* Edited with Commentary and New Preface.

Peter Beinart, 2012. *The Crisis of Zionism.*

Rashid Khalidi, 2013. *Brokers of Deceit: How the U.S. has undermined Peace in the Middle East.*

மேற்கோள் நூல்கள்

Bernard Reich (ed.), 1996. *An Historical Encyclopedia of the Arab-Israeli Conflict.*

Malkit Shoshan, 2010. *Atlas of the Conflict: Israel-Palestine.*

Priscilla M. Roberts, 2008. *The Encyclopedia of the Arab-Israeli Conflict: A Political, Social and Military History* (Volume 4, Documents).

Spencer C. Tucker, Editor, 2008. *The Encyclopedia of the Arab-Israeli Conflict: A Political, Social and Military History* (Volumes 1-3).

இணையதளங்கள்

The New York Times: Current and Archives
Wikipedia
World Wide Web

இஸ்ரேல், பாலஸ்தீன படங்களைப் பார்க்க விரும்புபவர்கள் கீழே காணும் இணைப்புகளைப் பயன்படுத்தி இணையதளத்தில் பார்க்கலாம்:

புராதன நகர்: http://tinyurl.com/Old-Jerusalem

பெத்லஹேம், ரமல்லா: http://tinyurl.com/Bethlehem-and-Ramallah

மசாடா: http://tinyurl.com/masada12

சுவர்: http://tinyurl.com/the-wall12

வரலாற்றுக் காலவரிசை

தொடக்கம்: பாலஸ்தீனத்தில் பல இனங்கள் வாழ்ந்துவந்தன. அவற்றில் யூத இனமும் ஒன்று.

கி.மு. 1050: ஸால் மன்னர் ஜெருசலேமைத் தலைநகராகக் கொண்டு ஒரு யூத அரசை நிறுவினார்.

கி.மு. 971-931: சாலமன் அரசரின் ஆட்சிக் காலம். இவர் காலத்தில் முதல் யூதக் கோவில் ஜெருசலேமில் கட்டப்பட்டது.

கி.மு. 722: யூதர்களை வென்று அசீரியர்கள் பாலஸ்தீனத்தில் ஆட்சி அமைத்தனர்.

கி.மு. 597-538: அசீரியர்களை வென்று பாபிலோனியர்கள் ஆட்சி அமைத்தனர்.

கி.மு. 586: யூதர்களின் முதல் கோவில் இடிக்கப்பட்டது.

கி.மு. 537-330: பாபிலோனியர்களை வென்று பாரசீகர்கள் ஆட்சி அமைத்தனர்.

கி.மு. 516: இரண்டாவது கோவில் கட்டப்பட்டது.

கி.மு. 330: கிரேக்க மன்னர் அலெக்ஸாண்டரின் குறுகிய கால ஆட்சி.

கி.மு. 323இலிருந்து: கிரீஸைச் சேர்ந்த தாலமிகளின் ஆட்சி.

கி.மு. 200இலிருந்து: கிரீஸைச் சேர்ந்த செலுசிட்ஸ்களின் ஆட்சி.

கி.மு. 63: ரோமானியர்களின் ஆட்சி.

கி.பி. 32: யூதர்களில் ஒருவராகப் பிறந்த இயேசு யூதர்களின் தூண்டுதலால் ரோமானியர்களால் சிலுவையில் அறையப்பட்டார்.

கி.பி. 66: யூதர்கள் ரோமானியர்களை எதிர்த்துக் கிளர்ச்சி செய்தனர்.

கி.பி. 70: இரண்டாவது கோவில் ரோமானியர்களால் இடிக்கப்பட்டது.

கி.பி. 132: யூதர்கள் பாலஸ்தீனத்தை விட்டு வெளியேறி முதலில் பல அண்டை நாடுகளில் குடியேறினர்.

கி.பி. 570: அரேபியாவில் பிறந்த நபிகள் நாயகம் இஸ்லாம் மதத்தைத் தோற்றுவித்தார்.

கி.பி. 634: பாலஸ்தீனம் இஸ்லாமிய அரசர்கள் வசம் வந்தது.

கி.பி. 1099: சிலுவைப் போராளிகள் இஸ்லாமிய அரசர்களை வென்று ஜெருசலேமில் ஆட்சி அமைத்தனர்.

கி.பி. 1291: மறுபடி இஸ்லாமிய அரசர்களின் ஆட்சி பாலஸ்தீனத்தில் ஏற்பட்டது.

கி.பி. 1516: பாலஸ்தீனம் ஓட்டோமான் பேரரசின்கீழ் வந்தது.

கி.பி. 1918: ஓட்டோமான் பேரரசு வீழ்ச்சி அடைந்தது.

19ஆம் நூற்றாண்டு: சில யூதக் குருமார்களும் தலைவர்களும் யூதர்கள் தங்கள் புண்ணிய பூமியான பாலஸ்தீனத்திற்குத் திரும்ப வேண்டும் என்ற கருத்தை வெளியிட்டனர். இது வலுப்பெற்று ஸியோனிஸ இயக்கமாக மாறியது. ஐரோப்பிய நாடுகள் உட்பட பல நாடுகளில் குடியேறியிருந்த யூதர்கள் பாலஸ்தீனத்திற்குள் வர ஆரம்பித்தனர். நூற்றாண்டின் கடைசியில் அதிக அளவில் வந்தனர்.

கி.பி. 1882-1903: பாலஸ்தீனத்திற்கு யூதர்களின் முதல் குடியேற்ற அலை.

1891: பாலஸ்தீனத்தில் பல தலைமுறைகளாக வாழ்ந்துவந்த அரேபியர்கள் (முஸ்லிம்களும் கிறிஸ்தவர்களும்) யூதர்களின் வருகையை எதிர்த்தனர்.

கி.பி. 1904-1918: இரண்டாவது குடியேற்ற அலை. வெளியிலிருந்து வந்த யூதர்கள் பாலஸ்தீனர்களின் நிலங்களை வாங்கிப் போட்டனர். அந்த விளைநிலங்களிலும் தாங்கள் ஆரம்பித்த தொழில்களிலும் யூதர்களையே வேலைக்கு அமர்த்தினர். இதனால் பாலஸ்தீனர்களின் வாழ்வாதாரம் மிகவும் பாதிக்கப்பட்டது. இந்த நிலை தொடர்ந்தது.

கி.பி. 1917: பேல்ஃபர் அறிக்கை.பிரிட்டனின் வெளியுறவு மந்திரி ஆர்த்தர் ஜேம்ஸ் பேல்ஃபர் பிரிட்டனில் வாழ்ந்த யூதர்களின் தலைவர்களில் ஒருவரும் பிரிட்டிஷ் ஸியோனிஸ அமைப்பின் தலைவருமான ராத்சைல்டுக்கு எழுதிய கடிதத்தில் யூதர்களுக்குப் பாலஸ்தீனத்தில் தனி நாடு அமைக்க உதவுவதாக உறுதிமொழி அளித்தார்.

கி.பி.1919-1923: மூன்றாவது குடியேற்ற அலை.பாலஸ்தீனர்கள் தொடர்ந்து தங்கள் வாழ்வாதாரங்களை இழந்துவந்தனர்.

கி.பி. 1922: பாலஸ்தீன அரசியலை மேற்பார்வையிட சர்வதேச சங்கம் பிரிட்டனை நியமித்தது

கி.பி. 1924-1926: நான்காவது குடியேற்ற அலை.

கி.பி. 1932-1939: ஐந்தாவது குடியேற்ற அலை.

கி.பி. 1937: யூதர்களுக்கும் அரேபியர்களுக்கும் இடையே அடிக்கடி மோதல்கள் நிகழ்ந்ததால் பிரிட்டன் லார்ட் பீல் என்பவரைப் பாலஸ்தீனத்தை இரண்டாகப் பிரிக்கத் திட்டம் தயாரிக்குமாறு அனுப்பியது.

கி.பி. 1947 நவம்பர்: ஐநா பாலஸ்தீனத்தை யூதர்களுக்கும் அரேபியர்களுக்கும் இடையே பிரிக்க முடிவுசெய்தது. ஜெருசலேம் நகரம் ஐநாவின் ஆளுகையின்கீழ் இருக்கும் என்றும் முடிவுசெய்தது.

கி.பி. 1948 ஏப்ரல் 9: ஐநா அரேபியர்களுக்குக் கொடுத்த டேர் யாசின் என்ற ஊரை யூதர்களின் படை பூண்டோடு அழித்தது.

கி.பி. 1948 மே 15: பாலஸ்தீனத்தில் ஐநாவினால் தங்களுக்குக் கொடுக்கப் பட்ட இடங்களில் இஸ்ரேல் என்ற தனி நாட்டைப் பென் குரியன் தலைமையில் யூதர்கள் பிரகடனப்படுத்திக்கொண்டனர். அப்போதைய அமெரிக்க ஜனாதிபதி ட்ரூமன் இஸ்ரேலை உடனே அங்கீகரித்தார்.

கி.பி. 1948 மே 16: அரபு நாடுகள் இஸ்ரேல் மீது படையெடுத்தன.

கி.பி. 1949: இஸ்ரேல்-அரபு நாடுகளுக்கு இடையே போர் நிறுத்தம் ஏற்பட்டது. இந்தப் போரில் புராதன நகரத்தை உள்ளடக்கிய கிழக்கு ஜெருசலேமை ஜோர்டான் பிடித்துக்கொண்டது. மேற்கு ஜெருசலேம் இஸ்ரேலின் கைக்குள் வந்தது. பாலஸ்தீனத்தின் 78 சதவிகித நிலத்தை இஸ்ரேல் எடுத்துக்கொண்டது. இந்தப் போருக்குப் பிறகு சுமார் பத்து லட்சம் பாலஸ்தீனர்கள் பக்கத்து அரபு நாடுகளில் அகதி களாகத் தஞ்சம் புகுந்தனர். இவர்களுக்குத் தங்கள் இடங்களுக்குத் திரும்புவதற்கு இதுவரை இஸ்ரேல் அரசு உரிமை வழங்கவில்லை. பாலஸ்தீனர்கள் விட்டுச்சென்ற இடங்களை உலகின் பல இடங் களிலிருந்தும் இஸ்ரேலில் குடியேறிய யூதர்களுக்கு இஸ்ரேல் அரசு வழங்கியது.

கி.பி. 1951: அமெரிக்காவில் வாழும் யூதர்கள் ஐப்பெக் என்ற அமைப்பைத் தோற்றுவித்தனர். இஸ்ரேலுக்குச் சாதகமாக அமெரிக்க வெளியுறவுக் கொள்கையைத் திருப்புவது இதன் நோக்கம். காலப்போக்கில் இதன் விருப்பத்திற்கு மாறாக அமெரிக்க அரசு இஸ்ரேலைப் பற்றிய எந்த முடிவும் எடுக்க முடியாது என்ற அளவிற்கு இது வலுப்பெற்றது.

கி.பி. 1956: இஸ்ரேல் எகிப்தின் மீது போர் தொடுத்தது.

கி.பி. 1958: அரஃபாத் முழுப் பாலஸ்தீனத்தையும் யூதர்களிடமிருந்து விடுவிக்க ஃபதா என்ற அமைப்பை ஆரம்பித்தார்.

கி.பி. 1964: எகிப்து அதிபர் நாசர் பாலஸ்தீன விடுதலை இயக்கம்

(பீஎல்ஓ) என்ற அமைப்பை உருவாக்கினார். இதன் நோக்கமும் பாலஸ்தீனத்தை யூதர்களிடமிருந்து விடுவிப்பதே.

கி.பி.1967: ஆறு நாள் போர். எகிப்து, சிரியா, ஜோர்டானோடு இஸ்ரேல் போர் புரிந்தது. எகிப்தின் சினாய் தீபகற்பம், காஸா, கிழக்கு ஜெருசலேம், வெஸ்ட் பேங்க், சிரியாவின் கோலன் ஹைட்ஸ் ஆகிய இடங்களையும் இஸ்ரேல் பிடித்துக்கொண்டது. ஆக்கிரமித்த வெஸ்ட் பேங்கில் பாலஸ்தீன நிலத்தில் இஸ்ரேல் யூதக்குடியிருப்புகளைக் கட்ட ஆரம்பித்தது. இது இன்று வரை தொடர்கிறது.

கி.பி.1969: அரஃபாத்தின் கட்சியான ஃபதா பீஎல்ஓவின் ஒரு அங்கமான பிறகு அரஃபாத் பீஎல்ஓவின் தலைவராகத் தேர்ந் தெடுக்கப்பட்டார்.

கி.பி. 1973: மறுபடி அரபு நாடுகளுக்கும் இஸ்ரேலுக்கும் இடையே போர் மூண்டது.

கி.பி. 1979: அமெரிக்க ஜனாதிபதி கார்ட்டரின் முயற்சியால் கேம்ப் டேவிட்டில் இஸ்ரேல்-எகிப்து ஒப்பந்தம் ஏற்பட்டது

கி.பி. 1982: லெபனானிலிருந்து போராடிய பீஎல்ஓ போராளிகளை விரட்ட இஸ்ரேல் லெபனானில் ஊடுருவியது. அங்கிருந்த கிறிஸ்தவ குடிப்படையினர் பாலஸ்தீன அகதிகள் முகாமில் இருந்த நூற்றுக் கணக்கான பாலஸ்தீனர்களைத் துன்புறுத்திக் கொல்வதற்குத் துணைபுரிந்தது.

கி.பி. 1989: இஸ்ரேலை எதிர்த்து முதல் பாலஸ்தீன எழுச்சி

கி.பி. 1993: ஆஸ்லோ ஒப்பந்தம் கையெழுத்தானது. இதன்படி பீஎல்ஓ இஸ்ரேலின் இருப்பை ஒப்புக்கொண்டது; இஸ்ரேல் பாலஸ்தீன நாடு அமைக்க ஒப்புக்கொண்டது.

கி.பி. 1996 : நெதன்யாஹு இஸ்ரேலின் பிரதமராகத் தேர்வு செய்யப் பட்டார். இவர் ஆஸ்லோ ஒப்பந்தத்தைச் சரிவர நிறைவேற்றவில்லை.

கி.பி. 2000: இரண்டாவது பாலஸ்தீன எழுச்சி

கி.பி. 2002: பாலஸ்தீனத் தற்கொலைப் போராளிகள் இஸ்ரேலுக்குள் வருவதைத் தடுக்க, இஸ்ரேல் பிரதம மந்திரி ஷரோன் பாலஸ்தீன இடங்களையும் இஸ்ரேலையும் பிரிக்க வெஸ்ட் பேங்கில் உள்ள யூதக் குடியிருப்புகளை உள்ளடக்கிப் பெரிய தடுப்புச் சுவர் கட்ட ஆரம்பித்தார்.

கி.பி. 2004: அரஃபாத் பாரீஸ் மருத்துவமனை ஒன்றில் மரண மடைந்தார்.

கி.பி. 2009: இரண்டாவது முறையாக நெதன்யாஹு பிரதமர் ஆனார். பாலஸ்தீனம் முழுவதையும் யூத நாடாக்க வேண்டும் என்பதுதான் இவருடைய நோக்கம்.

கி.பி. 2013: மூன்றாவது முறையாக நெதன்யாஹு பிரதமர் ஆனார்.

கி.பி. 2014: அமெரிக்க வெளியுறவு அமைச்சர் கெர்ரியின் தீவிர சமாதான முயற்சி முறிந்தது. நெதன்யாஹு வெஸ்ட் பேங்கில் புதிய யூதக் குடியிருப்புகள் கட்டுவதை நிறுத்தாதது இதற்கு முக்கிய காரணம்.

இனி மேல்: பாலஸ்தீனம் என்ற ஒரு தனி நாடு உருவானாலும் அதற்குத் தொடர்ச்சியாக நிலம் இருக்குமா என்பது பெரிய கேள்வி.

৸৹৻

படித்துவிட்டீர்களா?
நாகேஸ்வரி அண்ணாமலை எழுதிய பிற நூல்கள்

~

அமெரிக்காவின் மறுபக்கம்
ஒரு சமூக பொருளாதாரப் பார்வை

பக்கம்: *304*, விலை: ₹ 200
ISBN: 978 81 7720 125 3

~

அமெரிக்காவின் அனுபவங்கள்
ஒரு சமூகவியல் பார்வை

பக்கம்: *224*, விலை: ₹165
ISBN: 978 81 7720 185 7

~

ஐந்து தலைமுறை நாடார் பெண்களின் கதை

பக்கம்: *352*, விலை: ₹ 270
ISBN: 978 81 7720 250 2

~

போப் பிரான்சிஸ்

பக்கம்: *224*, விலை: ₹ 200
ISBN: 978 81 7720 274 8